போரும் வாழ்வும்

(ஈழம் – காலச்சுவடு பதிவுகள் 2008 – 2009)

போரும் வாழ்வும்

(ஈழம் – காலச்சுவடு பதிவுகள் 2008 – 2009)

தொகுப்பாசிரியர்

கண்ணன்

காலச்சுவடு பதிப்பகம்

போரும் வாழ்வும் • காலச்சுவடு ஈழக் கட்டுரைகள் (2008 – 2009) • தொகுப்பாசிரியர்: கண்ணன் • முதல் பதிப்பு: டிசம்பர் 2009, மூன்றாம் (குறும்) பதிப்பு: டிசம்பர் 2016 • வெளியீடு: காலச்சுவடு பப்ளிகேஷன்ஸ் (பி) லிட்., 669 கே.பி. சாலை, நாகர்கோவில் 629001

porum vaaLvum • Essays on Eazham in Kalachuvadu (2008 - 2009) • Compiler: Kannan • Language: Tamil • First Edition: December 2009, Third (Short) Edition: December 2016 • Size: Demy 1 x 8 • Paper: 18.6 kg maplitho • Pages: 328

Published by Kalachuvadu Publications Pvt. Ltd., 669 K.P. Road, Nagercoil 629001, India • Phone: 91-4652-278525 • e-mail: publications@kalachuvadu.com • Printed at Compuprint Premier Design House, Chennai 600086

ISBN: 978-81-89359-88-1

12/2016/S.No. 333, kcp. 1727, 18.6 (3) MR

முத்துக்குமார் நினைவுக்கு

உள்ளடக்கம்

தொகுப்புரை

மன நிம்மதியின்றிக் கழிந்த கடந்த ஈராண்டுகளில் வெளிவந்த கட்டுரைகள் இவை. ஈழம் அன்றாடப் பிரச்சினையாக, விவாதமாக, ஆவேசமாகத் தமிழர் வாழ்வில் பொங்கி நின்ற நாட்களில் *காலச்சுவடில்* வெளிவந்த பதிவுகள். இந்திய ஊடகங்களின் சரிவு ஈழப்பிரச்சினை சார்ந்து துலக்கமாக வெளிப்பட்ட இக்காலகட்டத்தில் அப்பிரச்சினைகளைப் பற்றிய பல குரல்களுக்கு இடமளித்து, பிரச்சாரங்களைத் தவிர்த்து யதார்த்தமான பதிவுகளை வெளியிட *காலச்சுவடு* தொடர்ந்து முயன்றது. ஈழப் பிரச்சினையின் எதிர்வினைகள் இந்தியாவில் வெளிப்பட்ட விதம் பல பிறழ்வுகளைக் கொண்டிருந்தது. இவற்றில் சில உணர்ச்சிவசப்பட்ட நிலையில் உருவானவை. பல உருவாக்கப்பட்டவை.

இந்திய ஊடகங்களில் பொதுவாக இரு போக்குகளைக் காணமுடிந்தது. பொதுவாக ஆங்கில இதழ்களில் புலிகளுக்கு எதிரான, சிங்கள இனவாதத்தை பிரச்சனைப் படுத்தாமல் இலங்கை அரசை ஆதரிக்கும் போக்கு. தனி ஈழம் இந்திய இறையாண்மைக்கு ஊறு விளைவிக்கும் என்ற பார்வை. ஈழப் பிரச்சினையை தேசிய ஆங்கில ஊடகங்களில் முன்வைக்கக்கூட தேசிய ஊடகங்களின் அரங்கில் தமிழர்கள் இல்லாத நிலை. வங்காளிகளும் பஞ்சாபிகளும் ‘தி இந்து’வைப் படித்துவிட்டு கொட்டிய அபந்தங்களைச் செவிமடுக்க முடியவில்லை. இதற்கு எதிர்நிலையில் தமிழ் ஊடகங்களில் பொதுவாக நிலவிய புலி ஆதரவு நிலை. ‘தினமலர்’ போன்ற சில விதிவிலக்குகள் உண்டு. இந்தப் புலி ஆதரவு நிலை முழுவதும் கொள்கைப் பிடிப்பில் உருவானதல்ல. பிரபாகரனை அட்டையில் போட்டால் **50,000** பிரதிகள் அதிக விற்பனை என்ற கணக்கில் உருவானவையும் உண்டு. உலகளாவிய மனித உரிமை நிறுவனங்களின் சிங்கள அரசைக்

கண்டிக்கும் அறிக்கைகளைத் தமிழிலும், புலிகளைக் கண்டிக்கும் அறிக்கைகளை ஆங்கிலத்திலும் படிக்க முடிந்தது.

இலங்கை அரசு சார்பாகவும் இந்திய உளவுத்துறை சார்பாகவும் பல நூறுகோடிகள் ஊடகத் தளத்திலும் அரசியல் தளத்திலும் பண்பாட்டுத் தளத்திலும் இக்கால கட்டத்தில் கைமாறின. நமது சில முற்போக்கு அறிவுஜீவிகளின் பாசிச எதிர்ப்பு, தமிழ்த் தேசிய எதிர்ப்பு, சிறுபான்மை அக்கறை, அமைதிக்கான தேட்டம் எல்லாம் ஒரு இனவாத அரசின் ரத்தக்கறை படிந்த வெள்ளிக் காசுகளால் ஊக்கம் பெற்றவை என்ற உண்மை ஆதாரபூர்வமாக நிறுவப்படாமல் போகலாம்; ஆனால் அம்பலப் படாமல் போகாது. நமது ஊடகவியலாளர்கள் ஈழச் செய்தித் திரிபுக்காக பெற்றுக் கொண்ட பெட்டிகளும் இன்று மாநகரத்தின் கதையாடலின் பகுதி.

காலச்சுவடு இக்காலகட்டத்தில் செயல்பட்டிருக்கும்விதம் பல இடைவெளிகளைக் கொண்டிருந்தாலும் முக்கியமானது என்று நம்புகிறேன். இந்திய, தமிழக அரசுகளின் தாளத்திற்கு ஆடாமல், தமிழ் இனவாத வெறிக்கு ஆட்படாமல், நூற்றாண்டுகால சிங்கள இனவாதத்தை நேர்கொண்டபடி, பல குரல்களுக்கான இடத்தை மறுக்காமல், குற்றச்சாட்டுகளுக்கு அஞ்சாமல் எங்கள் சிற்றறிவுக்கு எட்டிய விதத்தில் நேர்மையோடு *காலச்சுவடு* செயல்பட்டது. இக்காலகட்டத்தில் மனநிறைவு கொள்ள ஒரே காரணமாக இதுவே அமைகிறது.

இந்நூலுக்கு முன்னுரை வழங்கிய நண்பர் எஸ்.கே. விக்னேஸ்வரனுக்கும் கட்டுரைத் தொகுக்க உதவிய த. பாலனுக்கும் நன்றி.

கண்ணன்

முன்னுரை

ஈழத்தின் கடந்தகாலப் போராட்ட வரலாறு முழுவதும் துயரம் நிறைந்ததாகத்தான் இருந்துவந்திருக் கிறது. கவிஞர் சேரனின் எண்பதுகளில் வெளிவந்த பாட லொன்றின் வரிகளில் சொல்வதாக இருந்தால், 'திரி வார்கள் மக்கள் எனினும் அவர் வாழ்வு துயரம் சூழ்ந்தது'. ஈழப் போராட்டத்தின் வழிமுறையில் ஏற்பட்ட விலகல்கள் ஒரு கட்டத்தில் அதைத் தடம் புரண்டு ஓட வைத்தபோது துயரம் தவிர்க்க முடியாமல் தொடரப் போகிறது என்ற அச்சமும் தொடர்ந்து இருந்தே வந்து உள்ளது. தலைவர்கள் விடுகின்ற ஒவ்வொரு அரசியல் தவறுக்கும் மக்கள் இரத்தத்தால் பதில் சொல்ல வேண்டியிருக்கும் என்று நானே பல தடவை எழுதியிருக் கிறேன். ஒன்று துயரத்தின் வரலாறு என்றால் மற்றது வரலாற்றின் துயரம் பற்றிய மதிப்பீடு.

கொதிக்கும் உள்ளத்துடன் இந்த நூலின் பக்கங்களில் வடிக்கப்பட்டிருக்கும் எழுத்துக்களிற்கு அடிப்படையாக அமைந்த விடயம் என்ன என்பது என்முன் எழுகின்ற கேள்வி. இலங்கையில் நடந்து முடிந்த வடக்கின் யுத்தம், அந்த யுத்தம் மூன்று தசாப்தங்களுக்கு மேலாக நடை பெற்று வந்ததற்கான காரணம், இந்த யுத்தத்தினால் ஏற்பட்ட இழப்புகள், அவற்றின் காரணமாக இன்னும் முடிவின்றித் தொடர்ந்துகொண்டிருக்கும் மக்களது துயரம், இந்தத் துயரத்திலிருந்து மீள்வதற் கான தேடல் என்ற அனைத்தும் சேர்ந்த ஒரு உணர்வு தான் இந்த எழுத்துக்களுக்கான அடிப்படை. ஆக, இந்நூல் இரண்டு விதமான அர்த்தத்திலும் பொருத்தப் பாடுடைய ஒன்றாக அமைந்திருக்கிறது என்று துணிந்து கூற முடியும்.

2009 மே மாதம் நடந்து முடிந்த மனித வதை யுத்தத்தில் அரச தரப்பில் கூட்டாகப் பிரதான பங்காற்றியவர்கள்

இருவர். ஒருவர் இலங்கையின் முப்படைத் தலைவரும் ஜனாதி பதியுமான மஹிந்த ராஜபக்ஷ. மற்றையவர் அன்றைய இராணுவத் தளபதி சரத் பொன்சேக. சிங்களப் பேரினவாதத் தைக் காப்பதிலும் சிறுபான்மை மக்கள் மீதான ஒடுக்கு முறையைத் தொடர்வதிலும் ஒருவருக்கு ஒருவர் சளைத்தவர் களல்ல. ஆனால் இவர்களது கூட்டு இப்போது உடைந்துபோய் விட்டது மட்டுமல்லாமல் வரப்போகின்ற ஜனாதிபதித் தேர்தலில் ஒருவரை ஒருவர் எதிர்த்துப் போட்டியிடுவதற்காகக் களத்தில் குதித்துமுள்ளனர். ஆளும் கூட்டணியின் சார்பாக இன்றைய ஜனாதிபதி மஹிந்த ராஜபக்ஷவும் எதிரணிக் கட்சிகளின் பொது வேட்பாளராக சரத் பொன்சேகவும் போட்டியிடுகின்றனர். யுத்தத்தில் இலங்கை அரசாங்கம் பெற்ற வெற்றிக்குத் தாமே காரணம் என்று உரிமை கொண்டாடும் இருவரும் தாம் நடத்திய வெற்றிக்குப் பரிசாக மக்களிடம் ஜனாதிபதிப் பதவியைத் தமக் களிக்குமாறு கோரி நிற்கின்றனர்.

எந்தக் காரணத்திற்காக இத்தனை மனிதப் பேரழிவுகளுக் கும் படுகொலைகளுக்கும் உரிமை மீறல்களுக்கும் பாரிய போர்க்குற்றங்களுக்கும் பொருளழிவுகட்கும் மத்தியில் இந்த யுத்தம் நடத்தப்படுவதாக கூறிவந்தார்களோ அந்தக் காரணம் பற்றி இருவரும் இப்போது மறந்துவிட்டார்கள். ஒருவர் மீது மற்றவர் குற்றம் சுமத்துவதில் காட்டும் கரிசனையை, ஜனாதி பதித் தேர்தலில் யார் வெல்வது என்ற போட்டியில் காட்டும் கரிசனையை 'தமிழ் மக்களை புலிகளின் பிடியிலிருந்து விடு விப்ப'தென்ற தாம் கூறிய காரணத்தில் காட்டுவது அவர்களுக்கு அவசியமாகப்படவில்லை. யுத்தத்தின் இறுதிநாட்களில் புலிகள் வேறு தமிழ் மக்கள் வேறல்ல என்ற விதத்தில் அவர்கள் ஆயுதங்களைப் பிரயோகித்தபோதே அதன் அர்த்தம் 'புலி களின் பிடியிலிருந்து தம் பிடிக்குள் அவர்களைப் பறித்துக் கொள்வ'தென்பதாக மாறிப்போய் விட்டிருந்தது. இப்போது கொல்லப்பட்டவர்கள் போக யுத்தக் கைதிகளாகக் கைப்பற்றப் பட்ட, இடைக்கால தங்கல் முகாம்களென அழைக்கப்படும் திறந்த சிறைகளுக்குள் தள்ளப்பட்டிருக்கும் வன்னித் தமிழ் மக்கள் தமது விடுதலைக்காகக் கையேந்தி நிற்கின்றனர். அரச பேரினவாத வெறியின் பெருந்தன்மை அவர்களை இந்தத் தேர்தல்கால அரசியல் லாபத்திற்காக வெளியே விரும்பினால் சென்று வரலாம் என்று அறிவித்திருக்கிறது. இந்தக் குரூரமான கருணை தமிழ் மக்களைத் திருப்தி அல்லது சந்தோசம் கொள்ள வைப்பதற்காகச் செய்யப்படும் ஒரு தேர்தல்கால ஏற்பாடு என்பது வெளிப்படையாகவே தெரிகிறது. வெளியே செல்லும் இந்த மக்கள் யாரும் வன்னிக்குள் இருக்கக்கூடும் என நம்பும் தமது வீடு வாசல்களைப் போய்ப் பார்க்க அனுமதிக்கப்படவில்லை.

நடந்து முடிந்த யுத்தம் விடுதலைப் புலிகளை இராணுவ ரீதியாக அழிப்பதில் வெற்றி பெற்றுவிட்டது. இதுவரை காலமும் இருந்த எந்த அரசாங்கங்களாலும் சாதிக்க முடியாத வெற்றியை இந்த அரசாங்கம் சாதித்து விட்டது. அதைச் செய்வதற்காக அது எந்த எல்லைவரைக்கும் – அது எத்தகைய கேவலமான, கீழ்த்தரமான மோசமான மக்கள் விரோத எல்லையாக இருந் தாலும் சரி – போகத் தயாராக இருந்தமை இந்த வெற்றிக் கான காரணங்களில் ஒன்று என்பது உண்மைதான். ஆனால் இந்த வெற்றிக்காகச் சிங்கள மக்கள் அதிகம் பெருமைப்பட்டுக் கொள்ள முடியாது என்பது இப்போது வெளித்தெரிய வந்து கொண்டிருக்கிறது. இந்தியா, பாகிஸ்தான், சீனா, ஈரான், மியன்மார், அமெரிக்கா என்று பத்துக்கு மேற்பட்ட நாடுகளின் கூட்டுமுயற்சியாகவே இந்த யுத்தம் நடத்தப்பட்டிருக்கிறது என்பது இப்போது தெளிவாக வெளித்தெரியவந்துள்ளது. யுத்தத்துக்குப் பங்களிப்பும் ஆதரவும் தந்தவர்கள் தமக்குக் கிடைக்க வேண்டியவற்றைக் கோரத் தொடங்கிவிட்டார்கள். மஹிந்த – பொன்சேக போட்டி இந்தக் கோரிக்கையின் ஒரு பிரதிபலிப்பாக இப்போது வெளிப்பட்டிருக்கிறது.

விடுதலைப் புலிகள் இந்த யுத்தத்தில் வென்றிருந்தால் அது தமிழ் மக்களின் வெற்றியாக இருந்திருக்கும் என்று சொல்ல முடியாவிட்டாலும், அவர்களின் தோல்வி தமிழ் மக்களின் தோல்வியாக உணரப்பட அதிக நாள் எடுக்கப் போவதில்லை. அது தமிழ் மக்களது மட்டுமல்ல முழு இலங் கைக்குமான தோல்வியாக விரைவிலேயே உணரப்படும் என்பதற்கான அடையாளங்களை இப்பொழுதே காணமுடிகிறது. அனைத்து எதிர்க்கட்சிகளும் ஒருமித்து யுத்த வெற்றியை கொண்டாடும் ஜனாதிபதிக்கு எதிராகப் பொது வேட்பாளரை நியமித்திருப்பது இத்தகைய அடையாளங்களில் ஒன்றுதான். யுத்த வெற்றிக்களிப்பில் கொக்கரிக்கும் இலங்கை அரசு தான் பெற்றிருப்பது வெறும் இராணுவ வெற்றி மட்டுமே என்பதை மறந்துவிட்டுத் துள்ளிக் குதிக்கிறது. புலிகளின் இதுவரை கால போராட்டம் நின்று நிலைத்ததற்குக் காரணமாக இருந்த தமிழ் மக்களின் அரசியற் பிரச்சினை இன்னமும் தீர்க்கப்படவில்லை. அதற்குத் தீர்வு காணப்பட வேண்டும் என்பதை ஒரு போதும் இவர்கள் புரிந்து கொள்ளப் போவதுமில்லை. புலிகளின் இராணுவரீதியான தோல்வி புலிகள் கையாண்ட அரசியல் வழி முறையின் தோல்வியின் தொடர்ச்சியே அன்றி அது தமிழ் மக்களின் அரசியற் கோரிக்கையின் தவறால் ஏற்பட்ட தோல்வி அல்ல என்பதைப் புரிந்து கொள்ளும் உள்ளொளி இந்த அரசுக்குக் கிடையாது. வளர்ந்து வரும் சிங்களப் பேரினவாத வெறியினால் ஆட்கொள்ளப்பட்டிருக்கும் இன்றைய சிங்கள அரசியற் தலைமைகட்கு அதைப் புரிந்து கொள்ளும் சக்தியும்

கிடையாது. தூர நோக்கற்ற அரசியற் தலைமைகள் கடத்தல் காரர்கள், சமூக விரோத பாதாள லோக சக்திகள் மற்றும் சுயநல வியாபாரிகளின் கூட்டத்துடன் சேர்ந்து தமது தனிப் பட்ட நலன்களிற்காக நாட்டை யார் வேண்டுமானாலும் கொள்ளையடிக்கலாம் என்று அனுமதித்துக் கொண்டிருக் கிறார்கள். நாட்டினதும் மக்களதும் நலன்கள் என்ன என்பது பற்றி அவர்கள் அக்கறை காட்டப்போவதும் இல்லை. காட்டு பவர்களை சுயாதீனமாக இயங்க அனுமதிக்கப்போவதும் இல்லை.

இந்த நிலையில் புலிகளது இராணுவ ரீதியான தோல்வி யைத் தமிழ் மக்களது விடுதலைப் போராட்டத்தின் தோல்வியாகக் கருதும் தமிழ் அரசியற் சக்திகள், இதுவரையான தமிழ் மக்களது போராட்டமே தவறு என்று கருதும் விரக்தி நிலைக்குத் தள்ளப்பட்டுள்ளார்கள். எண்பதுகளின் பிற்கூறில் ஏற்பட்டது போன்ற குழப்பம் நிறைந்த ஒரு நிலைக்கு அவர்கள் வந்து சேர்ந்துள்ளனர். இன்னும் சிலரோ இத்தகையதொரு தோல் விக்குப் புலிகளே காரணம் என்றும், அதிலும் குறிப்பாகப் பிரபா கரனே காரணம் என்றும் கருதுகிறார்கள். புலிகளை பாஸிஸ்டுகள் என்று நிராகரிக்கின்ற அல்லது அற்புதங்கள் செய்ய வல்ல கடவுளரின் அவதாரங்களாக நம்புகின்ற இரு கடைக்கோடி அந்தங்களில் நின்றுகொண்டு போராட்டத்தை அணுகியவர்கள் யதார்த்த நிலமையை ஒருபோதும் புரிந்து கொள்ளப் போவ தில்லை. இத்தகைய நிலைப்பாடு இவர்களைப் போராட்டத்திற்கு எதிரான நிலைக்கோ விரக்தி நிலைக்கோ மட்டுமே இட்டுச் செல்லும் என்பதை இவர்களால் விளங்கிக்கொள்ள முடிய வில்லை. பிரபாகரன் என்ற தனிமனிதர் ஒன்றும் வானத்தில் இருந்து வந்துதித்த ஒருவரல்ல. எமது கடந்தகால அரசியல் சிந்தனை மற்றும் போராட்டம் என்பவற்றினூடாக வளர்ந்து வந்த ஒரு பரம்பரையைச் சேர்ந்தவர் அவர். அவரது சரி தவறுகள் எல்லாம் அவருக்கென்றே உரித்தான உயிரணுக்கள் மூலம் கடத்தப்பட்டவை அல்ல. அவை எல்லாமே எமது அரைநூற் றாண்டுக்கு மேலான அரசியற் சிந்தனைகளினூடாக கடத்தப் பட்டு வந்தவைதாம். ஆகவே தோல்விக்கான காரணங்களை தனி நபர் மீது சுமத்திவிடுவது உண்மையைக் காண மறுத்து தூர ஓடிவிடுவதாகவே முடியும். இது ஒளிந்திருக்கும் உண்மை யைக் காண்பதற்குப் பதில் இன்னொரு பொய்மைக்குள் போய் விழவே வழிவகுக்கும். இலங்கையிலும், புலம்பெயர்ந்து வாழும் தமிழர்களிடையேயும் இவ்வாறு பலவிதமான எண்ணப் போக்குகளும் சந்தேகங்களும் இப்போது தலைவிரித்தாடு கின்றன. இலங்கையில் கருத்து மோதல்களுக்கு வாய்ப்பான வெளி ஒன்று இல்லாத காரணத்தால் புலம் பெயர் நாடுகளில் இணையத்தளங்கள், மாநாடுகள், சந்திப்புக்கள் என்று பல்வேறு

தளங்களில் இவை தொடர்பான சூடான விவாதங்கள், சண்டைகள் கோஷ்டி மோதல்கள் நடந்துகொண்டிருக்கின்றன. நடந்தது என்ன, இனி நடக்க வேண்டியது என்ன என்ற கேள்விகள் இப்போது பரவலாக எழுப்பப்படுகின்றன. கருத்துக்கள் முன் வைக்கப்படுகின்றன. இவை நடக்கின்ற விதம், கையாளப் படும் மொழி, இந்தச் சண்டைகளின் பின்னாலுள்ள அணிகளின் நடத்தைகள் என்பவை குறித்து ஒருவருக்கு விமர்சனம் இருக்க முடியுமாயினும் இவை நிச்சயமாக அவசியமானவை என்பதில் மாற்றுக் கருத்து இருக்க முடியாது.

இத்தகைய ஒரு பின்னணியில் இந்த நூலின் வரவு மிகுந்த முக்கியத்துவம் பெறுகிறது.

காலச்சுவடு இதழில் நவம்பர் 2008 முதல் ஒக்டோபர் 2009 வரையான காலப்பகுதிக்குள் எழுதப்பட்ட இருபத்திரண்டு எழுத்துருக்களின் தொகுப்பு இது. கட்டுரைகள், பேட்டிகள், பத்திகள், தலையங்கங்கள், வாசகர் எதிர்வினைகள் என்று பல்வேறு ரகமான வடிவங்களில் அமைந்துள்ள இந்த எழுத்தாக்கங்கள், இக்காலப்பகுதியில் ஈழத்தில் நடைபெற்ற இந்த நூற்றாண்டின் மிகப்பெரிய மனிதப் பேரவலம் தொடர்பான தகவல்கள், விவாதங்கள், கருத்துக்கள், அபிப்பிராயங்கள் ஆற்றாமைகளைக் கொண்டதாக அமைந்துள்ளது.

தமிழ் மக்கள் தொடர்பாக இந்தியா, இலங்கை அரசு மற்றும் உலக நாடுகளின் அணுகுமுறை, இலங்கையில் நிலவும் ஊடக சுதந்திரம், இராணுவ அட்டூழியம் போன்ற விடயங்களுடன் புலிகள், அவர்களது போராட்டங்கள், தவறுகள், முஸ்லிம் மக்களுக்கெதிரான நடவடிக்கைகள் என்று பல விடயங்களை இவ்வெழுத்துக்கள் அழுத்தமாகப் பதிவு செய்கின்றன. குறிப்பாக, மிகக் குறுகிய காலப்பகுதியில் வெளிவந்த படைப்புகள் ஆயினும் இவை இலங்கைத் தமிழ் மக்களது போராட்டத்தின் பிரதான போக்குக்களை இனங்காணக்கூடிய அளவுக்குப் பதிவு செய்துள்ளன எனலாம். இறுதி யுத்தம் நடந்த காலத்தில் மக்களுக்கு நடந்த அவலங்கள் பற்றிய தகவல்கள் பல படைப்புகளில் ஆவணப்படுத்தப்பட்டுள்ளன.

காலச்சுவடு ஆசிரிய தலையங்கங்கள் இந்த விடயங்களைப் பதிவு செய்வதுடன், அன்றைய நிலைமைகள் குறித்த காரமான விமர்சனங்களை முன்வைத்துள்ளன. ஈழப்போரின் இறுதி நாட்கள் என்ற ஆவணம் – யுத்த காலத்தில் தப்பிப்பிழைத்த அகதி ஒருவரால் எழுதப்பட்ட ஆவணம் இது – யுத்தம் நடந்துகொண்டிருந்த நேரத்தில் புலிகள் நடந்துகொண்ட விதம் பற்றித் தீவிரமான விமர்சனத்துடன் நிகழ்வுகளைப் பதிவுசெய்திருக்கிறது. யுத்த நெருக்கடிக்குள்ளிருந்து தப்பிப் பிழைத்த ஒரு

வருக்கு இருக்கக்கூடிய கோபமும் ஆற்றாமையும் சேர்ந்ததாக வெளிப்படும் இந்த ஆவணம் புலிகளின் தோல்வி எப்படி அவர்களை நோக்கி நெருங்கியது என்பதை விரிவாக எடுத்துரைக்கிறது. ஆயினும் இவ் ஆவணம் இந்த நிலை தோன்றுவதற்கான காரணம் என்ன என்று அதை எழுதியவர் கருதும் கருத்தின் அடிப்படையிலிருந்து தொகுக்கப்பட்டிருக்கிறது. ஏற்கெனவே புலிகளின் இணையத்தளங்களில் வெளியான பல தகவல்கள் எப்படி ஒருபக்கத்தை மட்டும் காட்டும் தகவல்களாக இருந்தனவோ அதேபோன்றதொரு தன்மையை இந்த ஆவணமும் கொண்டிருப்பது இதன் பலவீனமாகத் தெரிகிறது. ஒருவகையில் தப்பிவந்த ஒரு அகதிக்கு இருக்கக் கூடிய மனநிலையில் இது தவிர்க்க முடியாத ஒன்று என்ற போதும் எழுத்து வடிவில் முன்வைக்கப்பட்ட இந்த ஆவணம், அனைத்துக்கும் ஒருவரைக் குற்றம்சாட்டும் விதத்தில் எழுதப்படாமல் நிலைமையை விபரிக்கும் விதத்தில் எழுதப்பட்டிருக்குமாயின் சிறப்பாக அமைந்திருக்கும் என்று தோன்றுகிறது. ஒரு கள விவரணம் சகலதையும் பதிவுசெய்வதில் கவனம் செலுத்துவதாக, தமது அரசியல் மற்றும் கருத்து வேறுபாடுகட்கு அப்பால் நின்று தயாரிக்கப்படுவதாக அமையும்போது அதன் நம்பகத்தன்மை வலுக்கின்றது. ஆயினும் இது ஒரு முக்கியமான பதிவு என்பதில் ஐயமில்லை.

இந்த ஆவணத்திற்குக் *காலச்சுவட்டிலும்* வேறு இணைய தளங்களிலும் மறுப்புகள் வெளிவந்திருந்தன. *காலச்சுவட்டில்* வெளிவந்த எதிர்வினைகளும் இந்நூலில் சேர்க்கப்பட்டிருக்கின்றன. இந்த எதிர்வினைகள் இதுவரை கால போராட்டம் பற்றிய வேறு உணர்வுகளை வெளிப்படுத்துகின்றன. நான் மேற்கூறிய கருத்தாடல்களுக்குப் பயன்படும் என்பதால் இந்நூலில் உள்ளடங்கியுள்ள விடயங்கள் ஈழத் தமிழ் மக்களின் எதிர்கால அரசியல் போராட்ட வரலாற்றின் வளர்ச்சிக்கு சிந்தனைத்தளத்தில் பங்களித்த பெருமைக்குரியவையாக அமையும் என்று நம்புகிறேன்.

ஏற்கெனவே *காலச்சுவடு* இதழில் இவை வெளிவந்த காலத்தில் படித்திருந்தபோதும் ஒரு தொகுப்பாக இப்போது படிக்கையில் இவை தமக்குள்ளேயே ஒரு முழுமையை உருவாக்குவதைக் காண முடிகிறது. *காலச்சுவடு* தன் பெயருக்கேற்றாற் போல ஈழப் போராட்ட வரலாற்றின் ஒரு முக்கிய காலத்தின் சுவட்டை இந்நூல் மூலம் பதிவாக்கித் தந்திருக்கிறது. இந்திய மண்ணிலிருந்து வெளிவந்த வேறெந்த இதழும் செய்யாத பெரும் பணியைக் *காலச்சுவடு* ஆற்றியிருக்கிறது. ஈழத் தமிழ் மக்களது குரலின் நியாயத்தன்மையை உணர்ந்து தொடர்ச்சியாக அது பற்றி அரசியற் பக்கச்சார்பற்று மக்களின்

சார்பாக நின்று கருத்துக்களை வெளியிடுவதற்கான களமாக அது செயற்பட்டு வந்திருக்கிறது. இந்திய ஊடகத்துறையின் பொதுப் போக்கிற்குள் அள்ளப்பட்டுச் சென்றுவிடாமல் தனித்துவமாகத் துணிச்சலுடன் அது செயற்பட்டுவருவதற்காகக் *காலச்சுவட்டை*யும் அதன் ஆசிரியர் கண்ணனையும் எவ்வளவு பாராட்டினாலும் தகும்.

தொகுப்பாகப் படிக்கும் விதத்தில் *காலச்சுவட்டில்* வெளி வந்த இவ்விடயங்களை நூலுருவிற் தந்தமைக்காக கண்ணனுக்கு ஈழத் தமிழ் வாசகர்கள் நிச்சயம் நன்றி உடையவர்களாக இருப்பார்கள்.

எஸ்.கே. விக்னேஸ்வரன்

முடிவின்றித் தொடரும் துயரம்

ஈழப் படுகொலையின் 25வது ஆண்டை இலங்கை இனவெறி அரசு மிகக் கொடூரமான முறையில் கொண்டாடிக்கொண்டிருக்கிறது. தமிழீழ விடுதலைப் புலிகளை ஒடுக்கவும் அவர்களது கட்டுப்பாட்டில் உள்ள பகுதிகளை மீட்கவும் நடத்தப்படும் போர் எனக் கூறிக்கொண்டு ஈழத் தமிழ் மக்களை ஈவிரக்கமற்ற முறையில் கொன்றுகுவிக்கிறது இலங்கை ராணுவம். 25 ஆண்டுகளுக்கும் மேலாகச் சொல்லொணாத் துயரத்தை அனுபவித்துவரும் தமிழ் மக்கள் இப்போது நடைபெற்றுவரும் தாக்குதல்களால் நிலைகுலைந்து மற்றுமொரு இடப்பெயர்வுக்கு நிர்ப்பந்திக்கப்பட்டிருக்கிறார்கள். 2001, செப்டம்பர் 11க்குப் பிறகு ஈழத் தமிழர்களைச் சந்தேகக்கண்கொண்டு நோக்கும் சர்வதேசச் சமுதாயம் புகலிடம் நாடிவரும் ஈழ அகதிகளுக்கு அடைக்கலம் அளிக்கத் தயங்கும் இச்சூழலில் தமிழக மக்களிடமிருந்து ஆதரவான குரல்கள் எழுந்திருப்பது வரவேற்கத்தக்கது.

1991இல் நடைபெற்ற முன்னாள் பிரதமர் ராஜீவ் காந்தியின் படுகொலைக்குப் பின்னர் இலங்கை இனச் சிக்கல்களைக் குறித்து வெளியிடப்படும் மிகவும் சாதாரணமான ஒரு கருத்துங்கூட ராஜீவ் கொலையாளிகளுக்கு ஆதரவானதாகப் பார்க்கப்பட்டது. தமிழக அகதி முகாம்களில் தங்கவைக்கப்பட்டிருந்த ஈழத் தமிழர்கள் சிறிதும் கருணையற்ற முறையில் நடத்தப்பட்டனர். சர்வதேசச் சட்டங்களைப் பொருட்படுத்தாமல் அகதிகளைத் துன்புறுத்தியது அப்போதைய தமிழகக் காவல் துறை. ராஜீவ் காந்தி கொலையைத் தொடர்ந்து நடத்தப்பட்ட சட்டமன்றத் தேர்தலில் வெற்றிபெற்று ஆட்சியிலமர்ந்த ஜெயலலிதா அரசு ஈழத் தமிழர்களின் மீது வெறுப்பைக் கக்கியது. அகதி முகாம்களில் வாழும் தமிழர்களைப் பிச்சைக்காரர்களாகவும் பாலியல் தொழிலாளர்களாகவும் மாற்றியது அவரது அரசின் அணுகுமுறை.

தஞ்சையில் 1994இல் நடைபெற்ற உலகத் தமிழ் மாநாட்டில் பங்கேற்க வந்திருந்த தமிழறிஞர்களுங்கூடப் பயங்கரவாதிகளாக வும் புலிகள் ஆதரவாளர்களாகவும் பார்க்கப்பட்டு, மாநாட்டில் பங்கேற்கவிடாமல் திருப்பியனுப்பப்பட்டனர். அவர்களில் பலர் புலிகளின் அரசியலோடும் வழிமுறைகளோடும் உடன் பாடற்றவர்கள். ஜெயலலிதா அரசின் இத்தகைய நடவடிக்கை கள் ஈழத் தமிழர்களைப் புகலற்றவர்களாக்கியது. ஈழப் பிரச் சினைக்கு அரசியல் தீர்வு காணப்பட வேண்டும் எனும் அக்கறையுடன் செயல்பட்ட சர்வதேச மனித உரிமை ஆதர வாளர்களின் கோரிக்கைக்கு ஆதரவாகக் குரலெழுப்புவதற்குக் கூட இயலாதபடி தமிழ்ச் சமூகத்தின் குரல்வளையை நெரித் திருந்தது ஜெயலலிதா அரசு.

தடா, பொடா போன்ற தீவிரவாதத் தடுப்புச் சட்டங்களைக் கூட ஈழத் தமிழர்களுக்கு ஆதரவாகக் குரல் கொடுத்த ஜன நாயகவாதிகளை ஒடுக்குவதற்குப் பயன்படுத்திக்கொண்டார் ஜெயலலிதா. ஈழத் தமிழர்களின் மீது கருணை காட்டிய குற்றத்துக்காக நெடுமாறன், வைகோ போன்றவர்களை பொடாச் சட்டத்தின் கீழ் சிறைவைத்த பெருமைகொண்ட அவருக்கு ஆட்சிப் பொறுப்பில் இல்லாதபோதுங்கூட ஈழத் தமிழர் எதிர்ப்புநிலையைக் கைவிட முடியவில்லை. சென்ற ஆண்டு புலிகள் அமைப்பின் தமிழ்ச்செல்வன் இலங்கை ராணுவத்தால் கொல்லப்பட்டபோது, கருணாநிதி எழுதிய இரங்கற்பாவை அவர் எதிர்த்ததற்கு ஈழத் தமிழர்களின் மீது கொண்டுள்ள வெறுப்புதான் முதன்மையான காரணம். எந்த வொரு ஜனநாயக நடவடிக்கையையும் பயங்கரவாதமாகப் பார்க்கும் அவரது பாசிச மனோபாவத்திற்குத் தமிழக மக்களிட மிருந்து ஈழத் தமிழர்களைத் தனிமைப்படுத்தியதில் பெரும் பங்குண்டு.

தற்போதைய இலங்கை இனவெறி அரசு தமிழர்கள்மீது நடத்திவரும் தாக்குதல்களைக் கண்டித்து அரசியல் வேறுபாடு களைக் கடந்து, அவர்களுக்கு ஆதரவாகக் குரல்கொடுக்க வேண்டும் எனத் தமிழக முதல்வர் கருணாநிதி விடுத்த அழைப்பு ஈழத் தமிழர்களுக்கு நம்பிக்கையளிக்கக்கூடியது. பாட்டாளி மக்கள் கட்சித் தலைவர் மருத்துவர் ராமதாஸ் உள்ளிட்ட பல்வேறு அரசியல் கட்சித் தலைவர்களும் திமுகவோடு தமக்குள்ள முரண்பாடுகளைப் பொருட்படுத்தாமல் முதல்வர் எடுக்கும் முயற்சிகளுக்குத் தம் ஆதரவைத் தெரிவித்துள்ளது பாராட்டுக்குரியது.

வழக்கம்போல் தமிழ்த் திரைப்படத் துறையினரும் இப் போராட்டத்தில் தம்மை இணைத்துக் கொண்டுள்ளனர். கடந்த 19ஆம் தேதி ராமேஸ்வரத்தில் திரைப்படக் கலைஞர்கள் நடத்திய

பேரணி மக்கள் கவனத்தைப் பெற்றுள்ளது. இலங்கை அரசுக்கு நடுவணரசு செய்துவரும் ராணுவ உதவிகள் நிறுத்தப்பட வேண்டும் என முதல்வர் கோரியுள்ளார். அதை வலியுறுத்தி பிரதமருக்குத் தந்திகள் அனுப்ப வேண்டுமென முதல்வர் விடுத்த கோரிக்கையை ஏற்று லட்சக்கணக்கானவர்கள் தந்தி அனுப்பியிருக்கிறார்கள். கட்சிகளின் கரிசனங்களுக்குப் பின்னால் அரசியல் ஆதாயங்களும் தேர்தல் கணக்குகளும் இருக்கலாம்தான். கண்டன ஆர்ப்பாட்டங்கள், தந்திகள், உண்ணாவிரதங்கள், மனிதச் சங்கிலிகள் மூலம் இலங்கை இனப் பிரச்சினைக்குத் தீர்வு ஏற்பட்டுவிடாது. ஆனால் ராஜீவ் காந்தி படுகொலைக்குப் பின்னர் தனிமைப்பட்டுக்கிடந்த ஈழத் தமிழ்ச் சமூகத்திற்கு அரசும் தமிழக மக்களும் மேற் கொண்டுவரும் இதுபோன்ற நடவடிக்கைகள் நம்பிக்கை யூட்டக்கூடும். தங்கள் உணர்வுகளை முற்றாகப் புறக்கணிக்க முடியாது என்பதை இலங்கை அரசுக்குத் தமிழக மக்களின் எதிர்ப்புக் குரல்கள் உணர்த்துமெனில் அது ஒரு முக்கியமான வெற்றிதான்.

இந்திய மண்ணில் ஈழத் தமிழர்களுக்கு ஆதரவாக உருவாகி வரும் குரல்கள் இலங்கை அரசுக்கு ஒருபோதும் நல்ல செய்தியாக இருக்கப்போவதில்லை. அப்பாவித் தமிழர்களைக் கொன் றொழிப்பதில் அது இனியும் மனம்போன போக்கில் செயல் படுவதை அனுமதிக்க முடியாது என்பதை உணர்த்த வேண்டிய கடமை தமிழக மக்களுக்கு உண்டு. அரை நூற்றாண்டாக முடிவின்றித் தொடரும் ஈழத் தமிழர்களின் துயரத்திற்குத் தீர்வு காணவும் அமைதிப் பேச்சுவார்த்தைகளுக்கு முக்கியத் துவமளிக்கவும் வேண்டிய கட்டாயத்தை இலங்கை அரசுக்கு உருவாக்கக்கூடுமெனில் தமிழகத்தில் தற்போது நடந்துவரும் இந்தப் போராட்டங்கள் அர்த்தமுடையவையாகும்.

(தலையங்கம்)

இதழ் 107, நவம்பர் 2008

அரசின் தாளமும் அசைந்தாடும் கலைஞர்களும்

கண்ணன்

1983இல் இலங்கையில் நடைபெற்ற படுகொலைகளை அடுத்து, தமிழகத்தில் ஏற்பட்ட மக்கள் எழுச்சி பசுமையாக நினைவிருக்கிறது. எனது தலைமுறை தமிழகத்தில் கண்ட ஒரே எழுச்சியாக அதைக் குறிப்பிடலாம். மக்களின் உணர்வுகளுக்கான செயலையும் சொற்களையும் வழங்க அரசியல்வாதிகள் திக்குமுக்காடிய காலகட்டம் அது. எந்தத் தூண்டுதலோ கொடுக்கல் வாங்கல்களோ இன்றிச் சாதி, மதம், வர்க்கம் கடந்த எழுச்சி அது. பள்ளிக் குழந்தைகள் முதல் அன்றாடங்காய்ச்சிகள் வரை தம்மை வருத்திக் கொண்டு ஈழத் தமிழர்களுக்கு ஆதரவும் ஆறுதலும் அளிக்கத் துடித்த காலகட்டம். ஈழம் பற்றிய முரண்பட்ட கருத்துகள் நம்மிடையே இல்லாத காலம். மத்திய அரசைச் செயல்பட, ஆட்சியில் பங்கில்லாதபோதும் நம்மால் நிர்ப்பந்திக்க முடிந்த காலகட்டம். மதுரையில் கறுப்புக் கொடியைத் தோலில் குத்திக்கொண்டு உழைப்பாளிகள் பணிபுரிவதைப் பார்த்து ஏற்பட்ட அதிர்ச்சி நினைவிருக்கிறது.

அன்றைய எழுச்சியோடு, இன்றைய நடவடிக்கைகளை ஒப்பிடும்போது தலைகுனிவே ஏற்படுகிறது. தனது நீண்ட கால நிஷ்டையை முடித்துக்கொண்டு ஈழப் பிரச்சினை தொடர்பாக இந்தியப் பொதுவுடைமைக் கட்சி எடுத்து வைத்த முதல் அடி ஆத்மார்த்தமானது. ராஜீவ் காந்தி மற்றும் அவரோடு இருந்த சுமார் பதினைந்து நபர்களின் படுகொலைக்குப் பிறகு தீண்டத்தகாததாக இருந்த ஈழப் பிரச்சினை – இடைப்பட்ட காலத்தில் விடுதலைப்

புலிகளின் ஆதரவாளர்கள் நீங்கலாக யாரும் இதைப் பேசவு மில்லை – மீண்டும் பொதுக்களத்திற்கு வந்தது. ஈழத் தமிழர் களின் துயரத்திற்கு ஆதரவான உணர்வுகள் – படுகொலையின் அதிர்ச்சியில் அமிழ்ந்திக்கிடந்த உணர்வுகள் – மீண்டும் இயல்பாக எழுச்சி பெற்றிருக்கக்கூடும், அரசியல்வாதிகளின் சுயநல ஆட்டங்கள் குறுக்கிடாமல் இருந்திருந்தால். தாம் எதையும் இழக்காமல், எல்லாவற்றையும் இழந்து தவிக்கும் ஈழ மக்களின் இன்னல்களைச் சுரண்டித் தமது சிதைந்தப் பிம்பங்களுக்கு ஒப்பனையூட்டவும் தமது சிதறிய வாக்கு வங்கிகளை வரும் தேர்தலுக்குள் ஒருங்கிணைத்து அதிகாரத்தை அறுவடை செய்ய வும் நடைபெறும் அரசியல் நாடகங்கள் அருவருப்பானவை.

புலி ஆதரவாளர்களுக்குப் பணம் வருவதான வதந்தி பழையது. புலி எதிர்ப்பாளர்களுக்கும் இலங்கை அரசு இங்கு பணம் கொடுத்துத் தூண்டுவதாகக் கேள்வியுற்ற செய்தி, அதிர்ச்சிகளுக்கு மரத்துப்போன மனநிலையையும் கலங்க அடிக்கிறது. இங்குத் திரட்டப்படும் நிதியும் இறுதி இலக்காகத் துன்புறும் தமிழ் மக்களைச் சென்றடையுமா என்ற கேள்விக்கு விடையில்லை. நாம் நமது கடமையைச் செய்தால் மற்றவற்றைப் பகவான் பார்த்துக்கொள்ள மாட்டாரா என்ன?

ஈழத் தமிழர்களுக்கு அரசியல் தீர்வை வழங்க வேண்டிய கடப்பாடு தமிழக மக்களுக்கு இல்லை. அத்தீர்வை வந்தடை யும் உரிமை அவர்களுக்கு மட்டுமே உரியது. அவர்களின் வாழ்விற்காகவும் மனித உரிமைகளுக்காகவும் குரல் கொடுக்க வும் போராடவும் வேண்டிய நிர்ப்பந்தம் நமக்கு உண்டு. அத்தகைய ஆத்மார்த்தமான போராட்டம் அரசைச் செயல் படத் தூண்டும் ஆற்றல் கொண்டது. மாறாக ஒரு இயக்கத் தையும் தலைவரையும் முன்னிறுத்தி மேற்கொள்ளப்படும் ஆவேசமான பேச்சுகள் நம் எதிர்வினையின் ஒருங்கிணைவைச் சிதறடித்துச் சீரழிக்கும் என்பதைச் சமகாலம் துலக்கமாக உணர்த்துகிறது.

புலிகள்மீது நீங்காத கறையாகப் படிந்திருக்கும் ராஜீவ் காந்தி மற்றும் அவரோடிருந்த பல அப்பாவிகளின் படு கொலையை நாம் எளிதில் கடந்துசெல்ல முடியாது. அது சில மனிதர்களின் படுகொலை மட்டுமல்ல. இந்திய அரசியல் வரலாற்றைத் திசை திருப்பிய ஒரு நிகழ்வு. ராஜீவ் படுகொலை செய்யப்படவில்லை என்றால் காங்கிரஸ் மீண்டும் அன்று பதவிக்கு வந்திருக்க முடியாது. நரசிம்மராவ் – மன்மோகன் சிங் ஏற்படுத்திய பொருளாதாரக் கொள்கை மாற்றங்களுக்குப் பதிலாக எதிர்க்கட்சிகளின் கூட்டாட்சி தேசத்தை வேறு திசையில் செலுத்தியிருக்கக்கூடும். இன்னொரு பிரச்சினை, புலிகளின் தலைமையில் ஈழம் ஏற்பட்டால் தமிழ்நாட்டில்

பிரிவினைவாதம் தலைதூக்கும் என்ற தேசியவாதிகளின் அச்சம். இதுவும் அடிப்படையற்ற பயம் அல்ல என்பதைப் புலி ஆதர வாளர்களின் பேச்சுகள் உணர்த்துகின்றன. இவ்வாதங்களில் சிக்கித் திணறுவதைவிட, நமது தனிப்பட்ட அரசியல் சார்பு களை ஓரங்கட்டிவிட்டு மனித உரிமைத் தளத்தில் தமிழர்கள் ஒன்றிணைவதே ஆக்கபூர்வமானது. இப்பாதையில் ஈழத் தமிழர் களுக்குப் பயன் உண்டு. ஆனால், இங்கே போராடுவோருக்கு அறுவடையிருக்காது. வெஞ்சிறைசென்ற வீரத் தமிழராகத் தமது ஆண்மையைப் புடைத்துக்காட்ட வாய்ப்பிருக்காது.

இப்பிரச்சினைக்கு அறிவாளிகளும் எழுத்தாளர்களும் கலைஞர்களும் ஆற்றிவரும் எதிர்வினை பற்றி தனித்துக் குறிப்பிட வேண்டும். எழுத்தாளர்கள் சமூகத்தின் மௌனங்களை ஓசைப் படுத்த வேண்டும். விழிப்புணர்வு கொண்ட ஊடகங்களின் பணியும் இத்தகையதாகவே இருக்க வேண்டும். காவேரிப் பிரச்சினை முதல் ஈழப் பிரச்சினைவரை அரசியல்வாதிகளின், ஊடகங்களின் தாளத்திற்கு அசைந்தாடுவது அறிவுஜீவிகளின் பணி அல்ல. '96 – 97இல் நாவரசு கொலைக்குப் பிறகு, இதே போன்ற ஒரு 'எழுச்சி' தமிழகத்தில் ஏற்பட்டது. ஈழத்தில் இன்றுபோல அன்றும் ஏற்பட்ட பெரும் வன்முறை, யாழ்ப் பாணத்தின் மீது இலங்கை ராணுவம் நடத்திய 'சூரியக்கதிர் – 2' தாக்குதலை ஒட்டி ஏற்பட்ட மாபெரும் மக்கள் வெளியேற்றத் தின் சொல்லவொண்ணாத துயரங்கள், நமது கலைஞர்களையும் புத்திஜீவிகளையும் தொட்டசைக்கவில்லை. ஏனெனில் அன்று அது நமது ஆளும்வர்க்கத்தின் ஆமோதிப்பைப் பெறவில்லை. நமது ஊடகங்களும் அன்று மௌனம் காத்தன. திமுக அரசு, பின்னர் குஜராத் படுகொலையின்போது நீதிக்கும் அநீதிக்கும் இடையில் தந்திரமான மௌனம் சாதித்ததுபோலவே, அன்றும் அறிதுயிலில் இருந்தது. அன்று அரசின், ஊடகங்களின் ஆமோதிப் பைப் பெற்ற பிரச்சினை நாவரசு படுகொலைக்கு எதிரான இயக்கம். அரசுக் கவிகள் கவிபாட, ஊடகங்கள் ஆர்ப்பரிக்க, 'மக்கள்' கைகோர்த்தனர்; ஊர்வலம் சென்றனர். குற்றம் நிரூபிக்கப் படாத குற்றவாளியைத் தூக்கிலிட வேண்டினர். குற்றம் சுமத்தப் பட்ட ஜான் டேவிட்டை நீதிமன்றம் விடுவித்தபோது, இங்கு எந்த மறுபரிசீலனையும் நடக்கவில்லை.

அறிவுஜீவிகளின், கலைஞர்களின் இன்றைய செயல் பாடு களைச் சிறுமைப்படுத்துவதல்ல நோக்கம். மாறாக நமது பிரக்ஞைக்கு அப்பால் நாம் எவ்வாறு ஆளும் வர்க்கத்தாலும் ஊடகங்களாலும் செயலிலும் மௌனத்திலும் வழி நடத்தப் படுகிறோம் என்பதை அறிய வேண்டும் என்பதே. பண்பாட் டாளர்களின் செயல்பாடுகள் ஊடகங்களையும் அதிகாரவர்க்கத் தையும் பாதிக்க வேண்டும். அவர்களது நாடகங்களில் துணை

நடிகர்களாவது கலைஞர்களின் பணி அல்ல. அதிகாரத்துடன் உறவாடுவது தவிர்க்க முடியாதது. ஆனால் அதிகாரத்தின் நெருக்கம் ஏற்படுத்தும் கிளுகிளுப்பின் ருசிக்கு அடிமைப்படுவது அறிவுஜீவிகளுக்கு இழுக்கு.

அறிவுஜீவிகள் அதிகாரத்துடன் கொள்ள வேண்டிய உறவு பற்றிய எட்வர் சையதின் கருத்துகளை இங்கு இணைத்துப் பார்ப்பது பொருத்தமானது.

"அறிவுஜீவி என்பவன் பின்னொதுக்கப்பட்டவர்கள், அதிகார மையங்களில் பிரதிநிதித்துவம் மறுக்கப்பட்டவர்கள் ஆகியோரின் சார்பானவனாகவே இருப்பான் என்பதில் எனக்குச் சந்தேகமில்லை. அவன் ராபின் ஹுட் ஆக வேண்டுமா என்று சிலர் இடக்காகக் கேட்கலாம். அவ்வளவு எளிதான ஒன்றல்ல இது. வெறும் கற்பனைக் கனவாக ஒதுக்கிவிடக் கூடியதுமல்ல. அறிவுஜீவியாக இருப்பவன் அடிப்படையில் சமாதானவாதியோ சமரசவாதியோ அல்ல. அவனுடைய உயிரோட்டமான சக்தியே விமர்சன உணர்வுதான். அந்த விமர்சன உணர்வில் எளிமையான சூத்திரங்களை அவன் புறக்கணிக்கிறான். வலுவான ஆட்சியாளர்களும் மரபுவாதிகளும் சொல்லுகிற காரியங்களுக்கும் செய்கிற செயல்களுக்கும் 'ஆமாம்' போடாமலிருக்கிறான். அவனுடைய மறுப்பு அவனுக்குள் மட்டும் ஒடுங்கிவிடுகிற வலுவற்ற ஒன்றாக இருக்கக் கூடாது. தன்னுடைய நிலைப்பாட்டைப் பொதுச் சமூகத்தின் முன் தயக்கமில்லாமல் சொல்லக் கூடியவனாக அவன் இருக்க வேண்டும்."

தமிழகத்தை உருக்குலைக்கும் பிரச்சினைகளின்போது – கொடியங்குளம், தாமிரபரணிப் படுகொலை – நமது பெரும்பான்மை அறிவுஜீவிகளின், கலைஞர்களின் மௌனத்தை வெட்கத்துடனேயே நினைத்துப்பார்க்க வேண்டியிருக்கிறது. தமிழ் அடையாளத்தினுள் செயல்படும் ஜாதிய அரசியலை அம்பலப்படுத்திவரும் மௌனங்கள் அவை.

ஈழத்தில் மட்டுமல்ல, மலேசியாவிலும் தமிழன் ஒடுக்கப்படுகிறான். மலேசியப் பிரச்சினை பற்றிய செய்திகள் உலக ஊடகங்களில் பெறும் கவனம் இந்திய ஊடகங்களில் பெறவில்லை. இந்திய ஆங்கில ஊடகங்களில் ஏற்படும் கவனம்கூடத் தமிழ் ஊடகங்களில் சுத்தமாக இல்லை. அவனுக்காகக் குரல் கொடுத்த ஹிண்ட்ராப் (HINDRAF) இயக்கம் அக்டோபர் 15, 2008இல் தடைசெய்யப்பட்டுள்ளது. அதன் முக்கியத் தலைவர்களுள் ஒருவரான பி. உதயகுமாரும் இன்னும் பலரும் டிசம்பர் 2007 முதல் உள்நாட்டு பாதுகாப்புச் சட்டத்தில் சிறையிலடைக்கப்பட்டுள்ளனர். ஹிண்ட்ராப் தலைவர் பி. வைத்தியமூர்த்தியின்

எட்டு வயதுப் பள்ளி செல்லும் மகள் (உறவினர்களுடன்) பிரதம மந்திரியைத் தீபாவளித் திருநாள் நிகழ்ச்சிக்கு அழைக்க அக்டோபர் 23 அன்று அழைப்பிதழுடன் அவரது அலுவலகம் நோக்கி நடக்கையில் கைதுசெய்யப்பட்டுள்ளார்.

நமது தமிழுணர்வாளர்களையும் அரசியல்வாதிகளையும் அறிவுஜீவிகளையும் ஊடகங்களையும் இக்கொடுமைகள் அசைத்துவிடவில்லை. தாய்த் தமிழகம் அசைய நடைபெற வேண்டிய கொடுப்பினைகள் பற்றி ஹிண்ட்ராப் இன்னும் அறியவில்லையா அல்லது போதிய நிதி இன்னும் திரள வில்லையா? ஹிண்ட்ராப் நிதி வந்தால் அப்புறம் மலேசிய அரசு பார்த்துக்கொண்டிருக்குமா? ஊடகத்தினரும் குதூகலத் துடன் அப்போது களத்தில் பாய்ந்துவிட மாட்டார்களா? நமது அறிவுஜீவிகளும் அப்போது சும்மா இருப்பார்களா என்ன? மலேசியத் தமிழர்கள் நம்பிக்கையோடு இன்னும் சில காலம் காத்திருக்கக்கடவது!

இதழ் 108, டிசம்பர் 2008

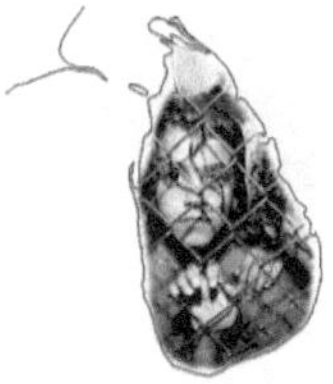

ராஜீவ் கொலையும் புலிகள் எதிர்ப்பும்

மலரவன், கோவை

'காலச்சுவடு' திசம்பர் இதழில் வெளியான நண்பர் கண்ணனின் "கண்ணோட்டம்", நண்பர் கே.எஸ். முகம்மது ஷுஐப் (காயல்பட்டிணம்) எழுதிய வாசகர் கடிதம் ஆகிய இரண்டுக்குமான எதிர்வினை:

காலச்சுவடு இதழ் ஈழத்தமிழர்களின் துன்ப, துயரங்களுக்காகத் தொடர்ச்சியான கருத்துகளை வெளிப்படுத்தி வருவதை யாராலும் மறுக்க முடியாது. ஆனால் கருத்து முரண் நிறைந்தவையாகச் சில சமயங்கள் வெளிப்படுவதைக் கண்டு பொறுக்க முடியவில்லை. வாசகர் கடிதத்திற்கு ஆசிரியர் பொறுப்பேற்க முடியாது என்றாலும், திசம்பர் இதழின் கண்ணோட்டம், குறிப்பிட்ட வாசகர் கடிதம் இரண்டும் புலிகள் பற்றிய கருத்தில் ஒற்றுமையாக இருப்பதே இந்த எதிர்வினைக்கான அடிப்படை.

தமிழீழ மக்களுக்கு ஆதரவான தமிழ் மக்களின் போராட்ட உணர்வுகள், பரிதாப உணர்வுகள் அந்த மக்கள் ஏதாவதொரு வகையில் இணைக்கப்பட்டிருக்கிற அரசியல் கட்சிகளையும் தாண்டி, சகோதர, மனிதநேய உணர்வோடு கலந்தே வெளிப்படுகின்றன.

தமிழீழ மக்கள் மீதான ஒடுக்குமுறைக்கு இருக்கிற வரலாற்றுத் தொடர்ச்சி, தமிழ் மக்களின் உணர்வுகளில் எப்பொழுதுமே தாக்கம் செலுத்தி வருகிறது.

நண்பர் கண்ணன் தனது கண்ணோட்டத்தில், புலிகளையும் அதன் தலைவரையும் ஆதரித்துப் பேசுவது, நம்

எதிர்வினையின் ஒருங்கிணைவைச் சிதறடித்துச் சீரழிக்கிறது என்றும் ராஜீவ் கொலையால் இந்திய அரசியல் வரலாறு திசை திருப்பப்பட்டுவிட்டது என்றும் வருத்தப்படுகிறார். ஆனால் உண்மை என்ன?

ராஜீவ் காந்தி கொலை ஒரு கோணத்தில் மட்டும் விசாரிக்கப்பட்டு, ஒரு தரப்பினர் மட்டும் குற்றவாளிகளாக்கப்பட்டுத் தண்டிக்கப்பட்டும்விட்டனர். உண்மையில் விடுதலைப்புலிகள் இயக்கம் மட்டும்தான் இந்த நிகழ்விற்குக் காரணமா? விசாரணையின் எல்லை காங்கிரசுகாரர்கள், அதிகாரவர்க்கம், அமெரிக்க சிஐஏ என்று இன்னும் கொஞ்சம் விரிந்திருந்தால் உண்மை வெளிப்பட்டிருக்கும்.

ராஜீவ் கொல்லப்பட்டபோதும், இன்றும் எதிர்க்கட்சிகளாக, ஆளுங்கட்சிகளாக இருப்பவை புதிய பொருளாதாரக் கொள்கைக்கு வால்பிடித்துத்தானே திரிகின்றன. மாற்றாக எந்தப் பொருளாதாரத் திட்டமும் உலகமயமாக்கலுக்கு எதிராகக் கண்ணன் கூறுகிற இந்த எதிர்க்கட்சிகளிடம் இல்லையே!

ஈழ விடுதலையை ஆதரிப்பவர்கள், விடுதலைப்புலிகளைப் பெரும்பாலும் ஆதரிப்பதற்கான காரணம் என்ன? தமிழீழ மக்களின் விடுதலைப் போராட்டத்திற்கு அவர்கள் தலைமை யேற்றுச் செல்வதால்தான். இன்றுவரை களத்தில் அவர்கள் மட்டுமே நிற்கிறார்கள் என்பதால்தான்.

தமிழீழ மக்களின் உரிமைக்காக, சாத்வீகமான சமரசமான தீர்வுகளைத் தமிழீழத் தலைவர்கள் முன்வைத்தனர். ஒப்பந்தங்கள் போட்டனர். உரிமைகளுக்காகக் கெஞ்சியுள்ளனர். இவை எதனையும் பொருட்படுத்தாத சிங்கள இனவெறி தமிழீழ மக்களைக் கொன்று குவித்தபோது, ஆயுதம் ஏந்திய எதிரியிடமிருந்து தற்காப்புக்காக ஆயுதமேந்தினர் ஈழ இளைஞர்கள். யுத்தம் அவர்கள்மீது திணிக்கப்பட்டது. இன்றுவரை ஒன்றரை லட்சம் மக்கள் படுகொலை செய்யப்பட்டுள்ளனர். 6000 தமிழீழப் பெண்கள் பாலியல் வன்புணர்ச்சிக்குள்ளாகி நடைப் பிணமாகியுள்ளனர்.

தமிழீழ மக்களின் விடுதலைக் குரலாகப் போர்க்களத்தில் ஒலித்துக்கொண்டிருப்பது புலிகளின் குரலே. ஈழப் பிரச்சினையை சர்வதேசப் பிரச்சினையாக மாற்றியவர்கள் புலிகளே. சர்வதேச நாடுகளும் புலிகளையே விடுதலைப் போராளிகளாக, ஈழத்தின் பிரதிநிதிகளாக அங்கீகரித்துள்ளன. 25 ஆண்டு காலம் ஈழ மக்களின் பேராதரவோடு விடுதலைப்புலிகள் போராடி வருகின்றனர்.

மற்ற போராளிக்குழுக்கள் தங்களுடைய சமரசத் திட்டங்களால் ஈழமக்களுக்குப் பெரிதாக ஒன்றையும் செய்துவிடவில்லை.

மக்களின் நம்பிக்கையையும் பெற முடியவில்லை. இந்திய உளவு அமைப்பான *RAW*வின் கூலிப் படைகளாக, சிங்கள அரசின் ஊதுகுழல்களாகச் சீரழிந்துவிட்டனர். இன்று, இப்போது ஈழ, தமிழக மக்களின் ஒரே நம்பிக்கையாகத் தெரிபவர்கள் புலிகள் மட்டுமே. சிங்கள அரசு புலிகள்மீது போடுகின்ற குண்டு ஈழவிடுதலையின் மீது போடுகின்ற குண்டாகும். இலட்சோப லட்ச ஈழ மக்கள் தங்கள் உயிரை இழந்து, புலிகள் தங்கள் உயிரை இழந்து, தங்கள் விடுதலையின் வேர்களைக் காத்து நிற்கின்றனர். அது மரமாக வளரும் என்ற நம்பிக்கையை ஈழமக்கள் புலிகளிடமிருந்துதான் பெறுகின்றனர்.

ஈழப் பிரச்சினைக்கு அரசியல் தீர்வே வழி என்று முன் வைக்கப்படுகின்ற வாதம், ஈழத்திற்கு ஆதரவான தமிழ் மக்களின் உணர்விற்கு ஏதாவது சொல்லியாக வேண்டும் என்பதற்காக ஒப்புக்கு வைக்கப்படுகிறது.

ஈழத் தலைவர்கள் முன்வைத்த அத்தனை அரசியல் தீர்வு களையும் சமரசத் திட்டங்களையும் பாழாக்கித் தமிழின அழித் தொழிப்பைச் சிங்கள அரசு தொடங்கியதால்தான் தனித் தமிழீழக் கோரிக்கை வந்தது. இதை முன்வைத்த தமிழ் அமைப்பு கள் 18க்கு 17 இடங்களில் தேர்தலில் வெற்றி பெற்றன. ஈழ மக்கள் தனி ஈழத்தை வேண்டி நின்றனர். இந்த வரலாறு தெரியாத முட்டாள்கள் அல்ல, தனி ஈழத்தை எதிர்ப்பவர்கள்.

இந்த வரலாறு தெரிந்தும், சிங்கள அரசு கொடுக்காத, கொடுக்க நினைக்காத உரிமையை இவர்களின் வாய் முணு முணுக்கிறது. ஈழ மக்களின் உணர்வுகளுக்கெதிராக இந்த முணுமுணுப்பு எழுகிறது என்றால், ஈழ மக்களின் துன்ப, துயரங்களில் அக்கறையில்லாதவர்கள் அந்த நபர்கள். இவர் களின் வாயிலிருந்துதான் வருகிறது புலிகள் எதிர்ப்பு. இந்திய இறையாண்மை, இலங்கை இறையாண்மை போன்ற வெற்றுக் கோஷங்கள். இவர்கள்தான் கண்ணன் கூறுவதுபோல, ஈழ மக்களின் படுகொலைக்கெதிரான நம் எதிர்வினையின் ஒருங் கிணைவைச் சிதறடித்து, சீரழித்து, துரோகமிழைப்பவர்கள்.

விடுதலைப்புலிகள் மனித மாண்பைச் சீரழித்துவரும் பாசிச சக்திகள் என்ற கே.எஸ். முகம்மது ஷுஐபின் கருத்து நியாய மானதா? 1987இல் ஈழத்திற்குச் சென்ற இந்திய அமைதிப்படை தமிழீழப் பெண்களை வன்புணர்ச்சிக்குள்ளாக்கியது அவருக்குத் தெரியாதா? தமிழ் இளைஞர்களையும் ஈழப் போராளிகளை யும் கொன்றொழித்து வீடுகளைத் தரைமட்டமாக்கி, ஈழ மண்ணில், 'அபு கிரைப்' சித்திரவதை முகாமுக்கு முன்னோடி யாகச் சித்திரவதைகளை அரங்கேற்றியது யார்? இந்திய அமைதிப் படைதானே? விடுதலைப் புலிகள் இந்திய, சிங்கள மக்களுக்

கெதிராக இந்தக் கொடுமைகளை அரங்கேற்றியுள்ளனரா? பொதுமக்களுக்கு எதிராகக் கற்பழிப்புகள், சித்திரவதைகள் போன்றவற்றில் ஈடுபட்டுள்ளனரா? இல்லையே! யுத்தத்தில் மக்கள் உயிரிழந்திருப்பார்களே ஒழிய, இந்திய, சிங்கள ராணுவம் போல் செய்தது கிடையாதே!

இந்திய அமைதிப்படை இத்தனை அட்டூழியம் செய்த தற்கும் அது ஈழத்திற்குச் சென்றதற்கும் யார் காரணம்? கேட்ட வுடன் கண்ணீர் வரவழைக்கும் பழிவாங்கத்தூண்டும் கொடுமை களை ஈழத்தில் அரங்கேற்றியது நமது காந்தி தேசத்து ராணுவம். தன்னை நம்பிய ஈழமக்களைக் கொன்றொழித்து, ஈழப் பெண் களைப் பாலியல் வன்புணர்ச்சி மற்றும் சித்திரவதைகளுக்குட் படுத்திய இந்திய ராணுவம் செய்தது சரிதான் என்றால், ராஜீவ் கொல்லப்பட்டதும் சரிதான். சீக்கியர்கள்மீது நிகழ்த்தப் பட்ட வன்முறைக்கு மன்னிப்புக் கேட்கத் தெரிந்த ராஜீவ்காந்தி யின் வாரிசுக்கு, ஈழமக்களிடம் மன்னிப்புக் கேட்க முடியுமா? கேட்டால்தான் மன்னிக்கப்படுகிற குற்றமா?

வரலாற்றில், அப்பாவி மக்களைக் கொன்றொழித்த பாசிச சக்திகள் யாருக்கும் நல்ல சாவு கிடைத்ததில்லை. ஹிட்லர், முசோலினி, சதாம் உசேன் வரிசையில் ராஜீவ்காந்தியும் சேர்க்கப்பட்டுள்ளார்.

தன் அரசு செய்ததை, ராணுவம் செய்ததை மறைத்து விட்டு, இந்திய இறையாண்மையைப் பற்றிக் கவலைப்படு பவர்களே, இன்றும் நமது இந்திய அரசின் ராணுவ, பொருளா தாரப் பங்களிப்புகள் சிங்களனுக்குக் கொடுக்கப்படுவதை நம்மால் தடுக்க முடியவில்லையே? பாசிசங்களைக் கட்ட விழ்த்துவிடுபவர்களாக, இன அழிப்பை நிகழ்த்துபவர்களாக இருக்கிற இந்திய, சிங்கள அரசுக்குப் பாசிசப் பட்டம் கொடுக் காமல், விடுதலைப் போராளிகளுக்குக் கொடுப்பதில் என்ன நியாயம் இருக்கிறது? நாம் யார் பக்கம் நிற்கப் போகிறோம்? ஒடுக்குகிறவர்கள் பக்கமா? ஒடுக்கப்பட்டவர்கள் பக்கமா? சிந்திக்க!

(எதிர்வினை)

இதழ் 109, ஜனவரி 2009

♦ ♦ ♦

ஆசிரியர் குறிப்பு

ஒரு அரசியல் தலைவர் கொல்லப்படும்போது, அதன் தாக்கம் அவர் சார்ந்தோ குடும்பம் சார்ந்தோ கட்சி சார்ந்தோ முடிவடைவதில்லை. ராஜீவ் காந்தி கொலையில் புலிகளின்

கைவண்ணம் இருப்பதையே இதுவரை கிடைத்துள்ள ஆதாரங்கள் தெளிவுபடுத்துகின்றன. மாற்றான ஆதாரங்களை முன்வைக்கும் கட்டுரையோ நூலோ வெளிவந்திருக்குமாயின் பரிசீலிக்கலாம். புதிய பொருளாதாரக் கொள்கை உருவான பின்னர் அதைப் பின்னோக்கி யாரும் நகர்த்த முடியாது. இதுபோன்ற தர்க்கங்களின் வழி ஒரு தேசத்தின் எதிர்காலத்தை மாற்றும் நிகழ்வை முழுமையாகச் சுட்டிவிடவும் முடியாது. இந்தியாவை விடுங்கள். ராஜீவ்காந்தி கொல்லப்பட்டதால் தானே ஜெயலலிதா ஜனநாயகத்தைச் சாகடித்த அசுர பெரும்பான்மையோடு ஆட்சிக்கு வந்து ஐந்தாண்டுகள் தமிழகத்தைச் சீரழித்தார். ராஜீவ் காந்தி குற்றமிழைத்திருக்கலாம். தமிழக மக்கள் என்ன குற்றமிழைத்தார்கள்?

கண்ணன்

உங்கள் புத்தர் இதையா சொன்னார்?

கவிதா

தார்ச்சாலையில் சுள்ளென்று எரியும் சூரியனின் வெப்பத்தைப் போல இலங்கையின் வீதிகளில் பயம் பரவியிருக்கிறது. கிட்டத்தட்ட எல்லாத் தெருக்களிலுமே பாதுகாப்பு வளையங்களுக்குள் சென்று பிரச்சினையின்றி மீள்வதற்காக மக்கள் பொறுமையோடு காத்துக்கொண் டிருக்கின்றனர். அவர்களது அன்றாட நடவடிக்கைகளில் இதுவும் ஒன்று. பாதுகாப்புச் சோதனைகளுக்கான திட்டமிடுதலின்றி இலங்கையில் ஒரு பயணத்தை மேற் கொள்வது சாத்தியமல்ல.

இலங்கைப் பிரச்சினையை – உள்நாட்டு யுத்தத்தை, தமிழரின் துயரங்களை இந்தியாவிலிருந்து, தமிழ்நாட்டி லிருந்து பார்ப்பதற்கும் இலங்கைக்குச் சென்று நேரடி யாகப் பார்ப்பதற்கும் நிறையவே வித்தியாசங்கள் இருக் கின்றன. இலங்கையில் தமிழர்கள் கொல்லப்படு கின்றனர்; கடத்தப்படுகின்றனர்; துன்புறுத்தப்படு கின்றனர். ஆனால் தமிழகத்தில் சித்தரிக்கப்படுவது போல வன்னியிலோ வட இலங்கையிலோ மட்டுமல்ல; இலங்கையின் எல்லாப் பகுதிகளிலும் குறிப்பாக கொழும் பிலுமே இதுதான் நிலைமை. வட இலங்கையில் போர் நடப்பதால் துன்பம் அதிகம்.

♦ ♦ ♦

மிக அன்னியோன்யமாகவும் நேசமாகவும் தெரியும் கொழும்பு வீதிகளின் வேறொரு முகத்தை ஒரு நிருப ராகப் போனால் மட்டுமே களைந்து எடுத்துக் காண முடியும் எனத் தோன்றுகிறது. கொழும்பில் பாராளு

மன்ற உறுப்பினர் மனோ கணேசனின் ஏற்பாட்டில் நான் சந்தித்த தமிழ்க் குடும்பங்களின் துயரங்களைச் சொல்லி மாளாது. போர்நிறுத்த ஒப்பந்தம் முடிவுக்குவந்த 2005ஆம் ஆண்டிலிருந்து மிகச் சமீபகாலம்வரை இலங்கையில் கடத்தப்பட்ட தமிழ் இளைஞர்களின் எண்ணிக்கை கிட்டத்தட்ட 3,000. கொழும்பில் மட்டும் 300 இளைஞர்கள் கடத்தப்பட்டிருக்கின்றனர். அவர்களில் சிலரது குடும்பங்களை அவர்கள் இலங்கையைவிட்டுக் கிளம்புவதற்கு முதல்நாள் சந்திக்க நேர்ந்தது. என் தோற்றத்தை வைத்து நான் ஏதாவதொரு அதிகாரியாக இருக்கக்கூடும் எனும் ஊகத்தில் அவர்கள் என்னிடம் கைகூப்பிக் கதறித் தங்கள் குடும்பத்து இளைஞர்களை மீட்டுத்தரும்படி கெஞ்சியதை அவ்வளவு எளிதில் மறக்க முடியாது. வாழ்வுடனான போராட்டத்தில் மரணம் என்பது ஒரே ஒரு தோல்விதான். ஆனால் மரணம் தவிர்த்த வேறு வழிகளில் தங்கள் குடும்ப வரைபடங்களிலிருந்து நீக்கப்பட்டவர்களின் நினைவுகளோடு இருப்பதிலும் மீட்கப் போராடுவதிலும் வாழ்க்கை அவர்களை மீண்டும் மீண்டும் தோற்கடித்துக்கொண்டேயிருக்கிறது.

வெள்ளை வேன் கடத்தல்கள் எனப் பரவலாக அறியப்படும் இக்கடத்தலை யார் செய்கிறார்கள் என்று தெரியவில்லை. ஆனால் தலைநகர் கொழும்பில் பாதுகாப்புச் சோதனைகள் பலவற்றை மீறி நடைபெறும் இக்கடத்தல்களுக்கு அரசின் ஆதரவு இருக்கிறது என்னும் தமிழ்த் தலைவர்களின் குற்றச்சாட்டுகளை நம்பாமல் இருக்க முடியவில்லை. அந்த இளைஞர்களுக்கு விடுதலைப் புலிகள் இயக்கத்துடன் தொடர்பு இருக்கலாம் என்றுதான் அவர்கள் கடத்தப்படுகிறார்கள் என்கிறார்கள் தமிழ்த் தலைவர்கள். பல நேரங்களில் கடத்தப்பட்டவர்கள் திரும்புவதில்லை. அதிர்ஷ்டவசமாகத் திரும்புபவர்கள் அதற்குக் கொடுக்க வேண்டிய விலை, சில லட்சம் பணம், 24 மணி நேரத்துக்குள் நாட்டைவிட்டு வெளியேற வேண்டிய நிர்ப்பந்தம். பணம் கொடுக்க முடியாததாலும் நாட்டைவிட்டு வெளியேறும் அளவுக்குப் பணம் இல்லாததாலும் மீள முடியாமல் சாவின் நுனியில் வாழ்ந்துகொண்டிருக்கும் தமிழ் இளைஞர்கள் அதிகம். தமிழ் பேசும் ஓர் இளைஞனாய் இலங்கையில் இருப்பது சாபம்.

• • •

சென்னையைத் தலைமையிடமாகக்கொண்ட ஒரு பிரபல ஓட்டலின் கிளை கொழும்பில் இருக்கிறது. அந்தக் கிளையின் மேலாளருக்குக் கிட்டத்தட்ட சென்னையில் பணிபுரியும் ஊழியர்களின் அளவுக்குச் சம்பளமும் சலுகைகளும் உண்டு. இரண்டுக்குமே பேர்போனது அந்த ஓட்டல் நிர்வாகம். இருந்தும் மேலாளர் கனடாவுக்குப் போவதற்கான முயற்சியில் இறங்கியிருக்கிறார். நான் அங்கே தங்கியிருந்த பத்து

நாட்களில் ஏற்பட்ட பரிச்சயத்தில் அவர் கனடா போவது பற்றிப் பகிர்ந்துகொண்டார். “இங்கே சம்பளம், சலுகைகள் எல்லாம் கிடைப்பது உண்மைதான். ஆனால் வாழ்தல் பற்றிய பயம் இருக்கிறது. இப்போது எதுவும் நடக்கவில்லை. ஆனால் எப்போது வேண்டுமானாலும் என்ன வேண்டுமானாலும் நடக்கலாம்” என்றார்.

♦ ♦ ♦

உண்மை பேசும், உண்மை பேச வேண்டிய ஊடகவியலாளர்களின் நிலைமையும் இலங்கையில் மோசம். ஓர் ஊடகவியலாளராகப் பணிபுரிய மிக ஆபத்தான நாடுகள் என்று உலக அளவில் அறிவிக்கப்பட்டிருக்கும் நான்கு நாடுகளில் இலங்கையும் ஒன்று. 2005இலிருந்து கொல்லப்பட்ட ஊடகவியலாளர்களின் எண்ணிக்கை 16. பெரும்பாலானவர்கள் தமிழ் ஊடகவியலாளர்கள். நான் சந்திக்க நேர்ந்த ஒரு தமிழ் ஊடகவியலாளர் தனது வீட்டிற்கும் அலுவலகத்திற்குமிடையில் உள்ள மூன்று கிலோமீட்டர் தொலைவைக் கடக்க 18 வழிகள் வைத்திருக்கிறார். வாழ்தல் சார்ந்த பயங்கள். வேறொரு தமிழ் ஊடகவியலாளர் கிட்டத்தட்ட இரண்டு வருடங்களாக அலுவலகத்திலேயே தங்கியிருக்கிறார். அலுவலகத்தைவிட்டு வெளியேறினால் அவரது உயிருக்கு உத்திரவாதம் இல்லை. கணக்கற்ற ஊடகவியலாளர்கள் தங்களது கருத்துச் சுதந்திரத்தின் பொருட்டு கைதுசெய்யப்பட்டிருக்கின்றனர். ஒரு சிலர் இன்னும் சிறையிலேயே இருக்கின்றனர். ஊடக சுதந்திரம் அங்கே மருந்துக்கும் இல்லை. ஊடகவியலாளர்கள் கொல்லப்படுவதிலும் காணாமற்போவதிலும் அரசு கவனம் செலுத்தாததாலேயே விசாரணை நடத்தாததாலேயே இம்மாதிரி சம்பவங்களில் அரசுக்கு இருக்கக்கூடிய பங்களிப்பும் மிக முக்கியமானது.

♦ ♦ ♦

பத்து நாள் பயணத்தில் நான் பலதரப்பட்ட மனிதர்களைச் சந்திக்க நேர்ந்தது. ஆட்டோ ஓட்டுநர் ஒருவருடைய தாய் தமிழர்; தந்தை சிங்களர். “சகஜமாகத் தமிழ் பேசத் தெரியும். ஆனால் பேசமாட்டேன். என் தந்தை சிங்கள இனத்தைச் சேர்ந்தவர் என்பதுதான் என் பாதுகாப்பு” என்றார். ஒரு வெளிநாட்டுச் செய்தியாளராக மிக வெளிப்படையாக நான் உணர்ந்த ஒரு விஷயம், கொழும்பில் எல்லாத் தமிழர்களும் சிங்களம் பேசுகிறார்கள். தமிழர்களாக அங்கு இருப்பதே பாதுகாப்பற்றது என்னும் நிலையில் அவர்கள் சிங்களம் கற்றுக் கொள்வதைத் தவிர வேறு வழியில்லை. ஆனால் சிங்களத்தவர்களில் பெரும்பாலானோருக்குத் தமிழ் தெரிவதில்லை.

♦ ♦ ♦

கொழும்பு தவிர கிழக்கு மாகாணத்துக்குப் போக மட்டுமே எனக்கு அரசிடமிருந்து அனுமதி கிடைத்தது. கடும் பிரயத்தனங்

களை மேற்கொண்டும் யாழ்ப்பாணம் உள்பட வேறு எங்கும் போக முடியவில்லை. அப்போதுதான் யாழ்ப்பாணத்துக்குப் போக முயன்ற இன்னொரு குடும்பம் பற்றிக் கேள்விப்பட்டேன். நான் தங்கியிருந்த விடுதியிலேயே அந்தக் குடும்பமும் தங்கி யிருந்தது. பெற்றோருக்கு லண்டன் பாஸ்போர்ட் என்பதால் யாழ்ப்பாணத்திற்குப் போக அனுமதி மறுக்கப்பட்டது. மகள் மட்டும் இலங்கை பாஸ்போர்ட் வைத்திருந்ததால் சென்றார். எனக்கு ஆச்சரியமாக இருந்தது. ஓட்டல் ஊழியர் ஒருவர் சொன்னார்: "வெளிநாட்டு பாஸ்போர்ட் வைத்திருப்பவர்களுக்கு ஏதாவது ஆபத்து என்றால் உங்கள் அரசுகள் உலுக்கி எடுத்து விடும். இங்குள்ள தமிழர்களின் நிலை அப்படியல்ல. நாய் போலச் சுடப்பட்டாலும் எங்களுக்காகக் குரல் கொடுக்க யார் இருக்கிறார்கள்?"

♦ ♦ ♦

தமிழ்த் தலைவர்களைத் தாண்டி சாதாரணத் தமிழர் களுக்குக்கூட இந்தியாவின் மீதும் தமிழகத்தின் மீதுமுள்ள நம்பிக்கையும் அன்பும் அசாதாரணமானவை. நான் தமிழ் நாட்டிலிருந்து வந்திருக்கிறேன் எனத் தெரிந்ததும் என்னிடம் பணம் வாங்க மறுத்துவிட்டார் தமிழ் ஆட்டோ ஓட்டுநர் ஒருவர். "நாங்கள் வேறு எப்படி நன்றி சொல்ல?" என்று அவர் கேட்ட மிகச் சிறிய கேள்வியில் எனது பயணத்தின் சுமை மிக அதிகமாகக் கூடிப்போனது. அவருக்குச் சொல்ல என்னிடம் எந்த நம்பிக்கை வார்த்தைகளும் இல்லை. தமிழ் நாட்டில் நடப்பது வெறும் அரசியல்தான் என்று எப்படிச் சொல்ல?

♦ ♦ ♦

'மிகவும் வருத்தத்திற்குரியது நல்லவர்களின் மௌனம்தான்' என்றார் மார்ட்டின் லூதர் கிங். அதை இலங்கையில் நேரடி யாக உணரும் வாய்ப்புக் கிடைத்தது. பணி நிமித்தம் பலதரப் பட்ட ஊடகவியலாளர்களைச் சந்திக்க வேண்டியிருந்தது. அவர்களுள் சிங்களப் பத்திரிகையாளர்களும் இருந்தார்கள். பொதுவாக அவர்கள் தமிழர்களின் நிலை குறித்து அனுதாபத் தோடும் இலங்கையில் நிலவும் சூழல் பற்றிய கவலையோடும் இருந்தார்கள். ஆனால் அதையெல்லாம் மீறி இளம் ஆங்கிலப் பத்திரிகையாளர் ஒருவருக்குத் தமிழகத்தில் நடக்கும் போராட் டங்கள் பற்றிப் பயங்கரக் கோபம் இருந்தது. அந்தப் போராட்டங் களிலிருந்து எதுவும் நடக்கப்போவதில்லை என்று தெரிந்த போதிலும் இந்தியா தலையிட வேண்டும் என எப்படி நீங்கள் கேட்கலாமென என்னிடம் தொடர்ந்து வாதாடிக்கொண் டிருந்தார். "எங்கள் நாட்டில் நடப்பது அநியாயம்தான். ஆனால் அதற்காக நீங்கள் எப்படி எங்கள் உள்நாட்டு விவகாரத்தில்

தலையிட முடியும்? உங்கள் நாட்டில் மும்பைக் கலவரங் களுக்குப் பிறகு இஸ்லாமியர்கள் மோசமாக நடத்தப்பட்டால் பிற இஸ்லாமிய நாடுகளைத் தலையிட அனுமதிப்பீர்களா?" என்று கோபமாகக் கேட்டார். "அப்படி ஒரு விஷயம் இந்தியா வில் நடந்தால் அதை எங்கள் நாட்டுக்குள் எதிர்க்க முடியாத நிலை இருந்தால் இஸ்லாமியர்களுக்காகப் பிற நாடுகள் குரல் கொடுப்பதில் ஒரு மனிதாபிமானி என்னும் அடிப்படையில் எனக்கு ஆட்சேபணை இருக்காது" எனச் சொன்னேன். அவருக்கு விளங்கவில்லை, "இங்கே சிங்களர்களும் கொல்லப்படுகிறார் கள் தெரியுமா?" என்றார். "தமிழராக இருப்பதாலேயே தமிழர்கள் கொல்லப்படுவதற்கும் சிங்களர்கள் கொல்லப்படுவதற்கும் வித்தியாசம் இல்லையா?" என்று நான் கேட்டபோது அவரிடம் பதில் இல்லை. "என்ன இருந்தாலும் இது எங்கள் உள்நாட்டு விவகாரம்" என்று மீண்டும் வலியுறுத்தினார். "இந்தியா தலையிட வேண்டுமென்பது எங்கள் நாட்டுத் தமிழர்களின் விருப்பம்தான். ஆனால் குவியல் குவியலாகச் செத்துக் கொண்டிருக்கும் உங்கள் நாட்டுத் தமிழர்களுக்கு அது விருப்பம் மட்டுமல்ல, வாழ்வியல் பிரச்சினை. முதலில் அது அவர்களின் கோரிக்கை. பிறகு எப்படி அது உள்நாட்டுப் பிரச்சினையாகும்?" என்று நான் கேட்ட பிறகு அவர் அமைதியானார். எனக்குத் தெரியும், இப்போதும் அவருக்கு இந்தியா தலையிடக்கூடிய நிலை பற்றி வருத்தங்களும் கோபங்களும் இருக்கும் என்று. அவர் இத்தனைக்கும் தமிழர்களுக்கு ஆதரவான பத்திரிகையாளராக அறியப்பட்டவர். அழிக்கப்பட்டுக்கொண்டிருக்கும் ஓர் இனத்தை விட நாட்டின் இறையாண்மை முக்கியம் என அவரைப்போல பல சிங்கள இளைஞர்களும் நினைக்கக்கூடும்.

♦ ♦ ♦

பௌத்தம், இந்தியா உலகுக்கு அளித்த மிகப் பெரிய கொடை. பெரிய அளவில் இந்தியாவில் அது செழித்து வளரா விட்டாலும் தலித்துகள் போன்ற ஒடுக்கப்பட்டவர்களின் புகலிடமாக அது இருப்பதற்குக் காரணம், அது வலியுறுத்தும் தத்துவங்களான அன்பும் அகிம்சையும். ஆனால் இலங்கையில் போரை ஆதரிப்பவர்களில் முக்கியமானவர்கள் பௌத்த பிக்குகள். தீவிர இனஉணர்வுகொண்ட பௌத்த பிக்கு ஒருவரைச் சந்தித்தால் என்ன என்று நண்பர் ஒருவர் கேட்டார். அத்தகைய சந்திப்பு நடக்காமல் போனதற்குக் காரணம் நேரமின்மை தவிர்த்து என்னுடைய தயக்கமும்கூட. "உங்கள் புத்தர் இதையா சொன்னார்?" என அவரிடம் எப்படிக் கேட்பது?

இதழ் 109, ஜனவரி 2009

இந்திய மௌனமும் தமிழக எதிர்வினையும்

பா. செயப்பிரகாசம்

1

ஈழத் தமிழர்களின் உரிமைக்குப் போராடிய தமிழரசுக் கட்சியின் தலைவர் எஸ்.ஜே.வி. செல்வநாயகத்துக்கும் அப்போது பிரதமராக இருந்த பண்டார நாயகாவுக்கும் இடையில் நிகழ்ந்த ஒப்பந்தம் பண்டா – செல்வா ஒப்பந்தம்.

இலங்கை இனப் பிரச்சினைக்குத் தீர்வு காணக்கூடிய அந்த ஒப்பந்தம் 1958ஆம் ஆண்டு ஏற்பட்டது. 1958 ஏப்ரல் மாதம் ஒன்பதாம் தேதி புத்த பிக்குகள் 200 பேர் பண்டா – செல்வா ஒப்பந்தத்தைக் கிழித்தெறிவதற்காக பண்டார நாயகாவின் இல்லத்தை நோக்கி அணிவகுத்துச் சென்றனர். பிரதமர் பண்டார நாயகா அவர்களைக் கையெடுத்துக் கும்பிட்டு அவர்கள் விரும்பிய படி ஒப்பந்தத்தைத் தூள் தூளாகக் கிழித்து வீசியெறிந்தார். ஒப்பந்தத்தைக் கிழித்தெறிந்த செய்தி வெளியானதும், சிங்களவர்கள் தலைநகர் கொழும்பில் தமிழர்கள்மீது தாக்குதல் தொடுத்தனர். தமிழர்கள் அகதிகளாக மண்டபங்களில் தங்கவைக்கப்பட்டனர். தமிழர் வாழும் வடக்கு, கிழக்குப் பகுதிகளில் இதன் எதிர்வினையாகத் தமிழர்கள் போராட்டம் நடத்தினர்.

1958 ஜூன் மாதம் மூன்றாம் தேதி நாடாளுமன்றக் கூட்டத்தில் பேசிய பிரதமர் பண்டார நாயகா “அதை எல்லாம் எனது அரசு முறியடித்துவிட்டது. தமிழர்களின் போராட்டங்கள் அடக்கப்பட்டுவிட்டன. இப்போது

வடக்கு, கிழக்கிலும் எனது இராணுவம்தான் இருக்கிறது. இந்த இரு மாகாணங்களிலும் இராணுவ ஆட்சி நடைபெற்று வருகிறது" என அறிவித்தார். மேலும் "அந்த இரு மாகாணங்களை யும் இராணுவத்தின் மூலம் நான் பார்த்துக்கொள்வேன்" எனவும் கூறினார்.

ஈழத் தமிழர் பிரதேசம் இன்று இராணுவத்தால் கொடூர மாகச் சிதைக்கப்பட்டுள்ளது. அகதிகள் முகாமிற்கு அருகிலேயே வீசப்பட்ட கிளஸ்டர் குண்டுகளுக்கு நான்கு பேர் பலியாகி யுள்ளனர். இரண்டாம் உலகப் போரின்போது, அமெரிக்கா நாகசாகி, ஹிரோஷிமா மீது வீசிய அணுகுண்டுக்கு அடுத்ததாக நாசம் அதிகம் விளைவிப்பது இந்தக் கிளஸ்டர் குண்டு. கதிர் வீச்சு அபாயமும் அதிகம். உலகில் எந்த நாடும் அணுகுண் டையோ கிளஸ்டர் குண்டையோ பயன்படுத்தக் கூடாது என்னும் புரிந்துணர்வு ஏற்பட்டு, நடைமுறையிலும் கைக் கொள்ளப்படுகிறது. நார்வே, ஸ்வீடன் போன்ற நாடுகளின் முன்முயற்சியால் 107 நாடுகள் நார்வேயின் ஓஸ்லோ நகரில் ஒன்றுகூடி, கிளஸ்டர் குண்டுகளைப் பயன்படுத்தக் கூடாது என 2008 டிசம்பர் மூன்றாம் தேதி, ஓர் உடன்படிக்கை செய்துகொண்டுள்ளன. சொந்த நாட்டின் மக்கள்மீதே குண்டு பொழிகிற இலங்கையும் குண்டுவீசத் துணையாய் ரேடாரும் ரேடாரை இயக்குகிற பொறியாளர்களும் ஆயுதப் பயிற்சியும் அளித்துவருகிற இந்தியாவும் அந்த உடன்படிக்கையில் கையெழுத்திடவில்லை.

குண்டு வீச்சுகளால் இடம்பெயர்ந்து வதைபடும் தமிழ் அகதிகளைப் பார்வையிட இலங்கை மனித உரிமை ஆணைக் குழு சென்றது. "பார்வையிட அனுமதி இல்லை" என இராணுவம் மறுத்துவிட்டது.

"நாங்கள் நேரடியாக ஜனாதிபதியின் கீழ் இயங்கும் அமைப்பு – அகதிகளைச் சந்திப்பதற்கு எங்களுக்கு உரிமை உண்டு" என மனித உரிமை அமைப்பினர் தெரிவித்தபோது, அதற்கு வன்னிப்பகுதி இராணுவத் தளபதியின் கடிதத்தைக் கொண்டுவந்தால் மட்டுமே அனுமதிக்க முடியும் என்று இராணுவம் அவர்களைத் திருப்பியனுப்பியது.

1948இல் இலங்கை சுதந்திரமடைந்த காலம் முதல் தோற்றத் தில் மக்களால் தேர்ந்தெடுக்கப்பட்ட ஆட்சியாக இருந்தாலும் நடைமுறையில் இராணுவ அதிகாரமே செல்லுபடியாகி வருகிறது.

2002 அக்டோபரில் யாழ்ப்பாணத்தில் நடைபெற்ற மானுடத் தின் தமிழ்க் கூடல் மாநாட்டுக்குச் சென்றபோது, நாங்கள் இராணுவத்தின் அதிகாரத்தை நேரடியாக அனுபவித்தோம்.

கவிஞர் இன்குலாப், ஓவியர் மருது, இயக்குநர் புகழேந்தி தங்கராஜ், தொல். திருமாவளவன், நான் என ஐவர் சென்றிருந் தோம். இலங்கை நாடாளுமன்ற உறுப்பினர் சிவாஜிலிங்கம் எங்களுடன் வந்தார்.

கொழும்பிலிருந்து புறப்படுகிறபோது, மாலை ஐந்து மணிக் குள்ளாக யாழ்ப்பாணத்துக்கு முன்னிருக்கும் சோதனைச் சாவடிக் கண்டத்தைத் தாண்டிவிட வேண்டும் என அவசரப் படுத்தினர். இந்தக் கண்டத்தைத் தாண்டிவிட்டால் பிறகு எல்லாம் சுகமே.

ஆனால் மாவீரர் துயிலுமிடத்தைக் காண இடையில் விலகிப் போனதால் தாமதமாகிவிட்டது. இராணுவத் தடுப்பு அரணைத் தொடுகிறபோது மாலை ஆறு மணி. உடன்வந்த சிவாஜிலிங்கம், தான் நாடாளுமன்ற உறுப்பினர் என்னும் அடையாள அட்டையைக் காட்டினார். வெட்டரிவாளுக் கென்ன, குளிரா, வெயிலா! இராணுவ அதிகாரிகள் அசைய வில்லை. பிறகு கொழும்பில் உள்ள முக்கிய அமைச்சரிடம் சிவாஜிலிங்கம் பேசி, அந்த அமைச்சர் அங்கே உள்ள இராணுவத் தலைமை அதிகாரியிடம் பேச, அவர் இங்கேயுள்ள தடுப்பு அரணிலிருந்த இராணுவ அதிகாரியிடம் பேசிய பிறகே கடந்துசெல்ல அனுமதிக்கப்பட்டோம். இராணுவத்துக்கு இராணுவமே கட்டளையிட வேண்டும். அமைச்சர்களின் அதிகாரம்கூடச் செல்லுபடியாகாது.

நாடாளுமன்றத்தின் மூலமாகவோ அமைச்சர்கள் வாயிலாக வருபவை ஆலோசனைகள்தாம் – கட்டளைகள் அன்று. ஆலோசனைகளை இராணுவம் தாங்கிப்பிடிக்கவோ உதறிவிடவோ செய்யலாம். இராணுவத்தை அதன் அதிகாரமே வழிநடத்துகிறது.

உண்மையில் பிரதமர், அதிபர் என்ற பெயருடையவர் களுக்குப் பின்னால் இராணுவம் ஆள்கின்றது. நாடாளுமன்றம் என்னும் பெயரில் மக்களின் பிரதிநிதிகளின் கையிலுள்ள கொஞ்சநஞ்ச உரிமைகளையும் இராணுவம் பறித்துக்கொண்டு உள்ளது.

தமிழினத்துக்கான உரிமைகளை ஒவ்வொன்றாகப் பறித் தலும் இராணுவத்தின் கையில் அதிகாரங்களை ஒவ்வொன் றாகக் கையளித்தலும் படிப்படியாக நடைபெற்றுவந்துள்ளன என்பதை இலங்கையின் ஆட்சிப் பயணம் பற்றி ஒரு பார்வை வீசுகிற எவரும் கண்டுகொள்ள முடியும்.

இராணுவ ஆட்சி நடைபெறுகிற நாடுகளுடன் ஒட்டுறவு வைத்துக்கொள்வதில்லை என்னும் நல்ல வெளியுறவுக் கொள்கை

யை இந்தியா கடைபிடிக்கிற அதே பொழுதில், இராணுவ ஆட்சி நடைபெறுகிற இலங்கையுடன் நரித்தனமான வெளி யுறவுக் கொள்கையைக் கைக்கொண்டு வருகிறது.

தமிழகத்தின் ஒரு பகுதியினர் அங்கே வாழுகிறார்கள் என்பது மட்டுமே அல்ல, உலகளவிலான மேலாதிக்க நாடு களின் கைப்பிடிக்குள் சிக்கிவிடாது, தனக்குள் கட்டுப்பட்டே இலங்கை இயங்க வேண்டும் என்ற தவறான நிலைப்பாடு முதலாவதும் முக்கியமானதுமான அடிப்படையே இதற்குக் காரணம்.

2

முதல் பிரதமர் நேருவுக்கு வல்லரசுக் கனவு இல்லை. பஞ்சசீலக் கொள்கைகளை உருவாக்கி, அணிசேரா நாடுகள் என்ற ஓர் உலக அணியை உருவாக்கியவர், நடுநிலை நாடு என்ற கம்பீரத்தை நிலைநிறுத்துவதிலேயே குறியாக இருந்தார்.

இந்திராகாந்திக்கும் உலக மேலாதிக்க வல்லரசுக் கனவு இல்லை. ஆயினும் தென்கிழக்கு ஆசியாவின் 'சண்டியர்' ஆகும் ஆசை இந்திராவுக்கு உண்டு. பங்களா தேசம் உண்டாக வங்கப் போரை நடத்தியதற்கும் இலங்கைக்கு அமைதிப்படையை அனுப்பியதற்கும் இந்த ஆசைதான் காரணம்.

இந்தியாவின் வேட்டி நுனியைப் பிடித்தவாறு நிற்கும் இலங்கைக்கு, இந்தியா மிகுந்த முக்கியத்துவம் கொடுத்து வருகிறது. இலங்கையின் புவியியல் இருப்பிடமும் அப்படியொரு முக்கியத்துவத்திற்குக் காரணமாகிறது. ஈழத் தமிழரின் துயரங் களைக் கண்டும் காணாததுபோல் இந்தியா இருப்பதற்கு இலங்கையின் இருப்பிடப் புள்ளி முக்கியமான காரணம்.

இலங்கையின் அரசியல் அமைப்புக் கோட்பாடு பௌத்த – சிங்கள நாடு என்பதாகும். அது ஓர் அரசியல் சித்தாந்தம் அல்ல. மக்கள் சமுதாயத்தை முன்னெடுக்கும் கொள்கையாக இல்லாததால், சமுதாயங்களை உள்ளடக்கிய கோட்பாடாக வடிவுபெறாத எதுவும் அரசியல் சித்தாந்தத் தகுதியை இழந்து விடுகிறது. இனஅழிப்புக் கொள்கை மட்டுமே அதன் அரசியல் கோட்பாடு.

"தமிழர்களுக்குப் போவதற்கு இன்னொரு நாடு இருக்கிறது. அதுபோல் இஸ்லாமியர்களுக்கும் பல தேசங்கள் உள்ளன. சிங்களவர்களுக்கு இதுதான் ஒரே நாடு."

இராசபக்சே முதல் புத்த பிக்குகள்வரை உதிர்க்கிற வாசக மாக மட்டும் அல்லாமல் அவர்கள் அனைவருக்குமான கோட் பாடாகவும் இது இருக்கிறது.

1958இல் கொழும்பில் தமிழர்கள்மீது சிங்களக் காடையர்கள் தாக்குதல் நடத்தியபோது, பல்லாயிரம் தமிழர்கள் அகதிகளாகிக் கப்பல்களில் யாழ்ப்பாணம் அனுப்பப்பட்ட காலத்தில் தல்பவல சீவன் சதேரா என்ற புத்த பிக்கு ஒரு நிகழ்ச்சியில் (மே 26, 1958) "ஒரு சிங்களவன் உயிருக்கு ஆயிரம் தமிழர்கள் சமம்" எனப் பேசினார். புத்தனுடைய சொல்லைப் புதைத்து விட்டுப் பல்லை வழிபடும் (கண்டி புத்த விகார்) புத்த பிக்குகள், 'பல்லுக்குப் பல்', எனப் பழிவாங்குவதில் வியப்பேதும் இல்லை.

அமெரிக்கா, இலங்கையைத் தாராளமய வர்த்தகத்தின் கொழுத்த தீனியாகப் பார்ப்பதுடன், திருகோணமலைக் கடற்படைத் தளத்தையும் குறிவைத்திருக்கிறது. சீனாவும் பாகிஸ்தானும் உள்ளே நுழைந்துவிட்டன.

தான் வகுத்துக்கொண்ட கொள்கையைச் செயல்படுத்துவதற்கான அரசியல் வலிமையையோ பொருளியல் வலிமையையோ இலங்கை பெற்றிருக்கவில்லை. தமிழினத்தை எதிரினமாகக் காட்டி, அவர்களை அழித்து விடுங்கள் என்னும் சிங்கள உளவியலை விதைத்து தமிழர்கள்மீது போர் தொடுப்பதற்குத் துணையாக அரசியல் பலத்தையும் பொருளியல் பலத்தையும் உலக நாடுகளிடம் அதன் புவியியல் மையத்தைச் சாக்காக்கிப் பெற்றுவருகிறது.

இலங்கையின் சுயநல உத்திகளை அறிந்துகொண்டுள்ள போதிலும், இந்தியா விழுந்து விழுந்து உதவுகிறது.

"இலங்கைத் தீவு இரு அரசுகளாக இருப்பதைவிட, ஓர் அரசாக இருக்கவைத்து அதனைக் கையாள்வதே ஒப்பீட்டு நிலையில் இந்தியாவின் எதிர்கால நலனுக்குச் சாதகமானது. எனவே தமிழீழக் கோரிக்கையை, தமிழ் மக்களின் பிரச்சினையைத் தனது நலனுக்கு உகந்த வகையில் ஓரளவு தீர்த்துவைப்பதும் தனது தலைமையை இலங்கை அரசை ஏற்கவைப்பதுமே இந்தியாவின் பிரதான நோக்கமாக இருக்கிறது." என அரசியல் ஆய்வாளர் மு. திருநாவுக்கரசு குறிப்பிடுகிறார்.

தமிழீழப் பிரச்சினையை இந்தியா தீர்த்துவைக்கப் போவதில்லை. தீர்த்துவைப்பதும் இந்திய ஆதிக்க சக்திகளின் நலனுக்கு உகந்ததல்ல. எனவே, எவ்வளவு காலம் முடியுமோ அவ்வளவு காலம் இழுத்தடித்து இலங்கையைக் கட்டுப்பாட்டுக்குள் வைத்திருக்க என்னென்ன செய்ய முடியுமோ அத்தனையையும் செய்துகாட்டுகிறது. தமிழீழ விடுதலைப் போராட்டக் குழுக்களுக்கு ஆயுதப் பயிற்சிதந்து, ஆயுதங்களும் கொடுத்து, இலங்கைக்குத் தீராத தலைவலியை உண்டாக்கியது. இந்தச் சாபத்திலிருந்து, இலங்கை விமோசனம் அடைய வழியில்லாமல் போன இயலாமையைச் சீனா, பாகிஸ்தான் போன்ற இந்திய எதிரிகளுடன் கூட்டுவைத்துப் பயன்படுத்திக் கொள்கிறது.

ஒரு பகை நாடாக இந்தியாவைப் பாவித்துக் காய் நகர்த்து கிறது இலங்கை. இந்தியாவை எவ்வளவு பயன்படுத்தலாம் என்பது மட்டுமே அதன் குறி.

‘அணைத்துக் கெடு’ என்னும் சிங்கள அரசின் கபட நாடகத்தைப் புரிந்திருந்தும் தானொரு வல்லரசாகி, தென் னாசியத் தலைவனாகி அமெரிக்காபோல் உலகப் பேரரசாகும் வலிந்த கற்பனையில் மிதப்பதால், இந்தியச் சார்பு இலங்கை அரசின் பக்கம் உள்ளது.

மு. திருநாவுக்கரசு வரையறுப்பதுபோல், “இன்றைய யுகத்தில் உலகளாவிய வர்த்தக ஆதிக்கத்தில் யார் ஈடுபட்டாலும் அது ஏகாதிபத்தியம்தான். அதில் இடது, வலது என்னும் வேறுபாடு இல்லை. ஏகாதிபத்தியத் தத்துவமே அச்சாணியாகிவிடுகிறது.”

மக்கள் இந்தியாவைத் தமது தேசம் என்ற பற்றுக் கோட்டின் அடிப்படையில் நோக்குகின்றனர். ஆனால் ஏகாதிபத்தியக் கனவில், இந்தியா மிதந்துகொண்டிருக்கிறது, தங்களிடமிருந்து இந்நாடு அந்நியப்பட்டு நடக்கிறது என்னும் சிந்தனை பெரும் பான்மையோருக்கு வரவில்லை.

இந்தியப் பிரதமர் மன்மோகன் சிங் தவக்கோலத்தில் நிற்கிறார். கைக்குழந்தையோடு கண்ணீரும் கம்பலையுமாய் ஈழத் தமிழினம் கெஞ்சுகிறபோது, தவங்கலைந்த கோபமாய் ‘என்முன் வராதே போ’ எனக் கை உதறுகிறார். இந்தியா என்னும் நாட்டின் குறியீடு மன்மோகன் சிங். அவரது மௌனம் இந்திய மௌனம். இந்த மௌனம், இன்னொரு நாட்டின் இறையாண்மைக்குள் தலையிட முடியாது எனச் சொல்லிக் கொண்டே ஆயுதமும் இராணுவப் பயிற்சியும் நிதியும் வழங்குகிற கள்ள மௌனம். இந்த மௌனம்தான் முன்னாள் வெளி யுறவுத் துறைச் செயலாளராக இருந்த ஏ.பி. வெங்கடேசுவரனை “ஈழத்துக்குப் பதிலாக வங்காளியர் அல்லது பஞ்சாபியரைச் சார்ந்து ஈழம் போன்றொரு சிக்கல் தோன்றியிருக்குமானால், இந்தியாவில் மீண்டும் ஒரு வங்கப்போர் தொடங்கியிருக்கும்” எனக் கொதிப்படையச் செய்து பதவி விலகவைத்தது.

தமிழ்ச் சமூகத்தின் பல பகுதியினரும் இந்திய மௌனத்தை உடைக்க, ஈழத் தமிழரைக் காக்க குரல் எழுப்பிவருகின்றனர். ஏ. பி. வெங்கடேசுவரன்போல் இங்கு எவரும் பதவி விலகத் தயாரில்லை. பதினைந்து நாட்களுக்குள் போரை நிறுத்த இந்தியா வலியுறுத்தா விட்டால் தமிழக நாடாளுமன்ற உறுப் பினர்கள் பதவி துறப்பார்கள் என்று சர்வகட்சிக் கூட்டம் நிறைவேற்றிய தீர்மானம் அப்படியே உள்ளது.

ஈழத் தமிழனின் அவலம் துடைக்கத் தமிழ்ச் சமூகத்தின் பற்பல கரங்கள் நீளுகின்றன. மாதம் அரைக்கோடி ரூபாயை

ஊதியமாக வாரிச் செல்லும் மென்பொருள் துறையினர் ஒரு பிற்பகலில் (17.11.2008) மனிதச் சங்கிலியில் கைகோர்த்தும் 13.12.2008 அன்று சென்னைக் கோயம்பேட்டில் ஒரு நாள் உண்ணா நோன்பு மேற்கொண்டும் பதிவுசெய்தனர். தமிழகத் திலுள்ள 221 ஓவியர்கள் எரியும் தமிழ் மக்களுக்காக 14.11.2008 முதல் 21.11.2008வரை ஓவியப் படையல் வைத்து விற்ற தொகை ஈழத்துக்கு உதவிடச் செல்கிறது.

திரைப்பட இயக்குநர்கள், கலைஞர்கள் அமைப்பு, நடிகர் சங்கம், திரைத் தொழில்நுட்பக் கலைஞர்கள், சின்னத்திரைக் கலைஞர்கள், வழக்குரைஞர்கள், மீனவர்கள், திருநங்கையர் எனப் பல தரப்பினரும் குரல் தந்துள்ளனர்.

இந்திய மௌனத்தை உடைக்கும் பணியில் தமிழக மக்கள் இன்னும் வெகுதூரம் பயணப்பட வேண்டியிருக்கிறது. இந்திய அரசுக்குத் துணைபோகும் கலைஞர் அரசையும் அசைக்க வேண்டியிருக்கிறது. மக்களது எதிர்வினைகள் அனைத்தையும் விழுங்கி மலைப் பாம்பாய் அசைகிறது இந்தியா. அது கருணாநிதி யையும் விழுங்கித் தன் வயிற்றுக்குள் அடக்கிவிட்டது. அதிகார மேலாண்மையே குறியாய் ஒத்த கருத்தோட்டத்தில் இயங்குகிற வர்கள் உள்ளடங்கித்தான் போவார்கள்.

வி.பி.சிங் பிரதமராக இருந்தபோது, 1990இல் இங்கிலாந்தின் இந்தியத் தூதுவராக இருந்தவர் குல்தீப் நய்யார், தன் வரலாற்றுப் பக்கங்களில் ஒரு நிகழ்வைப் பதிவுசெய்கிறார். "1991இல் கருணா நிதியுடன் உரையாடியதை நினைத்துப் பார்க்கிறேன். சில மாதங்களுக்கு முன் நான் லண்டனில் இந்தியத் தூதுவராக இருந்தபோது, அங்கு இலங்கையின் உயர் அதிகாரியாக இருந்த டி.எஸ். ஆட்டிக்கல என்னைச் சந்தித்து ஈழப் பிரச்சினை தீர் வதற்காக, கருணாநிதியின் ஒத்துழைப்பை எவ்வாறு பெறுவது என்பது பற்றிக் கேட்டார். இதன் பின்னரே நான் கருணா நிதியைச் சந்தித்து உரையாடினேன். ஆனாலும் அவர் அது விசயத்தில் தனது அழுத்தமான மறுப்பைத் தெரிவித்துவிட்டார்."

ஈழத் தமிழர்மீதான யுத்தத்தை நடத்துவது இலங்கை போல் ஒரு பார்வைக்குத் தோன்றினாலும் இந்தியாதான் யுத்தத்தை நடத்துகிறது. தில்லி, கொழும்புக் கூட்டணி இந்த யுத்தத்தில் தெளிவாகி உள்ளது. இப்போது உள்ள சூழலில் தில்லி–கொழும்புக் கூட்டணியோடு தமிழக அரசும் கூட்டுச்சேர்ந்து உள்ளது. தமிழக எதிர்வினைகள் இன்னும் உறைப்பாய் விழுகை யில் இம்மூன்று கூட்டும் உடைபடும். சென்னை அசைந்தால் தில்லியும் தில்லி அசைந்தால் இலங்கையும் அசைய, ஈழத் தமிழருக்கு ஒரு விடிவு பிறக்கலாம் எனத் தோன்றுகிறது.

இதழ் 109, ஜனவரி 2009

நாலு வார்த்தை பேச விடு; எழுத விடு!

சேரன்

1

"உன்னுடைய கருத்துகள் ஒன்றுடனும்கூட எனக்கு உடன்பாடு கிடையாது. ஆனால் அக்கருத்து களைச் சொல்ல உனக்கு இருக்கும் உரிமையை என்னு டைய உயிரைக் கொடுத்தாவது காப்பாற்றுவேன்"

இது ஊடக வட்டாரங்களில் அடிக்கடி எடுத்தாளப் படும் ஒரு கூற்றாகும். இக்கூற்றிற்குச் சொந்தக்காரர் பிரெஞ்சு மெய்யியலாளரும் அரசியல் சிந்தனை யாளருமான வால்டயர். வால்டயரும் அவரோடு கூடவே ஜோன் லொக் *(John Locke)*, கொட்பிறி லீப்நிஸ் *(Gottfried Leibnitz)*, இம்மானுவல் கான்ட் *(Immanuel Kant)*, டேவிற் ஹியூம் *(David Hume)* போன்றோரும் வேறு பல அறிஞர் களும் ஐரோப்பிய அறிவொளிக் காலத்திற்குச் சிறப்பாகப் பங்களித்தவர்கள். தாராளவாத ஜனநாயகம், மானிட உரிமைகள் சுதந்திரம் போன்ற கருத்தாக்கங்கள் மேல் எழவும் ஆழம்பெறவும் அறிவொளிக் காலம் துணை செய்தது. எனினும் இந்த மெய்யியலாளர்களதும் அரசி யலாளரதும் சிந்தனைகளிலும் எழுத்திலும் உள்ளடங்கி யிருந்த இனவாதமும் காட்டுமிராண்டிகள் – நாகரிக மற்றோர் என்னும் இனம் சார்ந்த பிரிப்புகளும் அறி வொளிக் காலத்திலும் பிற்பாடு தாராளவாத ஜனநாயகங் களதும் இரட்டை நிலைப்பாட்டைத் தெளிவாகக் காட்டுகின்றன.

எல்லோருடைய கருத்துச் சுதந்திரத்தையும் வலியுறுத்துகிற வால்டயர்தான் "குரங்குகளைவிடக் கொஞ்சம் முன்னேறி

யவர்கள் நீக்ரோக்கள். அவர்களைவிட முன்னேறி உயர்ந்த தளத்தில் இருப்பவர்கள் வெள்ளையர்கள்” என்று எழுதுகிறார்.

“உச்சி முதல் உள்ளங்கால்வரை அந்தப் பயல் மிக மிகக் கறுப்பாக இருந்தான் என்பது மட்டுமே அவன் சொன்னது. எல்லாம் அபத்தம் என்பதை நிரூபிக்கப் போதுமாயிருந்தது” என்று எழுதுகிறார் இமானுவல் கான்ட். உரிமைகளும் சுதந்திரமும்கூட எல்லோருக்கும் எல்லாக் காலத்திலும் உரியன அல்ல என்பதுதான் யதார்த்தம்போலும்.

இந்த இரட்டை நிலைப்பாடு, ஊடக சுதந்திரம், அடிப் படை உரிமைகள் தொடர்பாகத் தாராளவாத ஜனநாயக அரசுகளில் இன்றுவரை தொடர்வதாகும்.

பயங்கரவாதத்திற்கெதிரான போர் என்ற சுலோகமும் கருத்தியலும் அடிப்படை உரிமைகளை வேரறுக்கிற ஒரு பேரா யுதமாக அரசுகள் பலவற்றால் பயன்படுத்தப்பட்டு வருகிறது. ஆளுங்கட்சிப் புத்திஜீவிகளும் அரசாங்கத்தின் ஊடகத் துறை அமைச்சர்களும் ஊடகத் துறையைக் கட்டுப்பாட்டில் வைத் திருக்கும் பெருநிதிநிறுவனங்களும் இவற்றை நியாயப்படுத்தி வருகின்றன.

2

1979 ஜூலை மாதத்திலிருந்தே பயங்கரவாதத் தடைச் சட்டமும் அவசரகால நிலையும் இலங்கையில் தீவிரமாக நடைமுறைப்படுத்தப்பட்டு வருகின்றன. இடையிடையே ஒரு சில ஆண்டுகள் இவை நடைமுறையில் இருந்திருக்கவில்லை என்றாலும் அவசரகாலநிலையின் கீழ் நீண்ட காலமாக ஆட்சி நடாத்துகிற அரசு இலங்கை அரசாகத்தான் இருக்க வேண்டும். விதிவிலக்காக அமைய வேண்டியதே விதியாக அமைகின்ற ஒரு அவலமான சூழல் இலங்கையில் நிலவுகின்றது. இலங்கை ஒரு ஜனநாயக அரசு என்பதை எத்தகைய கேள்விகளுக்கும் இடமில்லாமல் “சர்வதேசச் சமூக”மும் இந்திய அரசும் ஏற்றுக் கொண்டு நடப்பதால் ஊடக சுதந்திரங்களும் அடிப்படை உரிமைகளும் சிறுபான்மை மக்களின் வாழ்வுரிமையும் மோசமாக மீறப்படுகிறபோதும் போர்ச் சூழலில் இவை தவிர்க்க முடியாத வை எனவும் பயங்கரவாதிகளுக்கு எவ்வித உரிமையும் கிடையாது எனவும் நியாயப்படுத்தப்படுகிறது. எதிரிகளுக்கும் காட்டுமிராண்டிகளுக்கும் எந்த உரிமையும் கிடையாது என்பதே தாராளவாத ஜனநாயகத்தின் இரட்டை நிலைப்பாடாக இருக்கிறது.

இதுவரை காலமும் இலங்கையில் கொல்லப்பட்ட மற்றும் காணாமல்போன ஊடகவியலாளர்கள், எழுத்தாளர்களின்

எண்ணிக்கை மிக அதிகம். ஜனவரி 2006இலிருந்து டிசம்பர் 2008 வரை 20 ஊடகவியலாளர்கள் கொல்லப்பட்டிருக்கிறார் கள். இவர்களுள் மிகப் பெரும்பாலானோர் இலங்கை அரசப் படைகளாலும் இலங்கை அரசின் கொலைக் குழுக்களாலும் கொல்லப்பட்டவர்கள். 20க்கும் மேற்பட்ட அனுபவம்வாய்ந்த ஊடகவியலாளர்கள் அரசியல் தஞ்சம் கோரி வேறு நாடுகளுக்குச் சென்றுவிட்டார்கள். ஊடகவியலாளர்களுக்கு மிகவும் ஆபத்தான நாடு என்ற வரிசையில் முதல் இரண்டு இடங் களிலும் இருப்பவை ஈராக்கும் இலங்கையும்தான். காணாமல் போனோர் எண்ணிக்கையிலும் உலகின் முதலிடத்தில் இரண்டு இடங்களிலும் இருப்பவை இலங்கையும் ஈராக்கும்தான். எல்லை களற்ற செய்தியாளர்கள் (Reporters Sans Frontiers) அமைப்பு ஆண்டுதோறும் வெளியிட்டு வருகின்ற ஊடக சுதந்திர சுட்டெண் (Press Freedom Index) வரிசையில் 169 நாடுகளில் இலங்கை 153ஆம் இடத்தில் இருக்கிறது. இலங்கையை விட மிக அதிகப்படியான ஊடக சுதந்திரம் சவூதி அரேபியாவிலும் சிம்பாவேயிலும் கிர்க்கிஸ்தானிலும் இருக்கிறது என RSF தெரிவிக்கிறது.

கடந்த இரண்டு ஆண்டுகளிலும் குறிப்பாக இப்போதைய அரச அதிபர் மகிந்த ராஜபக்ச ஆட்சிக்கு வந்த பிற்பாடும் ஊடகவியலாளரதும் ஊடக சுதந்திரத்தினதும் நிலை பல மடங்கு மோசமாகிவிட்டது. இலங்கையின் வானொலி, தொலைக் காட்சி, அச்சு ஊடகங்களில் பெரும்பான்மையானவை அரசக் கட்டுப்பாட்டில் இயங்குபவை. எனினும் தனியார் வானொலி, தொலைக்காட்சி, செய்தித்தாள்கள் இயங்கி வந்துள்ளன. போர்ச் செய்திகள், சிறுபான்மை மக்களது உரிமைகள் என்பவற்றைப் பொறுத்தவரை ஆங்கில, சிங்கள மையநீரோட்ட ஊடகங்கள் எல்லாவகையான இலங்கை அரசுகளுக்கும் மிகுந்த விசுவாச மாகவே எப்போதும் தொழிற்பட்டு வந்துள்ளன. ஐக்கிய தேசியக் கட்சி ஆட்சியில் இல்லாத காலங்களில் மட்டும் சண்டே லீடர் சற்று விதிவிலக்காக இருந்தது என்று சொல்லலாம்.

மகிந்த ராஜபக்சவின் அரசில் ஊடகவியலாளர்களின் சுதந்திரம் ஒட்டுமொத்தமாகப் பறிக்கப்பட்டுவிட்டது. நேரடியான தணிக்கைமுறை பெருமளவுக்கு இல்லாவிட்டாலும் பத்திரிகை ஆசிரியர்களையும் ஊடகவியலாளர்களையும் நேரடியாகவே எச்சரிப்பது, அச்சமூட்டுவது ஆகிய நடவடிக்கைகளால் ஊடகத் துறைக்குப் பெரும் வாய்ப்பூட்டுப் போடப்பட்டுள்ளது. போரைப் பற்றிய தகவல்களையும் இராணுவத்தின் "குரல் தரவல்ல அதிகாரி" அவ்வப்போது தருகிற செய்திகளையும் மட்டும்தான் இலங்கை ஊடகவியலாளர்கள் எழுத வேண்டும் பிரசுரிக்க வேண்டும் என்ற நிலை இப்போது உள்ளது. இவற்றைச் சற்று

மீறினாலும் ஊடகவியலாளர்கள் கொல்லப்படுகிறார்கள் (லசந்த விக்ரமதுங்க) அல்லது அடித்து நொறுக்கப்படுகிறார்கள் (கீத் நொயார் – நேசன் ஆங்கில வாரஇதழ் போரியல் ஆய்வாளர்) அல்லது நாட்டைவிட்டு வெளியேறுகிறார்கள் (ரோஹித பாசண ஹிரு பத்திரிகை ஆசிரியர், நடராசா குருபரன், சூரியன் திவி செய்தி முகாமையாளர்).

பிரபல ஆங்கிலப் பத்திரிகையான சண்டே ரைம்சின் பத்தி எழுத்தாளரும் போரியல் ஆய்வாளருமான இக்பால் அத்தாஸ் சென்ற வாரம் நாட்டைவிட்டு வெளியேறியுள்ளார். அத்தாஸ் இலங்கை ஊடகங்களுக்கு மட்டுமல்லாமல் வெளி நாட்டு ஊடகங்களுக்கும் *Jane's Defence Weekly* போன்ற சஞ்சிகை களுக்கும் தொடர்ச்சியாக எழுதி வருபவர். ஊடகத் துறைக் காகச் சிறப்புப் பரிசுகள் பல பெற்றவர். இக்பால் அத்தாஸ் இலங்கைப் படையினருக்கும் அவர்களுடைய போருக்கும் ஆதரவான ஒரு ஊடகவியலாளர்தான். போரில் அரசு வெல்ல வேண்டும் என்பது அவரது விருப்பம் மட்டுமல்ல அவருடைய வேண்டுகோளுமாகும். எனினும் போர் நிலவரங்கள் பற்றியும் இரு தரப்புக்கும் ஏற்பட்டு வருகின்ற இழப்புகள் பற்றிச் சரியான விடயங்களை இயன்றவரை முழுமையாகவும் உண்மையாகவும் எழுத முயல்பவர் அவர்.

“பலியாகிவருகின்ற இராணுவத்தினரின் எண்ணிக்கை மிக அதிகம் எனினும் அந்த எண்ணிக்கையை என்னால் குறிப்பிட முடியாமல் இருக்கிறது. அதற்கான காரணம் வாசகர் களுக்குப் புரியும்” என்று எழுதியமைக்காகவே நாட்டைவிட்டு விரட்டப்பட்டுள்ளார். தன்னுடைய 40 வருட கால ஊடகத் துறை வாழ்வில் இவ்வளவு மோசமான நிலையைத் தான் ஒருபோதுமே சந்தித்திருக்கவில்லை. இவ்வளவு பயங்கரமான அச்சத்திற்கும் தான் இதுவரை ஆட்பட்டதில்லை என்றும் சொல்கிறார் இக்பால் அத்தாஸ்.

ஈழத்தமிழர்களின் மீது கட்டவிழ்த்துவிடப்பட்டிருக்கும் இந்தப் போர் உலக அளவில் மறக்கப்பட்ட ஒன்றாகும். கொல்லப் படுவோர் எண்ணிக்கையிலும் மானிட அவலத்திலும் உலகின் மிக மோசமான போர் என்று சர்வதேசத் தொண்டு நிறுவனங் களாலும் மனித உரிமை அமைப்புகளாலும் வர்ணிக்கப்படும் இந்தப் போர் பற்றிய சரியான விவரங்களையும் பொதுமக் களுக்கு ஏற்படும் பாரிய இழப்புகள் பற்றிய தகவல்களையும் களத்திலிருந்தும் தளத்தில் இருந்தும் தருவதற்கு எந்தச் சர்வதேச ஊடகமும் இல்லை.

ஊடகவியலாளர்களையும் தொண்டு நிறுவனங்களையும் ஐக்கிய நாடுகள் ஸ்தாபனங்களையும் போர்ப் பகுதிகளிலிருந்து

அரசாங்கம் எப்போதோ வெளியேற்றிவிட்டது. எந்த ஊடக வியலாளருமே அங்கே செல்வதற்கு அரசாங்கம் தடைவிதித்திருக் கிறது. உடன்படுகையாளர்களாகக்கூடப் (embedded) பத்திரிகை யாளர்கள் அங்கு இல்லை.

இந்த நிலையில் இப்போது உக்கிரமாக இடம்பெற்று வரும் வன்னிப் போர் குறித்து இந்தியாவின் ஆங்கில ஊடகங் களும் சர்வதேசச் செய்தி நிறுவனங்களான ஏ.பி, ஏ. எப்.பி, ரொய்ட்டர் போன்றவையும் தருகிற "தகவல்கள்" நிதானமாகச் சிந்திக்கிற எந்த வாசகரையும் ஊடகவியல், செய்தி அறிக்கை யிடல், ஊடகவியல் அறம் பற்றிய கேள்விகளை உரத்த குரலில் எழுப்பத் தூண்டும்.

இதுவரை காலப் போரில் கொல்லப்பட்டவர்களின் எண்ணிக்கை 70,000 என்பதே இந்த நிறுவனங்களின் கணக்கீடு. கடந்த பல ஆண்டுகளாக மாறாமல் இருந்துவந்த 65,000 என்பது இப்போது சற்றுக் கூடியுள்ளது. எனினும், Harvard Medical School, *Washington University* ஆய்வாளர்களின் தகவலின் படி *(Ziad Obermeyer, Christopher J.L. Murray, Emmanuela Gaidou)* இதுவரையான மோதல்களில் 2,15,000 பேர் கொல்லப்பட்டு உள்ளனர். 24,000 புலிகளையும் அதே எண்ணிக்கையான படை யினரையும் விட்டுவிட்டால் மற்றைய அனைவரும் பொதுமக்கள் தான். எனினும், இனத்துவ முரண்பாட்டின் மூலம், உண்மைத் தகவல்கள், பின்னணி பற்றியெல்லாம் எந்த அக்கறையும் இல்லாத சோம்பேறிப் பத்திரிகையாளர்களும் அவர்களுடைய அசையாப் புள்ளிவிவரங்களும்தான் பெரும் செய்தி நிறுவனங் களின் மையம்.

இலங்கையின் வடக்கு, கிழக்குப் பகுதிகளுக்குச் சுதந்திர மாகப் போய்வர எத்தகைய தடைகளும் இல்லாத காலத்திலும் கூட ஊடகவியலாளர்கள் பலர் இப்பகுதிகளுக்குச் செல்வ தில்லை. கொழும்பின் சொகுசான குடியிருப்புகளில் வாழ்ந்தபடி இராணுவத்தின் குரல் தரவல்ல அதிகாரிகள் சொல்வதை அப்படியே திருப்பி எழுதி அனுப்பிவிடுவதே வழமையாக இருந்து வருகிறது. வாய்பாடுபோல 'இப்படி இராணுவம் சொல்கிறது' என்ற ஒரு வரியைச் சேர்த்துவிடுவது மட்டும் ஊடக அறத்தை நியாயப்படுத்தும் என்பது அவர்களின் நம்பிக்கை யாக இருக்கிறது. எனினும் இதுபோன்ற பத்திரிகைகளும் வேறு பல இணையதளங்களும் இராணுவம் தருகின்ற செய்தி களை அப்படியே எழுதிவிடுவது மட்டுமன்றி அவற்றின் செய்தித் தலைப்புகள்கூட இலங்கை இராணுவத்தின் தகவல் அடிப்படை யிலேயே எழுதப்படுகின்றன. ஈராக் யுத்த காலகட்டங்களில் ஊடகத் துறையைக் கட்டுப்படுத்தவும் உடன்படுகையாளர் களாகவும் மாற்றுவதற்கு என்னென்ன முயற்சிகளை எல்லாம்

செய்ததோ அதே முயற்சிகளையும் அதே நடவடிக்கைகளையும் நாங்கள் இப்போது பார்க்க முடிகிறது. ஊடகத் துறையின் அடிப்படையான அறமான செய்தி மூலங்களைச் சரிபார்த்தல், மீளவும் மீளவும் உறுதிப்படுத்தல், பக்கச்சார்பின்மை, பொது மக்களின் நலன் போன்றவை காற்றில் பறக்கவிடப்படுகின்றன.

இந்தியாவின் ஆங்கில ஊடகங்களைப் பொறுத்தவரை ஹிண்டு ஆங்கில நாளிதழ் இலங்கைப் போர் பற்றியும் ஈழத் தமிழர்களின் தேசிய இனச் சிக்கல் பற்றியும் தருகிற செய்திகளும் வெளியிடும் கருத்துகளும் கட்டியெழுப்பும் மாயைகளும் ஊடக அறத்தைக் குரூரமான களிப்போடு மீறுகிற ஒரு நடவடிக்கையாக இருக்கிறது. ஹிண்டு பத்திரிகையின் இந்த நிலைப்பாட்டுக்கு நீண்ட வரலாறு இருந்தாலும் அண்மையில் இடம்பெற்ற இரண்டு நிகழ்வுகள் பற்றிக் குறிப்பிட வேண்டியிருக்கிறது.

கிளிநொச்சியை இலங்கைப் படையினர் ஆக்கிரமித்த பிற்பாடு இலங்கையின் தெற்குப் பகுதிகளில் நடைபெற்ற கொண்டாட்டங்களையும் களிக்கூட்டுகளையும் வரவேற்றுப் பேசிய அதிபர் மகிந்த ராஜபக்ச "தமிழ் பொதுமக்கள் ஒருவரையாவது கொல்லாமலேயே இந்தச் சாதனையை நாம் நிகழ்த்தியிருக்கிறோம்" என்று குறிப்பிட்டார். கிளிநொச்சி வெற்றிக்குப் பிற்பாடு இலங்கை அதிபரோடு தொலைபேசியில் பேட்டி கண்ட என். ராம் அவர்களிடம் இலங்கை அதிபர் இதே கருத்தைத் தெரிவித்திருந்தார் "அப்பாவிப் பொதுமக்கள் ஒருவரையாவது கொல்வதில்லை" *(zero civilain casualty policy)* என்பதே எனது கொள்கை என மீண்டும் வலியுறுத்தினார் இலங்கை அதிபர். ஏராளமான பொதுமக்களும் குழந்தைகளும் கொல்லப்பட்டமையும் ஆயிரக்கணக்கானோர் படுகாயமடைந்தமையும் மருத்துவ வசதிகளின்றி நூற்றுக்கணக்கானோர் இறந்தமையும் பரவலாக எல்லோருக்கும் தெரிந்த செய்தி என்றாலும் இவை பற்றிய எந்த உணர்வுமில்லாது இலங்கை அதிபரின் கருத்தை ஆமோதிக்கும் வகையில் ஹிந்து நாளிதழ் செய்தியைப் பிரசுரித்திருந்தது. கொல்லப்பட்டவர்களில் எவருமே பொதுமக்கள் அல்ல என்று வாதிடுவதானால் எல்லாப் பொதுமக்களும் புலிகள்தாம் என்பதைவிட வேறு தர்க்கம் இருக்க முடியாது. இலங்கை அதிபரும் இலங்கை அரசும் இந்த நிலைப்பாட்டில் இருப்பது பற்றி எவருக்கும் சந்தேகம் இருக்கத் தேவையில்லை. ஆனால் பொறுப்பான ஊடகங்கள் என்று பெயரெடுத்தவை இப்படிச் செய்ய முடியுமா?

இலங்கையில் சுதந்திர ஊடக இயக்கம் என்பது ஊடக சுதந்திரத்திற்காகப் போராடுகின்ற ஒரு முக்கியமான அமைப்பாகும். இதனுடன் சேர்ந்து இயங்கும் அமைப்புகளான

உழைக்கும் பத்திரிகையாளர் சங்கம், தமிழ் ஊடகவியலாளர் ஒன்றியம், முஸ்லிம் மீடியா போரம், ஊடகத் தொழிலாளர் களுக்கான தொழிற்சங்கங்களின் கூட்டமைப்பு என்பன ஊடக சுதந்திரத்தை முன்னெடுப்பதற்காகத் தொடர்ச்சியாக நடாத்தி வந்த போராட்டங்கள் மிகவும் துணிச்சலானவை மட்டுமல்ல, உலகளாவிய ஆதரவையும் பெற்றுவருபவை. மகிந்த அரசு பதவிக்கு வந்த பிற்பாடு சிறிலங்கா மாஸ் மீடியா சொசைற்றி *(Sri Lanka Mass Media Society)* என்னும் அமைப்பைத் தோற்று வித்தது. அரசினதும் ஆளுங்கட்சியினதும் எடுபிடிகளாலும் அடிவருடிகளாலும் தொண்டரடிப் பொடிகளாலும் உருவாக்கப் பட்ட இந்த அமைப்பு நவம்பர் 2008இல் ஒரு விருது விழாவை நடாத்தியது. அந்த விருது விழாவில் மிகச் சிறந்த இலங்கைப் பத்திரிகையாக சண்டே ரைம்ஸ் தேர்ந்தெடுக்கப்பட்டது. ஆசியா வில் சிறந்த ஊடகவியலாளர் என்ற விருது என். ராமுக்கு வழங்கப்பட்டது. சண்டே ரைம்ஸ் வார இதழ் இந்த விருதை வாங்க மறுத்ததோடு அரசாங்கத்துடன் சேர்ந்து இயங்குகின்ற எந்த ஊடக நிறுவனமும் தருகிற விருதை ஏற்றுக்கொள்ளத் தயாராக இல்லை என்றும் ஊடகவியலாளர்மீது நடைபெறும் தாக்குதல்களை மூடிமறைப்பதற்காகவே இந்த விழாவும் விருது வழங்கலும் நடைபெறுகின்றன என்று காட்டமாக விமர்சித் திருந்தது. ஆனால் தனக்கான விருதை நேரில் சென்று பெற்றுக் கொண்டது மட்டுமல்லாமல் "சமாதான முன்னெடுப்புகளில் ஊடகத் துறையின் பொறுப்பு" என்னும் பொருள் பற்றிப் பேருரை ஆற்றினார் என். ராம். தாராளவாத ஜனநாயகத்தின் ஊடக முகத்திற்கும் இரட்டை நிலைப்பாட்டிற்கும் இதை விடச் சிறப்பான தற்கால எடுத்துக்காட்டுகள் வேறு எதுவும் இருப்பதாகத் தெரியவில்லை.

3

படுகொலைகளுக்கும் சித்திரவதைகளுக்கும் அப்பால் இலங்கையின் ஊடகச் சூழல் சார்ந்து இன்னுமொரு முக்கிய மான கேள்வியையும் நாங்கள் எழுப்ப வேண்டியிருக்கிறது. ஒரு ஊடகவியலாளர் கட்சி சார்ந்து அல்லது அரசு சார்ந்து அல்லது இயக்கம் சார்ந்து செயற்படுகிறபோது, அவர் கொல்லப் பட்டால் அல்லது காணாமல் போனால் அதனை நாங்கள் எப்படி அணுகுவது?

சின்ன பாலா என்றழைக்கப்படும் பாலநடராஜஐயர் முன்னாள் ஈரோஸ் போராளி, எழுத்தாளர், இளையவன் என்ற பெயரில் பல நல்ல சிறுகதைகள் எழுதியிருப்பவர். பிற்பாடு டக்ளஸ் தேவானந்தா தலைமையில் இயங்குகின்ற ஈபிடிபியின் வார இதழான தினமுரசுக்குப் பொறுப்பாக

இருந்தவர். இவர் விடுதலைப் புலிகளால் 2004 ஒகஸ்ட் மாதம் கொழும்பில் சுட்டுக் கொல்லப்பட்டார்.

2007 நவ. 27 அன்று புலிகளின் குரல் வானொலி நிலையத்தை இலங்கை விமானப்படை குண்டு வீசித் தாக்கியபோது இசை விழி செம்பியன், ரி. தர்மலிங்கம், சுரேஸ் என்ற மூன்று ஊடக வியலாளர்கள் கொல்லப்பட்டார்கள்.

இவர்களைவிடக் கேதீஸ் லோகநாதன் (சத்யா என்ற பெயரில் பத்தி எழுத்தாளராக இருந்தவர்; மாற்றுக் கொள்கை களுக்கான நிலையத்தில் பணிபுரிந்து பின்னர் இலங்கை அரசின் சமாதானச் செயலகத்தில் உயர் பதவியில் சேர்ந்தவர்) போன்ற பலர் கொல்லப்பட்டுள்ளனர்.

தங்களுடைய அமைப்புக்குச் சாதகமாகச் செயல்பட்ட வர்கள் அல்லது தங்களது அமைப்பை ஆதரித்தோர் என்ற காரணங்களுக்காக மட்டுமே சில ஊடகவியலாளரின் படு கொலைகளைக் கண்டிப்பதும் ஏனைய படுகொலைகளையிட்டு மௌனமாக இருப்பது அல்லது நியாயப்படுத்துகிற ஒரு போக்கு நம் மத்தியில் ஆழமாக இருக்கிறது. அல் ஜசீரா மீதான அமெரிக்காவின் தாக்குதல்கள், பாலஸ்தீன ஊடகத் துறையின் மீதான இஸ்ரேலின் தாக்குதல்கள் போன்றவற்றைக் காரணம் காட்டி இவையெல்லாம் தவிர்க்க முடியாதவை என்று அமைதிகொள்ள முடியாது.

எந்த அமைப்பு சார்ந்து இருந்தாலும் ஊடகவியலாளர் களின் படுகொலை அனுமதிக்கப்பட முடியாதது. நியாயப் படுத்தப்பட முடியாதது. இது பொதுவான அரசியல் அறத்தின் பால்பட்டது மட்டுமல்ல, போர் அறத்தின்பால்பட்டதுமாகும். தமிழீழத் தேசியத்தை உணர்வுபூர்வமாக வலியுறுத்துபவர்களும் விடுதலைப் புலிகளை விமர்சனமற்று ஆதரிப்பவர்களும் நிமலராஜன், நடேசன், சிவராம் ஆகிய ஊடகவியலாளர்களின் கொலைகளைப் பற்றி மிகுந்த கண்டனம் தெரிவித்தார்கள். நிமலராஜனும் நடேசனும் சிவராமும் ஒருவகையில் ஈழத்தமிழ்த் தேசியத்தின் ஊடகத் தியாகச் சின்னங்களாக மாறி விட்டார்கள். விடுதலைப் புலிகளாலும் ஏனைய இயக்கங்களாலும் கொல்லப் பட்ட பத்திரிகையாளர்கள், எழுத்தாளர்களைப் பற்றி இவர்கள் கண்டுகொள்வது கிடையாது. மறுபுறமாக விடுதலைப் புலி களுக்கு எதிராக அரசாங்கத்துடன் இணைந்து செயற்படுகிற கட்சிகளும் அமைப்புகளும் புலிகளால் கொலை செய்யப் பட்ட ஊடகவியலாளர்களை மட்டும் தமது தியாகச் சின்னங் களாக உயர்த்திப் பிடிக்கிறார்கள். மற்ற தரப்பையும் மாற்றுத் தரப்பையும் சேர்ந்த ஊடகவியலாளர்களைக் கொல்வது அல்லது அவர்கள் கொல்லப்படும்போது அதை நியாயப் படுத்துவது வழமையாகிவிட்டது.

ஊடகவியலாளர்கள் என்ற முறையில் எத்தரப்பைச் சார்ந்த ஊடகவியலாளர்களும் கொல்லப்படுகிறபோது அல்லது காணாமல்போகிறபோது அதற்கெதிராகக் குரல் எழுப்ப வேண்டிய தார்மீகப் பொறுப்பு எல்லா ஊடகவியலாளர்களுக்கும் இருக்க வேண்டும். இது இலட்சியம் சார்ந்த நிலைப்பாடு மட்டுமல்ல அரசியல் கடப்பாடும் ஆகும்.

இலங்கைச் சூழலில் இப்போது இவற்றை எதிர்பார்ப்பவர்கள் யாராவது இருக்கிறார்களா?

நாலு வார்த்தை பேச விடு; எழுத விடு!

இதழ் 110, பிப்ரவரி 2009

பிரசுரித்துப் பாழாய்ப் போனவர்களின் வரலாறு

சிவநம்பி சண்முகன்

அதிகாரத்திற்கும் ஊடக சுதந்திரத்திற்குமான உறவு ஒருபோதும் சமாந்தரமானதாக இருந்ததில்லை. வரலாறு முழுக்க அவை எப்போதுமே நேரெதிரானவையாகவே இருந்துவந்திருக்கின்றன. ஊடக சுதந்திரம் என்பது அடிப்படை மானுட உரிமைகளில் ஒன்றான கருத்து வெளிப்பாட்டுச் சுதந்திரத்தின் இன்றியமையாத ஒரு பகுதியாகும். கருத்து வெளிப்பாட்டுச் சுதந்திரம் என்பது உண்மையான ஜனநாயகத்தின் ஒரு முக்கிய அம்சம். ஜனநாயகத்தின் அடிப்படைப் பன்மைத்துவம். பல இன மக்கள், பல மொழிகள், பல மதங்கள், பல பண்பாடுகள் என அது ஆயிரம் பூக்களாய் விரியும்.

இந்தப் பன்மைத்துவம் எங்கெல்லாம் மறுக்கப்படுகிறதோ எங்கெல்லாம் இந்தப் பன்மைத்துவத்திற்கு எதிராக ஏகத்துவம் வலியுறுத்தப்படுகிறதோ அங்கு எல்லாவகையான சுதந்திரங்களுக்கும் நெருக்கடி வந்துவிடுகிறது. இலங்கையில் ஒற்றையாட்சியும் சிங்களவர்களுக்கு மட்டுமேயான அரசியலதிகாரம் என்ற அரசியல் வழிமுறையும் பெரும்பான்மையான ஊடகங்களை அரசே கட்டுப்படுத்தி வருவதும் பன்மைத்துவத்தை மறுதலித்துவிடுகின்றன. அரசு தனது வளர்ச்சிப்போக்கில் தனது அதிகாரத்தை வலுப்படுத்திக்கொள்வதற்கும் நியாயப்படுத்துவதற்கும் முதலில் கைவைப்பது ஊடக சுதந்திரத்தின் மீதுதான். இது தொடர்ச்சியாக நடந்துவருகிற ஒன்று. மறுபுறத்தில் தேசிய விடுதலைப் போராட்டத்துக்காகக் களமிறங்கிய அமைப்புகளும் தமது அதிகாரத்தை நிலைநிறுத்திக்கொள்வதற்காகவும் தமது வழி

முறையை நியாயப்படுத்துவதற்காகவும் ஊடகங்களின் கழுத்தை நெரிக்கத் தயங்கியதில்லை. இன முரண்பாடு உக்கிரமடைந்த கடந்த மூன்று தசாப்தத்துள்ளும் ஊடகத் துறை இவ்விரண்டு தரப்பினராலுமே பல்வேறு நெருக்கடிகளை எதிர்கொண்டு தான் வந்துள்ளது. எனினும் இன்றைய நிலையில் இலங்கை யின் ஊடக சுதந்திரத்துக்குச் சாவுமணி அடிக்கிற வேலையை ஊக்கமுடன் செய்துவருவது மகிந்த ராஜபக்சவின் அரசாகும்.

1981இல் யாழ்ப்பாணத்திலிருந்து வெளியான நாளிதழான ஈழநாடு எரிப்புடன் ஆரம்பித்த இந்த வன்முறை ஓகஸ்ட் 2006இல் நமது ஈழநாடு நாளிதழின் பணிப்பாளரான சிவமகா ராஜாவின் படுகொலைவரை தொடர்வது ஒரு காலகட்டம். யாழ்ப்பாணத்திலிருந்து வெளியான ஈழநாடு ஒரு முக்கியமான நாளிதழாகும். இலங்கையிலே யாழில் மட்டும்தான் செழிப்பான ஒரு மாநிலப் பத்திரிகை உலகு இருந்தது. ஈழநாட்டை எரித்தவர் கள் இலங்கைப் படையினர். பிற்பாடு, 1987இல் யாழில் இருந்து வெளியான சற்றர்டே ரிவியூ வார இதழின் பணிமனையின் மீது இலங்கை விமானப் படை குண்டு வீசியது.

இந்தியப் படை இங்கு அதிகாரத்தைத் தம் கையிலும் மக்களைத் தம் காலின் கீழும் வைத்திருந்த காலகட்டத்தில் ஐ. சண்முகலிங்கத்தை இழந்திருக்கிறோம். சண்முகலிங்கம் பண்பட்ட ஊடகவியலாளர். இந்தியப் படைகளும் ஈழ மக்கள் புரட்சிகர விடுதலை முன்னணியும் கோலோச்சிய காலங்களில் ஈழநாடு நாளிதழையும் அதன் ஆசிரியர்களையும் மாதக் கணக் காகத் தடுத்துவைத்திருந்து விடிவு என்னும் பெயரில் நாளிதழ் ஒன்றை வெளியிட்டனர். தடுத்து வைக்கப்பட்டு வேலை வாங்கப் பட்ட ஒருவர்தான் சண்முகலிங்கம். தடுப்புக் காவலில் இருந்து விடுவிக்கப்பட்ட போது புலிகளால் ‘அழைத்துச்’ செல்லப்பட்ட சண்முகலிங்கம் திரும்பி வரவில்லை.

ஈழமுரசு முகாமையாளர் அமிர்தலிங்கத்தை இழந்திருக் கிறோம். முரசொலி ஆசிரியர் திருச்செல்வத்தின் மகனை இந்தியப் படையினருடன் இணைந்து ‘பணி’புரிந்த ஈழ மக்கள் புரட்சிகர விடுதலை முன்னணியினர் கொன்றனர். 1987இல் இந்தியப் படைகளுக்கும் விடுதலைப்புலிகளுக்கும் போர் மூண்ட போது, இந்தியப் படை முதலில் செய்த தாக்குதல் ஈழமுரசு மற்றும் முரசொலி அலுவலகங்களைக் குண்டு வைத்துத் தகர்த்தது தான்.

இந்து நாளிதழ் இதைப் பற்றிச் செய்தி எழுதியபோது பின்வருமாறு தெரிவித்திருந்தது: “புலிகளின் ஊடகங்களை இந்திய அமைதிகாக்கும் படையினர் முதலில் அமைதிப் படுத்தினர்.”

ஊடக சுதந்திரம் பற்றிய பேச்சே இல்லை!

இந்தியப் படையை வெளியேற்றப்போவதாகக் கூறி ஆட்சிக்குவந்த பிரேமதாசவின் காலத்தில் ஊடக சுதந்திரத்தின் மீதான சுருக்குக் கயிறு இன்னும் இறுகியது. 1971இல் அரசுக் கெதிராக நடாத்திய கிளர்ச்சியில் தோல்வியடைந்த மக்கள் விடுதலை முன்னணி (ஜேவிபி மீண்டும் ஒரு கிளர்ச்சியை ஆரம்பித்த காலம் இந்த 1987 – 1989 காலகட்டம்.) அரசுக் கெதிராகக் கிளர்ச்சி செய்தார்கள் என்ற காரணத்தால் ஏறத் தாழ 20ஆயிரம் சிங்கள இளைஞர்கள் காணாமல்போயினர். தெருக்கள் தோறும் கழுத்தில் ரப்பர் டயர் சகிதம் இளைஞர்கள் எரிந்தார்கள்; ஆறுகள் எங்கும் சடலங்களாக மிதந்தார்கள்.

இவை குறித்துக் கேள்வியெழுப்பிய ஊடகவியலாளர் களும் ஊடகங்களும் அச்சுறுத்தலுக்கும் நெருக்கடிக்கும் ஆளானார்கள். 1990இல் சிறப்பான பத்திரிகையாளரும் நடிகரும் கவிஞருமான றிச்சர்ட் டி சொய்சா சுட்டுக் கொல்லப்பட்டார். சரிநிகரின் ஆரம்பகால உறுப்பினரும் செய்தியாளருமான குகமூர்த்தி ‘காணாமல்’போகிறார். கம்யூனிச இதழான அத்தவின் கேலிச் சித்திரக்காரர் யூனுஸ் கத்திக் குத்துக்கு ஆளாகிறார். சுனந்த தேசப்ரிய ஆசிரியராக இருந்த யுக்திய என்கிற சிங்கள மாற்றுப் பத்திரிகையின் அச்சகம் தீயிட்டுக் கொளுத்தப்படுகிறது.

ஒருவகையில் தென்னிலங்கையின் கொலையுதிர் காலமாக இருந்தது இந்தக் காலம். சிங்கள இளைஞர் மீதான படுகொலை களால் அழிவுற்றும் நலிவுற்றும் இருந்த மக்களின் கண்ணீரும் குருதியும் 1994இல் சந்திரிகாவின் சிம்மாசனத்திற்குக் கால் களாயின. வலதுசாரிகளும் இடதுசாரிகளும் அவர் சவாரி விட்ட குதிரைகளாயின. அவருக்கு முன்பிருந்த ஐக்கிய தேசியக் கட்சி ஆட்சியில் மக்கள் உதிர்த்த கண்ணீரும் குருதியும் காய் வதற்குள் சந்திரிகா சாட்டையைக் கையிலெடுத்தார். அவருடைய ஆட்சிக்காலத்தில்தான் மிக அதிக காலத்திற்கு ஊடகங்கள் மீதான தணிக்கை அமலில் இருந்தது. ஊடகவியலாளர்கள் அச்சுறுத்தலுக்குள்ளானார்கள். சண்டே ரைம்சின் பாதுகாப்புப் பத்தி எழுத்தாளரான இக்பால் அத்தாஸ் வீட்டிற்கு மரண மலர்ச்செண்டு அனுப்பியது அவருடைய அரசாங்கம். ரோகண குமார என்னும் ஊடகவியலாளரைக் கொன்றுபோட்டனர் அவரது மெய்ப் பாதுகாவலர்கள்.

2000ஆம் ஆண்டின் புதிய கொலையுதிர் காலம் யாழ்ப் பாணத்தின் ஊடகவியலாளரான நிமல்ராஜன் படுகொலை யுடன் ஆரம்பமானது. 2000ஆம் ஆண்டு ஒக்டோபர் 19ஆம் திகதி இரவு அவர் கொல்லப்பட்டார். யாழ்ப்பாணத்தில் ஊரடங்குச் சட்டம் அமலில் இருந்தவேளையில் அவருடைய

வீட்டிலிருந்து இருபக்கமும் கூப்பிடு தொலைவில் இராணுவக் காவலரண்கள் இருந்த நிலையில் அவர் சுட்டுக் கொல்லப் பட்டார். பிபிஸி, சிங்கள மாற்றுப் பத்திரிகையான ராவய ஆகியவற்றின் செய்தியாளராகவும் வட இலங்கைப் பத்திரிகை யாளர் சங்கத்தின் செயலாளராகவும் இருந்தவர் அவர்.

சர்வதேச ஊடக அமைப்புகளின் நெருக்கடியால் முன் னெடுக்கப்பட்ட இவரது படுகொலை தொடர்பாக விசாரணை கள் பின்னர் கிடப்பில் போடப்பட்டவையாகிவிட்டன. கடந்த எட்டு வருடங்களிலும் இந்தப் படுகொலை விசாரணைகள் தொடர்பாக எழுப்பப்பட்ட எந்தக் கேள்விக்கும் எந்தத் திருப்தி கரமான பதிலும் கிடைக்கவில்லை.

2002இல் சமாதான ஒப்பந்தம் கைச்சாத்தான பிற்பாடு கிழக்கில் மட்டக்களப்பில் 2004 மே 31இல் வீரகேசரி பத்திரிகை யின் கிழக்கு மாகாணச் செய்தியாளராக இருந்த அய்யாத்துரை நடேசன் (50) கொல்லப்பட்டார். 2005இல் தமிழ்நெற் ஆசிரியரான தர்மரட்ணம் சிவராம் (தராக்கி) கொல்லப்பட்டார். பம்பலப் பிட்டியில் வைத்து ஏப்ரல் 28 இரவு அவரைக் கடத்திய கொலை யாளிகள் அதியுயர் பாதுகாப்பு வலயமாக உள்ள சிறிலங்காவின் பாராளுமன்றத்திற்குப் பின்புறமாக அன்றிரவே அவரது சடலத்தை வீசியெறிந்துவிட்டிருந்தனர். இவரது கொலைக்குப் பயன்படுத்தியதாகக் கூறப்படும் வாகனம் பிடிபட்டது. அவர் பயன்படுத்திய தொலைபேசியின் சிம் கார்டுடன் ஒருவர் கைதுசெய்யப்பட்டார். மூன்று வருடங்கள் கடந்தும் கொலை யாளிகள் யார் என்பது இதுவரை கண்டுபிடிக்கப்படவே யில்லை.

திருகோணமலையில் ஐந்து மாணவர்கள் படையினரால் படுகொலைசெய்யப்பட்டது சம்பந்தமான புகைப்படங்களை யும் தகவல்களையும் அறிக்கையிட்ட சுப்பிரமணியம் சுகிர்த ராஜன் ஜனவரி 2006இல் படுகொலை செய்யப்பட்டார். இதே காலப்பகுதியில் சம்பத் லக்மால் என்ற சிங்கள ஊடகவி யலாளனும் படுகொலை செய்யப்படுகிறான்.

சரிநிகர் பத்திரிகையின் ஊடகவியலாளரும் கவிஞரும் நிலம் என்கிற சஞ்சிகையின் ஆசிரியருமான சந்திரபோஸ் சுதாகர் (32), 2007இல் வவுனியாவில் அவரது வீட்டில் மகனுடன் உறங்கிக்கொண்டிருந்தபோது, படுகொலை செய்யப்பட்டார். அவரது வீட்டிற்குச் செல்லும் வழியிலும் இராணுவக் காவலரண் ஒன்று இருந்தது. கொலையாளிகள் அதைக் கடந்துதான் செல்ல வேண்டும். ஆனாலும் இதுவரை கொலையாளிகள் யார் எனத் தெரியவில்லை என்று கைவிரித்துவிட்டது அரசாங்கம். இதே போன்று யாழ்ப்பாணத்தில் செய்தியாளராக இருந்த

ரஜிவர்மன் 2007 ஏப்ரல் 29இல் படுகொலை செய்யப்பட்டுள்ளார். யாழ்ப்பாணத்தில் சக்தி தொலைக்காட்சிச் சேவையின் செய்தி யாளராக இருந்த பரநிருபசிங்கம் தேவகுமார் 2008 மே 28இல் படுகொலை செய்யப்படுகிறார்.

ஏற்கெனவே கொல்லப்பட்ட நிமல்ராஜன், குகமூர்த்தி ஆகியோருடைய படுகொலைகளோடு வானொலி அறிவிப் பாளராக இருந்த கே.எஸ். ராஜா, தினமுரசு ஆசிரியரும் நாடாளு மன்ற உறுப்பினருமான அற்புதராஜா நடராஜா (அற்புதன்) ஆகியோரின் கொலைகள் தொடர்பாக அரசாங்கத்துடன் சேர்ந்து இயங்கும் ஈபிடிபிமீது ஊடக அமைப்புகள் குற்றஞ் சாட்டியிருந்தன.

வானொலிக் கலைஞராக இருந்த கணேசபிள்ளை, அன்ரனி ஜேசுதாசன், ரேலங்கி செல்வராஜா, பாலநடராஜ ஐயர் (சின்ன பாலா) ஆகியோருடைய கொலைகள் தொடர்பில் விடுதலைப் புலிகள்மீது குற்றஞ்சாட்டப்பட்டிருந்தது.

மகிந்த ராஜபக்ச அரசாங்கத்தின் வருகை ஊடக சுதந் திரத்தின் மீதான நெருக்கடியைப் பயங்கரமான இன்னொரு தளத்திற்கு நகர்த்தியது.

ஊடக உரிமையாளர்கள் மற்றும் ஆசிரியர்களுடன் கடுமை யான தொனியுடனான உரையாடலினூடாகத் தாம் விரும்பி யவாறு ஊடகங்கள் செயல்பட நிர்ப்பந்திக்கும் போக்கு ஆரம் பித்தது. அதற்குச் சாத்தியமில்லாதபோது, தமது முகவர்களின் ஊடாக அத்தகைய நிறுவனங்களை விலைகொடுத்து வாங்கி விடுவதும் நடந்தது. நேசன் என்ற ஆங்கிலப் பத்திரிகை அவ்வாறு வாங்கப்பட்டிருந்தது. அதுவும் சாத்தியமில்லாதபோது கொலைக் குழுக்களைக் கையாண்டு எச்சரிப்பது, தாக்குவது, படுகொலை செய்வது என அது வியாபித்தது.

சண்டே ஸ்ரான்டர்ட் என்னும் ஆங்கிலப் பத்திரிகையும் மௌபிம என்னும் சிங்களப் பத்திரிகையும் மகிந்த ராஜபக்சவின் அரசு நடாத்தும் போருக்கு எதிராகவும் போரில் அப்பாவி மக்கள் கொல்லப்படுவது தொடர்பாகவும் காட்டமாக அறிக்கை களை வெளியிட்டதோடு சிறுபான்மையின மக்களின் அரசியல் உரிமைகள் குறித்தும் வலியுறுத்தி வந்தன. இதனால் சீற்றம் கொண்ட அரசாங்கம் அதற்குத் தொல்லை கொடுக்க ஆரம் பித்தது. மௌபிமவின் ஊடகவியலாளராக இருந்த பரமேஸ்வரி என்பவரை விடுதலைப் புலிகளின் தற்கொலைப் போராளி யோடு தொடர்புடையவர் என்கிற குற்றச்சாட்டின் கீழ்க் கைதுசெய்து சிறையிலடைத்தது. அப்பத்திரிகையின் நிதி முகாமையாளரான துஸ்யந்த பஸ்நாயக்கா என்பவரைக் கைது

செய்து சிறையிலடைத்தது. அதன் வங்கிக் கணக்குகளை முடக்கியது. வங்கிக் கணக்குகள் முடக்கப்பட்டதால் பத்திரிகையை நடாத்த முடியாமல் அவ்விரு பத்திரிகைகளையும் மூட வேண்டிய நிர்ப்பந்தத்திற்கு ஆளானது அந்நிறுவனம். பத்திரிகைகள் மூடப்பட்ட பின்னர் குற்றச்சாட்டுகள் ஏதும் நிரூபிக்கப்படாமலே கைதுசெய்யப்பட்டவர்கள் விடுவிக்கப்பட்டார்கள். இது நடந்தது 2007 மார்ச்சில். 2006 ஒகஸ்ட்டில் யாழ்ப்பாணத்திலிருந்து வெளியான நமது ஈழநாடு பத்திரிகையின் பணிப்பாளரான சிவமகாராஜா சுட்டுக்கொல்லப்பட்டதோடு அப்பத்திரிகை மூடப்பட வேண்டியதாயிற்று. அதில் கடமையாற்றிய நூற்றுக்கு மேற்பட்ட ஊழியர்கள் நடுத்தெருவில் விடப்பட்டார்கள்.

இதேபோல் யாழ்ப்பாணத்திலிருந்து வெளியான உதயன் பத்திரிகை பலமுறை தாக்குதலுக்கு இலக்காகியது. அதன் ஊழியர்கள், பத்திரிகை விநியோகிப்பவர்கள் என ஐந்துக்கு மேற்பட்டோர் படுகொலைசெய்யப்பட்டிருக்கிறார்கள். இரு வாரங்களுக்கு முன்னர் கொழும்பில் மகாராஜா நிறுவனத்துக்குச் சொந்தமான எம்ரிவி நிறுவனத்தினுள் ஆயுததாரிகள் புகுந்து தாக்கியதுபோல, 2006 மே இரண்டில் யாழ்ப்பாணத்திலிருந்து வெளியாகும் உதயன் பத்திரிகை நிறுவனத்தினுள்ளும் ஆயுததாரிகள் புகுந்து தாக்குதல் நடாத்தியுள்ளார்கள். இச்சம்பவத்தில் அதன் இரு ஊழியர்கள் கொல்லப்பட்டுள்ளார்கள். அலுவலகம் சேதமடைந்தது.

இது தவிரக் கொழும்பில் ஊடகவியலாளர்களான நாமல் பெரேரா, கெய்த் நொயார் போன்றோர் அரசின் கொலைக் குழுக்களால் கடும் தாக்குதலுக்கு உள்ளானார்கள்.

அரசுத் தொலைக்காட்சி நிறுவனமான ரூபவாஹினியுள் அமைச்சர் மேர்வின் சில்வா தனது அடியாட்களுடன் நுழைந்து செய்தியாசிரியரைத் தாக்கியபோது, ரூபவாஹினி ஊடகவியலாளர்கள் அமைச்சரை அறையொன்றினுள் வைத்துப் பூட்டிவிட்டனர். பின்னர் அரசத் தரப்பு அமைச்சர்கள் சமரசம் செய்து அமைச்சரும் அவரது அடியாட்களும் விடுவிக்கப்பட்டு வெளியில் அழைத்து வரப்பட்டனர். அமைச்சர் அங்கு நடந்து கொண்ட விதம் அனைத்துத் தொலைக்காட்சிகளிலும் நேரடி நிகழ்ச்சியாகக் காட்டப்பட்டது.

பின்னர் இச்சம்பவத்துடன் தொடர்புடையவர்கள் தொடர்ச்சியாகக் குறிவைத்துத் தாக்கப்பட்டனர். நீதிமன்றம் அமைச்சரையும் அவரது அடியாட்களையும் கைதுசெய்யப் பிடியாணை பிறப்பித்திருந்தும்கூட வழமைபோல அரசக் காவல் துறை முறைப்பாடுசெய்த ரூபவாஹினி ஊழியர்களையே

கைதுசெய்து விசாரணை என்னும் பெயரில் நெருக்கடி கொடுத்தது.

2008 மார்ச் ஆறாம் திகதி அவுட்றீச் என்கிற இணையதள உரிமையாளரான ஜசிதரனும் எம்ரிவி தொலைக்காட்சியில் பணியாற்றிய அவரது துணைவியாரான வளர்மதியும் கைது செய்யப்பட்டனர். ஜசிதரன் ஆரம்பத்தில் சரிநிகர் இதழின் மட்டக்களப்பு செய்தியாளராகக் கடமைபுரிந்தவர். ஏழாம் திகதி அதன் ஆசிரியரான ஜே.எஸ். திசநாயகம் கைதுசெய்யப்படு கிறார். எட்டாம் திகதி சரிநிகர் ஆசிரியரான சிவகுமார் விசாரணைக்கு அழைக்கப்படுகிறார். அவுட்றீச்இல் பணியாற்றிய மேலும் மூன்று ஊழியர்கள் கைதுசெய்யப்பட்டு விசாரணைக் குள்ளாகின்றனர்.

திசநாயகம், ஜசிதரன், வளர்மதி ஆகியோர்மீது எவ்விதக் குற்றச்சாட்டுகளும் சுமத்தப்படாமலே நீண்டகாலம் தடுத்து வைக்கப்பட்டிருந்தனர். இக்கால கட்டத்தில் அவர்கள் கடும் சித்திரவதைக்குள்ளானதாக ஊடக அமைப்புகள் சுட்டிக்காட்டி யுள்ளன. அவர்களை விடுவிக்கக் கோரி நடாத்தப்பட்ட போராட்டங்களையடுத்து, பயங்கரவாதத் தடைச் சட்டத்தின் கீழும் அவசரகாலச் சட்டத்தின் கீழும் அவர்கள்மீது வழக்குத் தொடர்ந்துள்ளது அரசு.

அதேவேளை அவர்களுக்காதரவான போராட்டங்களை மழுங்கடிக்கும் வகையில் அவர்களுக்குப் புலிகளுடன் தொடர் பிருப்பதாகத் தொடர் பிரச்சாரங்களையும் முன்னெடுத்து வருகிறது.

அரசுக்கு எதிரான விமர்சனங்களை முன்வைப்போரைப் புலிகளுடைய ஆதரவாளர்களாகச் சித்திரிக்கும் வழிமுறை யினூடாக அவர்கள் தேசத் துரோகிகள் என நம்பவைக்கிற ஒரு பிரச்சாரத் தந்திரத்தை அரசாங்கம் கைக்கொள்ள ஆரம்பித்தது. போரில் கிடைக்கும் வெற்றிகள் இதற்குப் பலம் சேர்த்தன.

இந்த வழிமுறையைத்தான் எம்ரிவி தொடர்பாகவும் அரசாங்கம் கையாண்டது. புலிகளுக்கு ஆதரவானது என்கிற ஒரு விடயமே அதன்மீதான தாக்குதலை நியாயப்படுத்திவிடும் என அது நம்புகிறது. பயங்கரவாதப் பத்திரிகை, பயங்கரவாதத் தொலைக்காட்சி என்னும் சொற்றொடர்கள் இப்போது அரசின் தாரகமந்திரங்களாகிவிட்டன. இதே வழிமுறையையே ஜனவரி எட்டாம் திகதி சண்டே லீடர் ஆசிரியர் லசந்தவைப் படுகொலை செய்யவும் அரசு பயன்படுத்தியது. கொலை நடந்து பத்து நாட்களுக்கு மேலாகியும் விசாரணைகளில் எந்தவித

முன்னேற்றத்தையும் காண முடியவில்லை. அது நடைபெறப் போவதும் இல்லை. படுகொலைகள் தொடரப் போவதற்கான அறிகுறிகளே எஞ்சியிருக்கின்றன.

இரண்டு தினங்களுக்கு முன்னரான ஜனாதிபதி மகிந்த ராஜபக்சவின் பேச்சு இந்தப் படுகொலைகள் இத்துடன் நிற்கப் போவதில்லை என்பதை உணர்த்துவதாக இருக்கின்றன. அவர் சொல்கிறார்:

"பயங்கரவாதிகளைத் தோற்கடித்தாயிற்று. இனி அவர்கள் குறித்து அஞ்சத் தேவையில்லை. ஆனால் பயங்கரவாதிகளுக்கு ஆதரவான சக்திகள் குறித்து நாம் விழிப்பாக இருப்பது அவசியம். தேசபக்தியைவிட முக்கியமான பத்திரிகை தர்மம் எதுவுமில்லை."

தேசபக்தி என்பது அயோக்கியர்களின் கடைசிப் புகலிடமல்ல; இலங்கையில் அதுதான் முதல் புகலிடம் என்று சொல்லத் தோன்றுகிறது.

புலிகள் ஒழிக்கப்படுவது மட்டுமல்ல, தமிழ் மக்களுடைய அரசியல் உரிமைகள் குறித்துப் பேசுபவர்கள் அவர்கள் தமிழராக இருந்தால் என்ன, சிங்களவராக இருந்தால் என்ன அரசு தனது கவனத்தைச் செலுத்த ஆரம்பித்திருக்கிறது என்பதை உணர்த்த மேலே எடுத்துக்காட்டிய கூற்று போதுமானது.

இதுவரையான இருபது கொலைகள் தொடர்பான எவ்வித மான விசாரணைகளும் எவ்வித உண்மைகளையும் வெளிக் கொணராததுபோல, குற்றவாளிகளை இனம்காட்டாதது போலத் தொடரப்போகும் படுகொலைகளின் சூத்திரதாரி களும் கொல்லப்படுபவர்கள் புலி ஆதரவாளர்கள் என்கிற பிரச்சாரத்தினுள் மறைக்கப்பட்டுவிடுவார்கள்.

பேராதனைப்பல்கலைக் கழகத்தைச் சேர்ந்த பேராசிரியர் சுமணசிறி லியனகே சொல்வதுபோல, சிறிலங்காவில் இரண்டு காரணங்களால் சுதந்திரமான, பக்கச் சார்பற்ற விசாரணைகளை நாங்கள் நம்புவதில்லை.

முதலாவது, குற்றவாளிகளைக் கண்டுபிடிப்பதிலோ உண்மைகளை மூடி மறைப்பதிலோ கடந்த காலங்களில் இந்தப் பக்கச் சார்பற்ற, சுதந்திரமான விசாரணைகள் துயரார்ந்த வகையில் தோல்வியடைந்துள்ளன.

இரண்டாவது, சுதந்திரமான நிறுவனங்களால் பக்கச் சார்பற்ற சுதந்திரமான விசாரணைகளை நடாத்தும் ஒரு அமைப்பை நியமிக்க எங்களிடம் எந்தவகையான பொறி முறைகளும் இல்லை.

அவலம் தெறிக்கும் வகையில் முகத்தில் அறையும் உண்மைகள் இவை.

(சிவநம்பி சண்முகன் நீண்டகாலமாக இலங்கையில் செய்தியாளராகப் பணியாற்றியவர்.)

இதழ் 110, பிப்ரவரி 2009

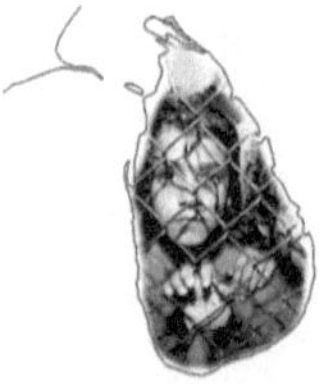

சுனந்த தேசப் பிரியாவின் நேர்காணல்

“ஒரே ஒரு உண்மைதான் இருக்க முடியும்”

சந்திப்பு: கவிதா

இலங்கையில் உங்கள் பணி பற்றிக் கொஞ்சம் சொல்லுங்கள்.

இலங்கையில் நான் ஒரு சுதந்திரமான (*freelance journalist*) ஊடகவியலாளராகப் பணிபுரிந்துவருகிறேன். கடந்த 25 வருடங்களாக ஊடகத் துறையில் செயல்பட்டு வருவதோடு சரிநிகரின் சகோதர இதழான யுக்தியா (சிங்கள நீதி)வின் ஆசிரியராகவும் இருந்திருக்கிறேன்.

ஊடகத் துறைக்கு வருமுன் இலங்கையில் செயல்பட்டு வரும் தீவிர இடதுசாரிக் கட்சியான ஜனதா விமுக்திப் பெரமுனாவில் (ஜே.வி.பி) செயல்பட்டு வந்தேன். 1967இல் எனது 11வது வயதில் ஜே. வி. பியில் இணைந்தேன். நாங்கள் நடத்திய கிளர்ச்சி காரணமாகத் தேசத்துரோகக் குற்றஞ்சாட்டப்பட்டு ஏழு வருடங்கள் சிறையில் அடைக்கப்பட்டேன். அதன் பிறகே ஊடகத் துறைக்கு வந்தேன். அப்போதிருந்து மனித உரிமை ஆர்வலராகவும் செயல்பட்டு வருகிறேன்.

ஓர் அமைப்பின் மூலம் சாதிக்க முடியாதவற்றை எழுத்தின் வழியாகச் சாதித்துவிட முடியும் எனக் கருதினீர்களா?

சிறைக்குச் சென்ற பிறகே நாங்கள் செய்தது மக்கள் புரட்சி அல்ல என்பது எனக்குப் புரிந்தது. உழைக்கும் வர்க்கத்தினரிடையே எங்களுக்குப் பெரிய அளவிலான

ஆதரவு இருந்திருக்கவில்லை. புரட்சி குறித்த மாற்ற முடியாத, பிடிவாதமான கருத்துகள் எங்கள் தலைமைக்கு இருந்தன. அதை மாற்ற வாய்ப்பு இல்லை என்பது புரிந்தபோது நாங்கள் வெளியேறினோம். ஆனால் ஜே.வி. பியில் இருந்தபோது அக்கட்சி யின் ஊடகப் பிரிவில் செயல்பட்டேன். சிறையில் இருந்த போது தொடர்ந்து எழுதிக்கொண்டிருந்தேன். ஊடகத் துறையில் பணிபுரியத் தொடங்கிய பிறகு, நாடு முழுவதும் சென்று தகவல்களைச் சேகரித்துப் புகைப்படங்களுடன் விரிவாகச் செய்திகளைத் தருவதற்கான வாய்ப்புக் கிடைத்தது.

இலங்கையில் ஊடகவியலாளராகப் பணிபுரிவது எப்படிப் பட்டது? சூழலில் ஏதாவது மாற்றம் இருப்பதாகக் கருது கிறீர்களா?

இலங்கையின் ஊடகத் துறை இப்போது எதிர் கொண் டிருப்பது போன்ற ஒரு மோசமான சூழலை முன்னெப்போதும் சந்தித்ததில்லை என்றுதான் கருதுகிறேன். 1981இலிருந்து போர் தொடர்ந்து நடந்துகொண்டிருக்கிறது. பல சமயங்களில் தணிக் கைமுறையுங்கூட இருந்துவந்திருக்கிறது. ஆனால் இப்போது இருப்பதைப்போன்ற அதிகாரபூர்வமற்ற ஒரு தணிக்கை எப்போதும் இருந்ததில்லை. ஒரே ஒரு உண்மைதான் இருக்க முடியுமென்று அரசு சொல்கிறது. முன்பு ஊடக சுதந்திரத்தைப் பாதிக்கும் பல நடவடிக்கைகள் இருந்திருக்கின்றன. ஆனால் இப்போது இருப்பதைப் போல அது ஒரு போர் உத்தியாக இருந்ததில்லை. இந்த அரசு 2005இல் பதவியேற்றவுடன் தனது முதல் உரையில் ஜனாதிபதி “ஊடகங்கள் ‘மக்களுக்கும் பயங்கர வாதிகளுக்குமிடையில் யாரைத் தேர்வுசெய்ய வேண்டும்’ என்பதில் எச்சரிக்கையாக இருக்க வேண்டும்” என்று சொன்னார். ‘மக்கள்’ என அவர்கள் எதைக் குறிப்பிடுகிறார்கள் என்பது எலலோருக்கும் தெரியும். ஒரு யுத்தம் நடந்துகொண் டிருக்கும்போது ஊடகங்கள் அரசை மட்டுமே ஆதரிக்கவேண்டு மென்று அரசு விரும்புகிறது. போரின் மறுபக்கத்தைப் பற்றிச் சொல்லும்போது, போரின் தீவிரம் குறைந்துவிடும் என வலியுறுத்தும் பல தலைவர்கள் அரசில் இருக்கிறார்கள். தமிழர்கள் அதிகம் வாழும் யாழ்ப்பாணத்தில் ஊடக சுதந்திரம் என்பதே இல்லை. அங்கே பல பத்திரிகையாளர்கள் கொல்லப்பட்டிருக் கிறார்கள். யாழ்ப்பாணத்தில் அதிகம் விற்பனையாகும் தமிழ் நாளிதழான உதயன் முன்பு 25,000 பிரதிகள் அச்சடிக்கப்பட்டது. இப்போது வெறும் 5,000 பிரதிகளே விற்பனையாகிறது. அங்கே பணிபுரியும் இரண்டு ஊடகவியலாளர்களும் கடந்த இருண்டு வருடங்களாக அலுவலகத்தைவிட்டு வெளியே வருவதேயில்லை. கடந்த பல வருடங்களில் இரு தரப்பினராலுமே ஊடகத் துறை கடும்பாதிப்புக்குள்ளாகியிருக்கிறது என்பது உண்மைதான்.

ஆனால் இந்தப் பாதிப்பை ஏற்படுத்தியதில் அரசுக்குப் பொறுப்பு அதிகம் என நினைக்கிறேன். யாழ்ப்பாணத்தில் அரசு சார்பான தொலைக்காட்சி அலைவரிசைகளோ வானொலி ஒலி பரப்புகளோ இல்லை.

கொழும்பில் என்ன நிலை?

யாழ்ப்பாணத்தின் நிலைதான் அங்கும் கொஞ்சம் கொஞ்ச மாகப் பரவிவருகிறது. கொழும்பு ஊடகம் மௌனம் காக்கிறது. அரசு சொல்வதைத்தான் ஊடகம் வெளியிடுகிறது. பிரபா கரனின் மாவீரர் தின உரையை ஒரு சிங்கள ஊடகம்கூட வெளியிடவில்லை. பிரபாகரனுடன் மாற்றுக் கருத்து இருக்கலாம், ஆனால் அதற்காக அவர் சொல்வதைக் கேட்பதற்கு மக்களுக் குள்ள உரிமையை ஊடகம் மறுத்துவிட முடியாது.

THE SUNDAY LEADER மட்டும் அந்த உரையை வெளி யிட்டது. நடேசனின் பேட்டியையுங்கூட அது வெளியிட்டது. இப்போது அதன் ஆசிரியர் லசந்த விக்ரமதுங்க கொல்லப் பட்டிருக்கிறார். இலங்கையில் வாழும் எங்களுக்குக் காசாவில் என்ன நடந்து கொண்டிருக்கிறது எனத் தெரியும். ஆனால் வன்னியில் என்ன நடக்கிறது என்பது தெரியாது. இங்கு இதுதான் நிலமை.

லசந்த விக்ரமதுங்க கொலை ஏதாவது தாக்கத்தை ஏற்படுத்தி யுள்ளதா?

தி சண்டே லீடர் பத்திரிகை விடுதலைப் புலிகளுக்கு ஆதரவானது என அரசு சொல்கிறது. சிரிசா டிவி அலுவலகத் தின் மீதான தாக்குதல்கூட அப்படிப்பட்டதுதான். லசந்தாவின் கொலைக்குப் பிறகு ஊடகம் முற்றிலுமாக மௌனமாக்கப் பட்டுள்ளது. பலர் எழுதுவதை விட்டுவிட்டார்கள். ஊடக வியலாளர்களில் பலர் நாட்டைவிட்டு வெளியேறிவிட்டார்கள். ஒரு மின் ஊடகம் இனி இயங்க முடியாதென அறிவித்துவிட்டது.

ராஜபக்சே, ஸ்டாலினைப் போல் செயல்படுகிறார் என்று சொல்லலாமா?

இலங்கையின் அதிபராகப் பதவியேற்பதற்கு முன்பு ராஜபக்ச ஒரு மனித உரிமை ஆர்வலராக இருந்தார். இடது சாரிகள் இயக்கங்களில் களப்பணியாளராகவும் இருந்திருக் கிறார். பல தருணங்களில் எங்களுடன் சேர்ந்து பணியாற்றி யிருக்கிறார். பதவியேற்ற பிறகு அவர் ஒரு சிங்கள தேசிய வாதியாக மாறிவிட்டார். விடுதலைப் புலிகளைத் தோற்கடித்து விட்டு, இலங்கையை மலேசியா – இந்தோனேசியாவின் கலவை யான ஒரு நாடாக மாற்ற முடியுமா என்று அவர் நினைக் கிறார். அதிகாரபூர்வமாக இரண்டு கட்சிகள் இருந்தாலும்

உண்மையில் 'பலம் வாய்ந்த' ஒற்றைக் கட்சி ஆட்சிமுறை என்னும் ஒரு சூழலை உருவாக்க வேண்டுமென விரும்புகிறார்.

இப்படியொரு சூழல் உருவாக விடுதலைப் புலிகளும் காரண மில்லையா?

உண்மைதான். சிங்களர்களிடம் அவர்களைப் பற்றி ஓர் அச்சம் இருக்கிறது. எப்போதும் வெடிகுண்டுகளை வீசுவதற்குத் தயாராக இருப்பவர்கள் எனக் கருதுகிறார்கள். இப்போது அரசு, விடுதலைப் புலிகளின் பிம்பமாக மாறியிருக்கிறது. விடுதலைப் புலிகள் 1980களில் செய்ததையே இப்போது அரசு செய்துகொண்டிருக்கிறது. போரில் வெற்றிபெற வேண்டும் என்பதற்காக விடுதலைப் புலிகள் செய்தவற்றையே இப்போது அரசும் செய்துகொண்டிருக்கிறது. அரசியல்ரீதியாக அல்ல, ராணுவரீதியாகவே வெற்றிபெற்றுக்கொண்டிருக்கிறது தற்போதைய அரசு. அதனால்தான் விமர்சனங்களை ஒடுக்க முயல்கிறார்கள்.

அடிப்படைப் பிரச்சினை என்று நீங்கள் எதை நினைக் கிறீர்கள்?

அடிப்படையில் சிங்கள மக்களுக்கு நாடு பிரிந்துவிடுமோ என்ற பயம் இருக்கிறது. அதுபோலத் தமிழ் மக்களுக்குத் தங்கள் பகுதிகளை இலங்கை ராணுவம் பிடித்துவிட்டால் தாங்கள் இரண்டாம்தரக் குடிமகன்களாக வாழ வேண்டி யிருக்குமோ என்கிற பயம் இருக்கிறது.

இரண்டாம்தரக் குடிமக்களாக வாழ வேண்டியிருக்கும் என்கிற பயத்தில் உண்மை இருக்கிறதா?

தமிழர்களின் பகுதிகளை ராணுவம் கைப்பற்றும் பட்சத்தில் அந்தப் பகுதிகள் கொஞ்ச காலத்துக்காவது ராணுவத்தின் பிடியில் இருக்கும். அத்தகைய சூழலில் அவர்களுடைய பயம் நியாயம் என்றே தோன்றுகிறது. ராஜபக்சேவின் அரசாங்கத்தில் அதிகாரப் பகிர்வைக் கடுமையாக எதிர்க்கும் சிங்கள தேசிய வாதத் தலைவர்கள் இருக்கிறார்கள். ராஜபக்சே அதிகாரப் பகிர்வு என்று முடிவெடுக்கும் பட்சத்தில் ராணுவமே அதை எதிர்க்கக்கூடிய நிலை உருவாகலாம். இவ்வளவு பணம் செல வழித்து, இத்தனை வீரர்களை இழந்து பெற்ற வெற்றி தமிழர் களுக்கு அதிகாரம் கொடுக்கவா என்னும் கேள்வி எழலாம். அப்படியொரு சூழல் அரசியல்ரீதியாகப் பிரிவுகளை ஏற் படுத்தும். அதிகாரப் பகிர்வைச் சிங்கள மக்கள் ஏற்றுக்கொள்ளச் செய்வதே நாம் எதிர்காலத்தில் சந்திக்கும் மிகப் பெரிய சவாலாக இருக்கும். அரசு, அதை எப்படிக் கையாளப் போகிறது என்பதைப் பார்க்க வேண்டும்.

லசந்தாவின் படுகொலை குறித்த எதிர்வினைகள் எப்படி இருந்தன?

பெரும்பான்மையான மக்கள் அது குறித்து அதிர்ச்சியடைந்தார்கள் என்றுதான் சொல்ல வேண்டும். எதிர்பார்ப்புகளுக்கு மாறாக அவரது மரணம் பலரையும் பாதித்தது. அவர் கொல்லப்பட்டிருக்கக் கூடாது என அரசாங்கத்தில் சிலரே நினைத்தார்கள். ஆனால் ஒட்டுமொத்தச் சூழலையும் கணக்கிலெடுத்துக் கொண்டு பார்த்தால், மக்களின் எதிர்வினை போதிய அளவு இல்லை. போர் மக்களிடையே பிளவை ஏற்படுத்தியிருக்கிறது. பெரும்பாலானோர் போர் நடக்கும்போது அரசுக்கு எதிராக எழுதக் கூடாது என்று நினைக்கிறார்கள். இப்போது அமலில் இருக்கும் பயங்கரவாதத் தடுப்புச் சட்டத்தின் கீழ் ஓர் ஊடகவியலாளர் விடுதலைப் புலிகளின் தொடர்பு எண்ணை வைத்திருந்தால்கூடக் கைதுசெய்யப்படலாம். தனது பணி சார்ந்து அவர் அந்த எண்களை வைத்திருக்கலாம் என்பது போன்ற புரிதல்களோ சலுகைகளோ கிடையாது. இது குறித்து இலங்கையில் இன்று கனத்த மௌனமே நிலவுகிறது.

யுத்த பூமி என்பதால் அயல்நாட்டு ஊடகவியலாளர்களும் அங்கு இருப்பார்கள். அவர்களது நிலை என்ன?

இங்கிருக்கும் அயல்நாட்டு ஊடகவியலாளர்களுக்கும் சுதந்திரம் இல்லை. அவர்கள் அரசு சொல்வதைத்தான் கேட்க வேண்டும். கடந்த சில வருடங்களாக யாழ்ப்பாணத்திற்குச் செல்ல யாருக்குமே அனுமதி கிடைக்கவில்லை. யுத்தம் நடந்த பகுதிகளுக்கு அவர்கள் ராணுவத்தின் கண்காணிப்போடுதான் சென்றுவர வேண்டும். முக்கியமான விஷயம் என்னவென்றால் சிங்கள ஊடகவியலாளர்களுக்கும் தமிழ் ஊடகவியலாளர்களுக்கும் எந்தவிதமான உறவும் இல்லை. தமிழ்ப் பத்திரிகைகளில் சிங்களர் பணிபுரிய மாட்டார். சிங்களப் பத்திரிகைகளில் தமிழர்கள் பணிபுரியமாட்டார்கள். செய்திகளுக்கும் இதே நிலைதான். ஒவ்வொருவரும் தங்களது குழுவிற்கானதாக மட்டுமே ஊடகச் செயல்பாட்டை நடத்துகிறார்கள்.

இலங்கையில் நீதித் துறை எப்படிச் செயல்பட்டுக்கொண்டிருக்கிறது?

மிக நீண்ட காலமாகவே நீதித் துறை அரசியலாக்கப்பட்டு வந்திருக்கிறது. அவ்வப்போது சுதந்திரத்தின் கூறுகள் சில தென்பட்டாலும் அவை எவ்வளவு நாள் நீடிக்குமென்று சொல்ல முடியாது. தமிழர்களுக்காக ஆஜராகும் வழக்கறிஞர்கள் பயங்கரவாதிகளுக்காக ஆஜராகிறார்கள் என்று மிக வெளிப்படையாக இலங்கைப் பாதுகாப்புத் துறை அறிவிக்கிறது. அதனால் நிலமைகள் எப்படி மாறுமென்று சொல்ல முடியாது.

யுத்தம் முடிந்த பிறகு என்ன நடக்கும் என்று நினைக்கிறீர்கள்?

ஒருவேளை தமிழர்களுக்கு உரிமை கொடுத்து ஒரு ஜனநாயக அமைப்பாகச் செயல்பட அரசு நினைக்கலாம். வடக்கில் எதேச்சதிகாரமும் தெற்கில் ஜனநாயகமும் என்னும் இரட்டை நிலை நீண்ட காலத்திற்குத் தாக்குப்பிடிக்காது. அதனால் முழு தேசமும் ஜனநாயகப் போக்கு உருவாகலாம். இன்னொரு சாத்தியமும் இருக்கிறது. தற்போதைய அரசு, சிங்களப் பேரினவாத அரசாக மாறி வலுவான ஒரு கட்சி ஆட்சியை நிறுவவும் முயலக்கூடும்.

♦ ♦ ♦

சுனந்த தேசப்ரிய இலங்கையின் சிறப்பு வாய்ந்த ஊடக வியலாளர்களில் முதன்மையானவர். 1971 சிங்கள இளைஞர்கள் அரசுக்கெதிராகக் கிளர்ந்தெழுந்தபோது, அனுராதபுரம் மாவட்டத்தில் கிளர்ச்சிக்குத் தலைமை வகித்தவர். அதன் காரணமாக ஏழு ஆண்டுகளுக்கு மேலாகச் சிறையில் இருந்தவர். சிறை மீண்ட பின்பு ஊடகவியலாளராகவும் மனித உரிமை கள் மற்றும் ஜனநாயக உரிமைகள் செயல்பாட்டுவாதியாகவும் இடையறாது பணிபுரிந்து வருபவர். *Peace With Democracy* என்ற சமாதான முன்னணியை 1993இல் கட்டி எழுப்பியவர்.

இலங்கையின் புகழ்பெற்ற சுதந்திர ஊடக இயக்கத்தின் நிறுவநர்களில் ஒருவர். 1989இல் சரிநிகர் இதழின் சகோதரப் பத்திரிகையாக அமைந்த யுக்திய (சமாதானம்) என்ற சிங்கள மாற்றுப் பத்திரிகையை நிறுவி 10 ஆண்டுகள் அதன் ஆசிரியராகப் பணிபுரிந்தார். சிங்கள மொழியின் சிறந்த பத்தி எழுத்தாள ராகக் கருதப்படும் சுனந்த தேசப்ரிய சர்வதேச ஊடக அமைப்பு கள் பலவற்றின் பிரதிநிதியாகவும் பணிபுரிகிறார்.

லசந்த விக்ரமதுங்கவின் படுகொலைக்குப் பிறகு பாதுகாப் பற்றவர்களாக உணர்ந்த, பத்திரிகை சுதந்திரத்தின்மீது நம்பிக்கை கொண்ட இலங்கையின் ஊடகவியலாளர்கள் பலரையும் போலவே சுனந்தவும் தற்போது இலங்கையிலிருந்து வெளியேறி யிருக்கிறார்.

இந்நேர்காணல் காலச்சுவடுக்காகப் பிரத்யேகமாகப் பதிவு செய்யப்பட்டது.

இதழ் 110, பிப்ரவரி 2009

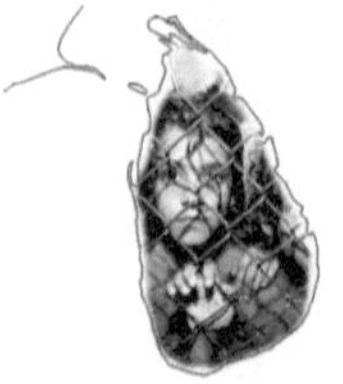

"பிறகு அவர்கள் எனக்காக வந்தார்கள்..."

லசந்த விக்ரமதுங்க

தமிழில் : **கவிதா**

எந்தத் துறையும் அதில் பணிபுரிபவர்கள் தங்கள் பணியின் பொருட்டு உயிரை விட வேண்டும் என்று எதிர்பார்ப்பதில்லை – யுதப் படைகளையும் இலங்கையில் ஊடகத் துறையையும் தவிர. கடந்த சில வருடங்களாக சுதந்திரமான ஊடகத் துறை தொடர்ந்து தாக்குதல்களுக்கு உள்ளாகிவருகிறது. பத்திரிகை மற்றும் தொலைக்காட்சி நிறுவனங்கள் கொளுத்தப்படுகின்றன, குண்டு வைத்துத் தகர்க்கப்படுகின்றன, சீல்வைத்துப் பூட்டப்படுகின்றன அல்லது அதிகாரத்துக்கு இணங்கும்படி வற்புறுத்தப்படுகின்றன. கணக்கற்ற ஊடகவியலாளர்கள் துன்புறுத்தப்படுகிறார்கள்; மிரட்டப்படுகிறார்கள்; கொல்லப்படுகிறார்கள். இந்த எல்லாப் பிரிவுகளிலும் குறிப்பாகக் கடைசிப் பிரிவில் நானும் இருக்கிறேன் என்பதை எனக்குக் கிடைத்த கௌரவமாகக் கருதுகிறேன்.

நான் ஊடகத் துறையில் மிக நீண்டகாலம் பணிபுரிந்து வருகிறேன். சொல்லப்போனால் 2009 தி சண்டே லீடரின் 15ஆம் வருடமாக இருக்கும். இலங்கையில் இந்தக் கால கட்டத்தில் நிறைய விஷயங்கள் மாறிவிட்டன. பெரும்பான்மையான இந்த மாற்றங்கள் மோசமாகத்தான் இருந்திருக்கின்றன என்பதை நான் உங்களுக்குச் சொல்லத் தேவையில்லை. இப்போது நாம் ஒரு உள்நாட்டு யுத்தத்தின் மத்தியில் இருக்கிறோம். அதை நடத்திக்கொண்டிருப்பவர்களின் ரத்தவெறி எல்லையற்றது. பயங்கரவாதம், அதைச் செலுத்துபவர்கள் பயங்கரவாதிகளாக இருந்தாலும் அரசாக இருந்தாலும் தினசரி விஷயமாகிவிட்டது.

விடுதலையின் ஆதாரங்களை அடக்கி ஆளும் முக்கிய வழிமுறையாகக் கொலை இங்கு அரசால் பயன்படுத்தப்பட்டுக்கொண்டிருக்கிறது. இன்று ஊடகவியலாளர்களை; நாளை நீதிபதிகளையும். இரண்டு தரப்புக்குமே இப்போதுபோல எப்போதும் ஆபத்துகள் அதிகமாக இருந்ததில்லை. பின்விளைவுகள் இப்போதைவிடக் குறைவாகவும் இருந்ததில்லை.

பிறகு ஏன் நாங்கள் இதைச் செய்கிறோம்? அதைப் பற்றி நான் அடிக்கடி நினைத்துப் பார்ப்பதுண்டு. நானும் ஒரு கணவன்; எனக்கு அழகான மூன்று குழந்தைகள் உண்டு. எனது துறையையும் மீறிய பொறுப்புகளும் கடமைகளும் எனக்கு இருக்கின்றன. இந்த ஆபத்து தேவையா? இல்லை என்றே நிறையப் பேர் என்னிடம் சொல்கிறார்கள். எனது துறையை மாற்றி வழக்கறிஞர் பணிக்குத் திரும்பும்படி நண்பர்கள் சொல்கிறார்கள்; அது பாதுகாப்பான, இதைவிட நல்ல வாழ்க்கை முறையைத் தரும் என்பது எனக்குத் தெரியும். இரண்டு தரப்புகளையும் சேர்ந்த அரசியல்வாதிகளும் என்னை அரசியலில் சேருமாறு வற்புறுத்துகிறார்கள்; எனக்குப் பிடித்த துறையில் அமைச்சராக்குவதாக உத்தரவாதம் தருகிறார்கள். இலங்கையில் ஊடகவியலாளர்களுக்கு இருக்கும் ஆபத்துகளை உணர்ந்திருக்கும் தூதரக அதிகாரிகள் அவர்களது நாடுகளில் தங்குவதற்கான உரிமையைத் தருவதாகவும் பாதுகாப்பான பயணத்துக்கு ஒழுங்குசெய்வதாகவும் சொல்கிறார்கள். எனக்குப் பல தடைகள் இருந்தாலும் என் முன்னிருக்கும் வாய்ப்புகள் பல.

ஆனால் பதவி, புகழ், பணம், பாதுகாப்பு ஆகியவற்றைத் தாண்டிய ஒரு ‘அழைப்பு’ இருக்கிறது. அது மனசாட்சியின் குரல்.

தி சண்டே லீடர் பிரச்சினைக்குரிய பத்திரிகையாக இருப்பதற்குக் காரணம், நாங்கள் எதைப் பார்க்கிறோமோ அதை அப்படியே சொல்கிறோம். கொலை, கொள்ளை எதுவாக இருந்தாலும் அதை அந்தப் பெயரிட்டே அழைக்கிறோம். வார்த்தை ஜாலங்களுக்குப் பின் நாங்கள் ஒளிந்துகொள்ளவில்லை. எங்களுடைய புலனாய்வுக் கட்டுரைகளுக்கு ஆதாரமாகச் சமூகப் பொறுப்புணர்வு கொண்ட குடிமக்கள் தரும் ஆவணங்கள் இருக்கின்றன. அவர்கள் பல ஆபத்துகளுக்கிடையில் அதை எங்களுக்குத் தருகிறார்கள். நாங்கள் தொடர்ந்து பல ஊழல்களை வெளிப்படுத்தியிருக்கிறோம். இந்தப் பதினைந்து வருடங்களில் ஒருமுறைகூட எங்கள்மீது யாரும் வெற்றிகரமாக வழக்குத்தொடர்ந்தது இல்லை அல்லது நாங்கள் சொன்னது தவறு என்று அம்பலப்படுத்தியதில்லை.

மஸ்காராவும் ஸ்டைலிங் ஜெல்லும் இல்லாமல் தனது முகத்தைச் சமூகம் பார்க்கக்கூடிய ஒரு கண்ணாடியாகச்

சுதந்திரமான ஊடகம் இருக்கிறது. எங்களிடமிருந்து உங்கள் நாட்டின் நிலை பற்றி நீங்கள் தெரிந்துகொள்கிறீர்கள். குறிப்பாக உங்கள் குழந்தைகளுக்கு நல்ல எதிர்காலத்தைக் கொடுப்பார்கள் என்று நீங்கள் நம்பித் தேர்ந்தெடுத்தவர்கள் எப்படி நாட்டை நிர்வகிக்கிறார்கள் என்பதைத் தெரிந்து கொள்கிறீர்கள். சமயங் களில் நீங்கள் கண்ணாடியில் பார்ப்பது நல்ல சொரூபமாக இருக்காது. ஆனால் உங்கள் பாதுகாப்பான இருக்கைகளின் தனிமையில் நீங்கள் புலம்பும்போது, உங்களுக்கு அந்தக் கண்ணாடியைத் தூக்கிக்காட்டும் ஊடகவியலாளர்கள் அதை வெளிப்படையாகவும் பல ஆபத்துகளை எதிர்கொண்டவாறும் செய்கிறார்கள். இது எங்களுடைய கடமை, அதிலிருந்து நாங்கள் விலகுவதில்லை.

எல்லாப் பத்திரிகைகளுக்கும் ஒரு கோணம் இருக்கிறது. எங்களுக்கும் இருக்கிறது என்பதை நாங்கள் மறைக்கவில்லை. இலங்கையை வெளிப்படையான, தாராளவாத, மதச்சார்பற்ற, ஜனநாயகமாகப் பார்க்க வேண்டும் என்பதுதான் எங்கள் குறிக்கோள். இந்த வார்த்தைகளைப் பற்றிக் கொஞ்சம் யோசி யுங்கள். அவை ஒவ்வொன்றுக்கும் தனித்துவமான, ஆழமான ஒரு அர்த்தம் இருக்கிறது. வெளிப்படையாக இருக்கவேண்டிய காரணம், அரசு மக்களின் நம்பிக்கையைத் தவறாகப் பயன் படுத்தாததாகவும் மக்களுக்குப் பதில் கூற வேண்டிய பொறுப்பை ஏற்றிருப்பதாகவும் இருக்க வேண்டும். மதச்சார்பற்றதாக இருக்க வேண்டியதன் தேவை, நம்மைப் போலப் பல இனமக்களும் பல் கலாச்சாரங்களும் இணைந்திருக்கும் சமூகத்தில் நமது ஒற்றுமையைக் காப்பாற்ற மதச்சார்பற்றதன்மையே பொதுத் தன்மையாக இருந்து உதவும். தாராளவாதப் பண்பு இருக்க வேண்டியதற்குக் காரணம், எல்லா மனிதர்களும் வெவ்வேறான தன்மை கொண்டவர்கள் என்பதை உணர்ந்து அவர்கள் எப்படி இருக்கிறார்களோ அப்படியே ஏற்றுக்கொள்ள வேண்டுமே தவிர நமது விருப்பத்திற்கு அவர்களை மாற்ற முயலக் கூடாது. பிறகு ஜனநாயகத்தன்மை – அதை நான் உங்களுக்கு விளக்க வேண்டும் என்று நீங்கள் நினைத்தால் இந்தப் பத்திரிகையை வாங்குவதை நிறுத்துவதே சிறந்தது.

தி சண்டே லீடர் பெரும்பான்மைக் கருத்தை மறுப்பேது மின்றி வெளியிட்டுப் பாதுகாப்பை நாடும் பத்திரிகை அல்ல. உண்மை என்னவென்றால் அதுதான் பத்திரிகையை விற்பதற் கான வழி. அதற்கு நேர்மாறாகப் பல ஆண்டுகளாக வெளிவரும் எங்களது கட்டுரைகள் எடுத்துக்காட்டுவதுபோலப் பலரால் ஏற்றுக்கொள்ள முடியாத கருத்துகளையே நாங்கள் அதிகமும் வெளியிட்டிருக்கிறோம். ஒரு உதாரணத்துக்கு, தொடர்ந்து நாங்கள் பிரிவினைவாதப் பயங்கரவாதம் ஒழிக்கப்பட வேண்டும்

என்று சொல்லி வந்தாலும் அந்தப் பயங்கரவாதத்தின் அடிப் படைக் காரணங்களை ஆராய வேண்டும் என்றும் நாங்கள் சொல்கிறோம். இலங்கையில் நடக்கும் இனப்போராட்டத்தை வரலாற்றுப் பார்வையில் வைத்துப் பார்க்க வேண்டும் என்றும் பயங்கரவாதமாக மட்டும் குறுக்கிப் பார்க்கக் கூடாது என்றும் நாங்கள் தொடர்ந்து அரசாங்கத்தை வலியுறுத்தி வந்திருக் கிறோம். பயங்கரவாதத்துக்கு எதிரான போர் என்னும் பெயரில் நடந்துவரும் அரசப் பயங்கரவாதத்தை எதிர்த்தும் நாங்கள் தொடர்ந்து கலகம் செய்து வருகிறோம். தனது சொந்த மக்களைத் தொடர்ந்து குண்டுவீசிக் கொல்லும் ஒரே நாடு இலங்கைதான் என்ற எங்களது அதிர்ச்சியை நாங்கள் ஒருபோதும் மறைத்த தில்லை. இப்படிப்பட்ட பார்வைகளுக்காக நாங்கள் துரோகிகள் என்று அழைக்கப்படுகிறோம். இது துரோகம் என்றால் நாங்கள் அந்தப் பட்டத்தைப் பெருமையாக ஏற்றுக்கொள்கிறோம்.

தி சண்டே லீடருக்கு அரசியல் உள்நோக்கம் இருப்பதாகப் பலர் சந்தேகிக்கிறார்கள். எங்களுக்கு அப்படி எதுவும் இல்லை. நாங்கள் எதிர்க்கட்சியைவிட அரசாங்கத்தைத் தீவிரமாக எதிர்ப் பதாகத் தோன்றினால் அதற்கு ஒரு காரணம்தான். கிரிக்கெட் உதாரணத்தைக் காட்டுவதற்காக மன்னிக்கவும் – பீல்டிங் சைடிற்குப் பந்து போட்டு எந்தப் பிரயோஜனமும் இல்லை. யு.என்.பி. ஆட்சியிலிருந்த காலகட்டத்தில் நாங்கள் அவர்களது ஊழல்களை வெளிப்படுத்தி அவர்களுக்கு மிகப் பெரிய தொந்தர வாக விளங்கினோம். நாங்கள் தொடர்ந்து வெளியிட்ட புலனாய்வுக் கட்டுரைகளே அந்த அரசாங்கத்தின் வீழ்ச்சிக்குக் காரணம் என்று சொல்லலாம்.

எங்களது போர் எதிர்ப்பு நிலைப்பாடு புலிகளின் ஆதர வாகப் புரிந்துகொள்ளப்படக் கூடாது. இந்த உலகில் இதுவரை தோனறிய அமைப்புகளில் மிகவும் பயங்கரமான ரத்தவெறி கொண்ட ஒரு அமைப்பு விடுதலைப் புலிகள் அமைப்பே. புலிகளை ஒழிக்க வேண்டும் என்பதில் எங்களுக்கு மாற்றுக் கருத்து இல்லை. ஆனால் தமிழர்களின் உரிமைகளை மீறி, அவர்களைக் கருணையின்றிக் கொன்றுகுவிப்பது தவறு மட்டு மல்ல சிங்களவர்களுக்கு அது அவமானமும்கூட. புத்த தம்மத்தின் பாதுகாவலர்கள் என்று அவர்கள் சொல்லிக்கொள்வது இந்தக் காட்டுமிராண்டித்தனத்தின் மூலம் என்றென்றைக்குமாகக் கேள்விக்குள்ளாகிவிட்டது. இதில் தடை காரணமாகப் பல விஷயங்கள் வெளிவருவதில்லை.

நாட்டின் வடக்கு மற்றும் கிழக்குப் பகுதிகளை ராணுவம் ஆக்கிரமிப்பதன் மூலம் அங்கிருக்கும் தமிழ் மக்கள் தங்கள் சுயமரியாதையை இழந்து இரண்டாம் தரக் குடிமக்களாக வாழ வேண்டிய நிலையையே ஏற்படுத்தும். போர் முடிந்ததும்

அவர்களுக்கு 'வளர்ச்சி', 'புனர்கட்டமைப்பு' போன்றவற்றைத் தந்து அவர்களைச் சாந்தப்படுத்த முடியும் என நினைக்கா தீர்கள். போரின் காயங்கள் விட்டுச்செல்லும் வடுக்கள் என்றென் றைக்கும் ஆறப்போவதில்லை. தவிரவும் புலம்பெயர்ந்த தமிழர் களின் மேலதிக வெறுப்பையும் கசப்பையும் நீங்கள் எதிர் கொள்ள வேண்டியிருக்கும். அரசியல் தீர்வு மூலம் தீர்க்கப்படக் கூடிய ஒரு பிரச்சினை, ஆறாத காயமாகி, தீரவே தீராத பிரச்சினையாக மாறிவிடும். எனக்கு ஏன் இவ்வளவு கோபமும் பதற்றமும் என்றால் எனது தேசத்தின் பெரும்பான்மையான மக்களால் – இந்த அரசாங்கத்தில் உள்ள அனைவராலும் – மிகத் தெளிவான இந்த விஷயத்தைப் புரிந்துகொள்ள முடிய வில்லை என்பதால்தான்.

நான் இரண்டுமுறை கொடுமையாகத் தாக்கப்பட்டேன் என்பது பரவலாக அறியப்பட்ட செய்தி. ஒருமுறை எனது வீட்டின்மீது மெஷின் துப்பாக்கி குண்டு மழை பொழிந்தது. அரசாங்கத்தின் உத்தரவாதங்கள் இருந்தாலும் இந்தத் தாக்குதல்களை நடத்தியவர்கள் பற்றி எந்த விசாரணையும் நடக்கவில்லை; அவர்கள் பிடிக்கப்படவும் இல்லை. இந்தத் தாக்குதல்களில் அரசாங்கத்தின் கை இருக்கும் என்று நம்புவதற்கு எனக்குக் காரணம் இருக்கிறது. இறுதியாக நான் கொல்லப் படும்போது, அரசாங்கம்தான் அந்தக் கொலையை நிகழ்த்தி யிருக்கும்.

பொதுமக்கள் அதிகம் பேர் அறியாத முரண்நகையான விஷயம் என்னவென்றால் நானும் மகிந்தவும் கடந்த 25 ஆண்டு காலமாக நண்பர்களாக இருக்கிறோம். அவரை இப்போதும் அவரது முதல் பெயர் கொண்டு அழைக்கும் மிகச் சிலரில் நானும் ஒருவன். அவருடன் பேசும்போது, சிங்கள 'ஓய' போட்டுப் பேசும் மிகச் சிலரில் நானும் ஒருவன். அவர் பத்திரிகை ஆசிரியர்களுக்காக நடத்தும் கூட்டங்களுக்கு நான் போகாவிட்டாலும் அவரைச் சந்திக்காமல் ஒரு மாதமும் கழிவதில்லை. அதிபரின் இல்லத்தில் பின்னிரவு நேரங்களில் மிக நெருங்கிய நண்பர்களுடனோ தனியாகவோ நான் அவரைச் சந்திப்பது உண்டு. அங்கு நாங்கள் அரசியல் விவாதங்கள் செய்வோம்; கதைகள் பேசுவோம்; பழங்காலத்தை நினைவு கூர்ந்து மகிழ்வோம். அதனால் அவருக்குச் சில விஷயங்கள் கூறுவது இங்கே பொருத்தமாக இருக்கும்.

மகிந்த, நீங்கள் 2005இல் ஜனாதிபதி வேட்பாளராக முந்திய போது, இந்தப் பத்தியில் கிடைத்தது போன்ற ஆதரவு உங்களுக்கு வேறு எங்கும் கிடைக்கவில்லை. எங்களது பத்து வருட காலச் சம்பிரதாயங்களை மீறி நாங்கள் உங்களை முதல் பெயரிட்டு அழைத்தோம். மனித உரிமைகளிலும் சுதந்திரம் சார்ந்த விழுமியங்

களிலும் உங்களுடைய பங்களிப்பு உயரியது என்பதால் புதிய நம்பிக்கையாக உங்களை முன்மொழிந்தோம். ஒரு தவறின் மூலம் நீங்கள் அம்பந்தோதா ஊழலுக்குத் துணைபோனீர்கள். பல உள்மனப் போராட்டங்களுக்குப் பிறகு நாங்கள் அந்த ஊழலை அம்பலப்படுத்தினோம். அந்தப் பணத்தைத் திரும்பக் கொடுக்குமாறு உங்களை வற்புறுத்தினோம். பல வாரங்களுக்குப் பிறகு நீங்கள் அதைச் செய்தபோது, உங்களது பெயருக்குப் பெரிய களங்கம் ஏற்பட்டிருந்தது. இன்னும் அதிலிருந்து உங்களால் மீள முடியவில்லை.

அதிபர் பதவிக்கு நீங்கள் ஆசைப்படவில்லை என்று நீங்களே என்னிடம் ஒருமுறை சொன்னீர்கள். அதன் பின்னால் நீங்கள் போகவேண்டிய தேவை எழவில்லை. அது உங்கள் மடியில் வந்து விழுந்தது. நிர்வாகத்தை உங்கள் சகோதரர் களிடத்தில் விட்டுவிட்டு உங்களது வாழ்வின் மிகப்பெரிய மகிழ்ச்சியான உங்களது மகன்களுடன் நேரம் கழிப்பதே உங்களுக்குப் பிடித்தமானது என்று என்னிடம் சொன்னீர்கள். இன்று எனது மகன்களுக்கும் மகளுக்கும் தந்தை இல்லாத நிலையை ஏற்படுத்தியிருப்பதில் உங்கள் நிர்வாகம் எப்படிச் சிறப்பாகச் செயல்பட்டிருக்கிறது என்பது பார்ப்பவர்களுக்குத் தெரியும்.

என்னுடைய மரணத்தைத் தொடர்ந்து நீங்கள் பொருத்த மான தார்மீகச் சொற்களை உதிர்ப்பீர்கள் என்பது எனக்குத் தெரியும். காவல் துறை உடனடி விசாரணை செய்ய வேண்டும் என்று வற்புறுத்துவீர்கள். ஆனால் நீங்கள் இதற்கு முன்பு உத்தரவிட்ட விசாரணைகளைப் போல இதிலிருந்தும் எந்த உண்மையும் வெளிவரப்போவதில்லை. உண்மையைச் சொல்ல வேண்டுமென்றால் எனது மரணத்துக்குப் பின்னால் யார் இருப்பார்கள் என்று நம் இருவருக்குமே தெரியும். ஆனால் அவரது பெயரைச் சொல்லும் தைரியம் இருக்காது. என் உயிர் மட்டுமல்ல உங்கள் பாதுகாப்பும் அந்த மௌனத்தில் தான் இருக்கிறது.

உங்களுடைய இளவயதில் நமது நாடு பற்றி உங்களுக் கிருந்த எல்லாக் கனவுகளையும் இந்த மூன்று வருடங்களில் நீங்கள் தவடுபொடி ஆக்கிவிட்டீர்கள் என்பது வருத்தத்திற் குரியது. இதற்கு முன்பு எந்த ஜனாதிபதியும் செய்யாத வகையில் தேசபக்தியின் பெயரால் நீங்கள் மனித உரிமைகளைக் காலடியில் போட்டு மிதித்திருக்கிறீர்கள்; ஊழலை வளர்த்தெடுத்திருக் கிறீர்கள்; பொதுமக்கள் பணத்தை வீணடித்திருக்கிறீர்கள். பொம்மைக் கடையில் தனித்துவிடப்பட்ட குழந்தையைப் போன்றது உங்கள் நடவடிக்கைகள். இந்த உதாரணம் சரியான தல்ல. எந்தக் குழந்தையும் உங்களைப் போல இந்த மண்ணின்

மீது இவ்வளவு ரத்தம் சிந்தப்படுவதற்கான காரணமாகியிருக்காது; குடிமக்களின் உரிமைகளை உங்களைப் போலக் காலடியில் போட்டு மிதித்திருக்காது. இப்போது நீங்கள் அதிகாரத்தின் போதையில் திளைப்பதால் உங்களால் இதைப் பார்க்க முடியாது. ஆனால் எப்போதாவது உங்கள் மகன்களுக்கு நீங்கள் ஏற்படுத்தி வைத்திருக்கும் ரத்தப் பாரம்பரியத்தை நினைத்து நீங்கள் வருத்தப்படுவீர்கள். அது சோகத்தை மட்டுமே தரும். என்னைப் பொறுத்தவரை நான் என்னைப் படைத்தவனை மிகவும் தெளிவான மனத்துடனேயே சந்திக்கப்போகிறேன். உங்களது நேரம் வரும்போது அதையே நீங்களும் செய்ய வேண்டும் என்று நான் விரும்புகிறேன். என் விருப்பம், அவ்வளவுதான்.

என்னைப் பொறுத்தவரை நான் நிமிர்ந்து நடந்தேன், எந்த மனிதனுக்கும் தலைவணங்கவில்லை என்ற மனநிறைவு இருக்கிறது. இந்தப் பயணத்தை நான் தனித்து மேற்கொள்ளவில்லை. பிற ஊடகங்களைச் சேர்ந்த சக ஊடகவியலாளர்களும் என்னுடன் நடந்தார்கள். அவர்களில் பலர் இறந்துவிட்டார்கள், பலர் விசாரணையின்றிக் கைதுசெய்யப்பட்டிருக்கிறார்கள், பலர் வெளிநாடுகளில் தஞ்சம் புகுந்திருக்கிறார்கள். ஒரு காலத்தில் நீங்கள் கடுமையாகப் போராடிய சுதந்திரத்தின் மீது உங்கள் பதவி வீசியிருக்கும் மரணத்தின் சாயல்களுக்குள் சிலர் மெள்ள நடந்துகொண்டிருக்கிறார்கள். உங்களது கண்காணிப்பின் கீழ் எனது மரணம் நடந்தது என்பதை நீங்கள் ஒரு நாளும் மறக்க முடியாது. நீங்கள் தீவிரமாக வருத்தப்படுவீர்கள் என்பது எனக்குத் தெரியுமென்றாலும் என்னைக் கொன்றவர்களைப் பாதுகாப்பதைத் தவிர வேறு வழி உங்களுக்கு இல்லை என்பதும் எனக்குத் தெரியும். குற்றமிழைத்தவன் தண்டனை பெறாமல் தப்பிக்க நீங்கள் ஆவன செய்வீர்கள். உங்களுக்கு வேறு வழியில்லை. உங்களுக்காக நான் பரிதாபப்படுகிறேன்; அடுத்தமுறை சிராந்தி* பாவ மன்னிப்புக்கோரப் போகும்போது நீண்ட நேரம் மண்டியிட வேண்டியிருக்கும். தனது பாவங்களுக்காக மட்டுமல்ல, உங்களைப் பதவியில் வைத்திருக்கும் தனது பரந்த குடும்பத்தின் பாவங்களுக்காகவும் பட்டியலிட்டு அவர் மன்னிப்புக்கோர வேண்டியிருக்கும்.

தி சண்டே லீடரின் வாசகர்களைப் பொறுத்தவரை எங்களுடைய கொள்கைகளுக்குத் துணை நின்றதற்காக நாங்கள் நன்றியைத் தவிர வேறு என்ன சொல்ல முடியும். நாங்கள் அசௌகரியம் ஏற்படுத்தும் பிரச்சினைகளை எடுத்துக்கொண்டோம்; நிற்கக்கூடச் சக்தியற்றவர்களுக்கு ஆதரவாக உடன்

---

* சிராந்தி – ராஜபக்சயின் மனைவி

நின்றோம்; தங்களது வேர்களை மறந்துவிடக்கூடிய அளவுக்கு அதிகாரக் கொழுப்பெடுத்தவர்களுடன் சண்டையிட்டோம்; ஊழல்களையும் கடுமையாக உழைத்துச் செலுத்திய வரிப் பணத்தை நீங்கள் வீணடித்த செயல்களையும் அம்பலப்படுத்தி னோம். அந்தந்தக் காலங்களில் என்ன பிரச்சாரம் நடந்ததோ அதன் மாற்றுக் கருத்தையும் நீங்கள் அறிந்துகொள்ள அனு மதிக்கப்பட வேண்டும் என்பதில் உறுதியாக இருந்தோம். இதற்காக நானும் என் குடும்பமும் இப்போது விலை கொடுத் திருக்கிறோம். இந்த விலையை நான் கொடுக்க வேண்டியிருக் கும் என்பதை மிக நீண்ட காலமாக நான் அறிந்திருந்தேன். இப்போதும் எப்போதும் அதற்குத் தயாராகவே இருந்தேன். இந்த விளைவைத் தடுக்க நான் எதுவும் செய்யவில்லை. எந்த முன்னெச்சரிக்கை நடவடிக்கையோ பாதுகாப்போ எடுத்துக் கொள்ளவில்லை. மனிதக் கவசங்களின் பின் ஒளிந்துகொண்டு ஆயிரக்கணக்கான அப்பாவிகளைக் கொன்றுகுவித்துக் கொண்டிருக்கும் தன்னைப்போல நான் பயந்தாங்கொள்ளி அல்ல என்பதை எனது கொலைகாரன் தெரிந்துகொள்ள வேண்டும். கொலைசெய்யப்பட்ட அத்தனை பேருக்கிடையில் எனக்கு மட்டும் என்ன தனி இடம்? எனது உயிர் பறிக்கப் படும் என்பது தீர்மானிக்கப்பட்டது, யாரால் என்பதும்கூட. எப்போது என்பது மட்டும்தான் இன்னும் எழுதப்படாமல் இருக்கிறது.

தி சண்டே லீடர் இந்த உண்மையான போராட்டத்தைத் தொடர்ந்து மேற்கொள்ளும் என்பதும் முன்பே தீர்மானிக்கப் பட்டதுதான். ஏனெனில், இந்தப் போராட்டத்தை நான் தனியாக மேற்கொள்ளவில்லை. தி சண்டே லீடர் அழிக்கப்படுவதற்கு முன் எங்களுள் நிறையப் பேரைக் கொல்ல வேண்டியிருக்கும்; அவர்களும் கொல்லப்படுவார்கள். எனது மரணம் சுதந்திரத்தின் தோல்வியாகப் பார்க்கப்படக் கூடாது என்று நான் விரும்பு கிறேன்; எஞ்சி இருப்பவர்கள் தங்களது முயற்சிகளை மேலும் உத்வேகப்படுத்த எனது மரணம் ஒரு உந்துகோலாக இருக்க வேண்டும். நமது அன்பிற்குரிய தாய்நாட்டில் தனி மனித விடுதலைக்கான ஒரு புதிய யுகத்தை உருவாக்குவதற்கான சக்திகளை எனது மரணம் திரட்டும் என்று நான் நம்புகிறேன். தேச பக்தி என்கிற பெயரில் எத்தனை உயிர்களைக் கொன்றா லும், மனித உணர்வு தழைத்து நிற்கும் என்கிற உண்மையை உங்கள் அதிபருக்கு அது உணர்த்தும் என்று எதிர்பார்க்கிறேன். எல்லா ராஜபக்சக்களும் இணைந்து எதிர்நின்றாலும் அந்த உணர்வைக் கொன்றுவிட முடியாது.

இத்தனை ஆபத்துகளை நான் ஏன் எதிர் கொள்கிறேன் என்று மக்கள் என்னைக் கேட்கிறார்கள். நான் விரைவில்

கொல்லப்படுவேன் என்றும் சொல்கிறார்கள். அது எனக்கும் தெரியும். அதைத் தவிர்க்கவும் முடியாது. ஆனால் இப்போது நாம் பேசவில்லையென்றால் பேச முடியாதவர்களுக்காகப் பேச யாருமே இருக்கமாட்டார்கள். அவர்கள் சிறுபான்மை யினராக இருந்தாலும் சரி, ஒதுக்கப்பட்டவர்களாக இருந்தாலும் சரி, பழிவாங்கப்படுபவர்களாக இருந்தாலும் சரி.

எனது இத்தனை கால ஊடக அனுபவத்தில் என்னை மிக அதிகமாகப் பாதித்தவர் ஜெர்மானிய ஆன்மிகவாதி மார்ட்டின் நெமில்லர். அவர் இளம் பிராயத்தில் யூதர்களுக்கு எதிரானவராகவும் ஹிட்லரை மிகவும் மதிக்கிறவராகவும் இருந்தார். நாஜியிசம் ஜெர்மனியை முழுமையாகக் கைப்பற்றிய போதுதான் நாஜியிசம் என்றால் என்ன என்பதை அவர் உணர்ந்தார். ஹிட்லர் யூதர்களை மட்டும் வெளியேற்றவில்லை, மாற்றுக் கருத்துக்கொண்ட எல்லோரையும் ஒழிக்க வேண்டும் என்று நினைத்தார். நெமில்லர் பிறகு பேசத் தொடங்கினார். அந்தக் குற்றத்துக்காக அவர் 1937இலிருந்து 1945 வரை சாச்சென் ஹௌசன் மற்றும் டாச்செள வதை முகாம்களில் அடைக்கப் பட்டார். கிட்டத்தட்ட கொல்லப்பட்டார். நெமில்லர் எழுதிய ஒரு கவிதையை நான் என் பதின்பருவங்களில் முதன்முறை யாகப் படித்தேன். எனது மனத்திலிருந்து அது இப்போதும் விலகவில்லை.

> முதலில் அவர்கள் யூதர்களுக்காக வந்தார்கள். அப்போது நான் பேசவில்லை, ஏனெனில் நான் யூதன் அல்ல. பிறகு அவர்கள் கம்யூனிஸ்டுகளுக்காக வந்தார்கள். அப்போதும் நான் பேசவில்லை, ஏனெனில் நான் கம்யூனிஸ்ட் அல்ல. பிறகு அவர்கள் தொழிற்சங்க வாதிகளுக்காக வந்தார்கள். அப்போதும் நான் பேச வில்லை, ஏனெனில் நான் தொழிற்சங்கவாதி அல்ல. பிறகு அவர்கள் எனக்காக வந்தார்கள். அப்போது எனக்காகப் பேசுவதற்கு எவரும் இருக்கவில்லை.

வேறு எது நினைவில் இல்லையென்றாலும், இதை மறந்து விடாதீர்கள்: தி லீடர் உங்களுக்காக இருக்கிறது. நீங்கள் சிங்களராக, தமிழராக, முஸ்லிமாக, தாழ்ந்த சாதியைச் சேர்ந்த வராக, ஓரினச்சேர்க்கையாளராக அல்லது ஊனமுற்றவராக யாராக இருந்தாலும் சரி. இப்போது நீங்கள் எதிர்பார்க்கும் அதே தைரியத்துடன் தி லீடரின் அலுவலர்கள் உங்களுக்காக எந்தச் சமரசமும் செய்யாமல் யாரிடமும் தலைவணங்காமல் பயப்படாமல் தொடர்ந்து போராடுவார்கள். இந்த உறுதியை அலட்சியமாக எடுத்துக்கொள்ளாதீர்கள். நாங்கள் ஊடக வியலாளர்கள். எத்தகைய தியாகங்களைச் செய்தாலும் அதைப் புகழுக்காகவோ பணத்துக்காகவோ செய்யவில்லை என்பதில்

எந்தச் சந்தேகமும் வேண்டாம். அவற்றை உங்களுக்காகவே செய்கிறோம். நீங்கள் அத்தகைய தியாகங்களுக்குத் தகுதியான வர்தானா என்பது வேறு விஷயம். என்னைப் பொறுத்தவரை, நான் முயன்றேன் என்று கடவுளுக்குத் தெரியும்.

♦ ♦ ♦

லசந்த விக்ரமதுங்க (50), இலங்கையின் முக்கியமான ஊடகவியலாளர்களில் ஒருவர். 08. 01. 2009 அன்று காலை தனது பணிமனைக்குச் செல்லும் வழியில் படுகொலை செய்யப் பட்டார். இலங்கைப் படையினரின் காவல் அரண்களும் சோதனைச் சாவடிகளும் 100 மீட்டர்களுக்கு ஒன்று எனும் வகையில் விரவிக்கிடக்கிற கொழும்பு நகரில் நான்கு மோட்டார் சைக்கிள்களில் வந்த கொலையாளிகள் லசந்தவைச் சுட்டும் வெட்டியும் கொன்றார்கள்.

லசந்த, இலங்கையின் *Sun* நாளிதழிலும் பிற்பாடு *The Island* நாளிதழிலும் செய்தியாளராகப் பணிபுரிந்தவர். "சுரனிமல" என்னும் புனைபெயரில் அவர் *The Sunday Times*இல் எழுதிய அரசியல் பத்தி எழுத்துகள் மிகுந்த வரவேற்பைப் பெற்றவை. துணிச்சலும் ஒத்தோடாமையும் அவருடைய இயல்பு. ஆரம் பத்தில், இலங்கையின் முன்னாள் அதிபர் சிறிமாவோ பண்டார நாயக்கவின் செயலாளராகப் பணிபுரிந்தவர். அக்காலப் பகுதியில் தனது அரசியல் தொடர்புகளை நன்கு வளர்த்துக்கொண்டார்.

1994இல் *The Sunday Leader* வார இதழைத் துவங்கினார். ராஜபக்ச சகோதரர்களின் ஊழல்களையும் படையினருக் கான ஆயுதக் கொள்வனவில் இடம்பெற்ற ஏராளமான மோசடி களையும் துருவித் தேடி அம்பலப்படுத்தினார்.

தனிப்பட்ட தாக்குதல்களும் அநாகரிகமான அங்கதமும் அவரது பத்திகளில் நிறையவே இருந்தன.

அரசப் படையினரின் தமிழ் மக்கள் படுகொலைகளைப் பல தடவைகள் அம்பலப்படுத்தியவர் லசந்த. "பொருத்தமான அரசியல் தீர்வு" என்பதை வலியுறுத்தியவர். அவரது இழப்பு ஒரு பெரிய வெற்றிடத்தை இலங்கையில் ஏற்படுத்தியுள்ளது. துணைவி: சோனாலி விக்ரமதுங்க; மூன்று குழந்தைகள் உள்ளனர்.

இதழ் 110, பிப்ரவரி 2009

உயிர்நீத்தலின் அரசியல்

முத்துக்குமாரின் உயிர்நீத்தல் ஈழத் தமிழர் பிரச்சினை தமிழகத்தில் எதிர்கொள்ளப்பட்ட விதத்தில் ஒரு பெரும் மாற்றத்தை ஏற்படுத்தியிருக்கிறது. ஈழத் தமிழருக்காக உயிரை, பதவியைத் துறக்கத் தயாராக இருப்பதாக அறிவிக்கும் தமிழக அரசியல் தலைவர்கள் பலரும் இதுவரை ஒரு துரும்பையும்கூடத் துறக்கவில்லை என்ற உண்மையை முத்துக்குமாரின் தீக்குளிப்பு துலக்கமாக உணர்த்தியுள்ளது. பதவி, அரசியல், தேர்தல் கூட்டணி எனப் பல தளங்களில் மத்திய அரசால் தமிழகத் தலைவர்களுடன் ஆடுபுலி ஆட்டம் ஆட முடிந்த காலகட்டம் ஒரு முடிவுக்கு வந்துவிட்டது. ராஜீவ்காந்தி மற்றும் அவருடன் இருந்த பல அப்பாவிகளின் படு கொலைக்குப் பிறகு ஈழத் தமிழர்களுக்காக உரிமைக் குரல் கொடுப்பதில் தமிழகத் தமிழர்களுக்கு ஏற்பட் டிருந்த கூட்டு மனத்தடையும் சிதறிவிட்டது. இன்று தமிழக மக்களின் கொந்தளித்த மனநிலைக்கு ஈடுசெய்ய அனைத்துக் கட்சித் தலைவர்களும் திக்குமுக்காடி நிற்கின்றனர். தமிழினத் தலைவர்களால் மத்திய அரசில் ஏற்படுத்த முடியாத தாக்கத்தை ஒரு இளைஞனின் உயிர்நீத்தல் சாத்தியப்படுத்தியிருக்கிறது. ஆடையை இழந்து நிற்கும் ராஜாக்கள் முகத்தில் தெரிவது நாணமா? அச்சமா? சிங்கள இனவாதத்தையும் தமிழர் படுகொலை யையும் பாராமுகமாக இருந்த உலகச் சூழலிலும் சலனங்கள் ஏற்படத் துவங்கியுள்ளன.

தெற்காசியாவில் இந்தியாமீது பற்றுதலும் நம்பிக்கையும் கொண்ட ஒரே இனக்குழு ஈழத்தமிழர் மட்டும்தான் என்ற உண்மை காங்கிரஸ் தலைமைக்கு உறைப்பதே இல்லை.

தமிழகத்திற்கு அப்பாலும் இந்திய ஆங்கில ஊடகங் களிலும் ஈழப் பிரச்சினையின் தீவிரம் பற்றி உணர்த்தப்

பெரும் தடையாகவும் ஒரு சாபக்கேடாகவும் இருந்துவருவது ‘தி இந்து’வின் நிலைப்பாடு. இலங்கைப் பிரச்சினையைப் பொறுத்தவரை கொழும்புவிலிருந்து வெளிவரும் அரசு சார்பான ஆங்கில ஊடகங்களில் வெளிப்படாத ஒரு ராஜ (பக்சே) விசுவாசமும் கண்மூடித்தனமான புலிகள் இயக்க வெறுப்பும் ‘தி இந்து’வில் வெளிப்பட்டு ஈழத் தமிழர் துயரங்கள் பற்றிய இந்திய மக்களின் புரிதலை நீண்டகாலமாக மாசுபடுத்தி வருகிறது. சிங்கள இனவாதம் என்று ஒரு வஸ்து நூற்றாண்டு காலமாகச் செயல்பட்டுவருவதையே மறுக்கும் ‘தி இந்து’வின் மூடத்தனத்தைக் கண்டிக்கச் சொற்களே இல்லை. கருத்துச் சுதந்திரம் என்பது ஈனத்தனமான கருத்துகளையும் பரப்பும் சுதந்திரமும்தான் என்பதை உணர்ந்து பொறுமையைக் கடைப் பிடிக்க வேண்டிய காலகட்டம் இது.

ஈழத் தமிழர் ஆதரவு இயக்கத்தை இந்தியப் பொதுவுடைமைக் கட்சி துவக்கிவைத்த பின்னர் விரைவில் அது கலைஞரின் நாடக மேடையாக மாறியது. தீர்மானங்களும் வீரவசனங்களும் ரகசிய பேரங்களும் கட்டாய உண்ணாவிரதங்களும் எனக் கனவுக் காட்சிகளின் புகையும் மினுக்கும் படுகொலையின் தீவிரத்தில் மயக்கத்தை ஏற்படுத்தியிருந்தன. இன்று தியாகத்தின் ஜுவாலையில் நாடக மேடை கருகிவிட்டது. அசலான, அரசியல் வாதிகளுக்கு அப்பாற்பட்ட இயக்கம் தமிழகத் தெருக்களில் உறுமி நடைபோடத் துவங்கியிருக்கிறது. திமுகவின் அடிவருடிகள் சினிமா உண்ணாவிரதங்களின் முதல் கட்டத்தை இயக்கமாகவும் முத்துக்குமாரின் உயிர்நீத்தலையும் அவர் விருப்பப்படி ‘பிணத்தை . . . ஒரு துருப்புச் சீட்டாக வைத்து’ தீவிரமடைந்த இயக்கத்தை நாடகமாகவும் உண்மையின் தடயமற்ற சொற்களில் துப்பிக்கொண்டிருக்கின்றனர்.

இன்றைய ஈழத் தமிழர் ஆதரவு இயக்கத்தின் மிக முக்கியமான இன்னொரு அம்சம் அதில் முழுமனதாக ஈடுபட்டுவரும் எழுத்தாளர் இயக்கம். தமிழக வரலாற்றிற்கு இது புதிது. மதுரையிலும் சென்னையிலும் இன்னும் பல பகுதிகளிலும் எழுத்தாளர்கள் ஒன்றிணைந்து இயங்கிவருகின்றனர். இரு குழுக்களாகத் தில்லி சென்று குரல் கொடுத்திருக்கின்றனர். எழுத்திற்கும் இயக்கத்திற்கும் இடையேயிருந்த கருஞ்சுவர் தகர்ந்திருப்பது மிகுந்த வரவேற்புக்குரியது.

சென்னை உயர் நீதிமன்ற வளாகத்தில் இந்த இயக்கம் பெரும் வன்முறையாக வெடித்திருக்கிறது. போராடும் வழக்கறிஞர்களே வன்முறையைத் தூண்டியதாகப் போலீசார் குற்றஞ்சாட்டுகின்றனர். போராட்டக்காரர்கள் போலீசாரைத் தூண்டுவது அதிசயமல்ல. உலகின் பல நாடுகளில் போராட்டக் காரர்கள் போலீசார்மீது பெட்ரோல் குண்டுகளை வீசும்போது

கூடக் கட்டுப்பாட்டைக் கடைப்பிடிக்கப் போலீசாருக்குப் பயிற்சியளிக்கப்பட்டு அமைதி காக்கப்படுகிறது. நமது போலீசார் நீதிமன்ற வளாகத்தில் எந்த நாகரிகமும் கட்டுப்பாடும் இல்லாத வன்முறையில் ஈடுபட்டது ஒளிப்பதிவு செய்யப்பட்டுள்ளது. இதன் பின்னரும் போலீசார்மீது நடவடிக்கை எடுக்கும் திராணி இல்லாத தமிழக அரசு வழக்கறிஞர்களையும் போலீசாரையும் கட்டைப் பஞ்சாயத்து நடத்த வேண்டுகோள் விடுக்கிறது.

உள் துறையை நிர்வகிக்கும் முதலமைச்சர் அதன்மீதான கட்டுப்பாட்டை இழந்து நிற்கிறார். உயர் நீதிமன்ற வளாகத்தில் சட்டம் மீறப்பட்டிருக்கிறது என்பது உறுதி. சட்டத்தை மீறி யிருப்பது வழக்கறிஞர்களும் சட்டத்தை அமல்படுத்த வேண்டிய போலீசாரும். இப்போதைய தேவை அவர்கள்மீதான சட்டப் படியான நிர்வாக ஒழுங்கு நடவடிக்கைகள். பரஸ்பரம் பேசி முடிக்க இது குடும்பப் பிரச்சினை அல்ல; ஒரு மாநிலத்தின், தேசத்தின் பொதுப் பிரச்சினை. இந்நிலையில் தேவையான நடவடிக்கைகளை எடுக்கும் ஆற்றல் கலைஞரிடம் இன்று இல்லை என்பது சுய பச்சாதாபத்தைத் தூண்டும் மலிவான தந்திரங்களில் அவர் இறங்கியிருப்பதிலிருந்து உறுதிப்படுகிறது. உள் துறையை மட்டுமல்ல இந்த ஆட்சிக்குத் தலைமையேற்று முதலமைச்சராகச் செயல்படும் தகுதிகள் பலவற்றையும் கலைஞர் இழந்துவிட்டார். உடல்நலம், தார்மீகபலம், நிர்வாகத்திறன், மக்கள் ஆதரவு எதுவும் இன்று கலைஞரிடம் இல்லை. ஒரு தலைவனுக்கு எப்போது தலைமையேற்க வேண்டும் என்பது தெரிய வேண்டும். அதைவிட முக்கியமாக எப்போது வெளி யேறுவது என்பதும் தெரிந்திருக்க வேண்டும்.

(தலையங்கம்)

இதழ் 111, மார்ச் 2009

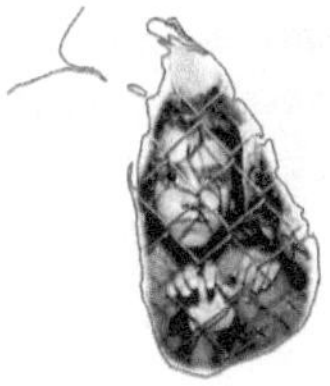

காட்டிக்கொடுக்கும் கருணா: ஒரு போராளி துரோகியான கதை

சை. பீர்முகம்மது

முரளீதரன் என்னும் இயற்பெயர் கொண்ட கருணா மட்டக்களப்பு மாவட்டத்தில் கோறளைப் பற்று கிராமத்தில் 1966ஆம் ஆண்டு பிறந்தார். அங்கேயே ஆரம்பக் கல்வி கற்றுப் பின், செயிண்ட் மைக்கல் கல்லூரியில் பயின்ற காலகட்டத்தில், 1983ஆம் ஆண்டு கிழக்கிலங்கையின் அம்பாறை மட்டக்களப்பு மாவட்டப் பொறுப்பாளராகக் கீர்த்தி அம்மன் செயல்பட்டுவந்தார். அவரிடம் போய்ச் சேர்ந்தார் கருணா. ஒரே ஆண்டில் தன் தனித்திறமை, துணிச்சல் காரணமாக இந்தியாவில் போர்ப் பயிற்சி பெறத் தேர்ந்தெடுக்கப்பட்டவர்களில் கருணாவின் பெயரும் இடம்பெற்றது.

இந்தியாவிலிருந்து பயிற்சிபெற்றுத் திரும்பியவர்களில் கருணா தனித் திறமைகளோடு செயல்பட்டார். திறமை, விவேகம், போர்த்திறன், விசுவாசம் போன்றவற்றால் விடுதலைப் புலிகளின் கமாண்டோ பிரிவில் சிறப்புத் தேர்ச்சி பெற்று மட்டக்களப்பு, அம்பாறை மாவட்டங் களுக்குத் தளபதியாகப் பொறுப்பேற்றார். இக்காலத்தில் மேற்கண்ட இரண்டு மாவட்டங்களின் லெப்டினன்ட் கர்னல் கண்ணனுக்கு உதவியாளராக இருந்து முக்கியத் தாக்குதல்களில் ஈடுபட்டார்.

1985 – 1987ஆம் ஆண்டுகளில் இலங்கை அதிரடிப் படை யும் ராணுவமும் பல தாக்குதல்களில் தோல்வியைத் தழுவியமைக்குக் கண்ணனும் கருணாவுமே மூல காரணம். கண்ணன் எக்காலத்திலும் கீழே படுத்துப் பதுங்கிப் போர் செய்பவரல்ல. சிங்களப் படைகளை

எதிர்கொண்டு முன்னேறிச் செல்லும் வீரம் படைத்தவர் – தன் படைகளுக்குப் பின்னே நின்று போர் புரியாமல் முன்னே சென்று எதிரிகளை அழிக்கும் இவர், சிங்கள ராணுவத்துக்குச் சிம்மசொப்பனமாக இருந்தார். அதில் கருணாவின் பங்கும் அதிகமாக இருந்தது.

இந்த நேரத்தில் கிழக்கிலங்கையில் அதிகமான இளைஞர்கள் விடுதலைப் புலிகள் இயக்கத்தில் வந்துசேர்ந்தார்கள். பிரபாகரன் அங்கே தானாகவே இயங்கிப் போர்புரிய ஒருவரைத் தேர்ந்தெடுத்துத் தளபதியாகவும் தலைவராகவும் நியமிக்க எண்ணியபொழுது கண்ணனின் பெயரே முன் இருந்தது. அம்பாறை, மட்டக்களப்பு மாவட்டங்களுக்குத் தலைவராகக் கண்ணனின் பெயரை நினைத்திருந்த சமயம் 1990இல் ராணுவத்துக்கெதிரான கடும்போர் மூண்டது. அதில் சிங்கள ராணுவம் மோசமான தோல்வியைத் தழுவியமைக்குக் கருணாவின் செயல்பாடுதான் முக்கியக் காரணம். லெப்டினன்ட் கர்னல் கண்ணன் மட்டக்களப்பு, அம்பாறைத் தளபதியாகவே போர்க்களத்திலிருந்து திரும்புகிறார். இந்நேரத்தில் தானே தளபதியாகவும் மட்டக்களப்பு, அம்பாறை மாவட்டங்களுக்குத் தலைவனாகவும் ஆக வேண்டுமென்ற எண்ணம் கருணாவின் மனத்தில் எழுந்தது. தனக்கென்று விசுவாசமானவர்களைத் தேர்ந்தெடுத்தார். உள்சதியும் துரோகமும் உருவான இதற்கு உடன்பட்ட லெப்டினன்ட் ரூபன் என்பவர் கருணாவின் உறவினர் மட்டுமல்ல அவருக்கு மிக நெருக்கமானவரும்கூட.

சிங்களப் படையினரை வெற்றிகொண்டு தலைவராக இருப்பிடம் திரும்பிய லெப்டினன்ட் கர்னல் கண்ணன் ஒரு சிங்கள ராணுவத் தளபதியின் உடலில் அபூர்வமான நவீனத் துப்பாக்கியைப் பார்த்து அதை எடுப்பதற்குக் கீழே குனிந்தபொழுது தலையில் சுடப்பட்டு அங்கேயே இறந்தார். சிங்கள ராணுவம் பல கிலோ மீட்டர் தூரம் பின்தங்கி ஓடிவிட்ட பிறகு கண்ணனை யார் சுட்டிருப்பார்கள்? இந்தக் கேள்வி தலைவர் பிரபாகரனை அதிர்ச்சிக்குள்ளாக்கியது. ராணுவத் தாக்குதலில் தளபதி கண்ணன் கொல்லப்பட்டுவிட்டதாகப் பிரபாகரனுக்குக் கருணா அறிவித்தார்.

லெப்டினன்ட் கர்னல் கண்ணனின் இறப்பில் ஏதோ 'சதி' நடந்திருக்கிறது என்பதை அறிந்த பிரபாகரன் ரூபனைத் தன்னை வந்து உடனே பார்க்கும்படி உத்தரவிட்டார். ரூபன் யாரையும் காட்டிக்கொடுக்கவில்லை. ரூபனுக்கு மரண தண்டனை விதிக்கப்பட்டது.

மட்டக்களப்பு மாவட்டத்தில் போராளிகளாலும் மக்களாலும் 'அம்மான்' என்னும் சிறப்பு அடைமொழியால்

அழைக்கப்பட்ட கருணா, இலங்கை ராணுவத்திற்கெதிரான போர்முனைகளில் முதன்மையான போராளியாகப் போற்றப் பட்டார். வீட்டுக்கு ஒருவர் என விடுதலைப் புலிகள் இயக்கத்தில் சேரக் கருணாவை நம்பியே மக்கள் மனமுவந்து தங்கள் பிள்ளைகளை அனுப்பிவைத்தனர்.

1994 – 95இல் முல்லைத் தீவு, ஆனையிறவு ஆகிய இடங் களில் கடும்போர் மூண்டது. ஒவ்வொரு நாளும் வெற்றிச் செய்திகள் வந்தவண்ணமிருந்தன. சிங்கள ராணுவம் முழுபலத் துடன் போரிட்டும் பல டாங்கிகளையும் கவச வாகனங்களை யும் பறிகொடுத்தது. ஆனையிறவின் A9 பிரதான சாலையில் 2002இல் யாழ்ப்பாணம் செல்லும்பொழுது இப்படியான சில கவச வாகனங்கள் சிதிலமடைந்து கிடந்ததை நேரில் பார்த்திருக்கிறேன். இந்தக் கடும்போரில் கருணாவின் படையும் ஜெயந்தன் என்னும் மற்றொரு தளபதியின் 5000 புலிப் படையும் மிகப் பெரிய வெற்றியை ஈட்டின. இவ் வெற்றிக்குப் பிறகு, பிரபாகரனின் மிக நம்பிக்கைக்குரியவராகக் கருணா உருவானார். தன் உடன் பிறந்த தம்பிபோலவே இவரை நடத்தினார் பிரபாகரன். பிரபாகரன் தங்கியிருக்கும் எந்த இடத்திலும் எந்த நேரத்திலும் அவரைச் சந்திக்கும் வாய்ப்பு கருணாவுக்குக் கிட்டியது.

2002இல் ரனில் விக்கிரமசிங்கே – பிரபாகரன் சமாதானப் பேச்சுவார்த்தை தாய்லாந்தில் நடைபெற இருந்தது. மறுநாள் காலை விமானத்தில் புறப்படுவதற்கு முன் புலிகள் தரப்பில் பேச்சுவார்த்தையில் கலந்துகொள்பவர்களின் ஆலோசனைக் கூட்டம் கிளிநொச்சியில் பிரபாகரன் தலைமையில் இரவு முழுவதும் நடைபெற்றுக்கொண்டிருந்தது. அக்கூட்டத்தில் கருணாவும் இருந்தார்.

A9 சாலையைச் சீர்செய்ய ரூபாய் 600 கோடியை உலக வங்கி மூலம் ஒதுக்கியிருந்தது ஸ்ரீலங்கா. இந்தச் சாலையைச் சீர்ப்படுத்தவும் ஆலோசனைகள் வழங்கவும் நான் கிளி நொச்சிக்குப் போக வேண்டிய சூழல் ஏற்பட்டது. சமாதான காலமான அந்நேரத்தில் யாரும் என்னோடு வர முடியாது என்று சொல்லிவிட்ட பிறகு, நான் தனியாகவே அங்கே சென்றடைந்தேன். போக்குவரத்துப் பிரச்சினைகளைச் சமாளித்துக் கிளிநொச்சியை அடைந்து அன்றே யாழ்ப் பாணம்வரை செல்லத் திட்டமிட்டிருந்தேன். ஆனால் அன்று தான் கிளிநொச்சியில் ரகசிய இடமொன்றில் தாய்லாந்து செல்ல வேண்டிய குழுவின் ஆலோசனைக் கூட்டம் நடை பெற்றுக்கொண்டிருந்ததால் என்னை அங்கே தங்கச்சொல்லி விட்டார்கள். என் ஆஸ்திரேலிய நண்பர் ஜோய் மகேஸ்வரனும் அந்தத் தாய்லாந்துப் பேச்சுவார்த்தைக் குழுவில் இருக்கிறார்

என்பதைத் தெரிவித்தனர். அவர் பின்னிரவு முடிந்தால் என்னைச் சந்திக்க வருவதாகச் செய்தியனுப்பினார். அதிகாலை 2:30 மணிக்கு என்னோடு அந்த A9 சாலை பற்றிப் பேசுவதற்கு உயர் மட்டக்குழு வந்தது. அவர்கள் உலகச் சாலை அமைப்பின் புதிய முறைகளுக்கு 18 ஆண்டுகள் பின்தங்கியிருந்தார்கள். அது அவர்களின் குற்றமல்ல. 18 ஆண்டுகள் போர்ச்சூழலில் அவர்கள் இந்தச் சாலையமைப்பின் புதிய தொழில்நுட்ப அறிவைப் பெற்றிருந்தால்தான் ஆச்சரியம். அப்பொழுதுதான் கருணாவை எதேச்சையாகச் சந்திக்கும் வாய்ப்பு எனக்கு ஏற்பட்டது.

அந்த மின்னல் வெட்டு நேரத்தில் என் மனத்திற்கு இவர் ‘சரியான ஆளல்ல’ என்று ஏனோ தோன்றியது. இப்படிப்பட்ட கணிப்புகள் பலமுறை சரியாக இருந்திருக்கின்றன. இம்முறையும் என் அனுமானம் தப்பவில்லை. மறுநாள் நான் யாழ்ப்பாணம் புறப்படும் பொழுது கருணா தாய்லாந்துப் பேச்சுவார்த்தைக் குழுவில் புலிகள் தரப்பில் ராணுவப் பேச்சாளராகப் பிரபா கரனால் நியமிக்கப்பட்டுள்ளதை அறிந்தேன். அதன் பிறகு ஜெனிவா, நார்வே மற்றும் பல இடங்களுக்குக் கருணா, பிரபாகரனின் பிரதிநிதியாகக் கலந்து கொண்டார். இக்கால கட்டத்தில் பிரபாகரனின் மற்றொரு முகம்போலவே கருணா இயங்கினார்.

வெளிநாட்டுப் பேச்சுவார்த்தைகளின்பொழுதே இவருக்கும் சிங்களத் தரப்பு அரசாங்கத்துக்கும் நெருக்கம் ஏற்பட்டது. கொஞ்சங்கொஞ்சமாகக் கருணா அவர்களின் பக்கம் திரும்ப ஆரம்பித்தார். கொழும்பில் ரகசியமாகத் தங்கிய இடங்களில் இவருக்கும் சிங்கள அரசுக்கும் பேரங்கள் நடைபெற்றன. விடுதலை இயக்கத்தை இரண்டாகப் பிரிப்பதே முதல் வேலை யாக இவரிடம் தரப்பட்டது. இதற்கு மில்லியன் கணக்கில் பணம் கைமாறியது. இவர் பிற்காலத்தில் லண்டனுக்குச் சென்ற தற்கும் இந்தப் பணம் கைமாறியதற்கும் நெருங்கிய தொடர்பு உள்ளது. ரனில் விக்கிரமசிங்கே ஆட்சியில் மட்டக்களப்பு மாவட்ட நாடாளுமன்ற உறுப்பினரான செய்யத் அலி ஷாகிர் மௌலானாதான் இந்த இருதரப்புப் பேச்சுவார்த்தையின் நடுநிலை நாயகர்.

இந்நேரத்தில் மற்றொரு தரப்பும் இந்தப் ‘பிரிக்கும்’ பேச்சு வார்த்தையில் முக்கியப் பங்குவகித்தது. இந்திய உளவுப் படைப்பிரிவின் ‘ரா’தான் அது. கருணா, அவர்களின் பக்கம் மிக ரகசியமாக நெருங்கியதைப் பிரபாகரன் அறியாமல் போனதுதான் ஆச்சரியம்.

ஆனையிறவு வெற்றி, கருணாவின் அர்ப்பணிப்பு, வேகம் மற்றும் பிரபாகரனிடம் அவர் காட்டிய மரியாதை இவை

யெல்லாம் இந்தத் திரைக்குப் பின்னே நடந்துகொண்டிருந்த துரோகத்தை அவர் கண்களுக்குப் புலப்படவிடாமல் செய்து விட்டன. இத்தனைக்கும் கருணா பற்றிப் புலிகளின் உயர் தரப்புத் தலைவர்கள் சிலர் பிரபாகரனிடம் சொன்னபொழுது அதை நம்ப மறுத்து, பொறாமையால், கருணாவின் செல்வாக்குப் பெருகுவதால் அப்படிச் சொல்கிறார்கள் என்றே அவர் நினைத் தார். ஆனால் அடுத்தடுத்து கருணாவின் நடவடிக்கைகள் வேறுவிதமாக மாறிவருவதை விடுதலைப் புலிகளின் உளவுப் பிரிவுத் தலைவர் பொட்டு அம்மான் பிரபாகரனுக்குத் தெரியப் படுத்தினார். தன்னை விடுதலைப் புலிகளின் உளவுப் பிரிவு கண்காணிக்கிறது என்பதை உணர்ந்த கருணா மிகவும் உஷாராகி மட்டக்களப்பு உளவுப் பிரிவைக் கைதுசெய்து தனக்கெதிரானவர் களைச் சுட்டுத்தள்ளினார்.

இந்த நேரத்தில் பள்ளிக்கூடங்களில் உயர் வகுப்புப் பரிட்சை கள் நடந்துகொண்டிருந்தன. பிரபாகரன் இதைக் கருத்தில் கொண்டு எந்தக் குழப்பமும் பள்ளி மாணவர்களின் படிப்பைப் பாதித்துவிடக் கூடாது என்பதற்காகக் கருணாவின் மீதும் அவருடைய சக தோழர்களின் மீதும் நடவடிக்கை எடுக்காமல் பொறுமை காத்தார். 41 நாட்களுக்குப் பிறகு பரிட்சை முடிந்ததும் மட்டக்களப்பு, அம்பாறை மாவட்டங்களைத் தனது கட்டுப் பாட்டுக்குள் கொண்டுவந்தார் பிரபாகரன்.

கருணாவின் தம்பி ‘றெஜி’யைப் படைப் பிரிவுக்கும் நிதிப் பொறுப்பாளராகக் குகனேஷ்வரனையும் தொழிற் பொறுப் பாளராக இப்போதைய கிழக்கிலங்கை முதலமைச்சர் பிள்ளை யானையும் கருணா நியமித்தார். மாவட்டப் பொறுப்பாளராகத் தனது நம்பிக்கைக்குரிய தீபன் என்பவரை நியமித்தார்.

இதன் பிறகு ‘மக்கள் விடுதலைப் புலிகள்’ என்னும் கட்சியைத் தொடங்கி அதற்குத் தலைவரானதோடு அதை ஒரு அரசியல் கட்சியாகவும் பதிவு செய்தார். கருணா தொடர்ந்து இலங்கையில் இருக்க முடியாத சூழலில் லண்டன் புறப்படும் பொழுது, கிழக்கிலங்கையில் தேர்தல் வந்தது. ராஜபக்சேயால் பிள்ளையான் முதலமைச்சராக நியமிக்கப்பட்டார். லண்டனி லிருந்து திரும்பியதும் பிள்ளையானுக்கும் கருணாவுக்கும் நிர்வாகப் பிரச்சினைகள் தலைதூக்கின. நிதி மோசடி செய்தார் கருணா என்று அறிக்கைவிட்டு ரகு என்பவரைப் பிள்ளையான் கட்சியின் தலைவராக்கினார். கருணா எப்படி இதை ஏற்றுக் கொள்வார்? கருணாவால் ரகு சுட்டுக்கொல்லப்பட்டார்.

காட்டிக்கொடுத்தமைக்குக் கூலியாகப் பணம் மட்டும் கிடைத்தது. பதவி இல்லாமல் கருணாவால் இருக்க முடிய வில்லை. கருணாவைத் தனிமைப்படுத்தினால் ஆபத்து என்று

ணர்ந்த ராஜபக்சே அவரைப் பாராளுமன்ற உறுப்பினராக நியமித்து இப்பொழுது அமைச்சர் பதவியும் வழங்கியுள்ளார்.

கருணாவுக்கு ஒரு சகோதரர், மூன்று சகோதரிகள். இதில் சகோதரர் 'றெஜி' சுட்டுக்கொல்லப்பட்டுவிட்டார். சகோதரி கள் மூவரும் கணவர்மார்களுடன் தாய்லாந்தில் அகதிகளாக உள்ளனர். கருணாவின் மனைவி விடுதலைப் புலிகளின் தளபதி களுள் ஒருவரான சூசை என்பவரின் சகோதரி. அண்மையில் கடற்புலிகளின் தாக்குதலில் ஒரு சூப்பர் பீரங்கிப் படகை இலங்கைக் கடற்படை இழந்ததும் மற்றொன்று கடும் சேத முற்றதும் சூசையின் தலைமையில்தான்.

கடந்த கால வரலாற்றில் கருணாவுக்குப் பல விஷயங்கள் சாதகமாகவே அமைந்துவிட்டன. உண்மையில் அம்பாறை, மட்டக்களப்பு மாவட்டங்களுக்குத் தளபதியாக வந்திருக்க வேண்டியவர் குமரப்பா. கொக்கட்டிச்சோலை என்னும் மட்டக் களப்பு மாவட்டத்திலிருந்து வந்தவர் குமரப்பா. இவர்தான் அந்த மாவட்டத் தளபதியாக இருந்தார். இவர் மனைவி மருத்துவர். கிட்டு, புலேந்திரன் மற்றும் குமரப்பாவோடு 11 தளபதிகள் இந்தியக் கடற்படையால் தடுத்து நிறுத்தப்பட்ட கப்பலில் இருந்தார்கள். இந்தியக் கடற்படை புலிகளின் கப்பலைச் சோதனையிட வந்தபொழுது அதனை வெடிவைத்துத் தகர்க்க அனைவரும் மூழ்கி இறந்தனர். குமரப்பாவும் அதில் இருந்தார். இதன் பிறகே கருணாவிற்கு மட்டக்களப்புக்குத் தளபதியாகும் வாய்ப்பு கிடைத்தது.

பிள்ளையான் முதலமைச்சர் பதவி வகிப்பது கருணாவிற்கு ஏகப்பட்ட எரிச்சலை ஏற்படுத்தியுள்ளது. பிள்ளையான் முதலமைச்சர் பதவிக்கு லாயக்கற்றவர் என்றுகூடப் பகிரங்க அறிக்கைவிட்டார். இருவருக்குமான இந்தப் பதவிப் போராட் டத்தைத் தணிக்கவே ராஜபக்சே கருணாவுக்கு அமைச்சர் பதவி கொடுத்துள்ளார். பிள்ளையான் தனது துணை ராணுவக் குழுவைக் கலைத்துவிட்டு ஆயுதங்களை அரசிடம் ஒப்படைத் துள்ளார். அதுபோலவே தனது 2000 பேர் கொண்ட படையை யும் சிங்கள ராணுவத்தோடு இணைத்துவிட்டார் கருணா.

பிரபாகரனின் விடுதலைப் புலிகள் படைக்கும் கருணாவின் விசுவாசப் படைக்கும் நடந்த சண்டைகள் 'தாயாதி'ச் சண்டை கள். ஆனால் சிங்களப் படையில் இணைந்து கருணாவின் படையில் உள்ளவர்கள் புலிகளுக்கு எதிராக எப்படித் துப்பாக்கி தூக்குவார்கள் என்பதுதான் இப்பொழுதுள்ள மிகப் பெரிய கேள்வி.

கருணாவின் துரோகத் தாவலுக்கு இந்திய 'ரா' உளவுப் பிரிவுடன் கூட்டாக வழியமைத்த செய்யது அலி ஷாகிர்

மௌலானா இப்பொழுது அமெரிக்கக் குடியுரிமை பெற்று அங்கேயே ஒளிந்து வாழ்கிறார். கருணாவும் பிள்ளையானும் எதிர் எதிர் நிலையில் செயல்படுகிறார்கள். இவர்கள் எங்கே போய் ஒளியப் போகிறார்கள்? கருணாவும் பிள்ளையானும் துரோகத்தால் பெற்ற பணம், பதவி இவர்களைக் காப்பாற்ற உதவுமா? தமிழர்களுக்குச் சிங்கள அரசால் ஏற்பட்ட இன்னல் களைவிடக் கருணா, பிள்ளையான் மூலம் ஏற்பட்டவையே அதிகம். காட்டிக்கொடுப்பதும், கைக்கூலி வாங்குவதும் அதற்குத் தமிழனே காரணமாக இருப்பதும்தான் மிகப் பெரிய துயரம்.

மறைந்த மலேசியக் கவிஞர் கா. பெருமாள் எழுதிய கவிதை தான் எனக்கு இப்பொழுது ஞாபகத்துக்கு வருகிறது.

தமிழனுக்குத் தமிழனே உயிராம் – அந்தத்
தமிழனுக்குத் தமிழனே தூக்குக்கயிறாம்.

இதழ் 112, ஏப்ரல் 2009

எதிர்வினை

புனித ஆத்மாக்களின் துரோகம்

வரலாற்று நிகழ்வுகளை எழுதும் போது பிழையான தகவல்களை உண்மை போல உறுதியாகச் சொல்வது எழுத்தாளர் களுக்கு நல்லதல்ல. சை. பீர்முகம்மது "கிட்டு, புலேந்திரன் மற்றும் குமரப்பாவோடு 11 தளபதிகள் இந்தியக் கடற்படையால் தடுத்து நிறுத்தப்பட்ட கப்பலில் இருந்தார்கள். இந்தியக் கடற்படை புலிகளின் கப்பலைச் சோதனையிட வந்தபொழுது அதனை வெடிவைத்துத் தகர்க்க அனைவரும் மூழ்கி இறந்தனர். குமரப் பாவும் அதில் இருந்தார். இதன் பிறகே கருணாவிற்கு மட்டக் களப்புக்குத் தளபதியாகும் வாய்ப்புக் கிடைத்தது" என்று எழுதியிருக்கிறார்.

கேணல் கிட்டுவும் லெப். கேணல் குட்டிசிறி, மலரவன் உட்பட 10 பேருடன் சர்வதேசக் கடலில் எம்.வி. அகத் என்ற கப்பலில் பயணம் செய்தனர். கிட்டுவின் கப்பலை சர்வதேசச் சட்டங்களை மீறி இந்தியக் கப்பற்படை வழிமறித்து இந்திய கடல் எல்லைக்கு இழுத்துச் சென்று சோதனையிடச் சுற்றி வளைத்தது. அப்போது இந்தியாவில் காங்கிரஸ் ஆட்சியில் நரசிம்மராவ் பிரதமர். தங்களது பயணத்தின் நோக்கத்தையும் எதிர்ப்புகளையும் காட்டியும் கடற்படை நெருங்கவே கிட்டுவும் போராளிகளும் வெடித்துச் சாவடைந்த சம்பவம் நடந்தது ஜனவரி 13, 1993. கிட்டு சாவிற்கு வெகுகாலத்திற்கு முன்னர் இந்திய அமைதிப்படை இலங்கையில் இருந்தபோது, மற்றொரு இந்திய துரோகச் சம்பவத்தில் குமரப்பா, புலேந்திரன் கொல்லப்பட்டனர்.

குமரப்பா, புலேந்திரன் மற்றும் 15 போராளிகள் கடலில் வைத்து சிறீலங்கா கடற்படை சுற்றிவளைத்தது. அவர்கள் பலாலி விமானப்படை தளத்தில் இந்திய மற்றும் சிறீலங்கா படைகளின் பாதுகாப்பில் வைக்கப்பட்டனர். இந்திய – இலங்கை ஒப்பந்தங்களுக்கு முரணாக அப்போராளிகளை சிறீலங்கா அரசு கொழும்பு கொண்டு செல்ல உத்தரவு பிறப்பித்தது. ஒப்பந்தத்தைச் செயல்படுத்த வேண்டிய இந்தியா தனது கடமையைச் செய்யாமல், விடுதலைப் புலிகளைப் பணியவைப்பதில் கவனம் செலுத்தியது. அதற்கு விடுதலைப் புலிகளது எதிர்ப்பை இந்திய அமைதிப் படை அதிகாரிகளிடம் ஆன்டன் பாலசிங்கம் தெரிவித்தார். ஆனாலும் அந்தத் திட்டத்தைக் கைவிடவில்லை. கொழும்பு கொண்டுசெல்ல விமானம் ஏற்பாடாயிற்று. போராளிகளை கொழும்பு கொண்டுசெல்லும் திட்டத்தை நிறைவேற்ற சிறீலங்கா படைகள் தயாரானதும், இந்தியா விலகிக்கொள்ளவே, அக்டோபர் 5, 1987 அன்று 'குப்பி' கடித்துக் குமரப்பாவும் புலேந்திரனும் 10 போராளிகளும் பலாலில் விமானப் படைத் தளத்தில் பலியானார்கள். 5 போராளிகள் மருத்துவமனைக்குக் கொண்டு செல்லப்பட்டுக் காப்பாற்றப்பட்டனர். அப்போது இந்தியாவில் ராஜீவ் தலைமையில் காங்கிரஸ் ஆட்சி.

இரண்டு துரோகச் சம்பவங்களும் இருவேறு காலங்களில் காங்கிரஸ் ஆட்சியின்போது நடந்தவை. அந்தச் சம்பவங்களிற்குள்ளிருந்த அரசியலை இங்கு இப்போது விளக்கமாக எழுத வாய்ப்பில்லை. கருணாவைப் பிரித்து, குழப்பங்களை உருவாக்கி தமிழர்கள் மீதான இன அழிப்பை ஈழத்தில் நிறைவேற்ற ஆயுதங்கள், வட்டியில்லாக் கடனுதவி, இராணுவப் பயிற்சி, இராணுவப் படைகள், இராஜதந்திர உதவிகளைக் கொடுத்துப் போரைப் பின்னாலிருந்து நடத்துகிற இன்றைய இந்தியா சோனியா இயக்கத்தில், மன்மோகன் சிங்கின் காங்கிரஸ் ஆட்சிப் பொறுப்பிலிருக்கிறது.

கருணா ஒரு துரோகத்தின் கருவி. துரோகம் காங்கிரசிலிருந்து தொடர்ந்து ஈழத் தமிழர்களைத் துரத்தும் அத்தியாயத்தை 1985 திம்பு பேச்சுகளின்போதே துவங்கிய புனித ஆத்மாக்கள் காங்கிரசும் 'ரா' உளவு நிறுவனமும். ஆர்வ மிகுதியால் ஏற்படும் பிழைகள் தவறான வரலாற்றுப் பதிவுகளாகும் வாய்ப்புகள் உருவாகிவிடும்.

யோ. திருவள்ளுவர்

இதழ் 113, மே 2009

கணக்குத் தீர்க்கும் தருணம்

தமிழீழ விடுதலைப் புலிகளின் தலைமையில் கடந்த முப்பதாண்டுகளாக நடைபெற்றுவரும் ஈழ விடுதலைப் போர் ஒரு மோசமான கட்டத்தை எட்டியிருக்கிறது. வன்னிப் பகுதியில் பத்து சதுரக் கிலோ மீட்டர் பரப்பில் சிக்கித் தவிக்கும் விடுதலைப் புலிகளையும் இரண்டு லட்சத்திற்கும் மேற்பட்ட அப்பாவித் தமிழர்களையும் ராஜபக்சேயின் தலைமையிலான சிங்களப் பேரினவாத அரசு ஈவிரக்கமில்லாமல் கொன்று குவித்து வருகிறது. தாக்குதல் பகுதியிலிருந்து வெளியேற்றப்பட்டு ராணுவத்தால் அமைக்கப்பட்டுள்ள 'பாதுகாப்பு' முகாம்களில் அடைத்துவைக்கப்பட்டிருக்கும் அப்பாவித் தமிழர்கள் சொல்லொணாச் சித்திரவதைகளுக்குள்ளாகியிருப்பதாக ராணுவத் தணிக்கையையும் மீறி அங்கிருந்து வந்துகொண்டிருக்கும் தகவல்கள் தெரிவிக்கின்றன. 'மனதைக் கல்லாக்கிக்கொண்டுதான் அங்கே போக வேண்டியிருந்தது' எனச் சொல்கிறார் ஓரிரு வாரங்களுக்கு முன்னால் அங்கு போயிருந்த இந்தியாவின் ஆன்மிகத் தலைவர்களில் ஒருவரான ரவிசங்கர். ஈழத் தமிழர்களைக் காப்பாற்றத் தவறியது இந்திய அரசின் மிகப் பெரிய தவறு எனச் சொல்லியிருக்கும் ரவிசங்கர் சர்வதேசச் சமுதாயங்களின் மீதும் அதே குற்றச்சாட்டை வைத்திருக்கிறார்.

விடுதலைப் புலிகளைப் பயங்கரவாத இயக்கமாகக் கட்டமைப்பதில் வெற்றிபெற்றிருக்கும் இலங்கை அரசு ஈழத் தமிழர்கள் அனைவருமே பயங்கரவாதிகள் என முத்திரை குத்தி இந்த இன அழிப்புக்குச் சர்வதேச அங்கீகாரத்தைப் பெற்றிருக்கிறது. இந்த அங்கீகாரத்தைப் பெற்றுத் தந்ததில் இந்திய அரசுக்குப் பெரும் பங்கு உண்டு. ராஜீவ்காந்தியின் படுகொலைக்காக ஈழத் தமிழர்களைப் பழிவாங்கத் துடித்துக் கொண்டிருக்கும் காங்கிரஸ்

தலைமையிலான ஐக்கிய முற்போக்குக் கூட்டணி அரசு, ராஜபக்சே அரசுக்கு மறைமுகமாகவும் நேரடியாகவும் செய்து வரும் ராணுவ உதவிகள் இலங்கை ராணுவத்தின் அழித் தொழிப்பு நடவடிக்கைகளைத் துரிதப்படுத்தியிருக்கின்றன.

சென்ற ஜூலையில் வன்னிப் பகுதியில் வாழும் தமிழர்கள் மீதான தாக்குதலை இலங்கை ராணுவம் தீவிரப்படுத்தியதைத் தொடர்ந்து தமிழகத்தில் ஏற்பட்ட கொந்தளிப்பை ஐக்கிய முற்போக்குக் கூட்டணி அரசு பொருட்படுத்தவே இல்லை.

இந்த இனப்படுகொலையை உடனடியாகத் தடுத்து நிறுத்த வும் தாக்குதலைக் கைவிட்டு இனப் பிரச்சினைக்கு அரசியல் தீர்வு காணவும் இலங்கையை நிர்ப்பந்திக்கக் கோரி காங்கிரசின் கூட்டணிக் கட்சிகளும் ஈழத் தமிழருக்கு ஆதரவான பல்வேறு அமைப்புகளும் குரல்கொடுத்தபோது மத்திய அரசு அதை அலட்சியம் செய்தது. முத்துக்குமார் தற்கொலையைத் தொடர்ந்து தமிழகத்தில் உருவான பரவலான எழுச்சியையுங்கூட அரசு பொருட்படுத்தவில்லை. படுகொலையைத் தடுத்து நிறுத்து மாறும் அப்பாவித் தமிழர்களைக் காப்பாற்றுமாறும் கோரிய பலர் அரசின் அடக்குமுறைக்குள்ளாகியிருக்கின்றனர். வைகோ, நாஞ்சில் சம்பத், கொளத்தூர் மணி, இயக்குநர் சீமான் உள்ளிட்ட பலரைத் தேசியப் பாதுகாப்புச் சட்டத்தில் கைதுசெய்ததன் மூலம் ஈழத் தமிழர்களுக்கு ஆதரவாகத் தமிழ் மண்ணில் எழுந்துள்ள குரல்களை நசுக்க இந்திய அரசு மேற்கொண்டு வரும் முயற்சிகளுக்குத் துணைபோய்க்கொண்டிருக்கிறது 'தமிழினத் தலைவர்' கருணாநிதி தலைமையிலான திமுக அரசு. பாதிக்கப்பட்ட தமிழர்களைப் படுகொலையாளர் களால் அமைக்கப்பட்டுள்ள முகாம்களில் அடைக்கலம் புகுமாறு கூச்சமில்லாமல் அறிவுறுத்திக்கொண்டிருக்கிறார் முதல்வர்.

காங்கிரசோடு ஏற்படுத்திக்கொண்டுள்ள சந்தர்ப்பவாத அரசியல் கூட்டணியையும் முதல்வர் நாற்காலியையும் காப் பாற்றிக்கொள்வதற்காக ஒரு வரலாற்றுக் கடமையைக் கை கழுவி விட்டிருக்கிறார் கருணாநிதி. மக்களவைத் தேர்தலின் மையப் புள்ளியாக ஈழத் தமிழர் பிரச்சினை இருக்கும் என்பதால் சில 'போராட்டங்க'ளை அறிவிக்க வேண்டிய நிர்ப்பந்தங்களுக் குள்ளாகியிருக்கும் முதல்வர், 'அன்னை' சோனியாவின் கோபப் பார்வையைச் சந்திக்க நேரும்பொழுதெல்லாம் அவற்றிலிருந்து பின்வாங்கி 'நாட்டின் இறையாண்மை'யைக் காப்பாற்றக் களம் புகுந்துவிடுகிறார். ஈழத் தமிழர்களுக்கு ஆதரவான எந்தவொரு அரசியல் செயல்பாடும் காங்கிரசின் விருப்பங்களுக்கு எதிரான தாகவே இருக்க முடியும் என்னும் எளிய உண்மையைத் தந்திரமாகப் புறக்கணித்துவிட்டுத் தன் கட்சி நடத்தும் போராட் டங்களுக்குக் காங்கிரசின் அங்கீகாரத்தைக் கோரி மண்டி

யிட்டுக்கொண்டிருக்கிறார் கருணாநிதி. ஈழத் தமிழர்களுக் காகப் போராடிய அவரது முன்னாள் கூட்டாளிகளில் பலர் இப்போது அவரது அரசியல் எதிரியான ஜெயலலிதாவுடன் தேர்தல் கூட்டணி அமைத்துக்கொண்டுள்ளது அவரைப் பெரும் பதற்றத்திற்குள்ளாக்கியிருக்கிறது. ஈழத் தமிழர் பிரச்சினையில் காங்கிரசின் நிலைப்பாட்டை ஏற்றுக்கொண்டுள்ள ஜெயலலிதா கூட இப்போது அவர்களுக்கு ஆதரவாகத் திரும்பியுள்ளதைக் கண்டு அவர் அதிர்ச்சியடைந்திருக்கக்கூடும்.

அரியணையைக் காப்பாற்றிக்கொள்ள காங்கிரசின் ஆதரவை விட்டால் வேறு கதியில்லை என்னும் அவலமான நிலைக்குத் தள்ளப்பட்டுவிட்ட கருணாநிதி, காங்கிரசைச் சமாதானப்படுத்துவதற்காக எடுத்துவரும் நடவடிக்கைகள் அருவருப்பானவை. சமீபத்தில் பிரபாகரனைக் குறித்து ஆங்கிலத் தொலைக்காட்சி ஒன்றுக்கு அவர் அளித்த பேட்டி இதற்குச் சரியான உதாரணம். பேட்டி வெளியானவுடன் காங்கிரசிட மிருந்து வந்த எதிர்ப்பைக் கண்டு வெலவெலத்துப்போய் வாரிசு கனிமொழியின் உதவியுடன் அதற்கு ‘விளக்கம்’ வேறு அளித்தார். ஏப்ரல் மூன்றாவது வாரத்தில் ஈழத்தில் நிலைமை மோசமடைந்த போது சோனியாவுக்கும் மன்மோகனுக்கும் தந்திகள் அனுப்பிய கருணாநிதி மைய அரசின் கவனத்தை ஈர்க்கவும் ராஜபக்சே அரசுக்கு ‘எச்சரிக்கை’ விடுக்கவும் 23ஆம் தேதி முழு அடைப்புக்கு அழைப்பு விடுத்தார். வெறும் கண்துடைப்பு நாடகம் என இதை விமர்சித்துள்ள ஈழ ஆதரவு அமைப்புகள் இனப்படு கொலையைத் தடுத்து நிறுத்த உறுதியான நடவடிக்கைகள் எடுக்குமாறு மத்திய, மாநில அரசுகளை வற்புறுத்தித் தமது போராட்டங்களைத் தீவிரப்படுத்தியிருக்கின்றன.

ஐக்கிய முற்போக்குக் கூட்டணி அரசின் முக்கியக் கூட்டாளியான கருணாநிதிக்கு மத்திய அரசை நிர்ப்பந்திப் பதற்குப் பல்வேறு வாய்ப்புகள் உள்ள நிலையில் பாலுக்கும் காவல், பூனைக்கும் தோழன் என நாள்தோறும் ஒரு மலினமான அரசியல் நாடகத்தை அரங்கேற்றிக் கொண்டிருக்கிறார். மத்திய அமைச்சரவையிலிருந்தும் கூட்டணியிலிருந்தும் வெளியேறுவது, தன் கட்சியைச் சார்ந்த நாடாளுமன்ற உறுப்பினர்களை ராஜினாமா செய்யவைப்பது உள்ளிட்ட பல உறுதியான வாய்ப்புகள் உள்ள நிலையில் அவற்றைப் புறக்கணித்துவிட்டுத் தந்தி அனுப்பிக்கொண்டிருக்கும் கருணாநிதியின் ‘கையறு நிலை’க்கு அவரது அதிகாரப் பித்து தவிர வேறு காரணம் இருக்க முடியும் எனத் தோன்றவில்லை. ராஜபக்சே விரும்புவது போல் ஒரு சில நாட்களுக்குள் – தமிழகத்தில் வாக்குப் பதிவு நடக்க உள்ள மே 13ஆம் தேதிக்குள் – புலிகள் முறியடிக்கப் படுவார்களேயானால், பிரபாகரனை உயிருடனோ பிண மாகவோ இந்திய அரசின் கைகளில் ஒப்படைப்பது இலங்கை

அரசுக்குச் சாத்தியமானால் திமுக – காங்கிரஸ் கூட்டணி மக்களவைத் தேர்தலில் அதற்குரிய விலையைக் கொடுத்தாக வேண்டியிருக்கும் என்பதுதான் கருணாநிதியின் பதற்றத்துக்குக் காரணம்.

கருணாநிதியின் விருப்பப்படி பிரபாகரனை மாமன்னன் போரஸைப்போல் நடத்துவதற்கு மன்மோகனோ ராஜபக்சேவோ முன்வந்தாலுங்கூடக் காயப்பட்டிருக்கும் தமிழ் மக்களின் மனங்களைச் சமாதானப்படுத்துவதற்கு அது உதவாது என்பதை அறியாத அளவுக்குக் கருணாநிதி பேதை அல்ல. ஆனால் வாக்காளர்களை ஏமாற்றுவதற்கு அது போன்ற பாவனைகள் உதவும் என அவர் நம்பியிருக்கக்கூடும். தமிழினத் தலைவர் என்னும் ஏற்கனவே பறிபோய்விட்ட பட்டத்தை பாவனைகளால் மீட்டெடுக்க முடியாது என்பதைக் கருணாநிதி உணர வேண்டும். குடும்ப அரசியல், அதிகார துஷ்பிரயோகம், ஊழல் போன்ற காரணங்களால் ஆளும் திமுகவின் மீது அதிருப்தியுற்றிருக்கும் வாக்காளர்கள் மாற்றுகளைக் குறித்துச் சிந்திக்கக் கூடும். அரசியல் சாணக்கியத்தனங்களோ தொலைநோக்குப் பார்வையோ அற்ற விஜயகாந்தைப் போன்ற ஒருவரின் தலைமையிலான புதிய கட்சி மக்களிடையே செல்வாக்குப் பெற்றுவருவது கூட அதற்கான ஆதாரம்தான். தந்தை பெரியார், பேரறிஞர் அண்ணா போன்ற திராவிட இயக்கத்தின் மாபெரும் தலைவர்களால் உருவாக்கப்பட்ட ஒரு மக்கள் இயக்கம் இப்போது சீரழிக்கப்பட்டிருக்கிறது. அரசியல் அடிப்படைகளற்ற ரௌடிகளும் அதிகார வெறிபிடித்த சுயநலமிகளும் கட்சியைக் கைப்பற்றிக்கொண்டிருக்கிறார்கள்.

தன் போர்க்குணத்தை முற்றாக இழந்து அரசியல் சூதாடிகளின் கும்பலாகச் சிறுத்துப் போய்விட்ட ஒரு கட்சியால் இனி ஒருபோதும் தமிழர்களின் போர்வாளாக இருக்க முடியாது. கடந்த சில வருடங்களில் பாமக, மதிமுக, தேமுதிக போன்ற கட்சிகள் செல்வாக்குப் பெற்றுவருவது தற்செயலானதல்ல. அதிகாரத்தைக் கைப்பற்றுவதற்கும் தக்க வைத்துக்கொள்வதற்கும் கருணாநிதியின் வாரிசுகள் வேண்டுமானால் பணபலத்தையும் ரௌடியிசத்தையும் நம்பலாம். திருமங்கலத்தில் நிகழ்ந்தது போலச் சில தருணங்களில் அவை வெற்றியடையவும் செய்யலாம். ஆனால் வரலாறு தன் கணக்கைத் தீர்க்கும் தருணங்களை எதிர்கொள்வதிலிருந்து திமுகவை அவை எந்த விதத்திலும் பாதுகாக்கப் போவதில்லை. 1975இல் அன்றைய பிரதமர் இந்திராகாந்தி அவசரநிலைப் பிரகடனம் செய்து, ஜனநாயக உரிமைகளைப் பறித்து எதிர்க்கட்சித் தலைவர்கள் பலரைச் சிறையில் தள்ளியபோது, யாரோ சொன்ன வாசகங்கள் இப்போது நினைவுக்கு வருகின்றன.

சிலரைச் சில காலம் முட்டாளாக்கலாம்
பலரைப் பல காலம் முட்டாளாக்கலாம்
ஆனால், எல்லோரையும் எல்லாக் காலங்களிலும்
முட்டாள்களாக்கிக்கொண்டிருக்க முடியாது.

அவசரநிலையால் அதிகம் பாதிக்கப்பட்ட ஒரு கட்சியின் தலைவருக்கு அதே வாசகங்களை வேறு யாரோ நினைவூட்ட வேண்டியிருப்பதுதான் வேடிக்கை.

(தலையங்கம்)

இதழ் 113, மே 2009

யாழ்ப்பாணக் குறிப்பேடு

அநாமதேயன்

யாழ்ப்பாணம்
20.03.2009

இத்துடன் யாழ்ப்பாணக் குறிப்பேடு எனும் யாழ்ப் பாணத்தின் தற்போதைய நிலைமைகளைப் பிரதிபலிக்கும் விடயங்களை உள்ளடக்கிய பகுதியை அனுப்பிவைக் கிறேன். எனது சொந்தப் பெயரைப் பாதுகாப்பு நோக்கங் கருதிக் குறிப்பிடவில்லை. இங்கிருந்து அனுப்பப்படும் தபால்கள் கிழித்து வாசித்த பின்னரே அனுப்பப்படு வதாகவும் தகவல்கள் வெளியாகின்றன. சிலவேளை இப்பிரதி உங்களுக்குக் கிடைக்காமலும் போகலாம். தற்செயலாகக் கிடைத்தால் காலச்சுவட்டில் பிரசுரிப்பீர் கள் என நம்புகிறேன். பிரசுரிப்பதும் பிரசுரிக்காமல் விடுவதும் உங்களைப் பொறுத்தது. பிரபாகரனின் படம் முகப்பில் வெளியான 'ஆனந்த விகட'னை விற்பனை செய்தமைக்காக பூபாலசிங்கம் புத்தகசாலை உரிமை யாளர் ஸ்ரீதரசிங் கைதுசெய்யப்பட்டுச் சிறையிலடைக்கப் பட்டிருப்பதை அறிந்திருப்பீர்கள். இதுதான் ஈழத்தின் இன்றைய நிலவரம்.

♦ ♦ ♦

குறிப்பு (1)

மட்டக்களப்பிலிருந்து சலீம் தொலைபேசியில் கதைத் தான். ஜூலை 2008 காலச்சுவடு பற்றிய பேச்சு வந்தது. சலனி, நவாஸ் சௌபி ஆகியோரது கவிதைகளும் 1983 கறுப்பு ஜூலை பற்றிய சிறப்புப் பகுதியும் அதற்கேற்ற முகப்புப் படமும் தாங்கி அவ்விதழ் வெளிவந்திருப்பதாகச்

சொன்னான். எனக்கு அது இதுவரை வாசிக்கக் கிடைக்க வில்லை. யாழ்ப்பாணத்திலுள்ள பூபாலசிங்கம் புத்தகசாலை யில் பலதடவைகள் விசாரித்தும் வரவில்லையென்று சொன்னார் கள். சிற்றிதழ்களுடன் பரிச்சயமுள்ள நண்பன் ஒருவனிடம் இது பற்றிக் கேட்டேன். 1983 கறுப்பு ஜூலை பற்றிய சிறப்புப் பகுதி அவ்விதழில் இடம்பெற்றுள்ளதால் கொழும்பிலிருந்து யாழ்ப்பாணத்துக்கு அவ்விதழை எடுத்துவர இராணுவம் தடை விதித்துள்ளதாகச் சொன்னான். இதேபோல் செப்டெம்பர் 2006 காலச்சுவடு இதழின் முகப்பில் 'சுதந்திர இலங்கை'க்குள் இராணுவ 'வீரன்' ஒருவன் நின்றுகொண்டு '*Stop*' எனக் காட்டும் (ஏ–9 வீதி மூடப்பட்டிருப்பதை வெளிப்படுத்தும்) படம் இடம்பெற்றதால் கொழும்பிலிருந்து யாழ்ப்பாணத்திற்கு எடுத்துவரப்பட்ட அவ்விதழின் எல்லாப் பிரதிகளினதும் முகப்புக் கிழிக்கப்பட்டிருந்ததையும் நினைவுகூர்ந்து 'ஒக்கமே மஹிந்த சிந்தனையாக்' (எல்லாம் மகிந்த சிந்தனை) எனச் சிரித்தான்.

குறிப்பு (2)

இப்போது நான் செய்தித்தாள்களைப் பார்ப்பதைத் தவிர்த்து வருகிறேன். 'புதுக்குடியிருப்பில் எறிகணை வீச்சு', 'நூற்றுக்கு மேற்பட்டோர் உடல் சிதறிப் பலி', 'ஐம்பதிற்கும் மேற்பட் டோர் படுகாயம்', 'வீதியெங்கும் சடலங்கள்' எனத் தலைப்பிட்டு ஒவ்வொரு நாளும் கண்டு சகிக்க முடியாத படங்களுடன் யாழ்ப்பாணத்துச் செய்தித் தாள்கள் வெளிவந்துகொண்டிருக் கின்றன. இரண்டு மூன்று தினங்கள் இவற்றைத் தொடர்ந்து வாசித்ததில் சாப்பிட முடியவில்லை. உறங்க முடியவில்லை. கனவில்கூடப் படுக்கை விரிப்புகளிலும் சாக்குகளிலும் கூழாகிப் போன பிரேதங்கள் அள்ளப்படும் காட்சிகளே தொடர்ந்து வருகின்றன. அலென்ரனேயின் ஹிரோஸிமா மொர் அமோர் திரைப்படந்தான் உடனடியாக நினைவுக்கு வருகிறது. இணைய தளத்துடன் பரிச்சயமுள்ள நண்பனொருவன் வீட்டிற்கு வந்திருந்தபோது, இணையதளமொன்றில் 'மனதைரிய முள்ளவர்கள் மட்டும் பார்க்கலாம்' என்ற தலைப்பில் சில படங்களைப் பார்க்க நேர்ந்ததாகவும் எறிகுண்டு வீசப்பட்டுக் கருகிப்போன நிலையில் பற்கள் வெளித்தள்ளிய நிலையில் குவியல் குவியல்களாகச் சடலங்கள், தலை சிதறிய முண்டங்கள் அப்படங்களில் நிரம்பியிருந்ததாகவும் ஐந்தாறு படங்களுக்கு மேல் பார்க்க முடியவில்லையென்றும் சொன்னான்.

குறிப்பு (3)

அண்மையில் யாழ்ப்பாணம் மத்தியூஸ் வீதியில் வசிக்கும் தேவராஜா சாளினி (வயது 18) சுருக்கிட்டுத் தற்கொலைசெய்து

கொண்டதாகத் தகவல் வந்தது. இப்பெண் சென்ற வருடம் உயர்தரப் பரீட்சைக்குத் தேற்றி 2AB என்ற பெறுபேற்றைப் பெற்றிருந்தும் 'Z' முறைத் தரப்படுத்தலின் காரணமாக யாழ் பல்கலைக் கழகத்தின் கலைப்பீட உள்நுழைவுக்கான அனு மதியைப் பெறமுடியாத நிலையில் மனவிரக்தியுற்றுத் தற்கொலை செய்துகொண்டதாகவே கூறப்பட்டது. ஆனால் உண்மையில் நடந்ததோ வேறு. சம்பவம் நடைபெற்ற தினத்தில் இப்பெண் வீட்டில் தனித்திருந்துள்ளார். இவரது வீட்டிற்கருகில் இராணுவக் காவலரண் அமைந்துள்ளது. அங்கே காவற்பணியில் ஈடுபட்டி ருந்தவர்கள் வீட்டினுள் புகுந்து சாளினியை வல்லுறவுக்குட் படுத்திக் கழுத்தை நெரித்துக் கொன்றுவிட்டுத் தூக்கில் தொங்க விட்டுச் சென்றுள்ளனர். வெளியே சென்றிருந்த பெற்றோர் திரும்பி வந்து பார்த்தபோது, தூக்கில் தொங்கிய சாளினியின் தொடைப் பகுதியிலிருந்து இரத்தம் கசிந்திருந்தது. படையினர் சாளினியை வல்லுறவுக்குட்படுத்தியமைக்கு வலுவான ஆதாரங் கள் இருந்தும் எந்தவொரு நடவடிக்கையையும் எடுக்க முடிய வில்லை. இதுதவிர சாளினியின் மரண விசாரணை அறிக்கை கூடத் தற்கொலையால் மரணம் சம்பவித்துள்ளதாகவே வழங்கப் பட்டுள்ளது. இவ்வாறான மனித உரிமை மீறல் நடவடிக்கை கள் தற்போது யாழ்ப்பாணத்தில் பரவலாக நடைபெற்றுவருகின்ற போதிலும் வெளிக்கொணர முடியாத நிலையில் பத்திரிகை யாளர்களையும் மனித உரிமை ஆர்வலர்களையும் எந்நேரமும் துப்பாக்கிகள் குறிபார்த்துக்கொண்டிருக்கின்றன.

குறிப்பு (4)

யாழ்ப்பாணத்துக்கு அமைச்சர் டக்ளஸ் தேவானந்தா வருகை தந்துவிட்டால் மக்கள் பதகளிக்கத் தொடங்கிவிடுவர். அவர் கொழும்புக்குத் திரும்பிச் செல்லும்வரை ஆகக் குறைந்தது நாலைந்து பேராவது 'அடையாளம் தெரியாத நபர்களால்' சுட்டுக்கொல்லப்படுவர். அவர் யாழ்ப்பாணத்திற்கு வரும் போதே இம்முறை யார் யாரைச் சுட்டுக்கொல்வது என்ற பட்டியலுடனேயே வருவார். யாழ்ப்பாணத்திற்கு வந்து இறங்கி யதுமே அப்பட்டியலைத் தமது தொண்டரடிப்பொடிகளிடம் கொடுத்துவிடுவார். அவர்களும் நாளுக்கொருவராகப் போட்டுத் தள்ளிவிடுவர். பத்திரிகை நண்பர் ஒருவரைச் சந்திக்க ஒரு நாள் சென்றேன். அவர் பரபரப்பாக இருந்தார். காரணம் கேட்டேன். 'டக்ளஸ் யாழ்ப்பாணம் வந்திட்டானடாப்பா. இனி *Front page*இல் சுட்டுக் கொலைக்கெண்டு ஒரு *column* ஒதுக்க வேணும்' என்றார். இனி வரவிருக்கும் நாள்களை எண்ணிப் பார்க்கும்போது பயமாக இருக்கிறது.

சுட்டுக்கொல்வது ஒருபுறமிருக்க யாழ் மக்கள் மோசமாக அவமதிப்பிற்குள்ளாகும் இன்னொரு விடயத்தையும் குறிப்பிட

வேண்டியுள்ளது. சமூக சேவைகள், சமூகநலத் துறை அமைச்ச ரான டக்ளஸ் தேவானந்தா யாழ்ப்பாணத்திற்கு வருகைதந்து, ஸ்ரான்லி வீதியிலமைந்துள்ள ஸ்ரீதர் தியேட்டரில் தங்கி யிருப்பது வழக்கம். அக்காலப்பகுதியில் கல்லூரி அதிபர் மற்றும் ஆசிரியர்கள், கூட்டுறவுச் சங்கப் பணியாளர்கள், அரசாங்க அலுவலர்கள் ஆகியோரைத் தனது அலுவலகத் திற்கு அழைத்து மாநாடுகள் நடத்துவார். இது தவிரப் பொது மக்கள் குறைகேள் சேவையையும் நடத்துவார். இதற்கென யாழ் மாவட்டத்தின் பல பகுதிகளிலிருந்தும் வருகைதரும் மக்கள் மோசமான உடற்சோதனைக்கு உள்ளாக்கப்பட்டே அமைச்சரைச் சந்திக்க முடியும். உடற்சோதனை சாதாரணமான தல்ல. ஆண், பெண் இருபாலாரும் தனித்தனி மறைவிடங் களுக்குக் கொண்டுசெல்லப்பட்டு நிர்வாணமாக்கப்பட்டே இவ்வுடற்சோதனை நிகழ்த்தப்படுகிறது. இதன்போது பெண்களே மிகுந்த நெருக்கடிக்குள்ளாகின்றனர். மார்பகங்கள் உண்மையான வைதானா என்பதை உறுதிப்படுத்திக்கொள்ளப் பல தடவை அமுக்கப்படுகின்றன. யோனித் துவாரங்களுக்குள் விரல் நுழைத்தும் பார்க்கப்படுகிறது. ஆண்களுக்கோ விதைப்பைகள் நசுக்கிப் பார்க்கப்படுகின்றன. இக்'கௌரவிப்பு' நிகழ்வுகளை மூலைக்குமூலை பொருத்தப்பட்டிருக்கும் கமராக்கள் பதிவுசெய் கின்றன. எனக்குத் தெரிந்தவொரு பெண் தனது பணி இட மாற்றம் தொடர்பாக அமைச்சர் டக்ளஸ் தேவானந்தாவைச் சந்திக்கப் போய்வந்தாள். அவளிடம் இவ்வுடற்சோதனை குறித்து விசாரித்தபோது சொன்னாள், "எங்களுக்கு மார்பகப் புற்று நோய் இருக்கா? எண்டு பரிசோதிக்க ஆஸ்பத்திரிக்குப் போகத் தேவையில்லை. ஸ்ரீதர் தியேட்டருக்குப் போனால் போதும்."

குறிப்பு (5)

வன்னிப் பெருநிலப்பரப்பில் நிகழ்ந்துகொண்டிருக்கும் அகோர எறிகணை வீச்சு மற்றும் கண்மூடித்தனமான விமானக் குண்டுவீச்சுத் தாக்குதல்களால் காயமடைவோரை சர்வதேசச் செஞ்சிலுவைச் சங்கத்தின் வழித்துணையோடு வவுனியா மற்றும் திருகோணமலை வைத்தியசாலைகளுக்குக் கொண்டு சென்று சிகிச்சையளிப்பதுடன் அவ்வைத்தியசாலைகளைச் சுற்றிப் பலத்த இராணுவப் பாதுகாப்பு ஏற்பாடுகளும் முன் னெடுக்கப்பட்டுவருகின்றன. எவரும் வைத்திய சாலைகளுக்குட் சென்று நோயாளரைப் பார்வையிட முடியாத நிலைமையே காணப்படுகின்றது. இந்நிலையில் யாழ்ப்பாணத்திலிருந்து வெளி யாகும் உதயன், தினக்குரல், வலம்புரி ஆகிய நாளிதழ்களில் வன்னியில் காயமடைந்து சிகிச்சைக்காக வவுனியா மற்றும் திருமலை வைத்திய சாலைகளுக்குக் கொண்டுசெல்லப்பட்ட வர்களின் பெயர்ப்பட்டியல்கள் பிரசுரமாகிவருகின்றன. சில

தினங்களுக்கு முன்பு பத்திரிகை வாங்கக் கடைக்குச் சென்ற போது பத்திரிகைகள் விற்றுத் தீர்ந்துவிட்டன. கடைக்காரர் சொன்னார், ‘இப்ப காயப்படுகிற ஆக்களின்ரை பெயர்ப் பட்டியல் வாறதால பேப்பரெல்லாம் உடனை முடிஞ்சு போகிடுது. மேலதிகமாக அஞ்சு பேப்பர் எடுத்தும் போதாம லிருக்கு. இன்னும் பத்துப் பேப்பர் மேலதிகமாய் எடுத்தால் தான் சரிப்பட்டுவரும்.’ இதைக் கேட்டு நான் வேதனைக்குள்ளா னேன். யாழ்ப்பாணத்தில் பத்திரிகை விற்பவர் உட்பட எல்லா வியாபாரிகளுமே யுத்தம் தொடர்வதைத்தான் விரும்புகின்றனர்.

மேலும் புலிகளின் கட்டுப்பாட்டுப் பகுதியிலிருந்து இராணுவக் கட்டுப்பாட்டுப் பகுதிக்கு வந்துசேரும் வன்னி மக்களைப் படைத்தரப்பினர் வவுனியா மற்றும் மன்னார் பகுதிகளிலமைக்கப்பட்ட புனர்வாழ்வு முகாம்களில் தங்கவைத் திருப்பதாகச் செய்திகள் வெளியாகின்றன. இம்முகாம்களிலிருந்து எவரும் வெளியேறிச் செல்ல முடியாதவாறு பாதுகாப்பு ஏற்பாடு கள் பலப்படுத்தப்பட்டுள்ளன. இவற்றிலிருக்கும் இளம் வயதினரின் நிலைமை கேள்விக்குள்ளாகி வருகின்றது. கடந்த சில தினங்களில் இம்முகாம்களில் தங்கவைக்கப்பட்டிருந்த இளம்வயதினரில் 28 பேர் காணாமற்போயுள்ளனர். மேலும் இங்குள்ள பெண்களை விசாரணைக்கென அழைத்துச் சென்றுள்ள படைத் தரப்பினர் பாலியல் வல்லுறவுக்குட் படுத்தி எரித்துக் கொன்றுள்ளதாகவும் தகவல்கள் கிடைத் துள்ளன. இதை முற்றாக மறுத்துள்ள படைத்தரப்பானது புலிகள் தமது கட்டுப்பாட்டிலுள்ள மக்கள் வெளியேறிச் செல்வதைத் தடுக்குமோர் உத்தியாகவே இப்பொய்ப் பிரசாரத்தை மேற்கொண்டுவருவதாகத் தெரிவித்துள்ளது.

குறிப்பு (6)

அண்மையில் வடமராட்சிப் பகுதியில் நடைபெற்ற துவாரகனின் ‘மூச்சுக் காற்றால் நிறையும் வெளிகள்’ கவிதைத் தொகுதிக்கான விமர்சனக் கருத்தரங்கில் ஓர் இலக்கியவாதி கருத்துரை வழங்கியபோது, இக்கவிதை நூலுக்கான விமர்சனக் குறிப்பொன்றைக் காலச்சுவடு டிசெம்பர் 08 இதழில் ராஜமார்த் தாண்டன் எழுதியிருப்பதாகவும் அக்குறிப்பில் ‘முதுகுமுறியப் பொதிசுமக்கும் ஒட்டகங்கள்’, ‘வெள்ளெலிகளோடு வாழுதல்’ போன்ற சமகால ஈழத்தின் சூழலைப் பிரதிபலிக்கும் கவிதை களை சூழ்நிலை பற்றிய புரிந்துணர்வின்மையால் ராஜமார்த் தாண்டன் முக்கியத்துவப்படுத்தவில்லையெனவும் காலச்சுவடு பெப்ருவரி 09 இதழில் ஈழத்துச் சிறுகதையென்ற பேரில் வெளி யாகியுள்ள தி. மயூரனின் ‘கண்ணீர் தேசம்’ என்ற கதையும் சமகாலச் சூழலைப் பற்றிய காலச்சுவட்டினது புரிந்துணர்

வின்மையையே எடுத்துக் காட்டுவதாகவும் குறிப்பிட்டிருந்தார். இவ்விமர்சனக் கருத்தரங்கு முடிவுற்று இருதினங்களின் பின்பே பெப்ருவரி மாதக் காலச்சுவடு எனக்குக் கிடைத்தது. தி. மயூரனின் சிறுகதையை வாசித்தபோது முழு அபத்தமாகத் தோன்றியது. குறித்த எழுத்தாளரைப் பற்றிய அறிமுகத்தில் தினக்குரல், சுடரொளிப் பத்திரிகைகளில் கதை எழுதியிருப்பவர் எனக் குறிப்பிடப்பட்டிருந்தது. இவ்விரு பத்திரிகைகளுமே சராசரிக்கும் கீழான தரத்திலமைந்த சிறுகதைகளையே பிரசுரித்துவருகின்றன என்பதும் குறிப்பிடத்தக்கது. இக்கதையில் மாதவி என்ற பெண்ணைப் படையினனொருவன் விரும்புவதாகவும் அவனைத் திருமணம்செய்து தருமாறு அவளது வீட்டிற்கு வந்து கேட்பதாகவும் அவளது தந்தை மறுத்து ஆவேசிப்பதாக வும் பின்னர் அவளுடன் கொழும்புக்குப் புறப்படத் தயாராக வுள்ள நிலையில் இரவு வீட்டிற்குள் படையினர் உட்புகுந்து மாதவியைப் பாலியல் வல்லுறவுக்குட்படுத்த முயலும்போது, அவள் குறித்த படையினனைத் துப்பாக்கியால் சுட்டுக்கொல் வதாகவும் வருகிறது. எழுத்தாளர், ராஜேஷ்குமாரையும் சுஜாதா வையும் நிறைய வாசித்து வருகிறார் என நம்புகிறேன். ஏனெனில் அவர்களின் கதைகளிலேயே மாதவிகள் தம்மைப் பாலியல் வல்லுறவுக்குட்படுத்த வருபவர்களைச் சுட்டுக்கொல்வது சாத்தியம். சமகால யாழ்ப்பாணச் சூழலில் இது சாத்தியமல்ல. யாழ்ப்பாணத்தில் படையினர் பெண்களை விரும்புவது வழமை. ஆனால் அவர்களது அணுகுமுறை மயூரனின் கதையில் வருவது போன்றதல்ல. முற்றிலும் வேறுவிதமானது. படையினனொருவன் தமிழ்ப் பெண்ணொருத்தியை விரும்பினால் அவளை அடைய அதற்குப் பல்வேறு மாற்று வழிகளைக் கையாளக்கூடிய சாத்திய முள்ளது. இதற்கான ஒரு தகுந்த எடுத்துக்காட்டாக, தேவராஜா சாளினியின் கொலைச் சம்பவத்தைக் குறிப்பிடலாம் [பார்க்க: குறிப்பு(3)]. இதைத் தவிர வீட்டைச் சோதனையிடுதல் என்னும் பேரில் உள்நுழைந்து அங்கே வெடிபொருட்களை மறைத்து வைத்துவிட்டு வீட்டிலுள்ளவர்களே மறைத்துவைத்திருந்த தாகவும் அவர்களுக்குப் புலிகளுடன் நீண்டகாலமாகத் தொடர் பிருக்கிறதெனவும் கூறி அவ் வீட்டிலுள்ளவர்களைக் குறிப்பாக இளம் பெண்களை, கைதுசெய்து கொண்டுசென்று பாலியல் வல்லுறவுக்குட்படுத்தும் சம்பவங்களும் நிகழ்ந்துவருகின்றன. மேலும் தற்போது யாழ்குடா நாட்டில் இரவு 9:00 மணி தொடக்கம் அதிகாலை 4:30 மணிவரை ஊரடங்குச் சட்டம் அமலிலிருப்பதால் நள்ளிரவு வேளையில் படையினரதும் ஒட்டுக்குழுக்களினதும் அட்டகாசம் எல்லைமீறியதாகக் காணப் படுகிறது. அண்மையில் யாழ்ப்பாணத்திலுள்ள நாயன்மார் கட்டு என்ற பகுதியிலமைந்துள்ள அரச நிர்வாக அலுவலர் ஒருவரின் வீட்டினுள் புகுந்த ஆயுததாரிகள் அவ்வலுவலரின்

மகளை ஆயுதமுனையில் மிரட்டிப் பாலியல் வல்லுறவுக் குள்ளாக்கியுள்ளனர். இது போன்ற சம்பவங்கள் யாழ்ப்பாணத் தின் பல்வேறு பகுதிகளிலும் நிகழ்ந்துவருவது வழமையாகி விட்டது. இதுதவிரப் பதின்ம வயதுப் பிள்ளைகளை 'எனது ஆசையைப் பூர்த்திசெய்யாவிடின் உனது குடும்பத்தையே சுட்டுக் கொன்றுவிடுவேன்' என மிரட்டி ஆயுததாரிகள் சிலர் வல்லுறவுக் குள்ளாக்கிய சம்பவங்களும் நிகழ்ந்துள்ளன. அண்மைக் காலமாக யாழ்ப்பாணத்திலுள்ள மனித உரிமை ஆர்வலர்கள் சிலர் யாழ்குடா நாட்டில் திருமணமாகாமலே கருத்தரிக்கும் பெண் களினது எண்ணிக்கை (குறிப்பாகப் பதின்ம வயதினர்) வேகமாக அதிகரித்துவருவதாகவும் இதன் பின்னணியில் படையினரும் ஒட்டுக்குழுக்களுமே இருந்துவருவதாகவும் சுட்டிக்காட்டி யுள்ளனர். இந்நிலையில் தி. மயூரனின் 'கண்ணீர் தேசம்' என்ற சிறுகதை காலச் சூழலைப் பிரதிபலிப்பதில் எவ்வளவுக்கு விலகி நிற்கிறது என்பதை வாசகர்கள் உணர்ந்துகொள்ளலாம்.

குறிப்பு (7)

வெகுசன இதழொன்றில் உதவி ஆசிரியனாகப் பணி புரிந்து வரும் நண்பன் ஒருவன் வில்லு என்ற திரைப்படம் தொடர்பாக விமர்சனக் குறிப்பொன்றை எழுதித் தரும்படி கேட்டுக்கொண்டான். வில்லு யாழ்ப்பாணத்தில் வெளியாகி ஓரிரு தினங்களே ஆகியிருந்த நிலையில் வீடியோக் கடைகளில் சீ.டியும் கிடைக்காதென்பதால் சீ.டி கிடைத்ததும் படத்தைப் பார்த்துவிட்டு எழுதுவதாக நண்பனிடம் சொன்னேன். அவன் படம் இப்போதுதான் வெளியாகியிருப்பதால் சீ.டி வெளி வருவதற்கு ஒரு மாதமாகுமென்றும் அத்திரைப்பட விமர்சனம் அடுத்த கிழமை தன் இதழில் வெளியாக வேண்டுமென்றும் என்னைத் திரையரங்கில் போய்ப் பார்த்துவிட்டு உடனடியாக விமர்சனத்தை எழுதும்படியும் நுழைவுச் சீட்டுக்கான செலவைத் தானே பொறுப்பேற்றுக்கொள்வதாகவும் அவன் கேட்டுக் கொண்டதால் அப்படம் வெளியாகி ஓடிக்கொண்டிருந்த திரையரங்குக்குப் போனேன். நான் போனது காலை 10:30 காட்சிக்கு. திருவிழாவைப்போல் கூட்டம் அலை மோதியது. பிற்பகல் 2:30 காட்சியைப் பார்க்கவுள்ளோரும் அப்போதே வந்திருந்தனர். நான் திரும்பிவிடலாமென்றுதான் நினைத்தேன். அங்கே வந்திருந்த நண்பனொருவன் நுழைவுச் சீட்டெடுக்க முண்டியடித்துக்கொண்டு நின்றிருந்தவர் வரிசையில் தென் பட்டான். அவனிடம் 150 ரூபாய் கொடுத்துப் பின்வரிசை நுழைவுச் சீட்டை எடுத்துக்கொண்டு உள்ளே போனேன். ஆசனங்கள் ஏற்கெனவே நிறைந்திருந்தன. ஒதுக்குப்புறமாக இருந்த ஆசனமொன்றில் அமர்ந்தேன். எனக்குப் பின்புறம் Box என்னும் பெயரில் அமைக்கப்பட்ட 200 ரூபாய் நுழைவுச்

சீட்டுக்குரிய கூண்டுகளுக்குள் சோடிகளாகச் சிலர் அமர்ந் திருந்தனர். ஒருவாறு 10:45 மணியளவில் படம் தொடங்கியது. இளம் வயதினர் துள்ளிக்குதித்துக் கூக்குரலிட்டு ஆரவாரித்தனர். சிலர் உள்ளங்கைகளில் கற்பூரம் கொழுத்திச் சுற்றினர். வேறு சிலர் கரகோசமெழுப்பியும் விசிலடித்தவாறுமிருந்தனர். இந்த ஆரவாரங்கள் ஓய்வதற்குச் சுமார் பத்து நிமிடங்கள் எடுத்தன. பின்னர் கூண்டுப் பகுதியிலிருந்து இடைக்கிடையே (படம் முடியும்வரை) முனகல் சத்தங்கள் கேட்டன. உண்மையில் நான் திகைப்படைந்துபோனேன். நான் யாழ்ப்பாணத்தில் தான் இருக்கிறேனா? என ஒரு கணம் அதிர்ந்துதான் போனேன். படம் முடிந்து வரும்போது நண்பனிடம் இது குறித்த ஆதங்கத் தைத் தெரிவித்தேன். அவன் சிரித்துவிட்டுச் சொன்னான். 'யாழ்ப்பாணத்தில இண்டைக்கு மொத்தமாக 3 தியேட்டர் இயங்குது. எல்லாத்திலயும் இது நடக்குது. நாதன் தியேட்ட ருக்குப் போய்ப்பார். மூன்றாவது மாடியில படுக்கையறை வசதியளுமிருக்கு. அதுக்குள்ள சோடியள் மட்டுந்தான் போகலாம். சோடியள் முதல்ல சேர்ந்து வாறேல்ல. பொடியன் வந்து தியேட்டருக்குள்ள நிண்டுகொண்டு மிஸ்ட்கோல் அடிக்கப் பெட்டை வரும். இரண்டு பேரும் ரிக்கற் எடுத்துக்கொண்டு மூண்டாம் மாடிக்குப் போவினம். இன்ரேர்வலுக்கும் வெளில வராயினம். ஆனால் படம் முடிய முன்னம் வெளிக்கிட்டு வேற வேற திசையால போவினம்.' அவன் இதையெல்லாம் ஒரு சாதாரண நிகழ்வாகவே கருதுகிறான். யாழ்ப்பாணத்தின் பண்பாடு, விழுமியம் என அனைத்தையுமே திட்டமிட்டுச் சீரழிக்கும் செயற்பாடுகள் 1996 காலப்பகுதியில் யாழ்ப்பாணம் படையினரின் ஆக்கிரமிப்பிற்குள் வந்ததும் படிப்படியாக ஆரம் பித்தன. இதனொரு பகுதிதான் யாழ்நகரில் திரையரங்குகளை மீளவும் செயற்பட அனுமதி வழங்கியமையாகும். இதைத் தொடர்ந்து 2002 காலப்பகுதியில் புரிந்துணர்வு உடன்படிக்கை கைச்சாத்தாகித் தரைவழிப் பாதை திறந்தவுடன் கைத்தொலை பேசிப் பாவனை மிகப் பரவலடைந்தது. இப்போது 2700 ரூபாய் விலையில் டயலொக் நிறுவனம் யாழ்ப்பாணத்தில் கைத்தொலைபேசியை அறிமுகப்படுத்தியுள்ளது. விற்பனை முகவர் நிலையங்களெங்கும் இளம் பிராயத்தினர் கூட்டம் அலைமோதுகிறது. இன்றைக்கு யாழ்ப்பாணத்தில் கைத்தொலை பேசிகளை நோண்டிக்கொண்டும் காதில் வைத்துக்கொண்டும் அலையும் இளம் பிராயத்தினரே நீக்கமற நிறைந்துள்ளனர்.

இதற்கிடையில் நான் 'வில்லு' பற்றிய எனது விமர்சனத்தை நண்பனுக்கு அனுப்பிவைத்தேன். குறித்த விமர்சனம் அவ் வெகுசன இதழில் வெளிவந்ததைப் பார்த்தபோது உண்மையில் அதிர்ச்சியடைந்தேன். நான் மூன்று பக்கங்களில் எழுதியிருந்த விமர்சனம் ஒரு பக்கத்தில் சுருக்கப்பட்டு இடைவெளிகளுக்குள்

வில்லுவின் வண்ணமயமான 'ஸ்ரில்'கள் சொருகப்பட்டிருந்தன. நண்பனிடம் தொடர்புகொண்டு கேட்டபோது, எனது விமர் சனத்தைப் பரிசீலனைக்கு எடுத்துக்கொண்ட ஆசிரியர் குழுவானது நயன்தாராவைப் பற்றி மோசமாக எழுதப்பட்டி ருப்பதாகவும் அவர் ஈழத் தமிழர்களுக்கு 5,00,000 ரூபாவை நன்கொடையாக வழங்கியிருப்பதால் இவ்விமர்சனம் முழுமை யாகப் பிரசுரமானால் வாசகர்களின் எதிர்ப்பைச் சந்திப்ப துடன் விஜய் ஈழத் தமிழர்களுக்கு ஆதரவாக உண்ணாவிரத மிருந்ததால் அவரைக் கிண்டலடித்து எழுதிய பகுதிகளை வெளியிடுவதும் குறித்த இதழின் விற்பனையில் சரிவை ஏற்படுத்தி விடுமெனக் கருதி எனது விமர்சனம் சுருக்கப்பட்டதாக அவன் விளக்கமளித்ததுடன் வெகுவிரைவில் நுழைவுச் சீட்டு மற்றும் விமர்சனப் பகுதிக்கான கொடுப்பனவுகளை உள்ளடக்கிய 650 ரூபாய் பெறுமதியான காசோலை எனது முகவரிக்கு அனுப்பிவைக்கப்படுமெனவும் தெரிவித்தான்.

குறிப்பு (8)

இந்த வருடத்தின் பெப்ருவரி நான்காம் திகதி இலங்கை சனநாயகச் சோசலிசக் குடியரசின் அறுபத்தொராவது சுதந்திர தினம் தலைநகர் கொழும்பில் வெகுவிமரிசையாகக் கொண் டாடப்பட்டது. முன்னைய வருடங்களில் கொண்டாடப்பட்ட சுதந்திர தினங்களைக் காட்டிலும் இது சிங்களப் பேரினவாதி களுக்கு இவ்வாண்டின் சுதந்திர தினம் வரலாற்று முக்கியத்துவம் வாய்ந்ததாக அமைந்துவிட்டது. ஏனெனில் இவ்வாண்டின் தொடக்கத்தில் புலிகளின் கோட்டை எனக் கருதப்பட்ட கிளிநொச்சியைப் படையினர் கைப்பற்றி ஏ–9 வீதியையும் திறந்துவிட்டனர். இதன் பிரதிபலிப்போ யாழ்ப்பாணத்தில் வேறுவிதமாக அமைந்திருந்தது. சுதந்திர தினத்திற்குச் சில வாரங்கள் முன்னதாகவே மோட்டார் சைக்கிள்கள் உட்படச் சகல வாகனங்கள் மற்றும் வீடுகளிலும் சிங்கக் கொடி பறக்க விடப்பட வேண்டுமென்ற கடுமையான உத்தரவு பிறப்பிக்கப் பட்டது. இதைத் தொடர்ந்து வியாபாரிகள் பாடு படுகொண் டாட்டம்தான். ரூ. 300 தொடக்கம் ரூ. 1000 வரையான விலைகளில் சிங்கக் கொடிகள் அமோகமாக விற்பனையாகின – சிங்கக் கொடியைப் பறக்கவிடாதோர் படையினரால் கடுமையாகத் தாக்கப்பட்டதைத் தொடர்ந்து குறித்த ஒரு நாளில் சிங்கக் கொடி விற்பனை 25,000 ரூபாயை எட்டியதாகத் தெரியவந்தது. பெப்ருவரி மாத முடிவில் சிங்கக் கொடியின் விற்பனை வருமானம் ரூ. 7,00,000 எனக் கணக்கிடப்பட்டது. யாழ்நகரின் புத்தகச் சாலை உரிமையாளர் ஒருவர் சொன்னார், 'புத்தகங் களை விக்கிறதைக் கைவிட்டுட்டு இனிச் சிங்கக் கொடி விக்கலாம் போல இருக்கு.'

குறிப்பு (9)

யாழ்ப்பாணத்தில் மின்விநியோகம் மூன்று மின்பிறப்பாக்கிகள் மூலமே நடைபெற்றுவருகிறது. இதனடிப்படையில் தினமும் மாலை வேளைகளில் 6:30 அல்லது 7:30 மணிக்கு அமல்படுத்தப்படும் மின்வெட்டு ஏறத்தாழ இரண்டு மணித்தியாலங்கள் வரை நீடிக்கும். சில தினங்களில் இரவு முழுவதும் மின்வெட்டு நிகழ்வதும் வழமையாகிவிட்டது. பிரதேசச் செயலக மட்டத்தில் மின்சார சபை ஊழியர்களுடன் நடைபெற்ற கலந்துரையாடலொன்றில் இம்மின்தடை பற்றி விவாதித்தபோது, அவர்கள் சட்டரீதியற்ற மின் பாவனை அதிகரித்திருப்பதாகவும் தவிர்க்க முடியாத சில காரணங்களால் நடவடிக்கை எடுக்க முடியாதிருப்பதாகவும் தெரிவித்தனர். அவர்களிடம் தனிப்பட்ட முறையில் விசாரித்தபோது, சில இடங்களில் இராணுவத்தினரே தமது முகாம்களுக்குச் சட்டரீதியற்ற மின்னிணைப்புகளை மேற்கொண்டு மின்சாரம் பெறுவதாகவும் வேறு சில இடங்களில் தனிப்பட்டவர்கள் சட்டரீதியற்ற மின் பாவனையை மேற்கொண்டு வருவதையறிந்து அம்மின்னிணைப்புகளைத் துண்டித்து நடவடிக்கை எடுக்க முயன்றபோது, இராணுவத்தினர் வந்து மின்னிணைப்புகளைத் துண்டித்தால் சுட்டுக் கொன்றுவிடுவோம் என மிரட்டியதாகவும் வேறுசில இடங்களில் விசாரித்துப் பார்த்தபோது அத்தனிப்பட்டவர்களின் குடும்பங்களைச் சேர்ந்த பெண்கள் இராணுவத்தினருடன் பாலியல் தொடர்புகளை வைத்திருப்பதாகவும் அறிய முடிந்ததெனத் தெரிவித்தனர்.

இதழ் 113, மே 2009

ஈழப் போர் : மாறுபட்ட கட்டம்

சச்சிதானந்தன் சுகிர்தராஜா

சமகால ஈழப் பிரச்சினையைப் பற்றி எழுதும்போது, 19ஆம் நூற்றாண்டு காலனிய இலங்கையில் நடந்த ஒரு சம்பவம் இடைமறிக்கிறது. கண்டியின் கடைசி அரசனான சிரி இராஜசிங்கன் தனக்கு இணக்கமானவர்களால் காட்டிக்கொடுக்கப்பட்டு ஆட்சியை இழக்கிறான். அதிகாரம் தங்கள் கையில் வரும் என்று எதிர்பார்த்த சிங்கள மேட்டுக்குடியினருக்கு ஏமாற்றமாகவே இருந்தது. ஆங்கிலேயர் கிரீடம் இழந்த மன்னனின் இடத்தைப் பிடித்துக் கொண்டது மட்டுமல்ல தங்களின் நிலைமையை உறுதிப்படுத்திக்கொள்ளத் தொடங்கினர். பொறுமை இழந்த சிங்கள அதிகாரிகள் ஆங்கிலேய காலனியவாதி களுக்குச் சொன்னது: 'அரசனை அகற்றிவிட்டீர்கள். நீங்கள் இனி எங்களுக்குத் தேவை இல்லை. ஆகையால் நீங்கள் இனி இங்கிருந்து போய்விடுங்கள்.' பழைய ஏகாதிபத்தியத்துக்கு உள்நாட்டவர்கள் சொன்ன அதே வார்த்தைகள் இன்றைய புதிய சிங்கள ஏகாதிபத்தியத் துக்கும் பொருந்தும்.

இலங்கையில் நிகழ்ந்துகொண்டிருக்கும் இனக்கொலை களுக்கு எதிராக லண்டனில் நடைபெறும் எதிர்ப்பும் உண்ணாவிரதமும் தொடங்கி ஒரு வாரமாகிறது. இதை முன்னின்று நடத்துகிறவர்கள் இரண்டாம் தலைமுறை ஈழத் தமிழர்கள் என்பது முக்கியக் கவனத்திற்குரியது. இவர்களில் பெரும்பாலானோர் பல்கலைக்கழக மாணவர் கள். ஆங்கிலக் கலாச்சாரத்தில் கரைந்துபோனவர்கள். இவர்கள் மீள்கண்டுபிடித்த நாட்டுப்பற்று ஈழப் பிரச்சினையை மீண்டும் பொதுவெளியில் கொண்டு வந்துள்ளது. ஊடகத்தை – முக்கியமாக மின்னஞ்சல், வலைப்பதிவுகளை ஆக்கபூர்வமாகப் பாவித்து முடங்கிப்

போயிருந்த ஈழத் தமிழர் பிரச்சினையை இவர்கள் முன்னுரிமை ஆக்கியிருக்கிறார்கள். இவர்களுடைய ஆர்ப்பாட்டங்களால் *anti - Tamilism இன்று anti-Semiticism* ஆக அரசியல் கூறுமுறையில் புகுத்தப்பட்டிருக்கிறது. ஆனால் இவர்களின் இந்த இனம் பற்றிய புதிய நேசம் ஈழப் பிரச்சினையின் முக்கிய நோக்கிலிருந்து கவனம் திரும்பிவிடுமோ என்னும் பயம் இருக்கிறது. இனப் பிரச்சினை சார்ந்த ஈழ அரசியல் அறம்சார்ந்த தனி நபர் பிரச்சினையாக மாறிவிடுமோ என்ற கவலையும் வரவே செய்கிறது. இவர்கள் கொடுத்த ஊடகப் பேட்டிகளில் அவர்கள் விட்டுவந்த உறவினர்கள், சகோதரர்கள், நண்பர்கள், தெரிந்த வர்கள் கொல்லப்பட்டதையும் அபகரிக்கப்பட்டதையும் கைதி களாக்கப்பட்டதையும் அவர்களது பரிதாப வாழ்க்கையையும் கஷ்டங்களையுமே முன்னிலைப்படுத்துகிறார்கள். தனிமனிதத் துயரமும் தனிமனித அவலமும் முக்கியமானவை. அவற்றை ஆவணப்படுத்துவதும் ஒருவிதத்தில் சரியானதும்கூட. ஆனால் ஈழத்தில் நடப்பது தனியார் சம்பந்தப்பட்டாலும் ஒரு சனத்தின் பிரச்சினை. ஒதுக்கிவைக்கப்பட்ட ஒரு சமுதாயத்தின் பிரச்சினை.

ஆங்கிலேய மையநீரோட்ட ஊடகங்களிலிருந்து இந்த எதிர்ப்பு சற்று புறந்தள்ளப்பட்டாலும் போராட்டத்தின் அழுத் தத்தையும் ஆவேசத்தையும் அறிந்துகொள்ள வலையத்தைப் பாருங்கள். பின் – ஊடக நாட்களில் வலையம் என்ற இணைய வெளியில்தான் தீவிரப் பிரச்சாரமும் சர்ச்சையும் நடைபெறு கின்றன. சிங்களவர்களும் சளைக்காமல் இணையதளத்தைப் பயன்படுத்துகிறார்கள். போராளிகளும் அவர்களின் எதிராளி களின் சொல்லாடல்களின் வெற்றியும் தோல்வியும் வலைப் பதிவுகளில்தான் நிர்ணயிக்கப்படுகின்றன. இந்த மின்தளங்களை மேயும்போது மீண்டும் ஞாபகத்திற்கு வந்தது நன்கு பாவித்துத் தேய்ந்துபோன அந்த வாசகம்: எந்தப் போரிலும் முதலில் காயப்படுவது உண்மை.

ஈழத் தமிழர்களுக்கு சர்வதேசச் சமூகத்தின் மீது நம்பிக்கை யில்லை. தென்னிந்திய திராவிடத் தலைவர்களின் நடத்தைகள் ஊக்கம் தருவதாயும் இல்லை. அரசியல் விஷயங்களை சும்மா ஓரத்தில் இருந்து பார்ப்பவர்கள் கூடத் தென்னிந்திய அரசியல் வாதிகளின் முட்டாள்தனமான, சில வேலைகளில் விஷமத் தனமான சேட்டைகளை அவதானித்திருப்பார்கள். இந்திய மைய அரசின் உதவியை எதிர்பார்ப்பது தீயைக் கொளுத்து வோரையே தீயணைப்பு அதிகாரியாக நியமிப்பதைப் போன்றது. உலகில் நடக்கும் அரசியல் சர்ச்சைகளில் இலங்கைத் தீவின் பிரச்சினைகளுக்கு விடைதேட நித்திரையின்றி உருளத் தேவை யில்லை. தீர்வு எல்லோருக்கும் தெரியும். நான் இப்போது சொல்லப்போவது அப்படி ஒன்றும் புதிதல்ல. பலமுறையும்

பல கட்டங்களிலும் பேசப்பட்டதுதான். ஒற்றை ஆட்சியை மீளமைத்து மாவட்டங்களுக்கு அதிகாரப் பகிர்வளித்தல். இதை அமலாக்குவதற்கு அரசியல் துணிச்சலும் மனோபலமும் இல்லை.

சிலருடன் இங்கே பேசியபோது திரும்பத் திரும்பக் கேட்ட அரிய செய்தி: இயக்கத்திலும் சில பிழைகள் நடந்திருக்கின்றன. ஆறு மாதங்களுக்கு முன்பு இந்தப் பேச்சே வந்திருக்காது. இயக்கம் என்பதை எல்டிடி என மொழிபெயர்த்துக் கொள்ளுங்கள். இலங்கை அரசு மேற்கொண்டிருக்கும் இறுதித் தீர்வுக்கான போரில் புலிகளின் படை பலம் குறைந்திருக்கலாம். அவர்களுடைய ஆட்சியின் பூலோக எல்லையும் கட்டுப்படுத்தப்பட்டிருக்கலாம். அவர்களின் வினைமுறைத் திறன்கள் பற்றிப் பலருக்கும் கடுமையான விமர்சனங்கள் இருந்திருக்கலாம். ஆனால் அவர்கள் போராடக் காரணமாயிருந்த தமிழ் மக்களின் கோரிக்கைகள் மங்கவில்லை. மாறாக இன்று மேற்குலக நாடுகளில் நடைபெறும் எதிர்ப்பு ஈழத் தமிழரின் கோரிக்கைகளுக்குப் புதிய வேகத்தையும் வீச்சையும் புலப்பதிவையும் கொடுத்திருக்கிறது.

விடுதலை இயக்கங்களுக்கு இது செழுமையான காலம் அல்ல. 9/11க்குப் பிறகு தேசியப் பாதுகாப்பு தெய்வீக ஸ்தானத்தை அடைந்திருக்கிறது. விடுதலை, சுயநிர்ணயம், சுயாட்சி போன்ற கோரிக்கைகளை எழுப்பும் குரல்கள் அனைத்தும் தேசம் என்னும் கட்டமைப்பைச் சிதறடிக்கும் தீவிரவாதக் குழுக்களாக வர்ணம் பூசப்பட்டிருக்கின்றன. இந்தக் கண்ணோட்டத்தில்தான் எல்டிடியின் சரிவை மேற்கு நாடுகள் வரவேற்கின்றன. தமிழ் விடுதலை இயக்கங்கள் தீவிரவாத இயக்கங்கள் அல்ல. அவை தமிழ் இன மீட்பு இயக்கங்கள். சில தருணங்களில் பீதியுறவையும் வன்முறையையும் பயங்கரவாதத்தையும் கைப்பிடித்திருக்கின்றன.

இலங்கைப் பிரச்சினை ஒரு பின் – காலனியப் போராட்டமாக ஆரம்பிக்கப்பட்டாலும், சிங்கள தேசிய அரசு இதனை ஒரு காலனிய விரிவாக்கமாகவே மாற்றியிருக்கிறது. நடக்கும் போரில் பல காலனியச் சமாந்திரங்களையும் சாயல்களையும் மறுகண்டுபிடிப்புச் செய்யலாம். காலனியவாதிகள் அமுக்கி வைக்கப்பட்டவர்களுக்கு எப்போதும் சொல்லும் ஆறுதலான வார்த்தைகள் 'நான் உங்களை மீட்க வந்திருக்கிறேன்'. இதைத்தான் ராஜபக்சவும் அவருடைய இராணுவமும் அவரை ஆதரிக்கும் ஊடகமும் வடபகுதியில் அடைபட்டுக்கிடக்கும் தமிழருக்கு அறிவிக்கின்றன. காலனியாதிக்கத்துக்குக் கைவந்த இன்னொரு கலை எதிரிகளைப் பிரித்து அரசாள்வது. முக்கியமாக வஞ்சிக்கப்பட்டவர்களுக்குப் புகலிடம் தருவது. கருணாவை இந்த

அரசாங்கம் தேசியத் தலைவராகப் பவனிவரச் செய்வது இதற்கு உன்னத உதாரணம். கட்டுப்படுத்தப்பட்ட வட்டாரங் களை அமைத்து இன வாரியாக மக்களைப் பிரித்துச் சிறைப் படுத்துவது மற்றொரு செயல். இன்று சிங்கள அரசு ஏற்படுத்திய பாதுகாப்பு மண்டிலங்கள் இதைத்தான் சாதிக்கின்றன. காலனி யத்தின் வேறொரு – ஆனால் முக்கியமான – சாதனை எதிரி களைச் சாறுபடுத்துதல் (essentialize). இதற்கு எடுத்துக்காட்டு எல்லாத் தமிழருமே புலிகள் என்னும் சிங்கள அரசின் பரப்புரை.

கடைசியாக, காலனியவாதிகளின் ஆவேசப் பிடிவாதம் ஆக்கிரமித்துக்கொண்ட நிலப்பரப்பை முற்றுமாக அழித்து விடுவதுதான். இலங்கையைத் தன்னுடமையாக்க ஆங்கிலேயக் காலனியப் படைகள் போர் தொடுத்தபோது எழுப்பிய முழக் கத்தின் வரிகள்: *'We'll track the savage to his den with famine, sword and flame.* இதைத்தான் இன்றைய இனவாதச் சிங்கள இராணுவம் வடபகுதியில் சாதித்துக்கொண்டிருக்கிறது.

மதத்துக்கும் அரசியலுக்கும் உள்ள அணுக்கம் பற்றிப் பேசும்போது இஸ்லாம்தான் நமக்கு ஞாபகத்துக்கு வருகிறது. இஸ்லாமிய அடிப்படைவாதம் அரசியலில் பின்னிப் பிணைந்து விசாலப் பார்வைகொண்ட அந்த மதத்தை ஒரு இருண்ட, குறுகிய, கருணையற்றதாக மாற்றிவருவது பொதுச்சொல் லாடலில் நமக்குப் பரிச்சயமாக இருக்கிறது. இதே உருமாற்றம் சாந்தத்தைப் போதிக்கும் பௌத்த மதத்திற்கும் நடைபெற்று வருகிறது. இன்றைய சிங்கள தேசிய இனவாதத்துக்கு உறு துணையாக இருப்பது வலதுசாரி எண்ண இயல்களால் திரிக்கப் பட்ட பௌத்தமே. எழுபதுகளில் வியட்நாமில் ஏகாதிபத்திய சக்திகளுக்கெதிரான Engaged Buddhism என்னும் பெயரில் ஒடுக்கப்பட்டவர்களின் ஆக்கபூர்வக் கருவியாக, முற்போக்கு மதமாக பௌத்தம் செயல்பட்டது. இதற்கு எதிர்மாறாக இன்று இலங்கையில் பௌத்தம் மேலாதிக்க வலது பாசிச இன வாதத்தின் உபகரணமாகப் பயன்படுத்தப்படுகிறது. இதற்குப் பின்புலமாக நிற்பது 19ஆம் நூற்றாண்டில் சமயச் சீர்திருத்தர் அனாகரிக தர்மபாலா (1864–1933) உருவாக்கிய புனைதலான, தரப்படுத்தப்பட்ட பௌத்தமே. இவர் சாதித்த விளக்கவியல் பணி அன்றைய கிறிஸ்தவ மிசனரிமாரின் சாக்கியமுனியின் போதனைகளுக்கெதிரான சாடுதலுக்கும் அவமதிப்புக்கும் பதில் கொடுக்க ஒரு யௌவனமான பௌத்த மதத்தைக் கட்டுமானப்படுத்தியதே. கீழைத்தேய வல்லுநர்கள் மீள்கண்டு பிடிப்பு செய்த பண்டைய பிரதிகள் இவருக்கு ஒரு பிரகாசமான, சீர்திருத்தப்பட்ட, ஒற்றைக் குணங்கள் கொண்ட பௌத்த மதத்தை மீண்டும் பதிவுசெய்ய அனுசரணையாக இருந்தன. இவர் பரப்புரை செய்த எண்ணங்களின் சாரம்: இலங்கையின்

பொற்கால பௌத்த நாட்களை நினைவுபடுத்தியது; மற்ற மதங்களால் புத்தரின் நற்செய்தி அழிந்துபோகும் எனப் பீதியை ஏற்படுத்தியது; இலங்கை நிலப்பரப்பில் மட்டுந்தான் சுத்தமான பௌத்தம் தழைக்க முடியும் என்னும் அதீத மனப் பிரக்ஞையை ஏற்படுத்தியது; பௌத்தத்தின் மீட்பு ஆரிய – சிங்களவரின் கையில்தான் இருக்கிறது என்னும் நம்பிக்கையைச் சிங்களவரின் மனத்தில் வித்திட்டது. இதே காலனிய, மிசனரி சூழ்நிலையில் தான் ஆறுமுகநாவலரின் தமிழ்த் தேசியவாதமும் உருவாகியது என்பதை இணைத்துப் பார்க்க வேண்டும்.

அன்று தர்மபாலா அடிக்கோடிட்ட வைராக்கியமான இனவாதத்தை ஒரு சமகாலச் சிங்கள அரசியல்வாதி மீண்டும் பிரதிபலிப்பதை இங்கே தருகிறேன்: 'சிங்களவர்கள் மட்டுமே இந்த நாட்டின் குடிமக்கள். மற்றவர்கள் எல்லாம் வந்தேறிகளே. பௌத்தத்தின் அடிப்படைக் கருத்தான கருணை காரணமாகத் தான் இவர்களின் வருகையை நாங்கள் எதிர்க்கவில்லை. நாங்கள் காட்டும் இந்தக் கருணை நிரந்தரமானது என அவர்கள் நினைக்கக் கூடாது. வர்த்தகம் செய்வதற்காக முஸ்லிம் களுக்கு எங்கள் அரசர்கள் அனுமதி கொடுத்ததால்தான் அவர்கள் இங்கே வரவேற்கப்பட்டார்கள். மொகலாயப் படை யெடுப்புக்குப் பயந்து தமிழர்கள் இங்கே புகலிடம் அடைந்தனர். இவர்கள் இன்று நன்றி மறந்து இருக்கிறார்கள்.' இந்த வார்த்தை களுக்குச் சொந்தக்காரர் பௌத்த பிக்குகளின் கட்சி சார்புடைய சம்பிக்க ரணவகெ. இன்று ராஜபக்சவை துட்ட கைமுனுவுடன் ஒப்பிட்டுச் சுவரொட்டிகள் ஒட்டுவதும் தர்மபாலா மறுகண்டு பிடிப்பு செய்த ஆரிய – சிங்கள இனவாதத்திற்கு அழுத்தம் கொடுப்பதற்கே. பிரபாகரன் ஏதோ ஒரு நேர்காணலில் சொல்லிய வசனம் இந்தப் பத்தியை முடிக்க உதவுமென நினைக்கிறேன். இந்த வாசகத்தை எங்கே சொன்னார் என்று என்னிடம் சான்றாதாரம் இல்லை. ஆனாலும் தருகிறேன்: 'ஜெ.ஆர். ஜெயவர் தனா ஒரு நல்ல பௌத்தராயிருந்திருந்தால் நான் துப்பாக்கி தூக்கியிருக்கமாட்டேன்.'

இதழ் 113, மே 2009

எதிர்ப்பில் முகிழ்க்கும் பண்பாடு

பா. செயப்பிரகாசம்

1

தேசப் பாதுகாப்புச் சட்டத்தில் கைதுசெய்தவர்களை விடுதலை செய், ஈழத் தமிழர்மீதான போரை நிறுத்து என்பன போன்ற கோரிக்கைகளை முன்வைத்துத் திருச்செந்தூரிலிருந்து தொடர் வண்டியில் புறப்பட்ட 75 மாணவர்கள் 6.4.2009 அன்று காலை சென்னை எழும்பூர் ரயில்நிலையம் வந்தடைந்தனர். ஒவ்வொரு நிலையத்திலும் இறங்கி முழக்கமிட்ட அவர்களை, பலரும் வரவேற்று உற்சாகப்படுத்தி அனுப்பினர். எழும்பூர் வந்த போது மாணவர்களை வரவேற்க மதிமுக பொதுச் செயலாளர் வைகோ வந்திருந்தார். ஈழத்தில் இனப்படுகொலை உச்சத்தில் நடந்துகொண்டிருக்கிற வேளையில், தமிழ்த் தேசிய அரசியல் கட்சிகள் தேர்தல் கூட்டணிகளுக்குள் முடங்கிவிட்டதை மாணவர்கள் வெறுத்தனர்.

"வைகோவைக் கேட்கிறோம் கூட்டணியைவிட்டு வெளியேறுங்கள்; திருமாவளவனைக் கேட்கிறோம் கூட்டணியிலிருந்து வெளியேறுங்கள்; ராமதாஸைக் கேட்கிறோம் கூட்டணியைவிட்டு வெளியேறுங்கள்" எனக் கோபத்துடன் முழங்கினர்.

மாணவர்கள், தெளிவான முடிவுடன் திட்டமிட்டு இதைச் செய்தனர். ஒரு நாள் பயணத்தில் மட்டுமேயல்ல; முந்திய நாட்களில் தமக்குக் கிடைத்த அனுபவங்கள், நிகழ்த்திய உரையாடல்களின் முடிவில் இந்த முடிவுகளை வந்தடைந்திருந்தார்கள்.

"ஈழப் பிரச்சினைக்காக யார் போராடினாலும் அவர்களுடன் நிற்பேன். அது வேறு, அரசியல் வேறு" எனத்

திருமாவளவன் பேசியதைப் பிழைப்புவாதமாக மாணவர்கள் கண்டனர். ஈழப் பிரச்சினையில் எதிர் நிலைப்பாடும் செயல் பாடும் உள்ளவர்களுடன் ஓரிடத்துக்கும் ரெண்டிடத்துக்கும் ஈழத்தை ஆதரிக்கும் கட்சிகள் உடன்பாடு கொண்டது எரிச்சல் ஊட்டியது. திருமாவளவனும் ராமதாஸும் வரவேற்க வந்திருந் தால் அவர்களும் இந்த எதிர்வினையையே சந்தித்திருப் பார்கள். எதிர்ப்பு முழக்கங்களை எதிர்பார்க்காத வைகோ மாணவர்களைச் சமாதானப்படுத்திவிட்டுத் திரும்ப வேண்டிய தாயிற்று.

மறுநாள் மதிமுக வெளியிட்ட அறிக்கையில் தன்னிலை விளக்கம் வெளிவந்தது. "ஒரு சிலர் திட்டமிட்டுச் செய்த சம்பவம்தானே தவிர, மாணவர்கள் வைகோவை அவமதிக்க வில்லை. மாணவர் அல்லாத இருவர் அரசியல்வாதிகளே வெளியேறுங்கள் என்றும், மற்றொருவர் கூட்டணியைவிட்டு வெளியே வாருங்கள், ஈழத் தமிழர் கூட்டணி அமையுங்கள் என்றும் கோசம் எழுப்பினர். மாணவர் அல்லாத ஒருவர் அரசியல்வாதிகளை நம்பாதீர்கள் என்று கோசம் எழுப்பினார்" என்று பேசிய அறிக்கை ஈழத் தமிழருக்காக வைகோ செய்த போராட்டங்களை வரிசைப்படுத்தியிருந்தது.

முழக்கம் செய்தவர்கள் ஓரிரு மாணவர்கள் மட்டுமல்ல. இசை ஒழுங்குடன் முழக்கங்கள் எழுப்பப்பட்டன. வைகோ வேண்டாம், திருமா வேண்டாம், ராமதாஸ் வேண்டாம் என்னும் முழக்கங்களை மாணவர்கள் எழுப்பியிருந்தாலும் மற்றவர் எழுப்பியிருந்தாலும் ஈழப் பிரச்சினைக்கு எதிரான தேர்தல் கூட்டணி அரசியலை மறுக்கும் மக்களது கருத்தே அதில் வெளிப்பட்டது. தேர்தல் கூட்டணிக்குள் முடங்கிவிட்ட இந்த அரசியல்வாதிகளைப் பற்றி இலங்கை அரசுக்கு இருந்த கொஞ்சநஞ்ச பயமும் நீங்கி, படுகொலைகளை வேகமாக நடத்திவருகிறது இலங்கை அரசு.

"இந்தியாவில் தேர்தல் நடைபெறவுள்ள நிலையில், தமிழ் நாட்டில் எழுந்திருக்கும் இந்தச் சூடான நிலைமை தணிந்து விடும். இதைக் கண்டுகொள்ளத் தேவையில்லை"

இலங்கை செய்தித் துறை அமைச்சர் லக்ஸ்மன் யாப்பா கூறியதை இங்கே குறிப்பிட வேண்டும். கொள்கையற்றவை தமிழக அரசியல் தலைமைகள் என்பது லக்ஸ்மன் யாப்பாவின் வாசகத்தினுள் அடங்கியிருக்கிற மெய்ப்பொருள்.

எவரும் கற்றுக்கொடுத்துச் செய்யவில்லை மாணவர்கள். தாம் காணவும் செயல்படுத்திடவும் எண்ணிய புதிய பண் பாட்டை இயல்பாக வெளிப்படுத்தினார்கள். இப்படி முகத்துக்கு நேரே முழக்கமிட்டிருக்கக் கூடாது. நாகரிகமாக நடந்துகொண்

டிருக்க வேண்டுமென ஆசுவாசப்படுத்த முயல்கிறவர்களுக்கு நேருக்குநேர் பேசுதல், வெளிப்படப் பேசுதல் என்னும் முறைமை இல்லாததால்தான், உள்ளொன்று வைத்துப் புறமொன்று செய்கிற கலாச்சாரம் அங்கீகரிக்கப்பட்டதாக ஆகியுள்ளது. இப்படி நாகரிகம் பார்த்துப் பார்த்துத்தான் அரை நூற்றாண்டுகாலத் தமிழினம் உள்ளொடுங்கிப் போயுள்ளது. அப்படி மாண வரல்லாத ஒருவர் அவர்களுக்குக் கற்றுக்கொடுத்ததாக, தவறாய் வழிகாட்டுதல் செய்ததாகச் சொன்னால் அந்தக் குற்றச்சாட்டு களுக்கு உரிய குற்றவாளி முத்துக்குமார்தான். எவை எவை நாகரிகமானவையாகக் கருதப்படுகின்றனவோ அவற்றை, எது எது உயரிய மதிப்பீடாகக் *(values)* கொள்ளப்படுகிறதோ அவற்றை உடைத்தெறிய வாருங்கள் என்று அழைப்பு விடுத்தவர் அவர்.

"உடனடியாகப் போரை நிறுத்து" என்ற கோரிக்கையை இந்திய அரசுக்கு முன்வைத்து, 13.4.2009 முதல் பேராசிரியர் சரசுவதி உள்ளிட்ட இருபது பெண்கள் சாகும்வரை உண்ணா நோன்பு மேற்கொண்டனர். ஆதரவு தெரிவித்து அரசியல் கட்சிகள் ஒலிபெருக்கி பிடித்துப் பேசவந்ததை அவர்கள் நிரா கரித்தனர். ஈழப் பிரச்சினைக்கு எதிரானவர்களுடன் கூட்டணி அமைத்துக்கொண்டுள்ள அரசியல்வாதிகள், ஈழப் பிரச்சினைக்கு ஆதரவாக இருப்பதாய் மக்களுக்குக் காட்டிக்கொள்ள இதைப் பயன்படுத்திக்கொள்வார்கள் என்பதால் அனுமதிக்கவில்லை. இதுவரை இல்லாத ஒரு புதிய பண்பாட்டை அவர்கள் அறிமுகம் செய்தார்கள்.

ஒவ்வொரு அசைவிலும் புதிய பண்பாட்டைப் பிறப் பிப்பது சுயசிந்தனையும் சுயமரியாதையும் கொண்டவர்களுக்குச் சாத்தியம். தனிமனிதனுக்குள்ளும் இயக்கத்துக்குள்ளும் போர்க் குணத்தை மேலெடுத்துச் செல்லும் அடிப்படைகள் இவை.

எதற்கும் அடிபணிந்துபோகிற, சுயசிந்தனையற்ற ஒரு கூட்டத்தை நூற்றாண்டாய் உருவாக்கி வைத்துள்ளோம். இதன் காரணமாய்ப் போர்க்குணத்துடன் உருவாகிவரும் இளை யோரைப் பழைய நிலைக்குத் தள்ள முயல்கிறோம். புதிய வரலாற்றுக் காலம் நம்முன்னே வந்துள்ளது. புதிய வரலாற்றைக் கையகப்படுத்திக்கொள்ள இளையோருக்குப் புதிய பண்புகள் முக்கியமாகின்றன. அழுகி நாற்றமெடுக்கும் பழைய பண்புகள் தூக்கி எறியப்பட வேண்டியவை.

இந்திய விடுதலைப் போர் என்ற எழுச்சி, மனித குணங் களில் மாபெரும் மாற்றங்களைத் தோற்றுவித்தது: போராட்ட காலத்தில் ஓடிய வீரமும் ஈகமும் நேர்மையும் முன்மாதிரி யாகின. அதிகாரம் கைக்கு வந்த ஆகஸ்டு 15, 1947க்குப் பின் இவை 'செல்' அரித்த காகிதம்போல் பொலபொலவென்று

உதிர்ந்தன. அடுத்த கட்டத்துக்குச் சமுதாயத்தை எடுத்துச் செல்லும் போர்க்குணம் தொலைத்தார்கள்.

1965இல் தமிழகத்தை உலுக்கியது மொழிப் போர். இந்தி மொழியை எதிர்த்த ஒரு போராட்டமாக மட்டுமே அதைச் சுருக்கிவிடக் கூடாது. ஒரு இனத்தின் மீது, வட இந்திய அதிகார மையத்தின் அடையாளமான இந்தி பேசும் தேசிய இனத்தின் ஒடுக்குமுறையை எதிர்த்த இன எழுச்சிப் போர் அது. எதிர்பார்ப்பு ஏதுமற்று, இளைய தலைமுறை அதைக் கையிலெடுத்தது. எதிர்பார்ப்புகளுடன் தேர்தல் அரசியல் நடத்தியவர்கள் அதன்பின் தமிழ்த் தேசிய எழுச்சி ஏற்படாமல் கவனித்துக்கொண்டார்கள்.

கூட்டணி அரசியலில் தொகுதிப் பேரத்தில் ஒரு இனத்தின் துயரை ஓரங்கட்டிய துரோகத்தை எதிர்த்த மாணவர்களை, பின்னர் ஏற்பாட்டாளர்கள் அழைத்துச்சென்று வைகோவிடம் வருத்தம் தெரிவிக்கச் செய்ததுதான் வேதனை தருவதாக அமைந்தது.

நிமிர்ந்து நிற்கும் குணத்தை வளைத்து முறிப்பதுதான் சமகால அரசியல். சமகால வாழ்வியல். நிமிர்ந்து நிற்கும் போர்க்குணம், வாழ்வுக்குள்ளிருக்குமானால் வாழவே முடியாமல்போகும் என்ற கருத்தும் உருவாக்கப்பட்டிருக்கிறது.

ஒவ்வொரு மனிதனும் தனிமனிதனாக நடமாடுகிறான். அவனுடைய இயக்கம் சமுதாயத்துக்குள் இருந்தாலும் தன்னைச் சமூக மனிதனாக உணர்வதில்லை. மாணவர்கள் சமூக மனிதனாகத் தம்மை உணரும் காலம் வந்து சேர்ந்திருக் கிறது. சுயமரியாதையும் சுயசிந்தனையும் உள்ள சமூக மனிதனாக அவர்கள் தங்களை வெளிப்படுத்திக்கொண்டார்கள் என்பதையே ரயில் நிலைய நிகழ்வு காட்டுகிறது.

2

காலத்துக்குள்ளிருந்து, காலம் நிர்ப்பந்திக்கும் போராட்டங் களிலிருந்து அதை உணரும் நெஞ்சங்களிலிருந்து புதிய பண் பாடுகள் பிறக்கின்றன.

நீதிமன்றங்களில் கனம் நீதிபதி அவர்களே, மேன்மை தாங்கிய நீதிபதி அவர்களே, மைலார்ட், யுவர் ஹானர் என்றே விளிக்கும் பழக்கம் இன்றும் தொடர்கிறது. வழக்குரைஞர்கள் போராட்டத்தின்போது இத்தவறு களையப்படுகிறது. வழக் குரைஞர்கள்மீது நடத்தப்பட்ட ஜாலியன்வாலாபாக்கை விசாரிக்க வந்த நீதிபதி கிருஷ்ணா வழக்குரைஞர்களுக்கு எதிரான முடிவுகளை வழங்கியதில், உருவான எதிர்ப்பிலிருந்து

இப்புதிய பண்பாட்டைக் கண்டெடுக்கிறார்கள். இவ்வாறு அழைக்கிற அடிமை மனோபாவத்திலிருந்து விடுபட முடிவெடுக் கிறார்கள்.

எதிர்ப்புக்குள்ளிருந்துதான், எதிர்ப்பின் உச்சத்தில்தான் புதிய பண்பாட்டு உருவாக்கம் நிகழ்கிறது. பழைய பண் பாட்டுக் காவல்களையும் மீறிப் புதியவை அறிமுகமாகின்றன. முந்தைய பண்பாடு ஒரு காலனி ஆதிக்கம்போல் நம்மேல் அழுத்திக்கொண்டுள்ள நிலையில், காலம் வீரியமான மனிதர் கள் வழியே புதியவற்றை அறிமுகம் செய்கிறது.

தேர்தல் பாதை இட்டுச்செல்லும் அரசியல் அதிகாரத் துக்குப் போராட்ட வழிகள் தேவையில்லை: மிதவாத வழியே போதும். போராட்டம் என்பதில் தொடங்கி அதுபோன்ற 'பாவனை' செய்தல் எனத் தொடர்ந்து கொண்டு போய்க்கொண் டிருத்தல் போதுமானது. 'பாவலா' பண்ணுதல் ஒன்றே சமகால அரசியல் கலாச்சாரமாக வடிவம் கொண்டுள்ளது.

"நல்ல அரசியல்வாதி எந்த வாய்ப்பையும் ஒருபோதும் புறக்கணிக்கமாட்டார்" என ஜெயலலிதா எந்த நேரத்திலும் எதோடும் சமரசம் செய்துகொள்ளலாம் என்பதை நாகரிகமான பொன்மொழியாக வெளிப்படுத்துகிற அளவுக்கு, இந்த 'பாவலா' கலாச்சாரம் நீள்கிறது.

இன்றைய தலைமைகளில் இளைய தலைமுறைத் தலைவர் கள் எவரும் புதிய பண்பாடுகளிலிருந்து முளைத்தவர்கள் அல்ல: எங்கிருந்து புறப்பட்டு வந்தார்களோ அதன் பழைய நாற்றத்தைத் தம்மோடு சுமந்து வந்தவர்கள். இவர்கள் புதியவர்கள் அல்ல; புதியதின் பெயரால் தோன்றிய பழையவர்கள்.

ஆனால் பகத்சிங்காலும் முத்துக்குமாராலும் வழிநடத்தப் படுகிற இளையோர், மாணவர் அப்படியல்ல. முன்னர் சொல்லப்பட்ட, கற்பிக்கப்பட்ட பண்புகள் பொய்யானவை; தவறானவை என அவற்றை நிராகரித்துப் புதிய ஆளுமைப் பண்புகளை உருவாக்குகிறார்கள்.

இதழ் 113, மே 2009

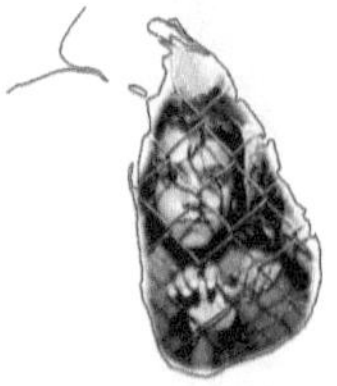

‘யாரெடுத்துச் சொல்வார்?’

ந. கவிதா

ஈழத் தமிழின அழிப்புக்கெதிரான பெண்கள் அமைப்பின் உண்ணாநிலைப் போராட்டம்

மனித வாழ்வு இருப்பின் ஸ்திரமற்ற தன்மைகளோடு துயருற்றுக்கொண்டிருக்கையில் அரசும் நாடும் செய்துவிட ஏதும் இருக்கக்கூடும் என்னும் நம்பிக்கை தொலைந்து வெகுகாலம் ஆனபோதும் எஞ்சிக்கிடக்கும் குறைந்தபட்ச நம்பிக்கை, ஆயிரக்கணக்கில் இறந்தும் சிதைந்தும் உறவுகள் தொலைத்தும் உதிரத்தோடு நிச்சயிக்கப்பட்டுவிட்ட வாழ்க்கையிலிருந்து விடுபடச் செய்யும் சொற்கள் பிறக்கும் கணத்தை எதிர்நோக்கிக் கையேந்தச் செய்திருக்கிறது ஈழத் தமிழ்ச் சமூகத்தை. சமூக விழுமியங்களும் தார்மீக அறங்களும் பொருளற்றுப்போன இத் தருணத்தில் ஒரு தனிமனிதனின் இருத்தல் இழப்புகளன்றி வாய்க்கக் கூடுமெனில் அது அவனது நற்பேறே அன்றி இச்சமூக நல்அடையாளத்தின் வெளிப்பாடல்ல.

மாபெரும் மனிதச் சங்கிலி, உண்ணாவிரதங்கள், வேலை நிறுத்தங்கள், மாணவர் போராட்டங்கள் என ஈழப் போருக்கான எதிர்ப்பு பல தரப்பிலிருந்தும் எழுந்தபோதும் காங்கிரஸ் அரசு கண்டுகொள்ளவில்லை. இதுவரையிலும் காங்கிரஸ் தலைவர் சோனியா காந்தியிடமிருந்து மழுப்பலான பதில்கூட இல்லை. தலைப்பாகைப் பிரச்சினையை மருத்துவமனையிலிருந்தே தீர்க்கும் அளவுக்கு மக்கள் மீது அக்கறை காட்டிய மன்மோகன் சிங்கிற்கு ஆயிரக்கணக்கில் மடிந்துகொண்டிருக்கும் தமிழர்களின் உயிராதாரப் பிரச்சினை தீவிரவாதிகளைக் காப்பாற்றும் முயற்சியாக மட்டுமே தெரிகிறது. உலக நாடுகள் எச்சரித்தும் தமிழின அழித்தொழிப்பைத் தீவிரமாக்கியிருக்கும் ராஜ

பக்சே, உள்நாட்டுப் பிரச்சினையென்கிறார். இந்திய அரசும் இலங்கையின் உள்நாட்டுப் பிரச்சினையில் ஓரளவிற்கு மேல் தலையிட முடியாது எனக் கைவிரித்துவிட்டது. ஐநா சபையிடம் உலக நாடுகள் போர் நிறுத்தம் குறித்து வலியுறுத்த வேண்டும் என்ற கோரிக்கையைக்கூட முன்னிறுத்த இந்தியா தயாராக இல்லை.

ஓட்டு வேட்டைக்காகக் களம் இறங்கிவிட்ட தமிழின ஆதரவாளர்கள் இப்பிரச்சினையின் தீவிரம் குறித்துப் பேசுவதைக் குறைத்து, வாக்குப் பெறுவதற்கான தேர்தல் ஆயுதமாக இந்நெருக் கடியை உருமாற்றிவிட்டனர். இந்நிலையில் ஈழத் தமிழின அழிப்புக்கு எதிரான பெண்கள் அமைப்பினர் 13.4.09 முதல் பேராசிரியர் சரஸ்வதி தலைமையில் சாகும்வரை உண்ணா விரதத்தை மேற்கொண்டுள்ளனர். தமிழகத்தின் பல மாவட்டங் களிலிருந்து பல்வேறு பெண்கள் அமைப்பைச் சேர்ந்த 20 பெண்கள் இவ்வமைப்பின் கீழ் ஒன்றுதிரண்டிருக்கிறார்கள். கட்சிகள் பலவும் தேர்தல் மயக்கத்தில் ஈழப் பிரச்சினையின் தீவிரத்தை மழுங்கடித்துவிட்ட நிலையில் இப்பெண்கள் அமைப்பினர் 'சோனியாவே, போரை நிறுத்து' என்னும் ஒற்றைக் கோரிக்கையை முன்வைத்திருக்கிறார்கள். தீக்குளிப்பு களும் உண்ணா நிலைப் போராட்டங்களும் கண்டன ஆர்ப் பாட்டங்களும் இரயில் பயணங்களுமாகத் தொடர்ந்து ஈழப் போருக்கான எதிர்ப்பு தீவிரமடைந்த சூழலிலும் தங்கள் கோரிக் கையைப் பொருட்படுத்தாத காங்கிரஸ் தலைமையிலிருந்து விலகத் துணியாத தமிழகத் தலைமை உங்களது போராட் டத்தைக் கண்டுகொள்ளுமா என்ற கேள்விக்குப் பேராசிரியர் சரஸ்வதி சொன்ன பதில், "எறும்புகள் ஊர்ந்தாலும் காலத்தில் பாறையும் தேயும் என்ற நம்பிக்கைதான்".

புலிகள் தீவிரவாதிகளா? பிரபாகரன் கலைஞருக்கு நண்பரா? போரஸ் மன்னனுக்கு நிகரானவரா . . . எனப் பல விவாதங்கள் ஊடகங்களை நிறைத்து இழப்பின் துயரைப் பதிவுசெய்யும் கடமையை மறக்கச்செய்து, போருக்கு எதிரான போராட்டங்களை மக்கள்முன் கொண்டுசெல்வதில் தடையை ஏற்படுத்தின. தொடர்ந்து பத்து நாட்களாக உண்ணாவிரதப் போராட்டத்தைத் தொடரும் இப்பெண்கள் மீதான 'அக்கறை'யை அரசு காவல் துறையின் மூலம் வெளிப்படுத்தியது. தன் தந்தையைக் கொன்றவரை தான் மன்னித்தாலும் இந்தியா ஒருபோதும் மன்னிக்காது, தனக்குப் பிரபாகரன்மீது பழிவாங்கும் உணர்வில்லை என்பதாக அறிக்கைகள் வேறு. நாங்கள் புலிகளைத் தான் கொல்கிறோம், அப்பாவித் தமிழர்களை அல்ல எனச் சொல்லிக்கொண்டு கொத்துக் குண்டுகள் உறவுகளைத் தின்று தீர்க்க, உணவுக்காகக் கைநீட்டச் செய்திட்ட பெரும் பிழை இழைக்கப்பட்டுவிட்டது.

குடும்பம், பணியிடம் என்னும் எல்லைகளைத் தாண்டி ஈழப் பிரச்சினைக்காகக் குரல் கொடுத்துக்கொண்டிருக்கும் இப்பெண்களின் மனோதிடம் நம்மை வியக்கச்செய்தாலும் கேட்கும் திறனற்றுப்போன செவிகளுக்கு முன் தொடரும் இப்போராட்டம் இவர்களையும் இரையாக்கிவிடுமோ என்னும் அச்சத்தை உண்டாக்கியிருக்கிறது. போராட்டத்தின் பத்தாம் நாள் காலை 5:45 மணிக்குக் காவல் துறையினர் போராட்டத்தில் ஈடுபட்டிருக்கும் பெண்களில் ஐந்து பேரைக் கைதுசெய்து கீழ்ப்பாக்கம் மருத்துவமனையில் அனுமதித்திருக்கிறார்கள்.

போராட்டப் பந்தலுக்குள் அனுமதியின்றி நுழைந்த காவல் துறை, கையில் வைத்திருந்தது உண்ணாவிரதத்தைக் கைவிடக் கோரும் கடிதம். ஆனால் அக்கடிதத்தைப் பயன்படுத்திய விதம் பிடிவாரண்டைப் போல. பெண்கள் தூங்கிக்கொண் டிருக்கும்போது முகத்தை மூடியிருக்கும் போர்வைகளை விலக்கிச் சுற்றிவளைத்து, கைபேசிகளைப் பிடுங்கி, இரவு உடைகளை மாற்றவிடாமல் நீண்ட வாக்குவாதத்திற்குப் பிறகு அனுமதித்து, போராட்டக் குழுவின் பொறுப்பாளர்களைக்கூடப் பந்தலுக்குள் நுழைய அனுமதிக்காமல், சாலைகளை மறித்து, தப்பிக்க முயலும் குற்றவாளிகளைப் போல் நடத்திய காவல்துறை இப்பெண்களின் தார்மீகக் கோபத்தை அதிகரிக்கச் செய்திருக்கிறது. காவல் துறைக்கு பார்ப்பவர்களையெல்லாம் குற்றவாளிகளாக நடத்த மட்டுமே தெரிந்திருக்கிறது. பொதுமக்களிடம் நடந்துகொள்ளும் விதம், மனித உரிமை மீறல்கள் குறித்து அவர்களுக்குப் போதிக்க வேண்டியது இன்றைய தேவை எனச் சொல்லும் இப்பெண்கள், ஈழப் போரை நிறுத்து என்னும் எங்கள் கோரிக்கையின் நோக் கத்தைப் பெண்ணுரிமைப் பிரச்சினையாகத் திசைமாற்றவும் அச்சுறுத்தி போராட்டத்தைப் பலமிழக்கச் செய்யவுமே இந்நட வடிக்கையை அரசு செய்திருக்கிறது என்கிறார்கள்.

செத்துக்கொண்டிருக்கும் மக்களைக் காப்பாற்றுவதற்கான எந்த விருப்பமும் இல்லாது, இலங்கைக்கு இராணுவ உதவிகள் அளித்துவரும் இந்திய அரசுக்கு, போர் எங்களுக்கும் புலிகளுக்கு மே தவிர, குடிமக்களுக்கும் எங்களுக்குமல்ல என்று இன்றும் சொல்லிக்கொண்டிருக்கும் ராஜபக்சேவை நம்பும் 'அப்பாவி' அரசுக்கு இந்தப் பெண்களின் போராட்டம் ஒரு பொருட்டா என்ன!

முல்லைத் தீவிலிருந்து வந்திருந்த ஒரு பெண் சொல்கிறார்: எங்களைக் காப்பாற்ற யார் இருக்கா? கூடப் பிறந்தவங்களும் பெத்தவங்களும் குழந்தைகளும் உயிரோட இருக்காங்களா இல்லியான்னுகூடத் தெரிஞ்சுக்க முடியாத நாங்க என்ன பாவஞ் செஞ்சோம்? அந்த மண்ணில் பிறந்ததைத் தவிர... கடவுளுக்கும் கண்ணில்லாமல் போச்சே...

யாரெடுத்துச் சொல்வார்?
ஓங்கிக் குரல்கொடுக்க
பூமிக்கும் இல்லை பொறுமை
எனச் சொல்லி சிரிப்போர்
குரல் கேட்டேன்?

— *சேரன்*

இதழ் 113, மே 2009

குருதி தோய்ந்த ஒரு கொடி

விடுதலைப்புலிகளுக்கு எதிரான இறுதிக்கட்டப் போர் முடிவுக்கு வந்துவிட்டதாகவும் நாட்டை முழுமையாக மீட்டெடுத்துவிட்டதாகவும் மார்தட்டிக்கொள்ளும் ராஜபக்சே தலைமையிலான சிங்களப் பேரினவாத அரசின் அறிவிப்பைத் தொடர்ந்து இலங்கையில் கொண்டாட்டங்கள் தொடங்கியுள்ளன. தன் ஜோர்டான் பயணத்தைப் பாதியில் முடித்துக்கொண்டு அவசர அவசரமாக இலங்கைக்குத் திரும்பிய அதிபர் ராஜபக்சே விமான நிலையத்தில் இறங்கியவுடன் சிவப்புக் கம்பளம் விரிக்கப்பட்ட கொழும்பு மண்ணை முத்தமிட்டு மக்களுக்கு அந்த வெற்றிச் செய்தியை அறிவித்தார். ராணுவத்தினருக்குப் பால் சோறு ஊட்டியும் வீடுகளில் இலங்கைத் தேசியக் கொடியை ஏற்றியும் இந்த வெற்றியைக் கொண்டாடிக்கொண்டிருக்கிறார்கள் 'மக்கள்'.

1948இல் இலங்கை சுதந்திரமடைந்தபோது, தேசியக் கொடியில் சிங்க உருவத்துடன் பெரும்பான்மைச் சிங்கள மக்களைக் குறிக்கும் கருஞ்சிவப்பு வர்ணப் பட்டை, இஸ்லாமியர்களை அடையாளப்படுத்தும் பச்சை நிறப் பட்டை ஆகியவற்றுடன் தமிழர்களை அடையாளப் படுத்தும் இளஞ்சிவப்பு வர்ணப் பட்டை என மூவர்ணப் பட்டைகள் இடம் பெற்றிருந்தன. வெற்றிக் கொண்டாட்டங்களின்போது உயர்த்திப் பிடிக்கப்பட்ட தேசியக் கொடியில் வர்ணங்கள் மாறியிருந்தன. இளஞ்சிவப்பு நிறப்பட்டையின் நிறம் கருஞ்சிவப்பாக (குருதியோ?) மாறியிருந்தது. ஒரே நாடு, ஒரே இனம், ஒரே அடையாளம் என்னும் ராஜபக்சேவின் முழக்கத்திற்குப் பின்னால் உள்ள நோக்கங்களைப் பிரதிபலிப்பதாகவே இந்நிற மாற்றம் அமைந்துள்ளதாகத் தெரிகிறது.

கொண்டாட்டங்களில் ஈடுபட்ட சிங்களர்கள் அங்கு வாழும் தமிழர்களை அதில் பங்குபெற வற்புறுத்திய

தோடு தமிழர்களின் வீடுகளில் புதிய சிங்களக் கொடியைப் பறக்கவிடுமாறும் நிர்ப்பந்தித்திருக்கிறார்கள். கொண்டாட்டச் செலவுகளுக்குப் பணம் தருமாறு தமிழர்கள் மிரட்டப்பட்டிருக்கிறார்கள். தமிழ்ப் பெண்களிடம் நகைகள் பறிக்கப்பட்டிருக்கின்றன. அவற்றில் பங்கேற்க மறுத்த தமிழர்கள் தாக்கப்பட்டிருக்கிறார்கள். போரால் அனாதைகளாக்கப்பட்டு உள்நாட்டிலும் புலம்பெயர்ந்து அயல்நாடுகளிலும் வாழும் தமிழர்களுக்கு எதிர்காலம் குறித்து நிலவிவரும் அச்ச உணர்வை மேலும் தீவிரப்படுத்தியுள்ளன சிங்களர்களின் இந்தக் கொண்டாட்டங்கள். இப்போரில் ஆயிரக்கணக்கான அப்பாவித் தமிழர்கள் ஈவிரக்கமில்லாமல் கொன்று குவிக்கப்பட்டிருக்கிறார்கள், அதை விடப் பல மடங்கு எண்ணிக்கையிலான தமிழ் மக்கள் உடல் ரீதியாகவும் மனரீதியாவும் ஊனப்படுத்தப்பட்டிருக்கிறார்கள். சர்வதேசச் சமுதாயத்தின் கவலைகளையும் கண்டனங்களையும் முற்றாகப் புறக்கணித்துவிட்டு இந்தியா, சீனா உள்ளிட்ட நாடுகளின் ஆதரவுடன் ஒரு கொடூரமான இனப்படுகொலையை நடத்தி முடித்திருக்கிறது சிங்கள ராணுவம்.

ராணுவத்தின் அழைப்பை ஏற்றுப் பாதுகாப்புப் பகுதியிலிருந்து வெளியேறிவந்த லட்சக்கணக்கான தமிழர்கள், எவ்வித அடிப்படை வசதிகளுமற்ற முகாம்களில் அடைத்துவைக்கப் பட்டுச் சித்திரவதைகளுக்கு உள்ளாக்கப்பட்டிருக்கிறார்கள். காயம்பட்டவர்களுக்குச் சிகிச்சையளிப்பதற்கான குறைந்தபட்ச ஏற்பாடுகளும்கூடச் செய்யப்பட்டதாகத் தெரியவில்லை. கடந்த வாரம், இலங்கைக்கு வந்த ஐநா சிறப்புத் தூதர், மனிதர்கள் வாழ்ந்ததற்கான தடயங்களே வன்னிப் பகுதியில் தென்படவில்லை எனச் சொல்லியிருக்கிறார். ஹெலிகாப்டரில் அவருடன் பயணித்த பத்திரிகையாளர்கள் எடுத்த புகைப்படங்கள் போரில் பேரழிவை ஏற்படுத்தும் ஆயுதங்கள் பயன்படுத்தப்பட்டு உள்ளதை அம்பலப்படுத்தியிருக்கின்றன. கடந்த மாதம் 10ஆம் தேதி போர்நிறுத்தம் வேண்டி தமிழக முதல்வர் நடத்திய ‘உண்ணாநிலை’ப் போராட்டத்தையடுத்து போர்நிறுத்த அறிவிப்புச் செய்துவிட்டதாகவும் போரில் கனரக ஆயுதங்களைப் பயன்படுத்தவில்லை எனவும் சிங்கள அரசு அறிக்கை வெளியிட்டதாகச் சொல்லப்படுவதில் எள்ளளவும் உண்மை இல்லை என்பது நிரூபிக்கப்பட்டுள்ளது.

மனித உரிமை அமைப்புகளும் அமெரிக்கா, பிரிட்டன் உள்ளிட்ட சில ஐரோப்பிய நாடுகளும் இலங்கை அதிபர் மனித உரிமை மீறல் குற்றங்களையும் போர்க் குற்றங்களையும் இழைத்திருப்பதாகக் குற்றம் சுமத்தியுள்ள நிலையில் அதை எதிர்கொள்வதற்குச் சில போலியான வாக்குறுதிகளை அளித்து உள்ளார் ராஜபக்சே. இலங்கையில் வாழும் தமிழர்களுக்குச்

சம உரிமை அளிக்கப்படும் எனவும் போரால் பாதிக்கப்பட்ட மக்களுக்கு மறுவாழ்வு அளிப்பதற்கான பணிகள் மேற்கொள்ளப் படும் எனவும் அவர் அளித்துள்ள வாக்குறுதிகளை இந்தியா வைத் தவிர வேறு யாருமே நம்பவில்லை. கடந்த காலங்களில் தமிழ் மக்கள்மீது நிகழ்த்தப்பட்ட அரச பயங்கரவாதமும் இனவெறித் தாக்குதல்களும் தமிழ் மக்களின் மனங்களிலிருந்து அவ்வளவு சீக்கிரமாக மறைந்துவிடும் எனவும் தோன்றவில்லை. இலங்கை அரசு போரை முடிவுக்குக் கொண்டுவந்துள்ள விதமும் இலங்கை ராணுவம் கடைப்பிடித்த போர் நெறிமுறை களும் அந்தக் காயங்களை மேலும் ஆழப்படுத்தியிருக்கின்றன.

போராளிகளும் பல்லாயிரக்கணக்கான அப்பாவித் தமிழ் மக்களும் கொல்லப்பட்டதால் சோகத்தில் மூழ்கியிருக்கும் புகலிடத் தமிழர்கள் இலங்கை அரசின் மீதான தம் அவநம்பிக்கை யையும் நிராதரவான நிலையையும் தொடர்ந்த கிளர்ச்சிகளின் மூலம் வெளிப்படுத்திவருகிறார்கள். இம்மக்களில் பெரும்பகுதி யினர் புலிகளின் அரசியலோடும் வழிமுறைகளோடும் முரண் பட்டவர்கள் அல்லது அவற்றின்மீது கடும் விமர்சனம் கொண்ட வர்கள். சிங்கள ராணுவத்தின் பாசிசப் போக்கு இப்போது அவர்களில் பெரும்பான்மையோரைப் புலிகளின் ஆதரவாளர் களாக மாற்றியுள்ளது. இனப் பிரச்சினைக்கு அரசியல் தீர்வு காணப்படும் என அவர்களுக்கு இருந்த சிறிதளவு நம்பிக்கை யையும் ராணுவம் சீர்குலைத்துள்ளது. இந்த நிலையில் தாய் நாட்டிற்குத் திரும்ப முடியும் என்னும் நம்பிக்கையை முற்றாக இழந்திருக்கும் புகலிடத் தமிழர்கள் தம் மண்ணை மீட்பதற்கான மாற்றுவழிகளைக் குறித்துச் சிந்திக்கத் தொடங்கியிருப்பதாகவே தோன்றுகிறது. இலங்கையில் முன்பைவிடக் கூர்மையடைந்திருக் கும் சிங்கள இனவெறியின் காரணமாகத் தமிழ் மக்களால் தேர்ந்தெடுக்கப்படும் போராட்டத்திற்கான மாற்றுவழி என்பது என்னவாக இருக்கும் என்பதற்கு வருங்காலமே விடையளிக்கும்.

புலிகளின் தலைமையில் நடைபெற்றுவந்த போர் முடிவுக்கு வந்துவிட்ட நிலையில் தமிழர்களின் மனத்தில் உருவாகியுள்ள அச்ச உணர்வு இனச் சிக்கலை மேலும் கூர்மைப்படுத்துவதற்கே வழிவகுக்கும். இலங்கையில் பயங்கரவாதம் யூகிக்க முடியாத புதிய அடையாளங்களுடன் வன்மத்தோடும் பழியோடும் மீட்டெடுக்கப்படுவதற்கான வாய்ப்புகள் இப்பொழுது அதிகரித் திருக்கின்றன.

இந்த நிலையில் இந்தியா உள்ளிட்ட சர்வதேச நாடுகளின் பொறுப்பு முன்னெப்போதையும்விட அதிகரித்திருக்கிறது. இலங்கையில் நடைபெற்ற இனப்படுகொலைகள் குறித்தும் சிங்கள ராணுவம் இழைத்த போர்க் குற்றங்கள் குறித்தும் பாரபட்சமற்ற விசாரணை நடத்தப்பட்டுக் குற்றம் இழைத்த

வர்கள்மீது சர்வதேசச் சட்டங்களின் அடிப்படையில் நடவடிக்கை எடுக்க வேண்டும். ஐநாவின் மேற்பார்வையில் தமிழ் மக்களுக்கான மறுவாழ்வுப் பணிகள் மேற்கொள்ளப்பட வேண்டும். தமிழர் பகுதிகளில் சிங்களவர் குடியேற்றம் உடனடியாக முடிவுக்குக் கொண்டுவரப்பட வேண்டும்.

போரால் காயமுற்ற மக்களுக்கு உரிய மருத்துவச் சிகிச்சை அளிக்கப்படுவதற்கும் இடம்பெயர்ந்து முகாம்களில் தங்கியிருப்பவர்கள் உடனடியாகத் தம் வாழ்விடங்களுக்குத் திருப்பியனுப்பப் படுவதற்கும் உத்தரவாதம் அளிக்கப்பட வேண்டும். கல்வி, வேலைவாய்ப்புகளில் தமிழர்களுக்குச் சம உரிமை அளிக்கப் படுவதற்கேற்ப அரசியல் சட்டத்தில் உரிய திருத்தங்கள் மேற் கொள்ளப்பட வேண்டும். தவிர, தமிழர்கள் பாதுகாப்புடன் வாழ்வதற்கேற்ப சிவில் உரிமைகளைக் கறாராக நடைமுறைப் படுத்துவதற்கேற்ற முறையில் அரசின் காவல், நீதி அமைப்பு களில் உரிய மாற்றங்கள் செய்யப்பட வேண்டும். சிவில் சமூகத் தின் அன்றாட நடவடிக்கைகளில் ராணுவத்தின் தலையீடு இல்லாத வகையில் தமிழர் பகுதிகளில் அமைக்கப்பட்டுள்ள ராணுவ முகாம்கள் அப்புறப்படுத்தப்படுவது மிக அவசியம். எல்லாவற்றையும்விட ஜனநாயகத்தையும் மனித உரிமையையும் மீட்டெடுப்பதற்கான அறிவுத்துறை விவாதங்களும் பண்பாட்டு நடவடிக்கைகளும் ஊக்குவிக்கப்பட வேண்டும். இனப் பிரச்சினைக்கான அரசியல் தீர்வு, இலங்கை ராணுவத்திட மிருந்தோ பேரினவாத அரசிடமிருந்தோ இயல்பாக வெளிப் படாது என்பதைச் சர்வதேசச் சமூகங்கள் உணர வேண்டும். சர்வதேசச் சமூகங்கள் அத்தகையதொரு தீர்வை ஏற்படுத்த இலங்கை அரசுக்கு நெருக்கடி ஏற்படுத்தத் தவறினால் உலகுக்கு, குறிப்பாக இந்தியாவுக்கு இலங்கை பெரிய அச்சுறுத்தலாக மாறும் என்பதில் சந்தேகமில்லை.

(தலையங்கம்)

இதழ் 114, ஜூன் 2009

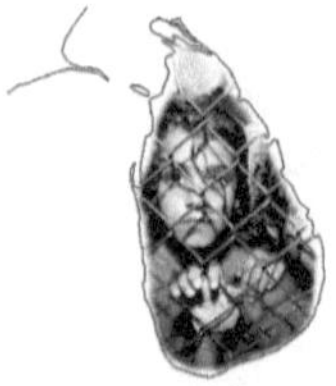

அரச வன்முறையும் ஊடக வன்முறையும்

பா. செயப்பிரகாசம்

1950களில் மத்தியிலும் மாநிலத்திலும் பேராயக் கட்சி (காங்கிரஸ்) ஆட்சியிலிருந்த காலம். தமிழகத்தைச் சேர்ந்த ஓ.வி. அழகேசன் அப்போது நடுவணரசில் ரயில்வே அமைச்சர். திருச்சி மாவட்டம் அரியலூர் அருகே மழைவெள்ளம் பெருகி, பாலம் உடைந்து ரயில் கவிழ்ந்து 20, 30 பேர்வரை பலியானார்கள். அப்பொழுது வளர்பருவத்திலிருந்த திமுக, சுவரொட்டி ஒன்றை வெளியிட்டது. “அரியலூர் அழகேசா ஆண்டது போதாதா? மக்கள் மாண்டது போதாதா?” என்னும் வாசகங்களுடன் வெளியிடப்பட்ட அந்தச் சுவரொட்டி பரவலான கவனத்தைப் பெற்றது.

அதேபோல் 1960களின் தொடக்கத்தில் நடைபெற்ற சென்னைத் துறைமுகத் தொழிலாளர்களின் போராட்டத்தில் துப்பாக்கிச் சூடு நடந்து ஒரு தொழிலாளி மரணமடைந்தார். 1962இல் சட்டப் பேரவைத் தேர்தலின்போது, அந்தச் சம்பவத்தை முன்வைத்துச் சுவரொட்டி ஒன்றை வெளியிட்டது திமுக. ரத்தக்கறை படிந்த சட்டையைக் கையில் ஏந்திக் கண்ணீர் வடிக்கும் பெண்ணின் படத்துடன் “கூலி உயர்வு கேட்டார் அத்தான், குண்டடிபட்டுச் செத்தான்” என்னும் வாசகங்களுடனும் தென்பட்ட அந்தச் சுவரொட்டி துறைமுகத் தொழிலாளர்களின் படுகொலைக்கு நியாயம் கேட்டுத் தமிழ்நாடு முழுக்கப் பயணித்தது.

அடுக்குமொழியில், அளவான வார்த்தைகளில் சுவரொட்டி போடுவது திமுகவுக்குக் கைவந்த கலை.

அவற்றில் இடம்பெற்ற கருத்துப்படங்களும் கூர்மையான முழக்கங்களும் பெரும் வரவேற்பைப் பெற்றன.

திரைப்படம், பத்திரிகை, மேடைப் பேச்சு இவற்றோடு சுவரொட்டியும் திமுகவின் வலுவான பிரச்சார ஆயுதமாக மாறியது. அப்போதிருந்த பேராயக் கட்சி அரசு, ஒவ்வொரு சுவரொட்டியும் காகிதத்தில் சுருட்டப்பட்ட குண்டு என்பதை அறியவில்லை. சுவரொட்டிகளை அச்சிடுவதற்கோ ஒட்டு வதற்கோ எந்தத் தடையும் விதிக்கப்பட்டிருக்கவில்லை. அப் போதைய அதிகார வர்க்கம் நேரடியான அல்லது மறைமுகமான உருட்டல், மிரட்டல்களில் ஈடுபடவில்லை. அதனால் சுவ ரொட்டிகளில் வெளிப்படையாக அவற்றை அச்சிட்ட அச்சகங் களின் பெயர்கள் இடம்பெற்றிருந்தன.

சிங்கள ராணுவத்தினரின் தாக்குதலுக்குள்ளாகிச் சிதறிக் கிடக்கும் நூற்றுக்கணக்கான ஈழத் தமிழர்களின் உடல்களைக் காட்சிப்படுத்தும் சுவரொட்டிகளை அச்சிட்டு வெளியிட்டன ஈழத் தமிழர் ஆதரவு இயக்கங்கள். ஆனால் திமுக அரசும் அதிகார வர்க்கமும் அவற்றைச் சுதந்திரமாக அச்சிடுவதற்கும் ஒட்டுவதற்கும் அனுமதிக்காமல் நேரடியாகவும் மறைமுகமாகவும் அச்சுறுத்தி ஒடுக்கின. முன்பு ஒரு எதிர்ப்பு இயக்கமாகத் தான் முன்னெடுத்த போராட்ட முறைகளை இப்போதைய எதிர்ப்பு இயக்கங்கள் கைக்கொள்வதை ஆளும் வர்க்கமாக மாறிவிட்ட திமுக அரசு தடைசெய்கிறது.

மதுரையில் உள்ள தமிழர் ஒருங்கிணைப்புக் குழு "தமிழினப் படுகொலைக்குத் துணைபோகும் காங்கிரசைத் தோற்கடிப்பீர்!" என்னும் வாசகங்களுடன் சுவரொட்டியை அச்சிட்டு வெளி யிட்டது. தமிழினப் படுகொலையை நடத்துவது சிங்கள இனவெறி அரசு என்பதுபோல் தோன்றினாலும் உண்மையில் இந்தியாதான் போரை நிகழ்த்துகிறது என இலங்கை ராணுவத் தளபதி ஒருவர் சொன்னது இந்த இடத்தில் நினைவுகூரத் தக்கது. "இந்தியாவின் துணையில்லாமல் நாம் இவ்வளவு பெரிய வெற்றியை எட்டியிருக்க முடியாது. இந்தியா எல்லா வகையிலும் நமக்கு ஒத்துழைத்ததால்தான் நம்மால் விடுதலைப் புலிகளை ஒழிக்க முடிந்தது" என டி சில்வா என்ற அமைச்சர் இலங்கை நாடாளுமன்றத்தில் ஒப்புதல் தந்துள்ளார். அப்படி யிருக்க "தமிழினப் படுகொலையை நடத்தும் காங்கிரசைத் தோற்கடிப்பீர்" என்றுதானே உங்கள் சுவரொட்டியின் வாசகங்கள் இருந்திருக்க வேண்டும் எனச் சுவரொட்டியை அச்சிட்டு வெளியிட்ட மதுரை நண்பர்களிடம் கேட்டேன். "அப்படித்தான் போடும்படி சொன்னோம் அச்சகத்துக்காரர் மறுத்துவிட்டார்" என்றார்கள். பிறகு அந்தச் சுவரொட்டி அச்சகத்தின் பெயரில்லாமல் வெளியானது.

ஈழப் பிரச்சினையை மையப்படுத்தி அ. மார்க்ஸ் அளித்திருந்த நேர்காணல் ஒன்றுக்குப் பதிலுரையாக “யாருக்காகப் பேசுகிறார் அ. மார்க்ஸ்” என்றொரு சிறு வெளியீட்டை நான் கொண்டுவந்தேன். அதில் அச்சகத்தின் பெயர் இருக்காது. “ஈழப் பிரச்சினைதானே அச்சகத்தின் பெயர் வேண்டாம்” எனச் சொன்னார் அச்சக உரிமையாளர். அச்சக உரிமையாளர்களுக்குக் காவல் துறை கொடுத்த நெருக்கடியே இதற்குக் காரணம்.

“காங்கிரசுக்குப் போடும் வாக்கு தமிழினத்துக்குப் போடும் தூக்கு” என்னும் முழக்கம் கடந்த நாடாளுமன்றத் தேர்தலில் ஈழ ஆதரவாளர்கள் முன்வைத்த முக்கியமான முழக்கமாக இருந்தது. ஈரோட்டில் காங்கிரஸ் வேட்பாளரான ஈ.வி.கே.எஸ். இளங்கோவனுக்கு எதிராகக் கருத்துப்படங்கள் அடங்கிய சுவரொட்டிகள் ஒட்டப்பட்டன. அந்தச் சுவரொட்டியை ஒட்டியதற்காகத் தமிழ் தேசப் பொதுவுடைமைக் கட்சியினர் கைதுசெய்யப்பட்டனர்.

அச்சக உரிமையாளர்கள் இத்தகைய சுவரொட்டிகளை அச்சிட மறுத்ததால் அண்டை மாநிலங்களுக்குச் சென்று அவற்றை அச்சகத்தின் பெயரில்லாமல் அச்சிட்டுக் கொண்டுவர வேண்டிய அளவுக்கு நிலைமை மோசமாக இருந்தது.

ஜனநாயகம் குறித்த திமுகவின் பார்வை இரட்டைத் தன்மை கொண்டது. எதிர்க் கட்சியாக இருக்கும்போது ஜன நாயகத்தின் புரவலனாக இருந்து குரல்கொடுக்கும் திமுக, ஆளும் கட்சியாக மாறும்பொழுது அரசு எந்திரத்தைப் பயன் படுத்தி அதை நசுக்க முயல்கிறது.

ஈழத் தமிழர்கள்மீதான தாக்குதல்களையும் அவற்றுக்குத் துணைபோகிற காங்கிரஸ் கட்சியையும் திமுகவையும் விமர்சித்துப் பெரியார் திராவிடர் கழகம் உள்ளிட்ட சில அமைப்புகள் வெளியிட்ட ‘என்ன செய்யப் போகிறோம்’, ‘எமக்காகவும் பேசுங்களேன்’, ‘இறுதி யுத்தம்’, ‘கருணாவின் துரோகம்’, ‘கலைஞர் – தமிழினக் கொலைஞர்’ போன்ற குறுந்தகடுகள் தேர்தல் களத்தில் விநியோகிக்கப்பட்டன. பல தொகுதிகளில் அவை பொதுமக்களுக்காகவும் திரையிடப்பட்டன. தடை வரும் என்னும் எதிர்பார்ப்பு இருந்ததால் முதல் கட்டத்திலேயே ஆயிரக்கணக்கான பிரதிகளை விநியோகித்து முடித்திருந்தனர். அவற்றின் தாக்கத்தைக் கண்டு பயந்துபோன காங்கிரஸ் கட்சி குறிப்பிட்ட அந்தக் குறுந்தகடுகளுக்குத் தடைகோரி நீதிமன்றத்தை அணுகியது.

தேர்தலுக்கு முந்தைய நாள் வந்த உயர் நீதிமன்றத் தீர்ப்பு காங்கிரஸ் கட்சியின் விருப்பங்களுக்கு எதிராகவே இருந்தது.

உயர் நீதிமன்றத் தீர்ப்பைப் பயன்படுத்திக்கொண்டு உடனடியாக அவற்றை ஒளிபரப்பத் தொடங்கியது மக்கள் தொலைக்காட்சி. 12.5.09 பிற்பகலில் தொடங்கிய இந்த ஒளிபரப்பு 13.5.09 காலையில் காவல் துறையினரால் தடைசெய்யப்பட்டது. 12ஆம் தேதி இரவு சென்னை நகரில் ஏற்பட்ட மின்தடைக்கும் மக்கள் தொலைக்காட்சியில் இந்தக் குறும்படங்கள் ஒளிபரப்பப்பட்ட தற்கும் தொடர்பு இருப்பதாகச் சொல்லப்பட்டது. அன்று அஞ்சா நெஞ்சன் அழகிரி போட்டியிட்ட மதுரையில் மின்தடை இல்லைதான். அங்கு மக்கள் தொலைக்காட்சியின் ஒளிபரப்பை கேபிள் ஆபரேட்டர்கள் துண்டித்து விட்டனர்.

2001இல் ஜெயலலிதா முதல்வராக இருந்தபோது கருணாநிதியை நள்ளிரவில் கைதுசெய்தார். 'ஐயோ என்னைக் கொல்றாங்க, என்னைக் கொல்றாங்க' என்னும் பின்னணிக் குரலுடன் சன் தொலைக்காட்சியில் அந்தக் காட்சி ஒளிபரப்பப்பட்டது. காட்சி ஊடகத்தின் வலிமையை உணர்த்திய அந்தத் தருணத்திற்குப் பிறகு, அதே போன்றதொரு தாக்கத்தை உரு வாக்கியது மக்கள் தொலைக்காட்சியின் இந்த ஒளிபரப்பு. குறும்படங்களைத் தயாரித்துத் தேர்தல் களத்தில் திரையிட்டவர்கள்மீது அடக்குமுறையைக் கட்டவிழ்த்துவிட்ட காவல்துறை, திரையிடல் கருவிகளைப் பறிமுதல் செய்வது, சம்பந்தப்பட்டவர்களைக் கைதுசெய்வது என வழக்கமான நடவடிக்கைகள் மூலம் அவற்றைத் தடுக்க முயன்றது.

ஊடகங்கள்மீதான அரசு வன்முறைக்கு எந்த விதத்திலும் குறைந்ததாயில்லை ஊடகங்களின் வன்முறையும். பிரபாகரனின் மரணம் பற்றிய ஊடகங்களின் பரப்புரை இதற்குச் சரியான எடுத்துக்காட்டு. கிடைக்கப்பெறும் செய்திகளின் உண்மைத் தன்மை குறித்த குறைந்தபட்சத் தேடல்கூட இல்லாமல் சிங்கள ராணுவம் வழங்கிய செய்திகளையும் படத் துணுக்குகளையும் விமர்சனமற்று ஏற்று ஒளிபரப்பின சிஎன்என், ஐபிஎன், டைம்ஸ் நௌ போன்ற வட இந்தியச் சேனல்கள். இவை படத் துணுக்குகளில் இடம்பெற்றிருந்த பிரபாகரனின் சடலம் குறித்து எழுந்த நியாயமான சந்தேகங்களைக்கூடத் தெளிவுபடுத்திக் கொள்ள வேண்டுமென்பதில் அக்கறை காட்டவில்லை. பெயருக்குச் சில கேள்விகளைக் கேட்டுவிட்டு ஒதுங்கிக் கொண்டன. சிங்கள ராணுவத்தின் பிரிகேடியர் உதய நயனகாராவைத் தொடர்பு கொண்டு பேச முடிந்த ஊடகங்களுக்குப் பெயரளவுக்காவது ஈழ ஆதரவாளர்களின் கருத்தை அறிய வேண்டுமென்ற ஊடக அறம் அறவே இருந்திருக்கவில்லை. பிரபாகரனை உலகின் அதிபயங்கரமான பயங்கரவாதியாகச் சித்தரித்த தொலைக்காட்சிச் சேனல்களுக்கு ஈழப் போராட்டத்தின் வரலாற்றுப் பின்னணி குறித்த செய்திகளை விவாதிப்பதில் துளிகூட ஆர்வம் இல்லை.

அதேபோல் சிங்கள ராணுவத்தின் இறுதிக்கட்டத் தாக்குதலில் 20,000க்கும் அதிகமான அப்பாவி மக்கள் தடைசெய்யப்பட்ட ரசாயன ஆயுதங்களின் தாக்குதலுக்குள்ளாக்கி அழிக்கப்பட்டார்கள் என வந்த செய்திகளைக் குறித்து மூச்சுவிடவில்லை. சிங்கள ராணுவத்தால் சூழப்பட்டுள்ள அப்பாவித் தமிழர்கள் மீது ராணுவம் கண்மூடித்தனமான தாக்குதலை நிகழ்த்தி அழித்து வருவதாகவும் காப்பாற்ற ஏதாவது செய்யுமாறும் கடல்புலிகளின் தலைவர் சூசை விடுத்த உருக்கமான வேண்டுகோள் அந்த ஆங்கில ஊடகங்களின் காதுகளில் விழவே இல்லை. இலங்கை அரச பயங்கரவாதத்துடன் ஊடக பயங்கரவாதம் கைகோர்த்துள்ள புள்ளி இன்னும் பயங்கரமானது.

"எமது யுத்தம் புலிகளுக்கு எதிரானது. அப்பாவித் தமிழர்களுக்கு எதிரானது அல்ல" என்னும் ராஜபக்சே அறிவிப்பை எந்த விமரிசனமுமற்று ஊடகங்கள் வழிமொழிந்தன. போராளிகள் மரணம், பிரபாகரன் மரணம், சார்லஸ் ஆண்டனி மரணம் என இலங்கை ராணுவம் வெளியிடுகிற படத் துணுக்குகளை அலுக்காமல் திரும்பத் திரும்ப ஒளிபரப்பி, அவற்றை உண்மையென நிறுவுவதற்கு ஊடகங்கள் பட்ட பாட்டை நினைத்தால் முதுகுத்தண்டு சில்லிட்டுப் போய்விடுகிறது. தன் குரலை அப்படியே ஊடகங்களின் குரலாக மாற்ற முடிந்ததில் ராஜபக்சேவுக்கு ஒருவகையில் வெற்றிதான்.

"உலகம் உண்மையிலேயே இணைக்கப்பட்டதாக இருக்கும் எனில் இந்தப் பயங்கரம் குறித்த செய்தி உலகில் எங்காவது எதிர்ப்பைத் தூண்டியிருக்கும். உலகின் 24 மணி நேர செய்தி ஊடகங்களில் ஒரு சிறு பகுதியாவது இலங்கையில் என்ன நடக்கிறது என்பது குறித்துச் சிறிய அளவிலாவது செய்தி வெளியிட்டிருக்கும்" எனச் சொல்கிறார் முன்னாள் இந்திய ராஜதந்திரி ராஜீவ் டோக்ரா. எவருக்குக் கண்களும் காதுகளும் உண்டோ, அவரே உலகின் மற்ற காதுகளுக்கும் கண்களுக்கும் மனித அவலத்தைக் கொண்டுபோக முடியும். 25 ஆயிரம் மனித உயிர்கள் மரித்ததை, லட்சக்கணக்கானவர்கள் பட்டினியாலும் நோய்களாலும் தாக்கப்பட்டு அழிவின் விளிம்பில் தள்ளப்பட்டிருப்பதைப் பிரபாகரன் மரணம் என்னும் பரபரப்பான ஒரு செய்தியின் மூலம் மறைப்பதற்குச் சிங்கள அரசுக்கு இந்திய ஊடகங்கள் துணை புரிந்திருக்கின்றன என்பதே உண்மை.

"சிங்கள இனவாதம் என்ற ஒரு வஸ்து நூற்றாண்டு காலமாகச் செயல்பட்டு வருவதையே மறுக்கும் தி ஹிண்டுவின் மூடத்தனத்தைக் கண்டிக்கச் சொற்களே இல்லை. கருத்துச் சுதந்திரம் என்பது ஈனத்தனமான கருத்துகளையும் பரப்பும் சுதந்திரம்தான் என்பதை உணர்ந்து பொறுமையைக் கடைபிடிக்க வேண்டிய காலகட்டம் இது" எனக் காலச்சுவடு மார்ச் 2009

தலையங்கத்தில் எழுதப்பட்டிருப்பது இந்து நாளிதழைப் பற்றியது மட்டுமேயல்ல.

சென்ற நூற்றாண்டின் மத்தியில் யூதர்கள் இருந்த நிலையில் இன்று ஈழத் தமிழர்கள் விடப்பட்டிருக்கிறார்கள். மூச்சுப் பிரியாமல் கழுத்து நெறிக்கப்பட்டிருக்கிறார்கள். இரண்டாம் உலக யுத்தத்திற்குப் பிறகு பிரிட்டன் பிரதமர் சர்ச்சில் பாதுகாப்பு அளிக்க, அமெரிக்க உதவியோடு இல்லாத ஒரு நாட்டை யூதர்கள் உருவாக்கிக்கொண்டார்கள். ஈழத் தமிழர்கள் இருந்த பூமியை இழந்திருக்கிறார்கள்.

இதைச் சாதித்ததில் 'தலைவர்'களுக்கு எவ்வளவு பங்கு உண்டோ அவ்வளவு பங்கு ஊடகங்களுக்கும் உண்டு.

இதழ் 114, ஜூன் 2009

வரலாற்றின் இடிபாடுகளிலிருந்து மீண்டெழுவோமா?

சங்கரன் சித்தார்த்தன்

பிரபாகரன் உயிருடன் இருக்கிறாரா இல்லையா என்னும் கேள்வியை யாரிடம் கேட்கிறீர்கள் என்பதைப் பொறுத்து உங்களுக்குக் கிடைக்கும் பதில்கள் வேறுபடும். பிரபாகரன் என்னும் பெயர் உலக அளவில் பரவியுள்ள தமிழ் மக்களிடமும் இந்து சமுத்திரப் பிராந்தியத்திலும் ஏன் சர்வதேசத்திலும் உருவாக்கி வைத்திருக்கும் பிம்பம் அவரவர் கொண்ட அரசியலின்பாற்பட்டது. அந்த அரசியல் பார்வைதான் நீங்கள் கேட்ட கேள்விக்கு ஆம் என்னும் பதிலையும் இல்லை என்னும் பதிலையும் இப்போதைக்குத் தந்துகொண்டிருக்கின்றது. ஆம் எனச் சொல்பவர்கள் முன்வைக்கும் காரணங்கள் குறித்துக் கேள்விகள் எழுப்பப்படுவது போல இல்லை என்று சொல்பவர்கள் முன்வைக்கும் தரவுகள், விளக்கங்கள் குறித்தும் கேள்விகள் எழுப்பப்படுகின்றன. பிரபாகரன் இன்னமும் உயிருடன் இருக்கிறார் என்பதைச் சொல்பவர்கள் ஆதாரபூர்வமாக நிரூபிக்க முடியாததைப் போல, அவர் உயிருடன் இல்லை என்று சொல்பவர்கள் முன்வைக்கும் ஆதாரங்களும் விஞ்ஞானபூர்வமானவையாக இல்லை. இரண்டு தரப்பிலுமே அனுமானங்களும் ஊகங்களும் மனவிருப்பும் இந்தக் கட்டத்தில் தாராளமாகத் தொழிற்படுகின்றன.

1983இல் போர் உக்கிரம் பெற்ற பின்னர் பல தடவைகளில் பிரபாகரன் கொல்லப்பட்டு விட்டதாகவும் தமிழ் மக்களுடைய அரசியல் அபிலாசைகளுக்கான போராட்டம் முடிவுக்குவந்து விட்டதாகவும் இலங்கை அரசும் உள்நாட்டு, வெளிநாட்டு ஊடகங்களும்

பிரச்சாரம் செய்திருக்கின்றன. இலங்கை அரசின் இத்தகைய பிரச்சாரங்களை அன்று 'லங்கா புவத்' என்கிற இலங்கை அரசினது செய்தி நிறுவனமே செய்துவந்தது. தொடர்ந்து பொய் பேசும் ஒருவரை லங்கா புவத் என்று அழைக்குமளவுக்கு அது அன்று தமிழ் மக்களிடையே 'புகழ்' பெற்றிருந்தது. இந்த லங்கா புவத்தின் தரத்திற்கு இந்தியாவிலேயே மதிக்கப்படுவதாகச் சொல்லப்படுகிற *இந்து* பத்திரிகையும் இறங்கியபோதுதான் ஊடகங்களின் பின்னால் உள்ள அரசியல் குறித்துத் தமிழ்ச் சூழலில் கேள்விகள் எழும்பின.

1989 ஜூலை 24இல் அன்று புலிகளின் இரண்டாம் நிலைத் தளபதியாக இருந்த மாத்தையாவால் பிரபாகரன் சுட்டுக் கொல்லப்பட்டதாக விலாவாரியான ஒரு செய்தியை *இந்து* வெளியிட்டிருந்தது. அதில் அவர் சுட்டுக் கொல்லப் பட்ட வன்னிப் பிராந்தியத்தில் உள்ள கிராமம் ஒன்றில் அவரது சடலம் இரண்டு நாட்களாகப் பொதுமக்கள் அஞ்சலிக் காக வைக்கப்பட்டிருந்ததாகவும் குறிப்பிடப்பட்டிருந்தது. 1990 ஏப்ரல் முதலாம் திகதி யாழ்ப்பாணத்தில் புலிகளால் ஒழுங்கு செய்யப்பட்ட ஊடகவியலாளர் மாநாட்டில் பிரபாகரன் தோன்றிய போது, *இந்து*வின் துல்லியமான தகவல்களைப் பெறுதலும் அவற்றைப் பலமுறை பரிட்சித்தல் என்றதுமான ஊடகவியலின் அடிப்படை நெறி கேள்விக்குள்ளானது மட்டுமன்றி அவற்றின் பின்னால் வேறேதோ நோக்கங்கள் உள்ளதாகவும் உணரத் தலைப்பட்டார்கள்.

2004 ஏப்ரல் 26 கடற்கோளின் பின்னரும் இத்தகைய ஒரு செய்தி வெளியாகியிருந்தது. கடற்கோளின்போது பிரபாகரன், பொட்டு அம்மான் உட்படப் பலர் இறந்து விட்டதாக இலங்கை வானொலி முதலில் அச்செய்தியை வெளியிட்டது. இலங்கையிலிருந்து வெளியாகும் *ஐலண்ட் நாளேடு*, பிரபாகரனது சடலத்தை எடுத்துச்செல்ல வெளி நாட்டிலிருந்து விசேட சவப்பெட்டி உதவி வழங்கும் தொண்டர் நிறுவனங்களுடைய நிவாரணப் பொருட்களுடன் சேர்த்து எடுத்துவரப்பட்டுள்ளதாகக் கடற்படைத் தளபதியை மேற்கோள் காட்டி செய்தி வெளியிட்டது. அரச கட்டுப்பாட்டிலிருக்கும் தமிழ் தினசரியான *தினகரனும்* "பிரபாகரன் இல்லை இல்லை இல்லை சொல்கிறது தினகரன்" என்னும் தலைப்பில் தலைப்புச் செய்தி வெளியிட்டது.

இச்செய்தியைப் பிரபல செய்தி நிறுவனமான ஏ.எப்.பி.யும் வெளியிட்டது. *இந்து*ப் பத்திரிகையும் அச்செய்தியை வெளியிட்ட தோடல்லாமல் "பிரபாகரன் எங்கே?" எனத் தலையங்கமும் எழுதியிருந்தது. பின்னர் சர்வதேசப் பிரதிநிதிகளுடன் பிரபா கரன் கிளிநொச்சியில் பேச்சுவார்த்தை ஒன்றில் கலந்துகொண்ட புகைப்படங்கள் வெளியானதோடு அதுவும் போயிற்று.

ஆனால் இதற்குப் பின்னரும் சிங்களத்தின் பிரதானமான மாற்றுப் பத்திரிகையான *ராவய* வேறொரு பிரச்சினையைக் கிளப்பியது. கிளிநொச்சியில் சர்வதேசப் பிரதிநிதிகளின் சந்திப்பில் கலந்துகொண்டவர் உண்மையான பிரபாகரன் அல்ல. புலிகளில் பிரபாகரன் போன்ற தோற்றமுள்ள பலர் இருக்கிறார்கள். உண்மையான பிரபாகரன் கடற்கோளின் போது கொல்லப்பட்டுவிட்டார். இவர் பிரபாகரன் போன்ற 'டுப்ளிக்கேட்'. உண்மையான பிரபாகரனின் வலது கையில் அவரது நடுவிரல் இல்லை. ஆனால் சர்வதேசப் பிரதிநிதி களுடனான சந்திப்பில் கலந்துகொண்ட பிரபாகரனின் வலது கை நடுவிரலுடன் இருக்கிறது என்று புகைப்படங்களுடன் எழுதியிருந்தது. ஆனால் பிரபாகரன் அதற்குப் பிறகும் அமைப்பை வழிநடத்திக்கொண்டிருந்தார்.

பிரபாகரனின் மரணம் வெறுமனே செய்தி முக்கியத்துவத் திற்கு அப்பால் அதிகளவான கவனத்தையும் சர்ச்சையையும் பெறுவதற்கு அந்தந்த ஊடகங்களின் உள்ளார்ந்த அரசியலும் அவற்றின் நலன்களும் காரணமென்பது வெளிப்படையானது. இந்தப் போக்கும் தமிழர் தரப்பால் திம்புப் பேச்சு வார்த்தை யிலிருந்து அவ்வப்போது முன்வைக்கப்பட்ட கோரிக்கைகள் தொடர்ந்து இலங்கை அரசாங்கங்களால் நிராகரிக்கப்பட்டு வந்ததும் அதற்குப் பதிலாகத் தமிழ் மக்கள் தொடர்ச்சியாக அரசியல் இராணுவ ஒடுக்குமுறைக்குள்ளாக்கப்பட்டு வந்ததும் அவர்களுடைய மனித உரிமைகள் மீறப்பட்டதும் வன்முறையும் இடப்பெயர்வும் நாளாந்த நிகழ்வாகியதும் நாளாந்த இனவாத நடவடிக்கைகளும் *(Day to day racism)* அவர்களிடையே ஒரு கூட்டு உளவியலை உருவாக்கியிருக்கின்றன.

1987 இலங்கை – இந்திய ஒப்பந்தத்திற்குப் பின்னர் போராளிக் குழுக்களில் விடுதலைப்புலிகள் தவிர்த்த ஏனைய அமைப்புகள் ஆயுதப் போராட்டத்தைக் கைவிட்டு ஜனநாயக அரசியலுக்குத் திரும்பியதான பண்பு மாற்றமும் ஜனநாயக வழிக்குத் திரும்பிய இந்த அமைப்புகளால் தமிழ் மக்களுடைய ஒரு ஒற்றைக் கோரிக்கையைத் தானும் இந்த *22* வருட காலத்தில் இலங்கை அரசாங்கத்திடமிருந்து பெற்றுக்கொள்ள முடிய வில்லை என்பதையும் இங்கே குறிப்பிட்டாக வேண்டும். இன்னு மொன்றையும் கூடவே சேர்த்துக் கொள்ளலாம். அதற்கான எந்த வகையான ஜனநாயக வழிப் போராட்டங்களையும் இவர்கள் மேற்கொள்ளாதது மட்டுமல்ல, அரசாங்கத்தின் இனவழிப்புப் போருக்கு இவர்கள் உடந்தையாக இருந்தார்கள் என்பதையும் சேர்த்துப் பார்க்க வேண்டும். இதே நேரத்தில் இந்திய அமைதிப் படை என்கிற பெயரிலான தமிழ் மக்கள் மீதான ஆக்கிரமிப்பு யுத்தத்திற்கெதிராக விடுதலைப் புலிகள்

நடாத்திய போராட்டமும் அதைத் தலைமையேற்று நடாத்திய விடுதலைப்புலிகளும் அதன் தலைவர் பிரபாகரனும் தமிழ் மக்களுடைய அரசியல் உரிமைக் கோரிக்கையின் விட்டுக் கொடுக்காத பிரதிநிதிகள் ஆனார்கள். அது பிரபாகரனை மொத்த விடுதலைப் போராட்டத்துக்கான ஒரு குறியீடாக ஆக்கிவிட்டிருக்கிறது.

இந்தக் குறியீடு ஏற்கெனவே தமிழ் மக்களிடம் உருவாகிவந்த மேற்சொன்ன உளவியலோடு சேர்ந்து கொண்டது. இதன் ஆபத்து என்னவென்றால் அது விடுதலைப்புலிகளுடைய தவறு களை எல்லாம் தமது இருப்பு நிலை காரணமாகக் காண மறுப்பதும் பல சந்தர்ப்பங்களில் அதை நியாயப்படுத்துவதாக வும் ஆகியிருக்கிறது. இந்தப் பின்புலத்தில்தான் அவர்கள் பிரபாகரன் இறந்துவிட்டதாக வரும் செய்தியை நம்ப மறுக் கிறார்கள் என்பதைப் புரிந்துகொள்ள வேண்டும்.

பிரபாகரன் மட்டுமல்ல புலிகளின் உயர்மட்டத் தலைவர் கள் பலரும் கொல்லப்பட்டுவிட்டார்கள். புலிகளின் சொத்துக் கள் வெளிநாடுகளில் பல்வேறு தனிப்பட்டவர்களின் பெயரில் முதலீடுசெய்யப்பட்டுள்ளன. அவற்றை ஒழுங்குபடுத்துவதற் கும் மீளப் பெறுவதற்கும் அவகாசம் தேவை. பிரபாகரன் என்னும் பெயர் பொன் முட்டையிடும் வாத்து. அதை ஒரேயடி யாக அறுக்க அவர்கள் தயாராகவில்லை என்றும் விடுதலைப் புலிகள் தமது போராட்டத்தைத் தொடர்ந்து முன்னெடுக்க பிரபாகரன் என்ற அதிசக்திமிக்க பெயர் தேவை. அது இல்லா விடில் அவர்களுடைய தன்னூக்கம் வீழ்ச்சி அடைந்துவிடும். ஆதலால்தான் அவர் இன்னும் உயிருடன் இருப்பதாக சொல்லிக் கொண்டிருக்கிறார்கள் என்றும் சொல்லப்படும் கூற்றுகளை இந்தப் பின்புலம் இலகுவாகப் புறந்தள்ளிவிடுகிறது. அவற்றோடு பிரபாகரன் கொல்லப்பட்டதாக வெளிவந்த செய்திகளில் இருந்த முரண்பாடும் சேர்ந்து விடுகிறது.

அவரும் அவருடைய சகாக்களும் ஆம்புலன்ஸில் தப்பிச் செல்ல முற்படுகையில் இராணுவத்தினர் மேற்கொண்ட தாக்கு தலில் கொல்லப்பட்டதாக முதலில் வெளிவந்த செய்தி தவறு என்றும் அவர் 18ஆம் திகதி காலையில்தான் சுட்டுக்கொல்லப் பட்டார் என்றும் அவரது சடலத்தை அடையாளம் காணச் சென்ற அவருடைய முன்னாள் சகாவும் தற்போது இலங்கை அமைச்சருமான கருணா என்கிற முரளிதரன் தெரிவித்திருக் கிறார். இச்செய்தி, அவர் தனது இருநூறுக்கும் மேற்பட்ட மெய்ப்பாதுகாவலர்களுடன் குண்டுகளை வெடிக்கவைத்துச் சடலம் கிடைக்காதவாறு தற்கொலை செய்துகொண்டார் என்னும் முதன்முதலில் வெளியான செய்தியையும் நிராகரித்து விடுகிறது. சடலம் அவருடையது என்பதை உறுதிப்படுத்த

மரபணுப் பரிசோதனை செய்யப்படும் என முன்னர் தெரிவித் திருந்த இலங்கை அரசாங்கம், தற்போது அது தேவையில்லை நாங்கள் சடலத்தை எரித்துவிட்டோமெனக் கூறுகிறது.

புலிகள் முற்றாக அழிக்கப்பட்டுவிட்ட செய்தி கேட்டு, பயங்கரவாதம் முற்றாக ஒழிக்கப்பட்ட நாட்டிற்குச் செல்கிறேன் என்று கூறி ஜோர்தானிலிருந்து திரும்பி வந்த ஜனாதிபதி மறுநாள் நாட்டு மக்களுக்கு ஆற்றவிருந்த உரை ஒத்திவைக்கப் பட்டதோடு, பின்னர் அவர் ஆற்றிய பாராளுமன்ற உரையில் பிரபாகரன் பற்றி எதுவுமே குறிப்பிடவில்லை என்பதை அவர்கள் சுட்டிக்காட்டுகிறார்கள். கொல்லப்பட்ட பிரபாகரன் என்று கூறி அரசு வெளியிட்ட புகைப்படங்கள் ஏமாற்றுத்தனமானவை என்றும் அவை அவருடையவை அல்ல என்றும் அவற்றைப் புறக்கணித்துவிடுகிறார்கள். பிரபாகரனுடன் அவருடைய நெருங்கிய சகாவும் புலனாய்வுத் துறைப் பொறுப்பாளருமான பொட்டு அம்மானும் சுட்டுக் கொல்லப்பட்டதாகத் தெரிவிக்கும் அரசு ஏன் பொட்டு அம்மானின் புகைப்படங்களை வெளியிட வில்லை என்ற கேள்வியும் அவர்களிடமிருந்து எழுகிறது.

அமெரிக்காவின் நட்சத்திரப் போர் போன்று போர்க்களத் திலிருந்து 24 மணிநேரமும் வெற்றிச் செய்தியைத் தந்துகொண் டிருந்த அரச தொலைக்காட்சிகூடப் பிரபாகரனின் சடலத்தைக் காட்ட மூன்று நாட்கள் எடுத்துக்கொண்டது. ஆனால் கொல்லப் பட்ட ஏனைய தலைவர்களின் படங்கள் எதனையும் அது காட்டவில்லை. இது ஏன்? இப்படி பிரபாகரனின் மரணச் செய்தி தொடர்பாக அவர்கள் கேள்விகளை எழுப்பிக்கொண்டே போகிறார்கள். அரசு அப்படிப் பொய் சொல்லுவதாக இருந்தால் காலப்போக்கில் அதன் நம்பகத்தன்மை உள்நாட்டிலும் சர்வ தேசத்திலும் கேள்விக்குறியதாகிவிடும் என்பதால் அரசு பொய் சொல்வதற்கான வாய்ப்புக் குறைவு என்பதனையும் அவர்கள் கணக்கில் எடுத்துக்கொள்வதாக இல்லை. ஆனால், விடுதலைப் புலிகளின் தலைவர்கள் சிலரை இலங்கை அரசு நயவஞ்சகமாகக் கொன்றுவிட்டது எனத் தெரிவித்திருக்கிறார் புலிகளின் சர்வ தேசப் பொறுப்பாளரான எஸ். பத்மநாதன். இறுதி நேரத்தில் புலிகள் தமது ஆயுதங்களை மௌனிக்கத் தயார் என்றும் பேச்சுவார்த்தை மூலம் இதனைத் தீர்க்க விரும்புவதாகவும் மக்களைப் பலிகொள்ள இலங்கை அரசாங்கத்தை அனுமதிக்க வேண்டாமென்றும் கேட்டுக்கொண்டதாக ஏற்கெனவே பத்ம நாதன் சர்வதேசத்திற்கு தெரிவித்திருந்தார். இந்தச் சூழ்நிலை புலிகளது ஆயுதப் போராட்டம் தொடர்வதற்கான வாய்ப்புகள் இல்லை என்பதனை எடுத்துக் காட்டுகின்றது.

தனிநபர் வன்முறையில் அதீத நம்பிக்கை கொண்ட புலிகளை மக்களுடைய வெகுஜனப் போராட்டத்திற்கு வரலாறு

தள்ளிக்கொண்டுவந்துவிட்டிருக்கிறது. அதேவேளை போராட்டத்துடன் ஏதோவொரு வகையில் நேரடித் தொடர்புகொண்டிருந்த இந்தத் தலைமுறையுடன் புலம்பெயர்ந்த நாடுகளில் அதற்கான ஆதரவு குன்றிவிடும் என்று சொல்லி வந்தவர்களது கருத்தை நிராகரித்துவிட்டுள்ளது புலம்பெயர்ந்த இளைய தலைமுறையினர் தத்தம் நாடுகளில் மேற்கொண்டுவரும் வெகுஜனப் போராட்டங்கள். இந்த வெகுஜனப் போராட்டங்கள் சரியான கொள்கைகளின் அடிப்படையிலும் திட்டமிடலுடனும் முன்னெடுக்கப்பட்டால் அவை இன்னொரு பரிமாணத்தை அடையக்கூடியன. அவை மக்கள் போராட்டம் என்னும் பரிமாணத்தை அடைய செய்யப்பட வேண்டிய பணிகள் ஏராளம். கடந்த காலத்தைக் காய்தல் உவத்தலின்றி திரும்பிப் பார்ப்பதும் அவற்றிலிருந்து கற்றுக்கொள்வதும் புதிதாகக் கட்டியமைத்தலும் இப்போதைக்கு அவசியமானவை, அவசரமானவை.

பிரபாகரனுக்கு மிகவும் பிடித்த திரைப்படங்களிலொன்று *The Battle of Algiers.* 1954க்கும் 1962க்கும் இடைப்பட்ட காலப் பகுதியில் பிரெஞ்சு ஏகாதிபத்தியத்திற்கெதிராக அல்ஜீரியர்கள் நடாத்திய போராட்டங்களின் உண்மைச் சம்பவங்களின் சாயலைக்கொண்டு உருவாக்கப்பட்ட படம் அது. வரலாற்றில் குறிப்பிடத்தக்க திரைப்படங்களிலொன்று. கில்லோ பொன்ரேகோவோ எனும் இத்தாலிய நெறியாளருடையது. அத்திரைப் படத்தில் அலி லா பொன்ரே என்கிற கொரில்லாப் போராளித் தலைவன் இறுதியில் கொல்லப்படுகிறான். அதற்குப் பிறகு வெடித்தெழும் வெகுஜனப் போராட்டங்கள் ஏறத்தாழ மூன்றாண்டுகளின் பின்னர் அல்ஜீரியாவுக்கு விடுதலையை வாங்கிக்கொடுக்கின்றன. விடுதலைப்புலிகளது பெருமளவு தலைமைகள் கொல்லப்பட்டுள்ளதாகக் கூறபபடுகிற இச்சந்தர்ப்பத்தில் திரும்பிப் பார்க்க வேண்டிய புள்ளிகளிலொன்று இது.

திரும்பிப் பார்ப்போமா? வரலாற்றிலிருந்து மீண்டெழுவோமா?

இதழ் 114, ஜூன் 2009

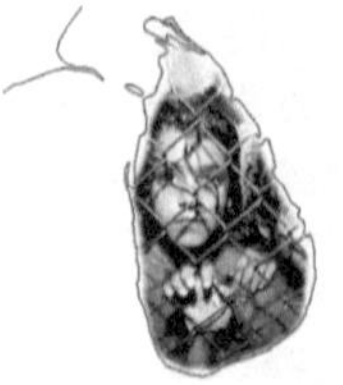

இந்தியாவைச் சேர்ந்தவன் என வெட்கித் தலைகுனிகிறேன் . . .

நாகார்ஜுனன்

கடந்த எட்டு மாதகாலமாக நம்மைச் சூழ்ந்துவந்த அச்சம் நிஜமாகும் பயங்கரச் சூழலை, நெருக்கடியை இன்று சந்திக்கிறோம்.

தெற்காசியப் பிராந்தியத்தின் அண்மை வரலாற்றில் மிகப்பெரும் மனித – இனப்படுகொலையை நடத்தி யிருப்பது இலங்கை அரசு, மொத்த மனித இனமும் நின்று காணக்காண, இந்தப் பாதகச்செயலை நடத்தி யிருக்கிறது இலங்கை அரசு. நடந்தவற்றைப் பார்க்கும் போது தமிழ் மக்கள் மற்றும் விடுதலைப்புலிகள் சார்பில் பதினைந்தாயிரம் பேர்வரை பலியாகியிருக்கலாம் என்றும் பதினைந்தாயிரம் பேர்வரை காயம், படுகாயம் அடைந்திருக்கலாம் என்றும் தெரிகிறது. தவிர, ஆறாயிரம் இலங்கைப் படையினர்வரை பலியாகியிருக்கலாம், காய மடைந்திருக்கலாம் என்றும் தெரிகிறது.

இந்தப் போரை நேரில் கண்ட சாட்சிகள், அதில் சொல்லொணாத் துன்பத்தை எதிர்கொண்ட வன்னித் தமிழ் மக்களும் அவர்களுக்குச் சிகிச்சை அளித்துவந்த மருத்துவர் குழாமும்தாம். இவர்களில் பெரும்பாலோர் இப்போது தடுத்துவைக்கப்பட்டிருப்பது முகாம்களில். விடுதலைப்புலிகள் அமைப்பின் கட்டுப்பாட்டில் இருந்த பகுதிகளில் இருப்போர் எழுபதாயிரம் பேர் மாத்திரம் என்று ஜனவரி மாதம் தொடங்கி இலங்கை அரசு கூறிவந்தது. அதை இந்திய அரசும் ஊடகங்களும் அப்படியே எதிரொலித்தன. இந்தச் செய்திப் பொய்கள்

இப்போது ஓய்ந்துவிட்டன. மாறாக, இப்போது இந்த முகாம் களில் இருப்பவர்களின் எண்ணிக்கை சுமார் இரண்டரை லட்சம் பேர் என்று இலங்கை அரசு ஒப்புக்கொண்டு, இவர்களை விடுதலைப்புலிகளின் பிடியிலிருந்து விடுவித்துவிட்டதாகப் பிரச்சாரம் செய்துவருகிறது. இவர்கள் இருக்கும் முகாம்களுக்கு சர்வதேச நிவாரண அமைப்புகள் சென்றுவர அனுமதி வேண்டும், இங்கெல்லாம் தடுப்புக்காவல் கூடாது, முகாம்களில் இருக்கும் மக்கள் வெளியே சென்றுவர அனுமதி வேண்டும் என்று ஐக்கிய நாடுகள் மன்றமும் பிற அமைப்புகளும் கூறியிருக்கின்றன.

இந்தப் போரில் கொலையுண்டவர்கள், விடுதலைப்புலிகள் அமைப்பின் முக்கியத் தலைவர்கள், போராளிகள், அவர் களுடைய குடும்பத்தினர், யுத்தப் பிரதேசத்திலிருந்து வெளிவர இயலாமல் அவர்களுடன் சிக்கிய மக்கள் எனப் பலர். இவர் களில் ஒவ்வொரு வகையினர் பற்றியும் நிறைய எழுத முடியும் . . . இப்படிக் கொலையுண்டவர்களில் விடுதலைப்புலிகள் அமைப் பின் தலைவர் வேலுப்பிள்ளை பிரபாகரன், பிரபாகரனின் குடும்பத்தார், உளவுத் துறைப் பொறுப்பாளர் பொட்டு அம்மான், கடற்புலிகள் பொறுப்பாளர் சூசை உள்ளிட்டோரும் இருக் கிறார்களா இல்லையா என்னும் குழப்பம் தொடர்கிறது. இதுகுறித்து மாறுபட்ட செய்திகள், ஹேஷ்யங்கள் வெளியாகிய வண்ணம் உள்ளன. ஆனால் ஒரு விஷயம் நிச்சயம் இப்போது இலங்கை அரசு விடுதலைப்புலிகளை ராணுவரீதியாகத் தோற் கடித்த நிலையில் ஈழத் தமிழ் மக்களின் அரசியல் – அபிலாஷை களைக் குழிதோண்டிப் புதைக்கும் செயலைத் தொடங்க அதற்குப் பெரிதும் தடையிருப்பதாகத் தெரியவில்லை.

கடந்த வார நிகழ்வுகளை, செய்திகளைச் சங்கேதமாக வைத்து வாசிக்கும்போது, விடுதலைப்புலிகளின் முக்கியத் தலைவர்கள், பிராந்திய – சர்வதேச அரசியல் சக்திகளின் பேச்சைக் கேட்டு வேறுவழியின்றி ஆயுதக் களைவுக்குத் தயாரான சமயத்தில் அவர்களை இலங்கை அரசு கொலைசெய்து முடித் திருப்பதாகவே கூற வேண்டும். தவிர, தற்போது இலங்கை அரசு இந்தக் கோரப் படுகொலைகளுக்கான தடயங்களையும் அழித்துவருவதாகத் தெரிகிறது. இலங்கை அரசின் இந்தத் தாக்குதலுக்கு நேரடியாகவும் திரைமறைவிலும் ராணுவ உதவி, தளவாட உதவி, நிதியுதவி என வழங்கிய நாடுகளான இந்தியா, ருஷ்யா, சீனா, பாகிஸ்தான், ஈரான், லிபியா, சௌதி அரேபியா ஆகிய நாடுகள் ஒருபுறம். அமெரிக்கா, ஐரோப்பிய நாடுகள் உள்ளிட்டவை மறுபுறம். தவிர கண்டும் காணாமல் நின்ற தற்காக ஐக்கிய நாடுகள் மன்றமும் பொறுப்பு என்றே கூற வேண்டும். இதில் ஒவ்வொரு தரப்பின் பொறுப்பும் ஒவ்வொரு வகையில் மோசமானது என்பதில் மறுகருத்துக்கே இடமில்லை.

விடுதலைப்புலிகள் அமைப்பிடம் எத்தனையோ அறப் பிறழ்வுகள், தவறுகள், கொடூரங்கள் உண்டு. இருந்தபோதும் போரின் இறுதிக்கட்டத்தில் இந்த அமைப்பு, இலங்கை அரசு அற்ற சர்வதேச, மூன்றாம் தரப்பிடம் ஆயுதங்களைக் கையளிக்கத் தயார் என்று அறிவிக்கிறது. இந்த மூன்றாம் தரப்பு, இந்திய அரசா, நார்வேயா, அமெரிக்காவா, பிரிட்டனா இவையெல்லாம் கலந்த ஒன்றா என்பதில் குழப்பமுண்டு. பிறகு, விடுதலைப் புலிகள் அமைப்பின் சார்பில் வெளியே வந்த அரசியல் துறைப் பொறுப்பாளர் நடேசன், நடேசனின் துணைவியார் விஜிதா, சமாதானச் செயலகப் பொறுப்பாளர் பூலித்தேவன், சிறப்புக் கட்டளைத் தளபதி ரமேஷ் உள்ளிட்ட குழுவினரை இலங்கைப் படையினர் கொன்றுவிட்டுப் பழியை விடுதலைப்புலிகள்மீது போட முயன்றிருக்கிறார்கள். நடேசனும் பூலித்தேவனும் நார்வே யிடம், இலங்கைக்கு வந்த ஐக்கிய நாடுகள் மன்றச் செயலாளர்–நாயகத்தின் விசேட தூதுவர் விஜய் நம்பியாரிடமும் இன்னும் பிறரிடமும் பேசியிருக்கிறார்கள். அதன் பிறகே சரணடைய முன்வந்திருக்கிறார்கள் என்று எல்லாத் தரப்புச் செய்திகளின் ஊடாகவும் தெரிந்துகொள்ள முடிகிறது.

அதற்கும் முன்பாக விடுதலைப்புலிகள், சூசையின் குடும்பத் தாரையும் தாங்கள் பிடித்துவைத்திருந்த இலங்கை ராணுவத்தினர் ஏழு பேரையும் விடுவித்திருக்கிறார்கள். சூசையின் குடும்பத் தாரைக் கைதுசெய்து விட்டதாகவும் ஏழு இலங்கை ராணுவத் தினரைத் தாங்கள் மீட்டதாகவும் இலங்கைப் படையினர் அறிவித்ததையும் ஒரு சங்கேதச் செய்தி எனக் கூறலாம். அடுத்த கட்டமாக நடேசன் – பூலித்தேவன் குழுவினர் வெளியே வந்திருக் கிறார்கள் என்று தெரிகிறது. ஆனால் இவர்கள் கொல்லப் பட்டதைப் பார்க்கும்போது, சூசை குடும்பத்தாரைத் தவிர கௌரவமாக யாரும் தப்பவில்லை என்றே தெரிகிறது.

போரின்போது ஆயுதம் தாங்காதோரைக் கொல்வது போர்க் குற்றம். அதைப்போல இப்படிச் சரணடைய முன்வருவோரையும் போர்க் கைதிகளையும் கொல்வதும் போர்க் குற்றமே. இத்தகைய போர்க் குற்றங்களைச் செய்யாத அரசுகளோ ராணுவங்களோ இல்லை என்பது முக்கிய உண்மை. இருந்தபோதும் இந்தப் போர்க் குற்றங்களைத் தவிர்க்க முயல்கிற தளபதிகளும் ஆங்காங்கே இருக்கிறார்கள். ஆனால் இலங்கை அரசின் தரப்பில் அப்படி யாரும் இல்லை, அதற்கான அறிகுறியே இல்லை போலும்.

இந்தப் போரின்போது இலங்கை அரசு – விடுதலைப் புலிகள் தரப்பில் நடந்தேறிய போர்க் குற்றங்களை விசாரிக்க வேண்டும் என்னும் கோரிக்கையை ஐரோப்பிய நாடுகளும் கனடாவும் எழுப்பியுள்ளன. இது குறித்து எதிர்வரும் செவ்வாய்க் கிழமை, மே 26ஆம் நாள் ஜெனிவாவில் நடக்கவுள்ள ஐக்கிய

நாடுகள் மனித உரிமைக் குழுவின் விசேட அமர்வில் தீர்மான மொன்றைக் கொண்டுவரவிருக்கின்றன இவை. இந்தத் தீர் மானத்தை சுவிட்ஸர்லாந்து, போஸ்னியா, மொரீஷியஸ், அர்ஜென்டினா, சிலி, மெக்ஸிக்கோ, உருகுவே, உக்ரைன் ஆகிய நாடுகள் ஆதரித்திருக்கின்றன. இதற்கு மாற்றாக, இலங்கை அரசு, பயங்கரவாதத்தை வென்றதற்காகத் தன்னையே பாராட்டிக் கொள்வதான ஒரு தீர்மானத்தைக் கொண்டுவந்திருக்கின்றது. இதை ஆதரிக்கும் நாடுகள் இந்தியா, சீனா, க்யூபா, பாகிஸ்தான், இந்தோனேஷியா, மலேசியா, சௌதி அரேபியா, பஹ்ரைன் மற்றும் பிலிப்பைன்ஸ். அதாவது இலங்கை அரசின் இன்றைய நெருங்கிய நண்பர்கள் இவர்கள்தாம்.

கடந்த பல பத்தாண்டுகளில் இலங்கையில் நடந்த அரசியல்–படுகொலைகள், இனப்படுகொலைகள், போர்க் குற்றங்களுக்காக யாரும் பெரிதாகத் தண்டிக்கப்பட்டதில்லை, எவ்விதப் பன்னாட்டு விசாரணைக்கும் இலங்கை அரசு தயாராக இருந்தது மில்லை என்பதைக் கவனிக்க வேண்டும். இந்த நிலையில் இலங்கையில் போர்க் குற்றங்கள் பற்றி ஐக்கிய நாடுகள் மன்றத்தின் சார்பில் விசாரணை ஏதும் நடப்பதற்கான சாத்திய முண்டா என்பது அடுத்த ஓரிரு நாட்களில் தெரிந்துவிடும்.

இலங்கை அரசு முன்மொழிந்திருக்கும் தீர்மானத்தில் இந்திய அரசின் சார்பில் கையொப்பமிட்டிருப்பவர், ஏ. கோபி நாதன் என்ற வெளியுறவுத் துறை அதிகாரி. இந்தத் தீர்மானத்தைத் தமிழக அரசியல் கட்சிகளும் அதன் நாடாளுமன்ற, சட்டமன்ற உறுப்பினர்களும் ஒருமுறையாவது வாசித்துப் பார்க்க வேண்டும். இந்திய அரசின், வெளியுறவுத் துறையின், ஊடக உலகின் முகங்கள் எத்தகைய கொடூரம் வாய்ந்தவை, இவற்றை எதிர் கொள்ளவேண்டிய தாங்கள் எங்கு நிற்கிறோம் என்பது இவர் களுக்கு இனிமேலாவது புரியட்டும்.

இந்தியாவைச் சேர்ந்தவன் என்ற முறையில் இந்திய அரசின் இந்தக் கொடூர முகம் எனக்குப் புதிய ஒன்றல்ல. பத்திரிகைக் காரன், ஆர்வலன் என்ற வகையில் இந்த முகத்தை ஏற்கனவே பலமுறை கண்டவன் நான். இருந்தபோதும் உள்ளபடியே இந்த முகம் இன்று மீண்டும் வெளிவந்திருக்கிறது, அம்பலப் பட்டிருக்கிறது. இந்த நிலையில் இந்தியாவைச் சேர்ந்தவன் என்ற முறையில் பெரிதும் வெட்கித் தலைகுனிகிறேன். என் ஈழச் சகோதரர்கள் என்னை மன்னிக்கப்போவதில்லை என்பதை உணர்கிறேன். தமிழ் பேசும் மக்களில் ஒருவன் என்பதால் கடும் கொதிப்படைகிறேன் . . .

இதழ் 114, ஜூன் 2009

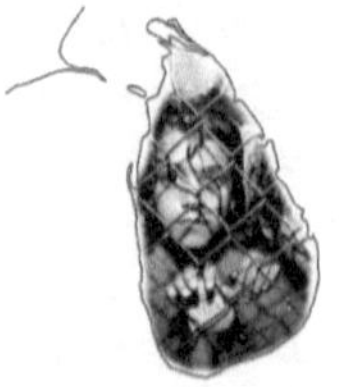

“தேசப்பற்றுள்ளோர், தேசப்பற்றில்லாதோர்”

அநாமதேயன்

குறிப்பு (1)

இந்தக் குறிப்பை நான் எழுதத் தொடங்கும்போது (11.05.2009) நேற்றிரவு வரை வன்னியிலுள்ள முள்ளி வாய்க்கால் பாதுகாப்பு வலயத்தை நோக்கி சரமாரி யான எறிகணைத் தாக்குதல், விமானக்குண்டு வீச்சால் 1200 அப்பாவிப் பொதுமக்கள் கொல்லப்பட்டிருப்ப தாகவும் 1112 பேர்வரை படுகாயமடைந்திருப்பதாகவும் இவர்களை மீட்க முடியாதவாறு தாக்குதல்கள் தொடர்ந்து நடைபெற்று வருவதாகவும் தகவல்கள் வெளியாகியுள்ளன. யாழ்ப்பாணத்தவன் ஒவ்வொரு வனும் காலையில் தவிர்க்க முடியாமல் இத்தகைய செய்திகளைத்தான் வாசிக்கவோ கேட்கவோ வேண்டி யிருக்கிறது. நாளிதழ்களின் முகப்புப்பக்கங்களைத் தாக்கு தலுக்குள்ளாகி இறந்தவர்களது, படுகாயமடைந்த வர்களது புகைப்படங்களே நிரப்புகின்றன. ‘மனிதப் பேரவலம்’ என்று சொல்வதுகூட மிகச் சாதாரணமான வார்த்தைதான்.

இரவுபகலாகத் தொடர்ச்சியாக இடம்பெற்றுவரும் தாக்குதல்களால் பதுங்குகுழிகளுக்குள்ளும் கூடாரங்களுக் குள்ளும் உறங்கிக்கொண்டிருக்கும் பெருமளவிலான மக்கள் கொல்லப்பட்டும் காயங்களுக்குள்ளாகியும் வருகின்றனர். அத்துடன் மீட்க முடியாத நிலையில் பதுங்குகுழிக்குள் காணப்படுவதாகவும் காயமடைந்தவர் களில் பலர் தங்களைக் காப்பாற்றுமாறு அவலக் குரலெழுப்புவதாகவும் தெரிய வருகின்றது.

முள்ளிவாய்க்காலில் இதுவரை 1112 பேரினது சடலங்கள் மீட்கப்பட்டுள்ளன. பல்லாயிரக்கணக்கானோர் படுகாயங்களுக் குள்ளான நிலையில் பெருஞ்சிரமத்தின் மத்தியில் வைத்திய சாலைக்குக் கொண்டுவரப்பட்டுள்ளனர். முள்ளிவாய்க்காலில் தற்காலிகமாக இயங்கும் வைத்தியசாலைக்குப் படுகாயமடைந்த நிலையில் இதுவரை கொண்டுவரப்பட்ட 1100 பேரில் 251 சிறுவர்களும் உள்ளடங்குவதாக முல்லைத்தீவு மாவட்ட வைத்திய அத்தியேட்சகர் வீ. சண்முகராஜா தெரிவித்துள்ளார். அவர் மேலும் தெரிவிக்கையில், வைத்தியசாலையில் 378 சடலங்கள் வைக்கப்பட்டுள்ளதாகவும் இதில் 106 பேர் சிறுவர்கள் என்றும் உடல்களை அடக்கம்செய்யும்போது ஒரே புதை குழிக்குள் 30, 40 என்ற எண்ணிக்கையில் போட்டு மூடுவதாக வும் குறிப்பிட்டுள்ளார். இதில் வேடிக்கையென்னவென்றால் சில மாதங்களுக்கு முன் ‘வன்னியில் சில நூறு புலிகளே எஞ்சியுள்ளனர்’ என அறிக்கைவிட்டிருந்த அமைச்சர் ஹெகலிப ரம்புக்வெல முள்ளிவாய்க்காலில் நிகழ்ந்த சம்பவங்குறித்து ஊடகங்களுக்கு விளக்கமளிக்கும்போது, ‘அரசபடையினர் முள்ளிவாய்க்காலில் புலிகளின் முக்கியத்தளமொன்றைத் தாக்கி யழித்ததில் 1300 புலிகள் கொல்லப்பட்டுள்ளனர். 1000 புலிகள் படுகாயமடைந்துள்ளனர்’ எனக் குறிப்பிட்டார். வன்னியில் சில நூறு புலிகளே எஞ்சியிருந்த நிலையில் எப்படி 2000 பேருக்கு மேற்பட்ட புலிகள் தாக்குதலுக்குள்ளாகினர்? என்பதை அமைச்சர்தான் விளக்க வேண்டும்.

இத்தகைய கண்மூடித்தனமான தாக்குதல்களால் பெருமள விலான அப்பாவிப் பொதுமக்கள் உயிரிழந்தும் படுகாயமடைந் தும் வருகின்ற அதேவேளை பட்டினிச்சாவை எதிர்நோக்குவதாக வும் தகவல்கள் கிடைத்துள்ளன. அண்மையில் வெளியான ஒருதகவலின்படி, புலிகளின் கட்டுப்பாட்டிலுள்ள பகுதிகளில் ஒரு சில கடைகளே இயங்குவதாகவும் ஒருகிலோ கோதுமை மா350/–, ஒருகிலோ சீனி 2000/–, ஒருகிலோ அரிசி 300/– , ஒருகிலோ வெங்காயம் 9000/–, 400 கிராம் பால்மாப்பைக்கற் 2000/–, ஒருகிலோ மிளகாய் 9000/–என்ற அடிப்படையில் விற்கப்படுவதாகவும் அறிய முடிகின்றது. வன்னியில் நிகழ்ந்து வரும் மனிதப் பேரவலத்தின் உச்சமாகத் தலைவிரித்தாடத் தொடங்கியிருக்கும் பட்டினி நிலைப்பாட்டால் கடந்த ஒரு வாரத்தில் மாத்திரம் 12 பேர் பலியாகியுள்ளனர். இங்கே போசாக்கின்மையால் பெருத்த தலை, வீங்கிய கண்கள், உலர்ந்து ஒட்டிய கன்னங்கள், எலும்புகள் வெளித்தள்ளி உப்பிய வயிற்றுடன் வன்னியிலுள்ள சிறுவர்கள் உருமாறி வருவதை நெஞ்சில் ஈரமுள்ள எவராலும் தாங்கிக்கொள்ள முடியாது என்கிறார் தாயகன் என்ற பத்திரிகையாளர்.

தொடர்ந்து உயிர்வாழ்வதற்கு எந்த நிச்சயமுமற்ற சூழலில் வாழ்ந்து வரும் இச்சிறார்கள் கண்மூடித்தனமான எறிகணை, குண்டு வீச்சுக்களால் பெற்றோரை இழந்த துயரத்தைக்கூட உணர முடியாதவாறு வன்னியில் இன்று பிரதான உணவாகி விட்ட கஞ்சியைப் பெறுவதற்காகக் கைகளில் சிரட்டைகளை ஏந்தி (கொட்டாங்கச்சி) வயிற்றைத் தடவியவாறு அலைந்து திரிகின்றனர். கஞ்சி காய்ச்சி வார்க்கப்படும் இடங்களில் நீண்ட வரிசையில் சிறார்களும் வயது வந்தவர்களும் காத்திருக் கின்றனர். அவர்களில் சிலர் மயங்கிவிழுகின்றனர். திடீரென எறிகணைகள் வந்து வீழ்வதால் பலர் அவ்விடத்திலேயே துடிதுடித்துச் சாவதும் ஏனையோர் சிதறியோடுவதும் மீளவும் கஞ்சிக்காக வரிசையில் முண்டியடித்து நிற்பதும் இன்று வன்னியில் சாதாரண நிகழ்வுகளாகிவிட்டன.

இவ்வாறான மோசமான நிகழ்வுகளால் வன்னிச்சிறார்கள் போசாக்கின்மையால் மாத்திரமின்றி வேறு விதங்களில் பாதிக்கப் பட்டுள்ளதாகவும் மருத்துவர்கள் சுட்டிக்காட்டுகின்றனர். அதாவது தொடர்ச்சியான எறிகணை, குண்டு வீச்சுக்களால் சிறார்களின் கேட்கும் திறன் பாதிப்படைந்துள்ளதுடன் எறிகணை மற்றும் குண்டுகள் விழுந்து வெடிக்கும்போது, இங்குள்ள சிறார்கள் தப்பியோட எத்தனிக்காது பித்துப்பிடித்த வர்களைப் போல் வெறித்துப் பார்த்தபடி இருக்குமளவுக்கு உடல்நிலை மோசமாகப் பாதிக்கப்பட்டுள்ளதாகவும் மருத்து வர்கள் குறிப்பிடுகின்றனர்.

01.01.2009 தொடக்கம் 11.04.2009 வரை நிகழ்ந்துள்ள தாக்கு தல்கள் வன்னி மருத்துவர்கள் வெளியிட்டுள்ள புள்ளிவிவரங் களின்படி

(1) கொல்லப்பட்டோர் 4795 பேர் (இவர்களில் சிறுவர்கள் 1207 பேரும் கர்ப்பிணித் தாய்மார் 51 பேரும் உள்ளடங்குவர்).

(2) படுகாயமடைந்தோர் 9869 பேர் (இவர்களில் சிறுவர்கள் 2864 பேரும் காப்பிணித்தாய்மார் 149 பேரும் உடல் உறுப்புக் களை இழந்தவர்கள் 1437 பேரும் உள்ளடங்குவர். மேலும் உடல் உறுப்புக்களை இழந்தவர்களில் 394 பேர் சிறுவர் களென்பது குறிப்பிடத்தக்கது.)

வன்னியில் அரசாங்கமானது திட்டமிட்ட வகையில் பட்டினி நிலைப்பாட்டை ஏற்படுத்தி வருகின்றது. வன்னியில் மூன்று இலட்சத்திற்கு மேற்பட்ட மக்கள் இருந்துவருவதாக முல்லைத்தீவு மாவட்ட அரசாங்க அதிபர் இமெல்டாசுகுமார் தெரிவித்திருந்தபோதிலும் அரசாங்கமானது புலிகளின் கட்டுப்பாட்டுப் பகுதியில் 70,000 வரையான மக்கள் மட்டுமே யிருப்பதாகக் கூறிப் பல மாதங்களாக உணவுப் பொருட்களை

இடைக்கிடையே அனுப்பிவந்துள்ள நிலைமையை அவதானிக்கக் கூடியதாகவுள்ளது.

போசாக்கின்மை காரணமாக வன்னியிலுள்ள சிறுவர்கள் நோய் எதிர்ப்புச் சக்தியின்றி எளிதில் தொற்றுநோய்த் தாக்கங் களுக்குள்ளாகிச் சாவடைந்தும் வருகின்றனர். இதனால் தற்போது சிறுவர் மரணவீதம் மிக மோசமாக அதிகரித்துச் செல்கின்றது. ஒருபுறம் மோசமான எறிகணை மற்றும் குண்டுவீச்சுத் தாக்குதல் களும் மறுபுறம் படுகாயமடைந்த, தொற்று நோய்த் தாக்கு தலுக்குள்ளான சிறுவர்களுக்கு மருத்துவச் சிகிச்சையளிக்கக் கூடிய மருந்துப் பொருட்களோ மருத்துவமனை வசதிகளோ – வன்னியில் இல்லையென்பதால் இச்சிறுவர்களைக் காப்பாற்ற எந்தவொரு மாற்றுவழியுமில்லாத நிலைமையும் காணப்படு கின்றது. இத்துடன் தொடர்ந்து நடைபெற்று வரும் தாக்குதல் களால் எறிகணைகள், குண்டுகள் வீழ்ந்து வெடிக்கும்போது வெளியேறும் கந்தகம் போன்ற நச்சு இரசாயனப் பொருட்களால் குறைப் பிரசவங்கள் அதிகளவில் நிகழ்ந்து வருவதுடன் விகார மான உருவங்களில், அங்கக் குறைபாடுகளுடன் பிறக்கும் குழந்தைகளின் எண்ணிக்கையும் அதிகரித்துள்ளதாகத் தகவல்கள் கிடைத்துள்ளன. வன்னியில் இனிவரும் நாள்கள் எப்படியிருக்கப் போகின்றன? என்பதை நினைத்துப் பார்க்கவே முடியவில்லை.

குறிப்பு (2)

வன்னியிலிருந்து அரச கட்டுப்பாட்டுப் பகுதிக்குக் கொண்டுவரப்படும் மக்கள் புல்மோட்டை, வவுனியா, யாழ்ப் பாணம் போன்ற இடங்களில் புனர்வாழ்வு முகாம்கள் அமைக்கப் பட்டுத் தங்கவைக்கப்படுகின்றனர். இவர்களுக்கான குடிநீர், மலசலகூட வசதிகள் மோசமாகக் காணப்படுகின்றன. இதனால் சுகாதாரச் சீர்கேடுகள் மிகுந்துள்ளன. இதன்விளைவாகப் புனர் வாழ்வு முகாமில் தங்கியிருப்போர் கொப்புளிப்பான், வாந்தி பேதி போன்ற நோய்த்தொற்றுகளுக்குள்ளாகி அவதிமிகுந்த வாழ்க்கை நிலைக்குத் தள்ளப்பட்டுள்ளனர். மேலும் இப்புனர் வாழ்வு முகாமில் வசித்துவரும் இளம் வயதினரின் பாதுகாப்பு நிலைமை மிகுந்த அச்சுறுத்தலுக்குள்ளாகி வருவதும் குறிப்பிடத் தக்கது. பொதுவாக இம்முகாம்களில் தங்கியுள்ள இளம்வயதினர் புலிகளிடம் ஆயுதப் பயிற்சி பெற்றவர்கள் என்ற சந்தேகத்தின் பேரில் அரச படையினரால் விசாரணைக்கென அழைத்துச் செல்லப்படுகின்றனர். இவ்வாறு அழைத்துச் செல்லப்படுவர்கள் பெரும்பாலும் திரும்பி வருவதில்லையென அங்கிருந்து வரும் தகவல்கள் தெரிவிக்கின்றன. சுமார் 3000 பேர் வரையான இளைஞர்களும் யுவதிகளும் இப்புனர்வாழ்வு முகாம்களிலிருந்து விசாரணைக்கென அழைத்துச் செல்லப்பட்டுக் காணாமல்

போயுள்ளதாகத் தகவல்கள் வெளியானதும் மஹிந்த அரசு இத்தகவல்கள் நம்பகமற்றவையென முதலில் மறுத்தது. தொடர்ந்து தனது ஊடகவழித் தந்திரோபாயத்தின் மூலமாக இத்தகவல்களுக்குப் பதிலளித்தும் வருகிறது. இத்தந்திரோ பாயப் பதிலளிப்பை இருவழிகளில் மேற்கொண்டு எதிர்காலத்தில் பல்வேறு தரப்பினராலும் எழுப்பப்படக் கூடிய நியாயமான கேள்விகளுக்கும் முற்றுப்புள்ளி வைத்துள்ளதாகவே கருத வேண்டியுள்ளது.

01. வன்னியிலிருந்து அரச கட்டுப்பாட்டுப்பகுதிக்கு வந்தவர்களில் இளம் வயதினர் விடுதலைப்புலிகளுடன் தொடர்புடையவர்களென இராணுவத்தினரால் அடையாளப்படுத்தப்பட்டு 'பல்லேகல' எனும் இடத்தில் பிரத்தியேகமாக நலன்புரி நிலையமொன்றை அமைத்து அங்கே தங்கவைக்கப்பட்டுள்ளதாகச் செய்திகளை வெளியிட்டு வருதல்.

02. புனர்வாழ்வு முகாம்களிலிருந்து விடுதலைப்புலிகளுடன் நெருங்கியத் தொடர்புடைய சிலர் தப்பித்துச் சென்றுவிட்டதாகவும் அவர்களை உடனடியாக எங்கிருந்தாலும் தம்மிடம் சரணடையுமாறு படைத்தரப்பினர் ஒலிபெருக்கிகளில் வீதி வீதியாக அறிவித்து வருகின்றனர். இது ஒரு குள்ளநரித்தனமான தந்திரோபாயம். நீங்கள் எல்லோரும் அநேகமாகச் 'சாமி' படம் பார்த்திருப்பீர்கள். உச்சக்காட்சியில் 'பெருமாள் பிச்சை தப்பியோட்டம்! போலீசார் வலைவிரிப்பு!' எனப் பத்திரிகையில் செய்தி கொடுத்துவிட்டுப் பெருமாள் பிச்சையை நாயகன் சுட்டுக்கொல்வதைப் போலத்தான் மஹிந்த அரசும் நடந்து கொள்கிறது. இவ்வாறு ஒலிபெருக்கிகளில் அறிவிப்புச் செய்வதற்கு முன்பாகக் குறித்தவொரு புனர்வாழ்வு முகாமிலிருந்து (யாழ்ப்பாணத்திலுள்ள) இரவு வேளையில் சில இளைஞர்களும் யுவதிகளும் இராணுவ வாகனமொன்றில் ஏற்றிச் செல்லப்பட்டதாக நம்பகமான தகவல் கிடைத்துள்ளது.

மேலும் வன்னியிலிருந்து அரச கட்டுப்பாட்டுப் பகுதிக்கு வரும் மக்கள் குறித்தவொரு பிரதேசத்தைக் கடக்கும்போது முழுநிர்வாணமாகச் செல்ல வேண்டுமென்பது கட்டாய நிபந்தனையாக விதிக்கப்பட்டிருக்கிறது. இவ்வாறு நிர்வாணமாகச் செல்லும் பெண்களை அரச படையினர் பார்த்து ரசிப்பதுடன் வீடியோவில் பதிவுசெய்தும் வருகின்றனர். அத்துடன் புனர்வாழ்வு முகாமில் தங்கவைக்கப்பட்டிருக்கும் பெண்களுக்குக் கருத்தடை ஊசி செலுத்தி இராணுவத்தினர் தமது பாலுணர்ச்சித் தேவைகளுக்குப் பயன்படுத்தி வருவதாகவும் அறிய முடிகின்றது.

மஹிந்த அரசானது எந்தளவுக்குத் தமிழினத்தை ஒடுக்க முடியுமோ அந்தளவிற்கு முழுமூச்சுடன் ஒடுக்கி வருகிறது.

ஆனால் ஜனாதிபதியோ அரசின் சார்பில் பேசவல்ல அமைச்சர்களோ ஊடகங்களுக்குக் கருத்துத் தெரிவிக்கும்போது, 'புலிகளின் பிடியிலிருந்து அப்பாவிப் பொதுமக்களை மீட்பதற்காகவே இப்போரை முன்னெடுத்து வருகிறோம்' எனத் தொடர்ந்து கூறிவருகின்றனர். இவ்விடத்தில் அரச படையினரால் மீட்கப் பட்டவையெனக் குறிப்பிடப்படும் பகுதிகளில் அவர்கள் சித்த சுவாதீனமற்றவர்களைப் போன்று அநாகரிகமாக நடந்துகொள் வதற்கு எடுத்துக்காட்டாக ஒரு சம்பவத்தையும் குறிப்பிட்டாக வேண்டும். கிளிநொச்சிப் பகுதிக்குள் நுழைந்த அரச படையினர் ஒரு பெண் போராளியின் உடலைக் கண்டெடுத்தபோது, அதை நிர்வாணப்படுத்திப் பாலுறவு கொள்வதைப் படமெடுத்து இணையதளத்தில் உலவவிட்டிருந்தனர். பின்னர் இது அரசின் கவனத்திற்கு வந்தபோது 'எமது படையினர் மிகவும் ஒழுக்கமானவர்கள். அவர்கள் ஒருபோதும் இத்தகைய அநாகரிகமான செயல்களில் ஈடுபடுவதில்லை. இது விடுதலைப் புலிகளின் மிகமோசமான பொய்ப்பிரசாரம்' என அமைச்சர் ஹெகலிய ரம்புக்வெல நற்சான்றிதழ் வழங்கியிருந்தார்.

குறிப்பு (3)

இக்குறிப்பை எழுதிமுடிக்கும் வேளை *(18.05.2009)* 'பயங்கர வாதத்துக்கு எதிரான யுத்தம் முழுமையாக நிறைவடைந்து விட்டது என்றும் தமிழீழ விடுதலைப்புலிகளின் தலைவர் வே. பிரபாகரன் உட்பட விடுதலைப் புலிகளின் முக்கிய உறுப் பினர்களான பிரபாகரனின் மகன் சாள்ஸ் அன்ரனி, பொட்டு அம்மான், நடேசன், ஜெயம், பூலித்தேவன், பானு, ரமேஷ் போன்றோர் இராணுவத் தாக்குதலில் கொல்லப்பட்டிருப்பதாக வும் பாதுகாப்பு அமைச்சின் செயலாளர் கொட்டபாய ராஜபக்சே தெரிவித்துள்ளதாகச் செய்தியொன்று வெளியாகி யுள்ளது. கைத்தொலைபேசிகளின் மூலமாகக் குறுந்தகவல் வடிவில் நாடெங்கிலும் இச்செய்தி பரவலாக்கப்பட்டுள்ள நிலையில் தென்னிலங்கையில் மட்டுமன்றி யாழ்ப்பாணமெங்கும் பட்டாசு கொளுத்தி இனிப்புப்பண்டங்கள் வழங்கி ஒரு வெற்றி விழா நிகழ்வாக இது அரச படையினரால் முன்னெடுக்கப் பட்டு வருவதுடன் அரச அலுவலகங்கள், பாடசாலைகள், பொது நிறுவனங்கள், தனியார் நிறுவனங்கள் எனச் சகல அமைப்புகளும் சிங்கக்கொடியினைப் பறக்கவிட வேண்டுமென அவசர உத்தரவும் பிறப்பிக்கப்பட்டு நடைமுறைப்படுத்தப் பட்டுள்ளது.

யுத்தத்தால் மிக மோசமாகப் பாதிக்கப்பட்டு அரச கட்டுப் பாட்டுப் பகுதிக்குக் கொண்டுவரப்பட்டுப் புனர்வாழ்வு முகாம் களில் தங்க வைக்கப்பட்டுள்ள மக்கள், பிரபாகரன் மரண

மடைந்துவிட்டதாக வெளியான செய்தியால் மகிழ்ச்சியுற்றதாகத் தெரிகிறது. அந்தளவுக்குப் புலிகள் மக்களை மிக மோசமாக நடத்தியுள்ளனர். இளம்பிள்ளைகளைப் பலவந்தமாகப் பிடித்துச் சென்று கட்டாய ஆயுதப் பயிற்சி வழங்கி யுத்தத்திற்குப் பலியாக்கி யுள்ளனர். இந்நிலைப்பாடானது மக்களிடம் புலிகளின் மீதான வலுவான எதிர்ப்புணர்வு தோன்றக் காரணமாகியுள்ளது. நான் எதிர்பாராதவிதமாக ஒரு குறுகிய நேரத்தில் புலிகளின் அரசியலாய்வாளரும் முக்கியக் கவிஞருமாக இருந்து இப்போது புனர்வாழ்வு முகாமில் தங்கியுள்ள ஒருவரைச் சந்திக்க நேர்ந்தது. அவர், ‘அங்கே எல்லாமே முடிந்துபோய் விட்டது. தலைகீழாக மாறிவிட்டது. தமிழீழத் தேசியத் தலைவர் இப்போது முள்ளி வாய்க்கால் என்ற மிகக் குறுகிய நிலப்பரப்பிற்கு ஒரு விதானை யாராக இருக்கிறார். நினைத்துப் பார்க்க முடியாத ஒரு சர்வாதி காரியிடமிருந்து தப்பி வந்துள்ளேன்’ எனக் குறிப்பிட்டார்.

உண்மையில் ஒரு மாபெரும் மக்கள் சக்தி ஆயுதங்களுக்குப் பயந்தல்ல, உணர்வுபூர்வமாகவே பிரபாகரனுக்குப் பின்னால் திரண்டிருந்தது. அவர் எதைச் சொன்னாலும் மறு கேள்வி களுக்கு இடமளிக்காமல் செய்து முடிக்கக் காத்திருந்தது. பிரபாகரனையே தமது ஒப்பற்ற தலைவனாக ஏற்றுக்கொண்டது. அவர் தமக்கான சுதந்திரத்தையும் உரிமைகளையும் பெற்றுத் தருவார் என முழுமையாக நம்பியது. ஆனால் பிரபாகரன் எல்லா விதத்திலும் தமிழ் மக்களின் நம்பிக்கையைச் சிதைத்தது மட்டுமல்லாமல் தமிழீழப் போராட்டத்தையே அர்த்தமற்ற தாக்கித் தமிழ் மக்களை வகைதொகையின்றிப் பலியிட்டு வரலாற்றின் பக்கங்களில் மிக மோசமான சர்வாதிகாரியாகி விட்டார். ஒரு தேசத்திற்கான அனைத்துக் கட்டுமானங்களோடும் வன்னிப் பெரு நிலப்பரப்பை உருவாக்கியிருந்த நிலையில் பேராசிரியர் கா. சிவத்தம்பி ‘ஆயுதப் போராட்டத்தின் முக்கியத் துவத்தைக் குறைத்து இராஜதந்திர ரீதியாகச் செயற்பாடுகளை முன்னெடுக்க வேண்டிய காலகட்டம் வந்துவிட்டது’ என்று சொன்னார். இதைப் பிரபாகரன் செவிமடுத்திருந்தால் தமிழர்கள் இத்தகையதொரு பேரவலத்தைச் சந்தித்திருக்க வேண்டிய தில்லை. ஒரு நியாயமான தீர்வும் கிடைத்திருக்கும்.

குறிப்பு (4)

விடுதலைப்புலிகளை முற்றாக அழித்தொழித்துப் பயங்கர வாதத்திற்கு எதிரான போரை முடிவுக்குக் கொண்டுவந்து விட்டதாகவும் வரலாறு காணாத வெற்றியைப் பெற்றுத்தந்துள்ள படைவீரர்களைப் பாராட்டிக் கௌரவிக்கும் வெற்றிவிழாக் கொண்டாட்டங்களில் குதூகலத்துடன் பங்கேற்குமாறும் ஜனாதிபதி மஹிந்த ராஜபக்சே 19.05.2009 அன்று நாட்டின்

'சகல' மக்களுக்கும் பகிரங்க அழைப்பொன்றை விடுத்திருந்த தருணம், கொழும்பில் அரசாங்க நிறுவனமொன்றில் பணி யாற்றும் நண்பனுடன் தொலைபேசியில் தொடர்பு கொண் டேன். 'என்னடாப்பா எல்லாம் தலைகீழாய்ப் போச்சு. இப்பிடி நடக்குமெண்டு நான் கனவிலும் நினைக்கேல்ல'. எனச் சோர்ந்து போய் உரையாடினான். 'உங்க நிலமை எப்பிடி?' எனக் கேட்டேன். 'எல்லா இடமும் வெடி கொழுத்திறாங்கள். சிங்கக் கொடியள் மூலை முடுக்கெல்லாம் பறக்குது. றோட்டு முழுக்கச் சிங்கள ரௌடியள் அட்டகாசம் பண்ணத் தொடங்கி யிட்டாங்கள். வீட்டுக்கு வெளியில கால்வைக்கவே பயமா யிருக்குது' எனப் பரபரப்போடு சொல்லிக்கொண்டிருந்தான். அவன் பயமடைந்ததைப் போலவே கொழும்பில் நடந்து முடிந்துள்ள வெற்றி விழாக் கொண்டாட்டங்களில் இதுவரை பதுங்கியிருந்த இனவெறியென்ற வாளேந்திய சிங்கம் அப்பாவித் தமிழர்கள்மீது பாய்ந்துள்ளது. இந்த முதற்கட்டமான பாய்ச் சலை எதிர் காலத்தில் நிகழ்ந்தேறப்போகும் அசம்பாவிதங் களுக்கான குறிகாட்டியாகவே கொள்ள வேண்டியிருக்கும்.

கொழும்பிலுள்ள தெஹிவளை, வெள்ளவத்த, பம்பலப் பிட்டிய போன்ற இடங்களைச் செல்லமாகச் சிலர் குட்டி யாழ்ப்பாணம் என்றழைப்பதுண்டு. கணிசமான அளவில் தமிழர்கள் செறிந்துவாழ்வதே இதற்குக் காரணம். குறிப்பாக இப்பகுதிகளில் வாழும் தமிழர்களே வன்னிச்சமர் வெற்றி விழாக் கொண்டாட்டங்களின்போது மிகுந்த அச்சுறுத்தலுக் குள்ளாகியிருந்தனர். வெற்றிவிழாக் கொண்டாட்டம் ஒரு வாரம்வரை நிகழ்ந்தபோது தலையெடுத்திருந்த இனவெறி யானது குறித்த பகுதிகளில் வாழும் தமிழர்களை வீடுகளுக்குள் முடங்கியிருக்கச் செய்திருந்தது குறிப்பாகப் பாலியல் அத்து மீறல், தடியடிப் பிரயோகம், நகை, பணம் பறித்தல், கொலை அச்சுறுத்தல் என்ற ரீதியில் கொழும்புத் தமிழர்கள் மோச மாகத் துன்புறுத்தப்பட்டிருப்பதை சந்தேகத்திற்கிடமின்றி அறிந்துகொள்ள முடிகிறது. எடுத்துக்காட்டாகச் சில அசம்பாவி தங்களைக் குறிப்பிடலாம்.

1. வெள்ளவத்தையிலுள்ள விகாரை வீதியில் சிங்கக் கொடி களைப் பறக்கவிட்டவாறு 'ஜெயஶ்ரீ' முழக்கமெழுப்பியவாறு வந்த சிங்களக் காடையர் கும்பல் அங்கே ஒதுங்கி நின்ற தமிழ்ப் பெண்களைக் கட்டிப் பிடித்தும் அவயவங்களைக் கசக்கியும் பாலியல் அத்துமீறல்களில் ஈடுபட்டதைத் தொடர்ந்து அப்பெண்கள் கதறிக் கூக்குரலிட்டு அழுதவாறே சிதறியோடினர்.

2. வெள்ளவத்தையின் வீதிகளில் அகப்பட்ட தமிழ்ப் பெண்கள்மீது வெற்றிக்களிப்பில் மிதந்த கும்பலொன்று தண்ணீர் ஊற்றிக் குளிப்பாட்டியதையும் அப்பெண்கள் அழுது கூச்ச

லிட்டவாறு ஓடியதையும் பலரும் அனுதாபத்தோடு பார்த்துக் கொண்டிருக்கத்தான் முடிந்தது.

3. வெள்ளவத்தையின் பிறிதொரு பகுதியில் வீதியில் சென்றுகொண்டிருந்த தமிழ் இளைஞர்களைச் சிங்கக்கொடி களை அசைத்தவாறு வந்துகொண்டிருந்த கும்பலொன்று மிரட்டி அவர்களிடமிருந்த பணம், நகை, கைத்தொலைபேசி ஆகிய வற்றைப் பறித்தபோது அவ்விளைஞர்களில் சிலர் எதிர்ப்புக் காட்டியதால் அவர்களை மோசமாகத் தாக்கியதில் அவர்களது தலைகள் பிளந்து குருதி பீறிட்டது. காயமுற்றவர்கள் சிகிச்சைக் காக மருத்துவமனைக்குச் சென்றபோது, காவல் துறை அறிக்கை *(Police report)*யின்றிக் காயங்களுக்கு மருந்திட முடியாதென வைத்தியர்கள் கையை விரித்தனர். அவர்கள் குருதிவழிந்த நிலையில் காவல் நிலையத்திற்கு முறைப்பாடு செய்து அறிக்கை பெறுவதற்காகச் சென்றபோது குறித்த அசம்பாவிதம் ஒரு கோஸ்ரி மோதலெனக் கூறிக் காவல் துறையினர் முறைப் பாட்டைப் பதிவுசெய்ய மறுத்ததுடன் அவர்களை விரட்டி யடித்துள்ளனர்.

4. வெள்ளவத்தையிலிருக்கும் சவோய் திரையரங்கிற்கு அருகாமையில் சிங்கக்கொடிகளைப் பறக்கவிட்டு முச்சக்கர வண்டியில் வந்துகொண்டிருந்த கும்பலொன்று அங்கே ஒதுங்கி நின்றிருந்த தமிழ்ப் பெண்களை மிரட்டி அவர்களிடமிருந்து நகை, பணம் என்பவற்றை அபகரித்துள்ளதுடன் சிலரிடமிருந்து நகைகளை அறுக்க முற்பட்டபோது அப்பெண்கள் கூச்ச லிட்டனர். எனினும் அந்தக் கும்பல் பெருங் குரலெடுத்து ‘ஜெயஸ்ரீ’ முழக்கமெழுப்பி அப்பெண்களின் கூச்சல் கேட்காத வாறு நகைகளை வெற்றிகரமாக அறுத்துச் சென்றுள்ளது.

5. வெள்ளவத்தை மற்றும் தெஹிவளைப் பகுதிகளிலுள்ள தமிழரின் உணவகங்களுக்குச் சென்று உணவருந்திய கும்பல் பணங்கொடுக்க மறுத்து உணவகங்களின் உரிமையாளர்களை இனரீதியாகப் ‘பறத்தெமுழு’ (பறைத்தமிழன்) போன்ற கொச்சைத் தனமான சொற்களால் தூற்றித் தாக்க முற்பட்டுள்ளது.

இவை தவிரச் சில இடங்களில் தமிழர்கள்மீது சிங்களப் பெண்கள் எச்சில் துப்பித் தகாத வார்த்தைகளால் தூற்றியு முள்ளனர்.

வெற்றிவிழாக் கொண்டாட்டங்களில் பட்டாசு வெடித்து, பாற்சோறு வழங்கி மக்கள் பெருங் களிப்புற்றதாக மஹிந்த ராஜபக்சே முழங்கினார். பட்டாசுக்கும் பாற்சோறுக்கும் செல விடப்பட்ட பெருந் தொகை தமிழ் மக்களிடமே மிரட்டிப் பெறப்பட்டுள்ளமை தெரியவந்துள்ளது. குறிப்பாக வெள்ளவத்தை, பம்பலப்பிட்டி, தெஹிவளை, கொட்டாஞ்சேனை ஆகிய பகுதி

களில் அமைந்துள்ள தமிழர்களின் வர்த்தக நிலையங்கள், வீடுகளுக்கு கும்பலாகச் சென்ற சிங்களக் காடையர்கள் பட்டாசு வாங்கவும் பாற்சோறு வழங்கவும் பணந்தருமாறு மிரட்டியே நிதிசேகரித்துள்ளனர். இவ்வாறு பல கும்பல்கள் பலதடவை சென்று பணந்தருமாறு மிரட்டியபோது, இது தொடர்பாகக் காவல் துறையினருக்கு முறைப்பாடு செய்திருந்தபோதும் அவர்கள் இம்முறைப்பாட்டைக் கவனத்திற்கொள்ளவில்லை என்பது குறிப்பிடத்தக்கது. மாறாக முறைப்பாடு செய்திருந்த சிலருக்குக் காவல் துறையினர் 'அவர்கள் வந்து பணங்கேட்டால் கொடுத்துவிடுங்கள். அதைப் பெரிதுபடுத்தினால் வீணான பிரச்சினைகளுக்கு முகங்கொடுக்க வேண்டி வரும்' எனவும் அறிவுரை வழங்கியுள்ளனர்.

தமிழ் மக்களது உணர்வுகளைப் புண்படுத்தாமல் வன்னிச் சமர் வெற்றிக் கொண்டாட்டங்களில் ஈடுபடுமாறு மக்கள் விடுதலை முன்னணி (ஜே.வி.பி) அமைப்பானது சிங்கள மக்களிடம் கேட்டிருந்தபோதிலும் வெற்றிக் கொண்டாட்டம் என்பது அதன் எல்லையை மீறி இன வன்முறைக் கொண் டாட்டமாக மாறியிருந்ததை எந்தவொரு கட்சியோ அல்லது அமைப்போ கவனத்திலெடுக்கவேயில்லை. ஆனால் சிங்கக் கொடியின் கௌரவத்துக்குப் பங்கமேற்படாமல் கொண்டாட் டங்களில் ஈடுபடுமாறு தம்மின மக்களை ஜனாதிபதியும் அமைச்சர்களும் கேட்டுக்கொள்ளத் தவறவில்லை. மஹிந்த சிந்தனைப்படி, சிங்கக்கொடியின் கௌரவத்திற்குப் பங்கமேற் படாமல் வெற்றிவிழாக் கொண்டாட்டங்களில் ஈடுபடுவது என்பதன் அர்த்தம் இனவெறியைக் கட்டவிழ்த்துவிடுவது தான். இவ்விடத்திலே பொலீஸ்மா அதிபர், 'வெற்றிக் கொண் டாட்டங்களில் ஈடுபடுவோர் வன்முறையிலிறங்கினால் அவர்களுக்கெதிராகக் கடும் நடவடிக்கை எடுக்கப்படும்' என அறிக்கை விடுத்திருந்தமையைச் சுட்டிக்காட்டத்தான் வேண்டும். (மஹிந்த சிந்தனைப்படி இவ்வறிக்கை வெற்றிக் கொண்டாட்டங்களில் ஈடுபடுவோர் தமிழருக்கெதிரான வன் முறைகளில் தாராளமாக ஈடுபடலாம். அவர்களுக்கு எதிராக எந்தவொரு நடவடிக்கையும் எடுக்கப்படாது என்பதையே குறிக்கின்றதென்பதை நீங்கள் உணர்ந்திருப்பீர்கள்). போலீஸ்மா அதிபர் வெற்றிக் கொண்டாட்டம் தமிழர்களுக்கெதிரான இனவெறிக் கொண்டாட்டமாக மாறிவிட்டிருந்ததால் தமது கௌரவத்துக்குப் பங்கமேற்பட்டுவிடக் கூடாதென்பதற்காக இவ்வறிக்கையை விடுத்திருந்தாரேயொழிய தமிழர்கள்மீது கொண்டிருந்த அக்கறையால் அல்லவென்பது தெளிவாகின்றது.

இதுதவிரச் சில சிங்கள வானொலிகளில் 'வன்னிச்சமர் வெற்றி தொடர்பாக மக்களின் கருத்துகள்' என்ற மகுடத்தின்

கீழ் ஒலிபரப்பப்பட்ட நிகழ்ச்சிகளில் எந்தளவுக்குச் சிங்கள இலத்திரனியல் ஊடகங்கள் தமிழர்களுக்கு எதிரான இன வன்முறையைக் கட்டவிழ்த்து விடுவதில் பங்காற்றின என்பதைக் கருத்துத் தெரிவித்த பின் வரும் சிங்கள மக்களின் குரல் களிலிருந்து நன்குணர்ந்து கொள்ளலாம்.

குரல் (1) – ஆண்

இலங்கையில் தமிழர் இருப்பது எம்மினத்துக்கு மிகவும் ஆபத்தானது. ஆகவே, தமிழர் சகலரையும் அவர்களது இடமான இந்தியாவுக்கு விரட்டியடிக்க வேண்டும். ஏனென்றால் தமிழர்கள் சகலரும் புலிப் பயங்கரவாதிகள். அவர்களால்தான் எமது சுதந்திர இலங்கை இந்தளவுக்குச் சீரழிந்துவிட்டது.

குரல் (2) – ஆண்

இந்தச் சுதந்திர இலங்கை சிங்களவருக்குச் சொந்தமானது. இதில் தமிழர் உரிமை கொண்டாட முடியாது. எதிர்காலத்தில் ஒரு பிரதேசத்தில் ஐம்பது தமிழ்க் குடும்பங்கள் இருந்தால் நூறு சிங்களக் குடும்பங்களைக் குடியமர்த்த வேண்டும். இதை முதலில் யாழ்ப்பாணத்தில் தொடங்க வேண்டும். ஏனெனில் அப்போதுதான் இவ்வாறான பிரச்சினைகள் இனிமேல் ஏற்படாது தடுத்து நிறுத்த இயலும்.

குரல் (3) – ஆண்

புலிகள் வேரோடு ஒழிக்கப்பட்டுவிட்டார்கள். இனி எமக்குப் பிரச்சினை எதுவுமில்லை. ஆகவே, இனித் தென்னிலங்கையில் குண்டுகள் வெடித்தால் அது இங்குள்ள தமிழர்களின் வேலையாகத்தானிருக்கும். எனவே, நாம் இங்குள்ள தமிழர்களை அவதானித்து வர வேண்டும். எமக்கு ஆயுதம் தந்தால் நாமும் பாதுகாப்புப் பணியில் ஈடுபட முடியும். அதன்மூலம் தமிழரைக் கண்காணிக்க முடியும்.

குரல் (4) – பெண்

இங்கு வெளிநாடுகளின் தலையீட்டைத் தடுக்க வேண்டும். வெளிநாட்டவரை ஐக்கிய தேசியக் கட்சிதான் எமது நாட்டிற்குள் அழைத்துவருகின்றது. வெளிநாட்டவர் வருகையால் இங்கே இப்போது தேவாலயங்களின் எண்ணிக்கை அதிகரித்துவிட்டது. எனவே, வெளிநாட்டவரை எமது நாட்டிற்குள் நுழைய அனுமதிக்கக் கூடாது.

குரல் (5) – பெண்

தமிழரை எமது படையினர் கொல்வதாகப் பொய்ப் பிரச்சாரம் செய்யப்படுகிறது. ஒரு தமிழரைக்கூட எமது படை

வீரர்கள் கொல்வதில்லை. தமிழர்கள்தான் சிங்களவரையும் படையினரையும் கொல்கின்றனர். அவர்கள்தான் கொலை காரர்கள். எமது படையினர் அவர்களைப் பாதுகாப்பதற்காகத் தமது உயிரையே தியாகம் செய்கின்றனர்.

குரல் (6) – ஆண்

புலிகளை வளர்த்தது ஐக்கிய தேசியக் கட்சியும் அதன் தலைவர் ரணில் விக்கிரமசிங்கவும்தான். ஆகவே, இனி நாம் ஐக்கிய தேசியக் கட்சியை எந்தவொரு காலகட்டத்திலும் ஆட்சியமைக்கவிடக் கூடாது. ஆட்சியமைக்கவிட்டால் தமிழரும் புலிகளும் மீண்டும் எழுந்துவிடுவார்கள். அது எங்களுக்கு ஆபத்தானது. ஐக்கிய தேசியக் கட்சி ஆட்சிக்கு வந்துவிட்டால் புலிகள் மீண்டும் வந்துவிடுவார்கள்.

குறிப்பு (5)

வன்னிச்சமர் வெற்றிவிழாக் கொண்டாட்ட நிகழ்வில் மேன்மை தங்கிய ஜனாதிபதி மஹிந்த ராஜபக்சே உரையாற்றிய போது, “இந்த நாட்டில் பெரும்பான்மையினம், சிறுபான்மை யினம் என இருவகையினங்கள் இல்லை. இனி இந்தநாட்டில் தேசப்பற்றுள்ளோர், தேசப்பற்றில்லாதோர் என்ற இரு இனங்களே இருக்கும்” எனக் குறிப்பிட்டுள்ளதையும் தீவிரப் பேரினவாதக் கட்சியான ‘ஜாதிஹெல உறுமய’ இராணுவ வெற்றி குறித்து வெளியிட்டுள்ள அறிக்கையில், “வன்னியிலுள்ள அனைத்து வீதிகளுக்கும் சிங்களப் பெயர்களைச் சூட்ட வேண்டும்” என வலியுறுத்தியுள்ளதையும் கவனத்திற் கொள்ள வேண்டும்.

இராணுவ வெற்றிவிழாக் கொண்டாட்டம் என்ற பெயரில் தலைநகரில் நிகழ்ந்துள்ள இனவெறியை வெளிக்காட்டும் சம்பவங்கள் 1983 ஜூலைக் கலவரத்தை மீளவும் ஞாபகப்படுத் தியுள்ளது. 2006 ஒகஸ்ற் மாதம் திரும்பவும் யுத்தந் தொடங்கிய போது, விடுதலைப்புலிகளின் அரசியல் விவகாரங்களுக்கான பேச்சாளர் வே. பாலகுமாரன் “இனி வருங்காலங்களில் தமிழர் மீது தாக்குதல் நிகழ்த்திவிட்டுச் சிங்களவர்கள் நிம்மதியாக இருக்க முடியாது” எனக் கூறியிருந்தார். ஈழவிடுதலைப் போராட்டமென்பது புலிகளால் எந்தவிதமான தீர்க்கதரிசன முமின்றி முன்னெடுக்கப்பட்டிருந்ததன் வெளிப்பாடாகவே பாலகுமாரனின் கூற்று அமைந்திருந்தது. இப்போதுள்ள நிலைமை யில் சிங்களவர்மீதான எந்தவொரு தாக்குதலும் தமிழரின் உயிரைக் காவு கொள்வதாகவே அமையும். குறிப்பாகக் கொழும் பில் வாழும் தமிழரின் நிலைதான் ஆபத்தானது. இந்த வெற்றி விழாக் கொண்டாட்டங்கள் ஒருவாறு முடிவுக்கு வந்திருந்த நிலையில் கொழும்பிலுள்ள எனது நெருங்கிய உறவினரொருவர்

தொலைபேசியில் கதைத்தார். 'உங்க நிலமை என்ன மாதிரி?' என்று கேட்டேன். "இங்கை சரியான நெருக்கடியாய் இருக்கு. மகளை வெளியில எங்கையும் அனுப்புறதில்லை. என்னநேரம் என்ன நடக்குமோ எண்டு பயமாயிருக்கு. நிரந்தரமாய் யாழ்ப் பாணத்துக்கே வந்திடலாம் போலயிருக்கு' என்று சொன்னார். கொழும்பில் வசிக்கும் எல்லாத் தமிழர்களது உணர்வைப் பிரதிபலிக்கும் ஒரு கூற்றாகவே எனது உறவினர் கூறியதை நான் எடுத்துக்கொண்டேன். இராணுவ வெற்றிவிழாக் கொண் டாட்டம் என்ற பெயரில் நடந்துமுடிந்துள்ள இனவெறித் தனமான சம்பவங்கள் கொழும்பு வாழ் தமிழருக்கு விடுக்கப் பட்டுள்ள எச்சரிக்கையாகவே அமைந்துள்ளன. தந்தை செல்வா (எஸ்.ஜே.வி. செல்வநாயகம்) ஒரு கட்டத்தில் சொன்னார், "தமிழர்களை இனிக் கடவுள்தான் காப்பாற்ற வேண்டும்" என்று. பின்னாளின் விடுதலைப்புலிகள் இராணுவரீதியாகப் பலம் பெற்றிருந்த காலகட்டத்தில் ஈழவேந்தன் சொன்னார், "தந்தை செல்வா குறிப்பிட்ட கடவுள் பிரபாகரனே" என்று. இப்போது எல்லாம் தலைகீழாகிவிட்ட நிலையில் தமிழர்களின் பாதுகாப்பு மிகவும் அச்சுறுத்தலுக்குள்ளாகியுள்ள நிலையில் மஹிந்த அரசு எவ்விதத்திலும் தமிழர்களின் பாதுகாப்பை உறுதிப்படுத்தப் போவதில்லை என்பதும் தெளிவாகிவிட்டது. எனவே, கொழும்பு வாழ் தமிழர்கள் மிகவும் புத்திசாதுரிய மாகச் செயல்பட்டுத் தந்திரோபாயமான வழிகளில் தமது பாதுகாப்பைத் தாமே உறுதிப்படுத்திக் கொள்வதுதான் அவர் களுக்கு எஞ்சியிருக்கும் ஒரேயொரு மாற்றுவழி.

இதழ் 115, ஜூலை 2009

மஹாவம்சம்: பேரினவாதப் பிரதி

சச்சிதானந்தன் சுகிர்தராஜா

கேட்டுக் களைத்துப்போன வரி ஒன்றை உங்களுக்கு நினைவூட்டுகிறேன்: 'நாட்டுப்பற்று கயவனின் கடைசிப் புகலிடம்'. இது புழக்கத்திலிருக்கும் பழைய வாசகம். சமகாலத்திற்குப் பொருத்தமான வசனம்: 'பிரதிகள் அடிப்படைவாதிகளின் இறுதி அடைக்கலம்'. இன்றைய அடிப்படைவாதியின் ஆவேசமான குறும் புலப்பதிவுகளுக்குப் பின்னால் ஒரு புனிதப் பிரதி இருக்கிறது. கிறிஸ்தவர்களுக்கு வேதாகமம் முஸ்லிம்களுக்கு திருக்குரான். பொது உடைமைவாதிகளுக்கு மார்க்ஸின் 'பொது உடைமையின் திட்டச் சாதனை'. இப்படியே சொல்லிக்கொண்டு போகலாம். சிங்களவர்களும் தங்களுக்கென ஒரு பிரதியை மீள்கண்டுபிடித்திருக்கிறார்கள். அது பௌத்தரின் போதனைகள் கொண்ட 'தம்மபாதா' அல்ல. சில உண்மைகளையும் கட்டுக் கதைகளையும் உள்ளடக்கியுள்ள 'மஹாவம்சம்' (பெரும் வரலாற்றுப் பதியல்).

மஹாவம்சம்: மிகச் சுருக்கமான பொருளடக்கம்

இந்த நூல் புனிதப் பேரிலக்கியத் திரட்டல்ல (*religious canon*). பௌத்தத்தின் சித்தாந்தங்கள், போதனைகள் நிறைந்த சமயக் கையேடும் அல்ல. இலங்கைத் தீவின் வரலாற்றைப் புத்தத் துறவிகளின் பார்வையில் தேரவாத பௌத்தத்தை முன்னிலைப்படுத்தி, பௌத்தர்களை ஊக்குவிக்க எழுதப்பட்ட பிரதி. இந்த நூல் புத்த பிக்குகளின் மதப் பரப்புரைக்குச் சான்றிதழ் தருகிறது. இந்த பௌத்த மதப் பரப்பாளர்களின் சமய போதனைகளைக் கேட்டு 'மக்கள் ஆனந்தக் கடலில் மூழ்கினர், ஆயிரக்

கணக்கானோர் ஆன்மிக மார்க்கத்தின் முதல் படியில் ஏறினர்' என்ற வரிகள் நிறைய உண்டு. முப்பத்தேழு அத்தியாயங்களைக் கொண்ட இந்நூலில் ஒவ்வொரு அதிகாரத்தின் இறுதியிலும் 'இப்படியாகப் புனிதரின் பக்தி மார்க்கத்தில் இணைந்த புத்த பக்தர்களின் மனத்தில் பேரானந்தம் பொங்கிட' இந்த அத்தியாயம் வழிவகுக்கும் என்ற வாக்கியங்கள் இந்த நூல் யார் நலனுக்காக எழுதப்பட்டது என்பதைப் புலப்படுத்துகிறது.

மஹாவம்சம் சித்தார்த்த கௌதமர் ஸ்தாபித்த பௌத்த மதம் எவ்வாறு ஒவ்வொரு காலகட்டத்திலும் இலங்கைத் தீவில் வளர்ச்சி அடைந்தது என்ற செய்திகளை அடக்கிய நூல். இதில் வர்ணிக்கப்பட்டிருக்கும் சம்பவங்கள் நடந்து பல நூறாண்டுகளுக்குப் பின் பதியப்பட்டவை. நவீனத்தின் பொற்கனியான விஞ்ஞானச் சிந்தனைகளால் வயப்பட்டிருப்பவர்களுக்கு வானத்திலிருக்கும் தேவர்களின் தலைவரான இந்திரனிடம் மக்கள் பேசுவதும் மனிதர்கள் தங்களுடைய விஷேச சக்தியை உபயோகித்து ஆகாயத்தில் பறப்பதும் தாமிரபரணி (இலங்கைத் தீவின் கிரேக்கப் பெயர்) முழுவதும் கேட்கும்படி பேசக்கூடிய அதீதக் குரல் உள்ள பிக்குகள் பற்றிய தகவல்களும் அலுப்பையும் கவலையையும் தரக்கூடும். இன்றைய இலக்கிய வகைமைகளில் மஹாவம்சம் ஒரு பக்தி புதினம் என்றுதான் கணிக்கப்படும். பௌத்தத் துறவிகளின் கதையாடல் என்று எடுத்துக்கொள்ளுங்கள்.

மஹாவம்சம் பொது கால வரலாற்றுக்குப் பின் ஐந்தாம் நூற்றாண்டில் மகாதேர மஹாநாமா என்ற பௌத்த பிக்குவால் தொகுக்கப்பட்டது என்பது பொதுவான கணிப்பு. கீழைத்தேயப் பிரதிகளில் நிபுணத்துவம் உடையவர்களின் கருத்துப்படி, மஹாவம்சத்திற்கு முன்னால் சில பிரதிகள் இருந்தன என்றும் அவற்றில் ஒன்றான தீபவம்சத்தைப் பயன்படுத்தியே மஹாவம்சம் எழுதப்பட்டதாக ஒரு ஊகக் கருதுகோள் *(hypothesis)* உண்டு. கலிங்கத்திலிருந்து வந்த விஜயன் *(483 – 445* பொது கால வரலாற்றுக்கு முன்) தொடங்கி மகாசேனன் *(325 – 352* பொது கால வரலாற்றுக்குப் பின்) வரை *61* அரசர்களைப் பற்றிப் பதிவுசெய்கிறது. படையெடுப்புகள், அரண்மனை சூழ்ச்சிகள், பௌத்த மதத்தின் மகிமையை வெளிப்படுத்த எழுப்பப்பட்ட விகாரைகள், மற்றும் மன்னர்களால் கட்டப்பட்ட நீர்த்தேக்கங்கள் பற்றிய ஆவணங்கள் உண்டு.

மீள் கண்டுபிடிப்பும் மஹாவம்ச மனப்போக்கும்

*18, 19*ஆம் நூற்றாண்டுகளில் கீழைத்தேய வல்லுநர்கள் ஆசியாவில் ஏராளமான புதையல் பிரதிகளைக் 'கண்டு' பிடித்தார்கள். இந்தியாவில் *William Jones, H.H.Wilsons, Monnier- Williams*

ஆகியோரின் பங்களிப்பை இங்கு மீண்டும் நினைவுபடுத்த வேண்டியதில்லை. இதே காலகட்டத்தில்தான் மஹாவம்சமும் ஆங்கில ஆட்சியில் வரிசேகரிப்பவரும் நிதியாளருமாயிருந்த *George Turnour* என்பவரின் கவனத்திற்கு 1820களில் வந்ததாகச் சொல்லப்படுகிறது. இவருக்கு மொழிபெயர்ப்பாளராக இருந்த ஒரு பிக்குதான் இதை அறிமுகப்படுத்தியதாக ஒரு வழக்கும் உண்டு. பாலியில் எழுதப்பட்ட இந்த நூலின் மொழிபெயர்ப்பு வரலாறு கொஞ்சம் சிக்கலானது. அதற்குள் இப்போதைக்குப் பிரவேசிக்க வேண்டாம் என்று நினைக்கிறேன்.

ஆய்வுக்கிடங்குகளில் முடங்கிக்கிடந்த நூலை மறுபடியும் மீள் கண்டுபிடித்துச் சிங்களவர்களுக்கு ஞாபகப்படுத்தியவர் பௌத்த சீர்திருத்தாளர் அனாகரிக தர்மபாலா. விகாரைகள் எல்லாம் தேவாலயங்களாக மாறும் இயேசுவின் நற்செய்திக்கு முன்னால் சாக்கிய முனியின் போதனைகள் ஒரு தூசி என்று இளப்பமாக கிறிஸ்தவ மதப் பரப்பாளர்கள் பேசிய அந்தக் காலகட்டத்தில் இலங்கைத் தீவு தேரவாத பௌத்தத்திற்காகத் தெரிந்தெடுக்கப்பட்ட பூமி என்ற தர்மபாலாவின் மஹாவம்ச வாசிப்பு காலனியத்திற்கு எதிரான ஒரு திட்டமுனைப்பு கருவியாயிற்று. மூன்றுமுறை சித்தார்த்தர் இலங்கைக்கு வந்து அசுரர்களுக்கும் நாகர்களுக்கும் போதனைகள் புகட்டி, பௌத்த மதத்தில் இணைந்தவர்கள் வணங்கும் புனித பூமியாக லங்க தீபகற்பத்தை மாற்றினார் என்ற செய்தியும் 'இந்தப் பூமியை நமது சமய ஆதிக்கத்தின் கீழ் வைக்கவே வந்துள்ளனர்' போன்ற வார்த்தைகளில் தர்மபாலாவின் சுத்தமான சிங்கள பௌத்தத் தேடலுக்கான தடயங்கள் கிடைத்தன.

சிங்களவர்களின் தேசிய உணர்வைத் தூண்டிவிட இந்த நூலில் விவரிக்கப்பட்டிருக்கும் சிங்கள அரசனான துட்டகைமுனு தமிழ் மன்னனான எல்லாளனைத் தோற்கடித்ததை ஆரிய சிங்கள பௌத்தத்திற்குக் கிடைத்த வெற்றி என்று தர்மபாலா மறு உருக்கோலம் *(reconfiguration)* செய்தார். அசல் இலங்கைவாசி சிங்களவர் என்பதும் உண்மையான சிங்களவர் பௌத்தர் என்ற தகவல் குழப்பமும் தர்மபாலாவின் மஹாவம்ச அனர்த்தன வாசிப்பால்தான் ஏற்பட்டவை. இதுதான் பின்னால் 'மஹாவம்ச மனநிலை', 'மஹாவம்ச மன அமைப்பு' என்று இன அரசியல் கூறுமுறையில் புகுத்தப்பட்டது. சுதந்திரத்திற்குப் பின் 50களில் *Pahumune Sri Smungla* தொகுத்த *Revolt in the Temple* என்ற நூலில் ஒரு தலைப்பட்ச வாசிப்பில் மஹாவம்சத்தின் செய்தி மீண்டும் நினைவுபடுத்தப்பட்டது. இலங்கையின் அரசியல் திசைமாற்றத்திற்கு *Revolt in the Temple*இன் பங்கு மிகக் கணிசமானது. இந்த மஹாவம்ச மனநிலையில் சிக்குண்டுகிடக்கும் சிங்கள ஆட்சியாளர்களிடம் மாற்றங்கள்

நிகழ வாய்ப்பில்லை என்று பிரபாகரன் தனது 2005 மாவீரர் தின உரையில் கூறியுள்ளார். ஆனால் இதற்கு முன்னமே 1939இல் தமிழ் காங்கிரஸ் தலைவர் ஜி. ஜி. பொன்னம்பலம் நாவலப்பிட்டிய கூட்டம் ஒன்றில் மஹாவம்ச சிந்தனைகள் பற்றிப் பேசியது ஒரு இனக் கலவரத்தை விளைவித்தது.

மஹாவம்சத்தில் பொதிந்திருக்கும் எதிர்முரண்கள்

மிகுதி கட்டுரையை எல்லாத் தமிழர் சிங்களவர்களின் மனத்தில் மிக ஆழமாகப் பதிந்துபோயிருக்கும் துட்டகைமுனு – எல்லாளன் மோதலில் செலவிடலாம் என்று நினைக்கிறேன். இது பொதுவெளியில் பேசப்படுவதுபோல் சிங்களவர்/தமிழர், பௌத்தம்/சைவம் என்ற இருமை எதிர்வு போராட்டமல்ல. கொஞ்சம் குழப்பமானது. சிங்கள பௌத்த சண்டியர்கள் பௌத்த சிங்கள இனத்தை மீட்கவந்த தெய்வீக அதிகாரம் பெற்ற அவதார மனிதனாக துட்டகைமுனுவைக் கருத நிறையச் சம்பவங்கள் மஹாவம்சத்தில் இருக்கின்றன.

அவனுடைய பிறப்புக் குறித்து ஜோசியர்கள் சொன்னது: 'பிறக்கப்போகும் குழந்தை, தமிழர்களை அழித்து ஒன்றுபட்ட சமஸ்தானத்தை ஆண்டு புத்த சமயத்தை வெகுவாக வளர்ப்பான்' (அத். 22) சிறுவயது முதல் இனத் துவேஷம் கொண்டவனாகச் சித்தரிக்கப்படுகிறான். தமிழர்களிடம் சண்டை போடக் கூடாது என்று உறுதி தரும்படி தகப்பனான காக்கைவன்னியன் கேட்க இளைய மகனான திஸ்ஸா ஒத்துக்கொள்கிறான். ஆனால் துட்டகைமுனுவோ இதற்கு மறுக்கிறான். கால்களை மடக்கிச் சுருட்டிப் படுத்திருந்தவனைப் பார்த்து கால்களை நீட்டிக்கொள்வதுதானே எனத் தாய் சொல்ல துட்டகைமுனு கொடுத்த விடை: 'தமிழர்கள் கங்கைதாண்டி ஆட்சி செய்துகொண்டிருக்கையில் இங்கே கோதா கடலின் அருகில்வரை மட்டுமே ஆட்சியில் உள்ள நான் எப்படி கால்களை நீட்டிப்படுக்க முடியும்' (அத். 22). வீரபாண்டிய கட்டபொம்மன் படத்தில் வரும் சிவாஜி கணேசனின் வசனங்களை ஒப்புவிப்பதுபோல் இந்த வாசகங்கள் எல்லா இலங்கையருக்கும் மனப்பாடம். எல்லாளனிடம் போருக்குப் போனபோது துட்டகைமுனுவின் ஈட்டியில் பௌத்த சின்னம் பொருத்தப்பட்டிருந்தது. இவனுடைய தாயார்கூட ஒரு இன வெறியராகத்தான் சித்தரிக்கப் படுகிறார். துட்டகைமுனுவை வயிற்றில் சுமந்திருக்கையில் அவனுடைய தாயாருக்குத் தோன்றிய எண்ணங்களில் ஒன்று எல்லாளனின் முதல் படைவீரனைக் கொல்லப் பயன்படுத்திய வாளை கழுவ உபயோகித்த தண்ணீரைக் குடிக்க வேண்டும் (அத். 22) என்பது.

துட்டகைமுனுக்கு இன்னுமொரு பக்கம் இருக்கிறது. அவன் முழுமையான தீவிர சிங்கள பௌத்தன் அல்ல.

கூருணர்வு *(sensitive)* உள்ளவனாக மஹாநாமாவால் சித்தரிக்கப் படுகிறான். தமிழருக்கெதிரான வெற்றியின் கொண்டாட்டம் அரண்மனையில் மும்முரமாக நடக்கிறது. வாசனைத் திரவியங் களின் மணம் மூக்கைத் துளைக்கிறது. நளினமான நடனங்கள் நடந்துகொண்டிருக்கின்றன. ஆனால் துட்டகைமுணுவோ பல்லாயிரக்கணக்கானவர்கள் பலியாகிவிடக் காரணமாகி விட்டேனே என்று சஞ்சலப்பட்டுப்படுக்கையில் அமைதியாக அமர்ந்திருந்ததாக மஹாநாமா வர்ணிக்கிறார். சினிமாவில் பார்த்துப் பழகிப்போன ஒரு பரிமாண வில்லன்போல் எதிரியைத் தோற்கடித்தபின் அட்டகாசமாக துட்டகைமுணு கர்ஜிக்கவில்லை. பல தூரங்களிலிருந்து மக்களை வரவழைத்து எல்லாளனின் இறுதிச் சடங்குகளைத் தானே நடத்தி முடிக் கிறான். எல்லாளனைப் புதைத்த இடத்தைப் புனிதப்படுத்தி மறைந்த மன்னனுக்கு ஒரு வழிபாட்டுத் தலத்தை நிறுவுகிறான். அதுமட்டுமல்ல நினைவுச் சின்னத்தைக் கடந்து செல்பவர்கள் அதற்கு மரியாதை செய்ய வேண்டும் என்று துட்டகைமுணு கட்டளையிட்டதாக மஹாநாமா பதிவுசெய்கிறார் *(அத். 25).*

துட்டகைமுணு – எல்லாளன் போர் இறுதிப் போர் அல்ல. எல்லாளனையும் முப்பத்தி இரண்டு தமிழ் சிற்றரசர்களை வென்று இலங்கையை ஒரு குடைகீழ் கொண்டுவந்ததாக மஹாவம்சம் கூறுகிறது. இந்த வெற்றிக்குப் பின் தொடர்ச்சி யாகச் சிங்கள பௌத்த ஆட்சிக்குக் கீழ் இலங்கை இருந்த தில்லை. துட்டகைமுணு – எல்லாளன் மோதல் 25ஆம் அத்தி யாயத்தில் விவரிக்கப்பட்டிருக்கிறது. அதே மஹாவம்சம் சில அத்தியாயங்கள் கடந்த முப்பது வருடங்களுக்குப் பின் ஐந்து தமிழர்கள் பதினாலு வருடமும் ஏழு மாதங்களும் ஆட்சி செய்தனர் என்று பதிவுசெய்கிறது *(அத். 33).*

இன்றைய சிங்களப் பொது அறிவில் இருப்பதுபோல் எல்லாளனைப் பறத் தமிழன் என்று மஹாவம்சம் வர்ணிக்க வில்லை. சிங்கள ஊடகங்கள் உருவாக்கிய தமிழர் பற்றிய இருண்மையான அட்சிடுகளுக்கு *(sterotype)* மாறாக மமதையற்ற மன்னனை மஹாநாமாவின் மஹாவம்சத்தில் சந்திக்கலாம். எல்லாளன் சோழ நாட்டிலிருந்து வந்தவன் என்றும் 'தூய்மை யான வாழ்வு நெறிமுறைகளைக் கடைபிடித்து வந்த மன்னன்' என்றும் மஹாநாமா விவரிக்கிறார். நற்குணமும் நேர்மையும் மிகுந்த மன்னர் என்பதற்குப் பல உதாரணங்களைத் தருகிறார். அவற்றில் ஒன்று சோழ அரசரின் செயலை நினைவூட்டுகிறது. எல்லாளனின் ஆட்சியில் மணி அடித்து மன்னனிடம் குறை கூறி நியாயம் கேட்கலாம். மன்னனின் மகன் திஸ்ஸாவின் வண்டி ஒரு பசு மாட்டின் கன்றைக் கொன்றுவிடுகிறது. பசு வந்து மணியடித்து மன்னனிடம் சொல்ல அதே இடத்தில்

தன் மகன்மீது வண்டியை ஏற்றியதாக மஹாநாமா குறிப்பிடு கிறார் (அத். 21).

எல்லாளன் தொல்வகை (archetype) இந்துசமய வெறியன் அல்ல. பௌத்த மதத்தை மதித்தவனாகவே மஹாநாமா சித்தரிக்கிறார். ஒருமுறை மன்னரும் பௌத்த பிக்குகளும் சென்ற வாகனம் ஒரு பௌத்த ஸ்தூபம்மீது மோதி சேதத்தை ஏற்படுத்தியது. உடனே மன்னன் வாகனத்திலிருந்து இறங்கி சாலையில் படுத்துக்கொண்டு தன்மீது அந்த வாகனத்தை ஏற்றிக்கொல்லுமாறு வேண்டிக்கொள்கிறான். எங்களுடைய குருநாதர் பலி வாங்கமாட்டார். ஸ்தூபத்தை மட்டும் சரிசெய்து கொடுங்கள் என்று பிக்குகள் கூறுகிறார்கள். எல்லாளன் தன்னுடைய தவறுக்கு மன்னிப்பு கேட்டது மட்டுமன்றி உடைந்து போன பதினைந்து கற்களுக்குப் பதிலாகப் பதினைந்தாயிரம் நாணயத்தைக் கொடுத்துச் சிதைந்துபோன பகுதியைச் சீரமைத் தார் என்று 21ஆம் அதிகாரம் பதிவுசெய்கிறது.

ஒன்று மட்டும் நிச்சயம். சிங்களப் பேரின வாசிப்புப்படி, மஹாவம்சம் இலங்கையை ஒருபோதும் ஒற்றைச் சமய, ஒற்றை இன, ஒற்றை மொழி நாடாகப் பார்க்கவில்லை. பல இனத்த வரும் பல்லினச் சமயத்தவர்களும் வாழ்ந்த பூமியாகத்தான் வர்ணிக்கிறது. துட்டகைமுனுவின் சிங்களவர் படையில் தமிழரான வேலுசா அங்கம் வகித்ததற்கான தகவல் உண்டு. எல்லாளனுடைய சேனையில் தமிழ் பௌத்தர்களும் இருந்திருக்க லாம் என்ற புனைவும் உண்டு. தமிழ் மன்னர்கள் சிங்களவர் களிடம் பெண் எடுத்திருக்கிறார்கள். அனுலா என்ற சிங்கள இராணி வடுகா, நிலியா என்ற இரண்டு தமிழர்களைக் காதலித் திருக்கிறாள். இன, சமய எல்லைகள் மஹாவம்ச காலத்தில் தெளிவற்றவை. இன்று உரத்துப் பேசப்படும் வரலாற்றுச் சுமை பொதிந்துள்ள தமிழ், சிங்கள அடையாளங்கள் இன்னும் இறுக்கமடையவில்லை. பிரத்தியேக தமிழ், சிங்கள அரசியல் கூறுகள் 12ஆம் நூற்றாண்டுக்குப் பின்புதான் கட்டமைக்கப் பட்டன. சமணத் துறவிகளின் மடம்கூட இருந்ததாகச் சான்றுகள் உண்டு.

கடைசியாக ராஜபக்சேவின் கனிவான கவனிப்புக்கு

தன்னை இந்நாள் துட்டகைமுனுவாகப் பிரகடனப்படுத்திக் கொள்ளும் ராஜபக்சே இந்த இனப் போர் விளைவித்த மனித அழிவுகள், பொருளாதாரச் சுமைகள், அட்டூழியங்கள், சேதங்கள் அவருடைய மனத்தைக் கொஞ்சம் உறுத்தியிருந்தால் கீழ்க்கண்ட மஹாவம்ச வாக்கியத்தில் தன்னை ஒருவேளை தேற்றிக் கொள்ளலாம்.

‘பொதுமக்களுக்கு நன்மை நடக்க வேண்டும் என்பதற்காகத் தீயவர்களை, கொடுமைக்காரர்களைத் தர்மத்தை மீறாமல் ஒரு மன்னன் அழித்துவிட்டால் அது கொலையாகாது. தான் செய்தது தவறு என அவன் வருத்தப்படக் கூடாது. தீயவர் களை அழிப்பதால் பிற்காலத்தில் நடக்க இருக்கும் நன்மையை மட்டுமே மனத்தில் வைத்திருக்க வேண்டும். அப்படிப்பட்ட காரியத்தைச் செய்பவர்கள் துன்பத்திலிருந்து விடுபடுவார்கள்’. இதே மஹாவம்சத்தில் இன்னுமொரு செய்தியும் இருக்கிறது. அதுவும் ராஜபக்சேவின் கண்ணில் படும் என்று நினைக்கிறேன். போரில் வெற்றிபெற்ற மன்னன் தன் படைவீரர்களுக்கு அவர் களுடைய தகுதிக்கு ஏற்றவாறு பரிசு வழங்குகிறார். பரிசை ஏற்க மறுத்த தேரபுட்டபய்யா என்ற வீரர் ‘இது எதற்காக? இன்னும் யுத்தம் முடியவில்லையே என்கிறார். அதற்கு மன்னன் சொல்லுகிறான்: ‘யுத்தமா, அனைத்துப் பகுதிகளையும் ஒன்றாக இணைத்து ஒரு முழு இராஜ்ஜியமாக்கிவிட்டேனே, இனி எங்கே யுத்தம் தொடர உள்ளது.’ இதைக் கேட்ட படைவீரர் சொல்லுகிறார்: ‘என் மன எதிரிகளான ஆசை, காமம், குரோதம் ஆகியவற்றுடன் இன்னும் போராட்டத்தில் இருக்கிறேன்’ அத். 26). சிங்கள சனங்களை இறுதிப் பேரழிவிலிருந்து காக்க வந்த கடவுளின் கருவியாகத் தன்னைக் கருதும் ராஜபக்சேவுக்கு இந்த வார்த்தைகளுக்குப் பின்னால் பொதிந்திருக்கும் மறை வடக்கமான, தினமும் எல்லோரும் எதிர்நோக்கும் அந்த நிரந் தர, உள்ளார்த்த உருவக (*allegorical*) ஆன்மிகப் போராட்டத்தைப் பற்றித் தெரிந்திருக்க நியாயமில்லை.

இதழ் 115, ஜூலை 2009

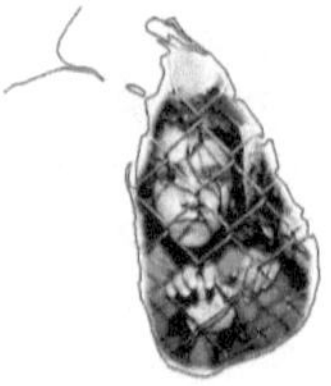

"வேறு வழியில்லை அக்கா"

கவிதா

இலங்கையில் நடந்து முடிந்த பெரும் போர் தமிழர் வாழ்வை மூடியிருந்தது. அங்கு அமைதியைப் போல ஒன்று தென்பட்டாலும், அது அமைதி இல்லை என்று மிக நிச்சயமாகச் சொல்ல முடியும். இது இலங்கைக்கு நான் மேற்கொண்ட இந்த இரண்டாம் பயணம். போருக்குப் பிந்தையது. கொண்டாட்டங்கள் இன்னும் முடிந்திருக்கவில்லை. சிங்கள தேசியக் கொடி பறக்காத வாகனத்தையோ கட்டடத்தையோ பார்ப்பது மிக அரிதாக இருந்தது.

நவம்பரில் நான் சென்றபோது தமிழர்களிடமிருந்த நம்பிக்கையும் தைரியமும் இப்போது முற்றாக அழிந்து போயிருந்தன. நண்பர்களாக அறியப்பட்டவர்களில் பலர் பேசவே மறுத்தார்கள். பல நண்பர்களைப் பார்க்கவே முடியவில்லை. பலரும் போர் முடியும் தருணத்தில் புலம்பெயர்ந்துவிட்டதாகச் சொன்னார்கள்.

"தமிழர்களுக்கும் ராஜபக்சே அதிபர் என்றால் இந்தக் கொண்டாட்டங்களைத் தவிர்த்திருக்க வேண்டும். தமிழர்கள் இதனால் எப்படிக் கூனிக்குறுகிப் போகிறார்கள் என்பதை அவர் அறியாமலா இருப்பார்?" என்று ஒரு தமிழ்ப் பத்திரிக்கையாளர் சொன்னபோது, தமிழர்களுக்குச் சம உரிமை என்று அதிபர் சொல்வதையும் அதை உலக நாடுகள் நம்புவதையும் நினைத்துச் சிரிப்பதா அழுவதா எனத் தெரியவில்லை. "போர் முடிந்துவிட்டதாகச் செய்தி வந்ததிலிருந்து இன்றுவரை நாங்கள் வெளியே செல்லவில்லை. பேருந்துகளிலோ ரயில்களிலோ பயணம் செய்யும்போது தமிழர் என்று தெரிந்தால் பகடி செய்கிறார்கள்" என்றார் இன்னொரு தமிழ்ப் பத்திரிகையாளர்.

நான் சென்ற சமயத்தில்தான் அதிபருடனான பத்திரிகை ஆசிரியர்களின் சந்திப்பு நடந்து முடிந்திருந்தது. போரின் தீவிரங்கள் துரத்த, வாழ்வாதாரங்களை விட்டுவிட்டுத் திசைகள் தெறிக்க ஓடியதில் வவுனியா முகாமுக்குத் தமிழர்கள் கூட்டம் கூட்டமாக வந்து சேர்ந்த சமயம் அது. கையிழந்து, காலிழந்து வந்த அவர்களைத் 'தலையில் மூட்டை மூட்டையாகப் பணம் சுமந்து வந்ததாக' சொல்லி அந்த ஆசிரியர்களின் சந்திப்பில் அதிபர் ஏளனம் செய்ததாகச் சொல்கிறார் அதில் பங்கேற்ற ஒரு தமிழ்ப் பத்திரிகையாளர். அவரிடம் ஒட்டியிருந்த கொஞ்ச நஞ்ச நம்பிக்கைகளும் அந்தச் சந்திப்போடு உதிர்ந்துபோயின.

மாற்றுக்கொள்கைகளுக்கான மையம் *(Centre for Policy Alternatives)* என்றொரு அமைப்பு. பல நெருக்கடிகளுக்கு இடையிலும் மிக நேர்மையாக செயல்பட்டுக்கொண்டிருக்கும் அமைப்பு அது. போர் முடிந்த காலகட்டத்தில் பிற நிர்வாகங்கள் போலச் சிங்களக் கொடியை அதன் கட்டடத்தில் ஏற்ற மறுத்து விட்டது அந்த அமைப்பு. சில நாட்களிலேயே அந்த அமைப் பிற்கு ஒரு கடிதம் வந்தது. துரோகிகள் என்று அந்த அமைப் பினரைச் சாடிய அந்தக் கடிதம், ஒரு வாரத்துக்கு அதன் அலுவலகங்களை மூட வேண்டும் என்று அறிவுறுத்தியது. தவிர, சிங்களக் கொடியை ஏற்ற வேண்டும் என்றும் ராணுவ நலனுக்காக ஒரு மில்லியன் ரூபாய் நன் கொடையாக அளிக்க வேண்டும் என்றும் அக்கடிதத்தில் குறிப்பிடப்பட்டிருந்தது. "உங்களது செயல்பாடுகளை நாங்கள் கூர்ந்து கவனித்து வரு கிறோம், நாசகாரர்களை ஒழிப்போம். பயமின்றி முன்னேறு வோம், அன்னை இலங்கையைக் காப்போம்" என்று முடிந்திருந்தது அது. எனது பயணத்தின்போது நான் அவர் களுடைய அலுவலகத்துக்கும் செல்ல நேர்ந்தது. எந்த மிரட்ட லுக்கும் அடிபணியவில்லை என்று அப்போது அவர்கள் சொன்னார்கள். வாழ்வு முழுவதையும் போரின் தீவிரங்களிலும் உயிரைக் காப்பாற்றிக்கொள்வதற்கான ஆயத்தங்களிலும் செல விடும் மக்களின் நீள்துயரங்களை அந்தச் சில நிமிடங்களில் கொஞ்சமாவது புரிந்துகொள்ள முடிந்தது.

இலங்கையில் புலிகளுக்கு எதிரான போர் முடிந்த பிறகும் ஊடகங்களுக்கு எதிரான போர் முடியவில்லை. போர் நடந்த காலத்தில் இலங்கை அரசுக்கு எதிராகச் செயல்பட்ட பத்திரிகை யாளர்களைத் துரோகிகள் என்றழைத்து அவர்களைப் பற்றிய செய்திகளையும் புகைப்படங்களையும் வெளியிட்டன சிங்களச் சார்பு ஊடகங்கள். இந்தச் செய்தி குறித்து தங்களது எதிர்ப்பைத் தெரிவிக்க பத்திரிகையாளர் குழு ஒன்று அதிபரை ஜூன் ஒன்றாம் தேதி சந்தித்திருக்கிறது. அந்த இரண்டு மணி நேரச் சந்திப்பு நடந்துகொண்டிருந்தபோதே துரோகி எனப் பட்டம்

பெற்றவர்களுள் ஒருவரான பொடல ஜெயந்த என்ற பத்திரிகையாளர் அடையாளம் தெரியாத நபர்களால் கடுமையாகத் தாக்கப்பட்டிருக்கிறார். இப்போதும் அவர் மருத்துவமனையில்தான் இருக்கிறார்.

இப்போதும் என்னால் செரிக்க முடியாத ஒரு காட்சி, ஒரு தமிழ் வீட்டில் பறந்தது சிங்களக் கொடி. நான் கேட்டபோது, அந்த வீட்டிலிருந்த தமிழர்கள் அழுது விட்டார்கள். “வேறு வழியில்லை அக்கா. இல்லேனா நாங்கள் துரோகிகளாக் குற்றம்சாட்டப்பட்டுக் கொல்லப்படுவோம். பிரபாகரனை நாங்கள் தெய்வமா மதிச்சோம். அவர் மட்டும் சில தவறுகளைச் செய்யாம இருந்திருந்தா எங்களுக்கு இந்த நிலைமை வந்திருக்காது” என்றார் அந்த வீட்டிலிருந்தவர். என்ன சொல்லித் தேற்ற?

நான் அங்கிருந்த சமயத்தில் ஒரு நண்பரோடு சேர்ந்து சிங்கள புத்த பிக்கு ஒருவரைச் சந்திக்க நேர்ந்தது. “உங்கள் மதத்திற்கு எதிரான செயல் இல்லையா போர்?” என்று அவரிடம் கேட்டேன். “உண்மைதான், இது எதுவுமே எனக்கு மகிழ்ச்சி தருவதாக இல்லை. இளைஞர்கள் நிறையப் பேர் கொல்லப்பட்டிருக்கிறார்கள். வருத்தமாகத்தான் இருக்கிறது. ஆனால் வேறு என்ன வழி? அவர்கள் தவறான பாதையைத் தேர்ந்தெடுத்தார்கள். அதனால் அவர்களைக் கொல்வதைத் தவிர வேறு வழி இல்லை” என்றார்.

இலங்கை மண்ணில் புத்தர் இரண்டாம் முறையாக இறந்திருக்கிறார். இந்தமுறை கொல்லப்பட்டிருக்கிறார்.

இதழ் 115, ஜூலை 2009

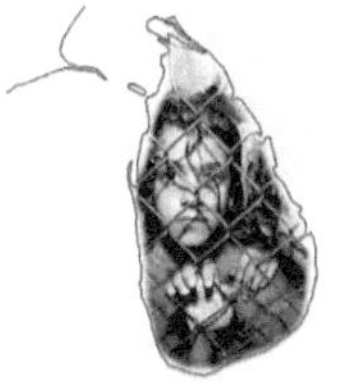

நெஞ்சத்து அவலம் இலர்

நாகார்ஜுனன்

ஈழத்தில் நடந்தேறிய இனப்படுகொலை நிகழ்வுகள், போர்க்குற்றங்கள், தொடரும் மனித உரிமை மீறல்கள் பற்றியெல்லாம் பன்னாட்டு அளவில் விசாரணை நடக்கும் சாத்தியமுண்டா என்று கேட்டு காலச்சுவடு ஜூன் இதழில் 'இந்தியாவைச் சார்ந்தவன் என வெட்கித் தலைகுனிகிறேன்' என்ற என் கட்டுரை வெளியான போது அதிலிருந்த சில விஷயங்களையொட்டி நடந்த விபரங்களை என்னால் சேர்க்க முடிந்திருக்கவில்லை. காரணம், அந்தக் கட்டுரையை எழுதிமுடித்த பிறகு மே 26 – 27 நாட்களில் இலங்கை குறித்த ஐக்கிய நாடுகள் மனித உரிமைக் குழுவின் விசேட அமர்வு ஜெனிவா நகரில் நடைபெற்றது.

மனித உரிமைக்குழு தன் முடிவை ஐக்கிய நாடுகள் பாதுகாப்புச் சபையின் பரிந்துரைக்கு அனுப்ப முடியும், ஆனால் நேரடி விசாரணையில் ஈடுபட முடியாது என்பதைக் கவனிக்க வேண்டும். இந்தக் குழுவில் மொத்த உறுப்பினர்கள், 47 நாடுகள். இங்கே ஒரு தீர்மானம் விவாதத்துக்கு வர வேண்டுமானால் அதை உறுப்பினர்களில் மூன்றில் ஒரு பங்கினர் ஆதரிக்க வேண்டும் என்ற நிலை.

இலங்கையில் மனித உரிமை மீறல்கள் குறித்த பன்னாட்டு விசாரணை வேண்டும் என ஐரோப்பிய நாடுகள் சார்பில் சுவிட்ஸர்லாந்து கொணர்ந்திருந்த தீர்மானத்தைப் பன்னிரண்டு நாடுகள் வரை ஆதரித்திருந்தன. இலங்கை அரசு கொணர்ந்த தீர்மானத்தை இந்தியா, சீனா, பாகிஸ்தான், இந்தோனேஷியா, மலேசியா, ஃபிலிப்பைன்ஸ் ஆகிய ஆசிய நாடுகள், சவுதி அரேபியா,

பஹ்ரைன், எகிப்து ஆகிய அரபு நாடுகள், க்யூபா, நிகராகுவா, பொலிவியா ஆகிய லத்தீன் அமெரிக்க நாடுகள் எனப் பன்னிரண்டு நாடுகள் வழிமொழிந்திருந்தன.

விசேட அமர்வின் இறுதியில், இலங்கையில் மனித உரிமைகள் பாதுகாப்பு என்ற பிரச்சினை பின்னுக்குப் போய், உலகமே மேற்குலகச்சார்பு அணி, அதற்கு மாற்று – எதிர்நிலை அணி எனக் கறாராக இரண்டாகப் பிரிந்து செயல்பட்ட விநோதத்தைப் பார்க்க முடிந்தது. இறுதியில் ஐரோப்பிய நாடுகள் கொணர்ந்த தீர்மானம் விவாதத்துக்கே வராமல், இலங்கை, தான் கொணர்ந்த தீர்மானத்தையும் பெரிய விவாதமின்றி நிறைவேற்றியது. இப்படி இருபத்தோராம் நூற்றாண்டின் தொடக்கத்தில் நடந்திருக்கும் பெரும் துயரங்களில் ஒன்றான ஈழத் தமிழர் போர்ப்படுகொலைகளின் அவலத்தை நெஞ்சில் சுமக்காதோராய் உலக நாடுகள் பல சிறுத்துப் போயிருக்கின்றன. இவற்றில் இந்தியாவும் அடக்கம்.

நான் பணிபுரியும் அம்னெஸ்டி இன்டர்நேஷனல் அமைப்பின் சார்பில் ஜெனிவா சென்று திரும்பிய முக்கிய மனித உரிமை ஆய்வாளர் ஒருவர், இலங்கை அரசு கொணர்ந்த தீர்மானம் நிறைவேறியதை ஒரு நிஹிலிஸ நிகழ்வு என்று சோகத்துடன் விவரித்தார். ருவாண்டா, சூடான், ஈராக், ஆஃப்கானிஸ்தான், பாகிஸ்தான், ஜார்ஜியா, காஸா பகுதி என உலகின் பல பகுதிகளிலும் போரின்போது நடந்துவரும் குற்றங்கள் பற்றிய விசாரணைச் சாத்தியங்களை முன்னெடுத்து வருபவர் இவர். ஏன் என்று இவரைக் கேட்டபோது இவர் கூறினார்: “ஐ. நா. மன்றச் செயலாளர் – நாயகம் பன் – கி – மூன், மற்றும் விஜய் நம்பியார் உள்ளிட்ட அதிகாரிகள், இலங்கையில் பலியான தமிழ் மக்களின் எண்ணிக்கையை வேண்டுமென்றே பலமடங்கு குறைத்துக் கூறிவந்தார்கள் என ஆதாரப் பூர்வமான செய்தியும் இதே வாரம் வரத் தொடங்கிவிட்டது. ஆக, போர் நடக்கும் மற்ற இடங்களைப் போலன்றி இலங்கையைப் பொறுத்தவரை ஐ.நா. மன்ற அமைப்பின் செயல்பாடுகள் மீதே பலத்த ஐயங்கள், கேள்விகள் எழும்பியுள்ளன என்பதைப் பார்க்கிறோம். இந்த நிலையில் இதேவாரம் இலங்கை சென்ற பன்–கி–மூன் இலங்கை அதிபருடன் இணைந்து அறிக்கை வெளியிடுகிறார், அதில் விசாரணை பற்றி மழுப்புகிறார். இதிலிருந்தே இவரும் மற்ற அதிகாரிகளும் பன்னாட்டு விசாரணை குறித்து எவ்வித ஆர்வமும் காட்டாமல் இருந்திருக்கிறார்கள் என்று தெரிகிறது.”

ஜெனிவா நிகழ்வுகள் தெரிவிக்கும் வேறுசில உட்செய்திகளை ஒவ்வொன்றாக நோக்கலாம்.

1. இலங்கைப்போர் குறித்த விசேட அமர்வு வேண்டும் என ஐரோப்பிய நாடுகள் இரு மாதங்களாகவே முயன்று வந்தன. ஆனால் அதற்கான தயாரிப்புகளை முழுமையாகச் செய்துமுடித்திருக்கவில்லை. இதேவேளை மே 16 – 17 நாட்களில் இந்தியத் தேர்தல் முடிவுகள் வெளியாயின, இதே நாட்களில் இலங்கைப்போரில் அரசபடையினர், தாங்கள் விடுதலைப்புலி களின் தலைமையை அழித்து, போரில் வெற்றி ஈட்டிவிட்ட தாக அறிவித்தார்கள். இந்த நிலையில், போர்க் குற்றங்கள்மீதான பன்னாட்டு விசாரணை என்பது, போரில் வெற்றி பெற்ற இலங்கை அரசுமீதுதான் பிரதானமாக நடைபெறும். அப்போது போர்க்குற்றங்களுக்கு உடந்தையாக இருந்தவர்கள் என்ற நிலையில் இலங்கை அரசுக்கு ஆயுத உதவி செய்தவர்களின் பட்டியலும் வெளியில் வரும், அதற்கு யாருமே தயாரில்லை என்பது தெரிந்துவிட்டது. ஆக, இந்த விசேட அமர்வுக்குச் சடங்கைப் போன்ற களை தோன்றிவிட்டது.

2. விசேட அமர்வின்போது, ஐரோப்பிய நாடுகள் கொணர்ந்த தீர்மானம் விவாதத்துக்கு வருமா என்ற நிலையில் இந்தியப் பிரதிநிதிகள் அரங்கைவிட்டு வெளியேறி விட்டனர். போதிய ஆதரவு இல்லாமல்போன இந்தத் தீர்மானத்தை, சுவிட்ஸர்லாந்து மே 19ஆம் நாளன்று கையளித்திருந்தது. இதற்கு எதிரான இலங்கை அரசின் தீர்மானத்தை, இலங்கையின் விசேட தூதர் தயன் ஜயதிலக, மே 22ஆம் நாளன்று கையளித் திருந்தார். இதை ஆதரித்து இந்தியத் தூதர் ஏ. கோபிநாதன் கையொப்பமும் இட்டிருந்தார்,

இதைத்தான் தமிழக அரசியல்வாதிகள் வாசிக்க வேண்டும் என என் கட்டுரையில் குறிப்பிட்டிருந்தேன். நான் கட்டுரை எழுதிப் பதிவாக இட்டது, மே 24ஆம் நாள். அடுத்த சில மணிநேரத்தில் அதை வாசித்த அமெரிக்காவில் உள்ள சில தமிழ் – ஆர்வலர்கள் அதைக் காலச்சுவடு இதழுக்கும் தமிழக அரசியல்வாதிகள் பலருக்கும் அனுப்பிவைப்பதாகத் தெரிவித் தார்கள். அடுத்த நிகழ்வுகள் வேகமாக நடந்தேறின. பாட்டாளி மக்கள் கட்சி நிறுவனர் மருத்துவர் ராமதாஸ் மே 25ஆம் நாள் வெளியிட்ட அறிக்கையில் "இலங்கையின் மாற்றுத் தீர்மானத்திற்கு இந்தியா ஆதரவாகக் கையெழுத்திட்டிருப்பது அதிர்ச்சியைத் தருகிறது. இலங்கையின் துரோகத்திற்குத் துணை போயிருப்பது கண்டிக்கத்தக்கது" எனக் குறிப்பிட்டார். இந்தக் கடைசி நேரத்திலாவது இலங்கைக்கு ஆதரவான நிலையை இந்தியா கைவிட வேண்டும் என்று தமிழக முதல்வர் வலியுறுத்த வேண்டும் என்று கூறினார். அடுத்த நாள் ஜெனிவாவில் விசேட அமர்வு தொடங்கிய தருணத்தில் –அதாவது இந்திய நேரம் மதியம் ஒரு மணியளவில் – தமிழக அரசு ஓர் அறிக்கையை

வெளியிட்டது. 'இலங்கை அரசு கொண்டு வந்திருக்கும் வரைவுத் தீர்மானம் தமிழ்மக்களின் நலன்களுக்குப் பெரிதும் எதிராக இருக்கிறது என்ற கருத்து உலகெங்கும் உள்ள தமிழர்களிடையே இருக்கிறது. எனவே, அந்த நலன்களைக் கருத்தில் கொண்டு தேவையான நடவடிக்கையை இந்திய அரசு மேற்கொள்ள வேண்டும்' என்ற பொருளில் தமிழக முதல்வர் இந்தியப் பிரதமருக்கு ஒரு கடிதம் எழுதியிருப்பதாக அந்த அறிக்கை கூறியது. ஆனால் அந்தக் கடிதம் இந்திய அரசு ஏற்கனவே இந்த வரைவுத் தீர்மானத்தை வழிமொழிந்து ஆதரித்திருப்பது, கையொப்பமிட்டிருப்பது பற்றி ஒரு வார்த்தையும் கூறவில்லை. நிஜத்தில் இந்த அறிக்கை வெளியான நேரத்தில் ஜெனிவாவி லிருந்த இந்தியப் பிரதிநிதிகள் சுவிட்ஸர்லாந்து தீர்மானம் விவாதத்துக்கு வருவதைத் தடுக்கும் நோக்கில் வெளிநடப்பு செய்துகொண்டிருந்தார்கள்! பிறகு அங்கே தொலைக்காட்சி மூலம் உரையாற்றிய ஐ.நா. மன்ற மனித உரிமைகள் ஆணையர் நவநீதம் பிள்ளை அம்மையார், இலங்கைப் படுகொலைகள் பற்றிய ஒரு பன்னாட்டு விசாரணை, நம்பகத்தன்மை கொண்ட தாக, சுயாதீனமாக இருக்க வேண்டும் என்று வலியுறுத்திய போதும் இந்திய அரசின் நிலைப்பாடு அசையவேயில்லை.

3. அடுத்த நாள் விசேட அமர்வு தொடர்ந்த காலையில் இலங்கை கொணர்ந்த வரைவுத்தீர்மானத்தை இந்தியா ஆதரிக்கக் கூடாது என்று இந்தியக் கம்யூனிஸ்ட் கட்சியின் தேசியச் செயலாளர் துரைசாமி ராஜா பேசிய செய்தியையும் தமிழகக் காங்கிரஸ் தலைவர்களில் ஒருவரான இரா. அன்பரசு இந்திய வெளியுறவு அமைச்சர் எஸ்.எம். கிருஷ்ணாவைச் சந்தித்து இதே விஷயத்தை வலியுறுத்திய செய்தியையும் உடனுக்குடன் வாசித்தேன். தமிழக முதல்வரைப் போலவே இந்தியா ஏற்கனவே இலங்கையின் வரைவுத் தீர்மானத்தில் வழிமொழிந்து கையொப்ப மிட்டிருப்பது பற்றி இந்த இருவரும் வாய் திறக்கவில்லை. ஆக, ராமதாஸைப் போலன்றி எதார்த்த நிலவரத்தைப் பேச இவர்கள் தயங்குகிறார்கள், இந்திய மத்திய அரசின் நிலைப்பாட்டிலுள்ள தவறைச் சொல்லி விமர்சிக்காமல், அப்படிச்செய்தால் அது அந்தத் தவறைக் களையும் சாத்தியம் குறைந்துவிடுமோ என்ற சங்கடத்தில், அச்சத்தில் இயங்குகிறார்கள் என்பதைப் புரிந்து கொண்டேன். அதாவது அடிப்படைத் தவறு இந்திய அரசின் மீது இருந்தாலும் அதைச் சுட்டிக்காட்ட முடியாத நிலை. குறிப்பாகத் தமிழக அரசு என்பது, அதை யார் வழிநடத்துகிறார் கள் என்பதைத் தாண்டி, இத்தகைய அமைப்புரீதியான ஒரு சங்கடத்தில், சிக்கலில் மாட்டியிருக்கிறது, அதாவது தமிழக அரசியலின் எல்லை இதுவரைதான் என்பதை அறியச் சரியான வாய்ப்பு இது என்று பட்டது எனக்கு.

4. இலங்கைத் தீர்மானத்தை நிறைய நாடுகள் ஆதரிக்கும் நிலையில் அதன் மீதான விவாதத்தை க்யூபா தடுத்துவிட்டது. வாக்கெடுப்புக்குச் சற்று முன்பாக இலங்கைத்தூதர் தயன் ஜெயதிலக பேசுகையில், மேற்குலகம் கொணர்ந்த தீர்மானம் காலனியத்தில் ஈடுபட்ட நாடுகள் சார்பில் வரும் தீர்மானம் என்றார்; எமக்குப் பரந்த பன்னாட்டு ஆதரவு உண்டு, இலங்கையில் போர், படுகொலைகள் நின்றுவிட்டன, இனி விசாரணை எதற்கு என்று இவர் வாதிட்டார். நடந்துமுடிந்தவை பற்றிப் பேசி என்ன பயன், போரிலிருந்து மீண்டுவர இலங்கையில் யாவர்க்கும் நிவாரண உதவி கிட்ட வேண்டும் என்ற ரீதியில் இந்தியத் தூதரும் பேசினார். பிறகு இலங்கை அரசு கொணர்ந்த தீர்மானமே ஒருசில சிறு திருத்தங்களுடன் நிறைவேறியது. இதை ஆதரித்தவை சீனா, ருஷ்யா ஆகிய வல்லரசுகள், இந்தியா, இந்தோனேஷியா, மலேசியா உள்ளிட்ட ஆசிய நாடுகள், வளைகுடாப்பகுதி அரபு நாடுகள், ஆப்பிரிக்க நாடுகள் மற்றும் க்யூபா, பொலிவியா, நிகராகுவா போன்ற இடதுசாரிச் சார்பு நாடுகள் உள்ளிட்ட 29 நாடுகள். தீர்மானத்தை எதிர்த்த நாடுகள் 12. ஆறு நாடுகள் வாக்களிக்கவில்லை. இதையடுத்து போரின்போதான மனித உரிமை மீறல்கள் பற்றி பக்கச்சார் பற்ற, காத்திரமான பன்னாட்டு விசாரணை ஏதும் நடக்கத் தேவையில்லை, முகாம்களில் தடுத்துவைக்கப்பட்டிருக்கும் சுமார் இரண்டரை லட்சம் பேருக்கான நிவாரண உதவி கிட்டவேண்டி ஐ.நா. உள்ளிட்ட பன்னாட்டு அமைப்புகளுக்குத் தங்குதடையற்ற அனுமதி கிட்டாது என்றாகிவிட்டது.

5. வாக்கெடுப்பின்போது இலங்கைக்குச் சாதகமான நிலை ஏற்பட்டதன் பின்னணியில் இருந்த நாடுகள் இந்தியா, ருஷ்யா, சீனா மற்றும் பாகிஸ்தான் என்பது தெளிவாகிவிட்டது. குறிப்பாக, நவநீதம் பிள்ளை அம்மையாரின் சொந்த நாடாகிய தென்னாப்பிரிக்காவும் இலங்கையை ஆதரித்தே வாக்களித்த திலிருந்து இதைப் புரிந்துகொள்ளலாம். தவிர, நவநீதம் பிள்ளை அம்மையார் மீண்டும் ஒருமுறை பன்னாட்டு விசாரணையை வலியுறுத்தி உரையாற்றினார். அதற்கு மற்ற நாட்டுத் தூதர்கள் பதிலளிக்காத நிலையில் ஜூன் நான்காம் நாளன்று இந்தியத் தூதர் கோபிநாதன் காட்டமாக எதிர்வினையாற்றினார். அவர் வெளியிட்ட அறிக்கையில் மனித உரிமைக் குழுவின் விதிமுறைகளின்படி அரசுகள் இடையில் *(inter-governmental)* உருவாகும் முடிவுகளை ஏற்பதே நியாயம், அவற்றை நவநீதம் பிள்ளை மீறுவது சரியல்ல, எனவே விசேட அமர்வின் வாக்கெடுப்புமுடிவை அவர் ஏற்க வேண்டும், இலங்கை சென்றிருந்த பன் – கி – மூனிடம் இலங்கை அரசு மனித உரிமை மீறல்களுக்கு யார் பொறுப்பு என்பதைக் கண்டறியத் தான் தயாரென்று வாக்குறுதி அளித்திருக்கிறது, அது போதுமல்லவா எனக் கூறினார்.

இதிலிருந்து, இலங்கைக்கான ஆதரவைத் திரட்டியதில் இந்தியாவின் பங்கு எத்தகையது என்பதையும் தமிழக அரசியல் வாதிகளின் கோரிக்கைகள் பற்றி இந்திய அரசு பெரிதாக அலட்டிக்கொள்ளவில்லை என்பதையும் தெரிந்துகொள்ளலாம்; ராமதாஸைப் பொறுத்தவரை அவர் ஜூன் மூன்றாம் நாள் இந்தியப் பிரதமருக்கு எழுதிய கடிதத்தில் கோபிநாதன் உள்ளிட்ட அதிகாரிகள்மீது நடவடிக்கை எடுக்க வேண்டும் என்று கேட்டிருந் தார். இந்திய அரசின் வெளியுறவுக் கொள்கையின் திசையை ஆராய்ந்து மாற்றுவதில் தமிழக அரசியல்வாதிகள் வெகுதூரம் செல்ல வேண்டும் என்பதை இந்த நிகழ்வுகள் உணர்த்துகின்றன.

எடுத்துக்காட்டாக, கடந்த ஆண்டு மே மாதம் ஐ. நா. மனித உரிமைக் குழுவுக்குத் தேர்தல் நடைபெற்றது. சுழற்சி அடிப்படை யில் உறுப்பினர்களைத் தேர்வுசெய்யும் முறையில் நான்கு இடங்களுக்கு திமோர் லெஸ்டே, ஜப்பான், தென் கொரியா, பஹ்ரைன், பாகிஸ்தான், இலங்கை என ஆறு நாடுகள் போட்டி யிட்டன. இலங்கையை ஆதரிக்க வேண்டாம் என, பன்னாட்டு மனித உரிமை அமைப்புகள் கேட்டுக்கொண்டன. அப்போது போர் உக்கிரமடையவில்லை, என்றாலும் முந்தைய பல மனித உரிமை மீறல்கள் பற்றி இலங்கை அரசு உருப்படியான விசாரணைகள் நடத்தவில்லை, பன்னாட்டு அளவில் ஒரு குழு அமைந்து அதை இலங்கை அதிபர் ஏற்றிருந்தார். ஆனால் அந்தக் குழுவால் ஏதும் செய்ய இயலவில்லை. இந்தியாவைச் சார்ந்த நீதிபதிகளும் அதில் இருந்தார்கள். அந்தக் குழுவே செயலிழந்து போனது. யுத்தம் தொடங்க இருந்தது. இருந்த போதும் இதையெல்லாம் இந்தியா பொருட்படுத்தவேயில்லை. அந்தத் தேர்தலில் இலங்கை வெல்லப்போவதில்லை எனத் தெரிந்தபோதும் அதையே ஆதரித்து வாக்களித்தது இந்தியா. அதன் தொடர்ச்சிதான் இன்றைய ஆதரவும் என்பதைத் தமிழக அரசியல்வாதிகள் புரிந்துகொள்ள வேண்டும்.

6. ஆக, இலங்கைக்கான விசேட அமர்வில் மனித உரிமைகள் பாதுகாப்பு குறித்த விவாதம்கூட நடக்காமல் போயிருக்கிறது. இலங்கை அரசு மீது பன்னாட்டு விசாரணை இப்போதைக்கு இல்லை என்பதைத் தவிர, விடுதலைப்புலிகளின் தலைமை அழிந்ததை அடுத்து அவர்கள் மீதும் விசாரணை கிடையாது என்ற நிலை.

தொண்ணூறுகளில் ருவாண்டாவில் நடந்த மோசமான இனப்படு கொலை, போர்க்குற்றங்கள் பற்றி ஹூட்டு – டுட்ஸி இருதரப்பு மீதும் விசாரணைகளை மேற்கொண்டு ஊடகங் களுக்கு என்ன பொறுப்பு என்பதுவரை கண்டறிந்து இந்தப் பாதையில் தடம் பதித்த நவநீதம் பிள்ளையின் உரையை அறிவு நாணயத்துடன் எதிர்கொள்ள இந்த அமர்வில் யாருமிருக்க

வில்லை. மாறாக, "மனித உரிமை மீறலா, நீ மட்டும் என்ன கிழிச்ச" என்ற அளவில் அணி – அரசியல் *(bloc politics)* மாத்திரமே சாத்தியமாகியிருக்கிறது.

7. இத்தகைய அணி – அரசியலில் மூழ்கியிருக்கும் இரு தரப்பிலும் பல நாடுகள் இந்தப் போரில் இலங்கைக்கு ராணுவ உதவி அளித்திருக்கின்றன என்பதைக் கவனிக்க வேண்டும். சீனா, ருஷ்யா, இந்தியா, பாகிஸ்தான், மலேசியா, ஈரான், லிபியா எனப் பலரிடமிருந்தும் இலங்கை அரசு ராணுவ தளவாடங்களைப் பெரும்பாலும் கடனுக்கே வாங்கியிருக்கிறது. இந்தப் போருக்குச் சற்றுமுன்பு பிரிட்டன், ஸ்லோவாக்கியா, பல்கேரியா ஆகிய நாடுகளில் இயங்கும் கம்பெனிகளும் இலங்கைக்கு ராணுவ தளவாடங்களை விற்றிருக்கின்றன என லண்டன் டைம்ஸ் நாளிதழ் செய்தி வெளியிட்டிருக்கிறது. ஆயுத விற்பனையை ஊக்குவிக்கும் மேற்குலக அரசுகள் பல, ஆயுதம் வாங்கும் நாடுகளின் அரசுகள் அங்கே மனித உரிமைகளை மீறுவது பற்றிக் குரலெழுப்புவதை யார்தாம் நம்புவார்கள்!

8. இலங்கைக்கு இருதரப்பு உதவியும் கிட்டிய நிலைதான். ஒருபுறம் மேற்குலகத்திலிருந்து கொஞ்சமாகக் கிட்டிய ஆயுத உதவி, மேற்குலகம் முன்வைத்துச் சற்றே களைத்திருக்கும் பயங்கரவாதத்துக்கு எதிரான போர் என்ற மந்திர ஸ்லோகத்தையும் வெகுவாகப் பயன்படுத்த முடிந்திருக்கிறது.

மறுபுறம், ஆசிய வல்லரசுகள் – அரபு நாடுகளிலிருந்து பலத்த ராணுவ உதவி, லத்தீன் அமெரிக்க – தென்னமெரிக்க நாடுகளிடம் மேற்குலகை எதிர்க்கிறோம் என்ற முஸ்தீபுகள் என இலங்கையின் நிலை வலுத்திருக்கிறது.

தவிர, இந்த இருதரப்பையும் பரஸ்பரம் போட்டியிட விடும் நோக்கில் அமைந்திருக்கும் புவிசார் – அமைப்பும் இலங்கைக்குச் சாதகமான நிலைதான். இலங்கையில் இந்த இரு தரப்புக்கும் வேண்டிய எண்ணெய் வளங்கள் பெரிதாக இல்லையென்றாலும் தன் புவிசார் – நிலையை வைத்துத் தன்னை வலுப்படுத்திக்கொள்ள முடியும் என இலங்கை நினைப்பதாகத் தெரிகிறது. அதாவது மேற்குலகு – வளைகுடாப்பகுதி ஒருபுறம், சீனா – பசிஃபிக் கடல் மறுபுறம் என கேந்திர முக்கியத்துவம் வாய்ந்த பாதையில் தான் அமைந்திருப்பதை முன்வைத்து இலங்கை இயங்குகிறது. இதேநிலையில் தான் சீனாவை நெருங்குவோம் என்று கூறி இந்திய அரசிடமிருந்து பெரும்பாலான உதவிகளைக் கறந்திருக்கிறது, இலங்கை.

ஈழத்தமிழர்கள் போரில் தாக்குண்டு பெருமளவில் இறந்த தன் பின்னணியையும் அது குறித்து நெஞ்சத்தில் அவலம் இலராக நாடுகள் பல நடமாடுவதையும் அதற்கான ஐ.நா.

மன்றத்தின் பங்களிப்பையும் ஆராயும்போது, இன்னும் சில விஷயங்கள் புரிகின்றன – புதிய அணிகள் உருவாகி வருகின்றன. பழைய மேற்குலக அணியைவிட மோசமான ஒடுக்குமுறைகள், மனித உரிமை மீறல்களை இவர்களிடம் எதிர்பார்க்கலாம். இந்த அணிகளில் இருப்போர் தவிர, ஐ. நா. மன்ற அமைப்புகளும் ஒரு புதிய அணியாக இயங்க முற்படுவதாகக் கூறலாம். பேரரசைக் கட்ட வேண்டும் என நாடுகளுக்கு இருந்த ஆசைகள் இப்போது ஐ.நா. போன்ற பன்னாட்டு அமைப்புகளுக்கும் தொற்றிக்கொண்டுவிட்டனவோ என்னவோ . . .

இதழ் 116, ஆகஸ்ட் 2009

இலங்கை ஊடகங்கள் : ஓயாத போர்

சங்கரன் சித்தார்த்தன்

சண்டே லீடர் ஆசிரியர் கொல்லப்பட்டு ஆறு மாதங்களுக்கு மேலாகியும் அவருடைய படுகொலை தொடர்பான விசாரணை ஒரு அடிகூட முன்னகரவில்லை என்று இலங்கைப் பொலிஸாரினதும் நீதித்துறையினதும் செயலற்ற தன்மையை ஊடக அமைப்புகளும் மனித உரிமை அமைப்புகளும் குற்றஞ்சாட்டி வரும் நிலையில், லசந்தவின் படுகொலையுடன் தொடர்புபட்ட இரண்டு தகவல்கள் அண்மையில் வெளிவந்திருக்கின்றன.

முதலாவது, உலகிலேயே மிகப் பெரிய அமைச்சரவையைக் கொண்டுள்ள இலங்கை அரசாங்கத்தின் சர்ச்சைக்குரிய அமைச்சர்களுள் ஒருவரான தொழில் அமைச்சர் மேர்வின் சில்வா பொலிஸாரினதும் நீதித்துறையினதும் பாத்தியதையை நன்குணர்ந்ததாலோ என்னவோ லசந்த விக்ரமதுங்கவைக் கொன்றது நானே என்று பகிரங்கக் கூட்டமொன்றில் வைத்துத் தெரிவித்திருக்கிறார்.

இந்தக் கூற்றைக் கடந்த ஜூலை 9ஆம் திகதி களனி, ஹுணுப்பிட்டியவில் சதொச விற்பனை நிலையத்தைத் திறந்துவைத்து உரையாற்றும்போது அவர் குறிப்பிட்டிருக்கிறார்.

“சண்டே லீடர் பத்திரிகையின் ஆசிரியர் லசந்த விக்ரமதுங்க அதிகமாகத் துள்ளினார். அவருக்கு வேலையைக் கொடுத்தேன். போத்தலவும் (போத்தல ஜயந்த) துள்ளினார். அவரது காலை உடைத்துப் போட்டேன். தற்போது எனது தேர்தல் தொகுதியில் ஒருவர் எனக்கு

விளையாட்டுக் காட்ட முயல்கிறார். அவருக்கு நான் இன்னமும் ஐந்து நாட்கள் மாத்திரம் கொடுக்கின்றேன். அவர் களனி பிரதேச சபையின் தலைவர் பதவியிலிருந்து விலகவில்லை யென்றால், நான் கெட்டவன் எனக் கூற வேண்டாம். அதன் பின்னர் என்னை யாரும் குறைகூறக் கூடாது. எனது வார்த் தையை மீறினால் அவரையும் லசந்தவை அனுப்பிய இடத் திற்கே அனுப்பிவிடுவேன்” என்று அமைச்சர் மேர்வின் சில்வா பகிரங்கமாக எச்சரிக்கை விடுத்திருக்கிறார். அத்துடன் ஜனாதி பதி மஹிந்த ராஜபக்சே ஆட்சியிலிருக்கும்வரையில் தாம் யாருக்கும் அஞ்சப் போவதில்லை எனவும், எந்தவொரு சக்திக் கும் அடிபணியப் போவதில்லை எனவும் மேர்வின் சில்வா அங்கு தெரிவித்திருக்கிறார்.

இது நடந்து மூன்றாவது நாளான ஜுலை 12ஆம் திகதி அதிகாலை களனி, ஹுணுப்பிட்டி, பண்டாரநாயக்க மாவத்தை யில் உள்ள களனி பிரதேச சபையின் தலைவர் பிரசன்ன ரணவீரவின் வீட்டிற்குள் பிரவேசித்த இனந்தெரியாத குழுவினர் வீட்டின் மீது தாக்குதல் மேற்கொண்டுள்ளனர். இந்தத் தாக்கு தலால் பாதிக்கப்பட்ட பிரதேச சபைத் தலைவரின் மனைவி, சிகிச்சைக்காகக் கொழும்பு தேசிய வைத்தியசாலையில் அனு மதிக்கப்பட்டுள்ளார்.

இதற்கு முன்னதாக ஜுன் 29ஆம் திகதி பண்டாரநாயக்க சர்வதேச மாநாட்டு மண்டபத்தில் உரையாற்ற எழுந்த அமைச்சர் மேர்வின் சில்வா, நிகழ்ச்சியை அறிக்கையிட அரசத் தொலைக்காட்சியைத் தான் அனுமதிக்கப் போவதில்லை என்று கூறி அதன் ஒலிவாங்கியைப் பிடுங்கி எறிந்தார்.

ஏற்கெனவே 2007 டிசம்பர் 27இல், அமைச்சராகத் தானிருந் தும் தனது செய்தி ஒன்றை ஒளிபரப்பாததால் அரசத் தொலைக் காட்சி நிலையமான ரூபவாஹினிக்குள் அமைச்சரும் அவரது அடியாட்களும் புகுந்து பணிப்பாளரைத் தாக்க முயன்ற போது, பணியாளர்களால் அங்குள்ள அறையொன்றினுள் தடுத்துவைக்கப்பட்ட அமைச்சர் பகிரங்கமாக மன்னிப்புக் கேட்கும்வரை வெளியேற அனுமதிக்கப்பட்டிருக்கவில்லை.

அமைச்சரைத் தடுத்துவைத்த சம்பவத்துடன் தொடர்பு பட்டிருந்த ரூபவாஹினிப் பணியாளர்கள் ஒவ்வொருவராகத் தாக்குதலுக்குள்ளானது பின்னர் நடந்த சம்பவங்கள். கடந்த ஜுன் மாதம் முதலாம் திகதி கடத்தப்பட்டுத் தாக்குதலுக் குள்ளான போத்தல ஜயந்தவும் ரூபவாஹினிச் சம்பவத்தில் அமைச்சரின் நடத்தையைக் கடுமையாக எதிர்த்தவர்களுள் ஒருவர் என்பது குறிப்பிடத்தக்கது.

அமைச்சர் மேர்வின் சில்வாவின் இந்தப் பகிரங்க உரையின் ஒலிநாடாவைத் தான் ஜனாதிபதிக்கும் ஸ்ரீலங்கா சுதந்திராக்

கட்சியின் பொதுச்செயலருக்கும் அனுப்பிவைத்துள்ளதாகப் பிரதேச சபையின் உறுப்பினர் ஒருவர் தெரிவித்திருக்கிறார்.

இரண்டாவது சம்பவம் இந்த ஒலிநாடா யாருக்கு அனுப்பி வைக்கப்பட்டுள்ளதோ அவர் பற்றியது.

சண்டே லீடரின் ஆசிரியர் லசந்த விக்ரமதுங்க நாட்டில் இல்லாத ஒரு நாள். லசந்தவின் சகோதரர் லால் விக்ரமசிங்க வைத் தன்னிடம் அழைத்து வரும்படி ஜனாதிபதி மகிந்த ராஜபக்சே பிரதியமைச்சர் பைஸர் முஸ்தபாவைப் பணித்தார். லால் விக்ரமசிங்க லசந்த விக்ரமதுங்கவின் சகோதரர் மட்டு மல்ல, லீடர் வெளியீட்டு நிறுவனத்தின் தலைவரும்கூட. பிரதிய மைச்சர் பைஸர் முஸ்தபா, லாலுக்குத் தொலைபேசி எடுத்து தான் முக்கியமான ஒரு செய்தியைப் பிரசுரிப்பதற்காக லீடர் நிறுவனத்திற்கு வர வேண்டி இருப்பதாகத் தெரிவித்தார். லால், பைஸரின் வருகைக்காகக் காத்திருந்தார். பைஸர் வாக்குறுதி யளித்தபடி வந்து லாலை வாகனத்தில் ஏறுமாறும், வாகனத்தில் பிரயாணம் செய்யும்போது அது பற்றிப் பேசலாமென்றும் தெரிவித்தார். லால் பைஸரின் வாகனத்தில் ஏறினார். அதே நேரம் லாலைச் சுமந்துகொண்டு அந்த வாகனம் ஜனாதிபதி தங்கியிருக்கும் அலரி மாளிகைக்குள் நுழைந்தது. லால் ஒன்றும் பேசவில்லை. லால் இப்போது ஜனாதிபதிக்கு முன்னால் நின்றார். லால் எப்படி இருக்கிறீர்கள்? நாங்கள் நேரடியாகவே விடயத்திற்கு வருகிறோம், லீடர் வெளியீட்டு நிறுவனத்தின் விற்பனை விலை என்ன? இந்தப் பேரத்தை நாங்கள் 400 மில்லியனோடு முடித்துவிடுவோமா? என்று ஜனாதிபதி கேட்டார்.

இவ்விரு சம்பவங்களும் போர் தீவிரம் பெறுவதற்கு முன்னரேயே ஊடகவியலாளர் மீதான வன்முறை ஆரம்பமாகி விட்டதையும் போர் முற்றுப்பெற்ற பின்னரும் அது தொடர் வதையும் எடுத்துக்காட்டும் இரண்டு உதாரணங்கள்.

தமிழ் மக்கள் தரப்பு நியாயம் சற்று ஓங்கியிருந்த காலத்தில், அதைத் தவிடுபொடியாக்கும் செயல்பாடுகளுடன் சேர்த்து அரசத் தரப்பினரால் திட்டமிடப்பட்டதுதான் இந்த ஊடக வியலாளர் மீதான ஒடுக்குமுறைகள்.

தமிழ் மக்கள் தரப்பு நியாயத்தை எடுத்துரைக்கவல்ல நபர்களை இனம்கண்டு அவர்களை ஒழித்துக் கட்டுவதன் ஊடாக அந்த நியாயத்தை எடுத்துரைப்பதைத் தடுப்பது, அவ்வாறு எடுத்துரைக்க முன்வரும் ஏனைய நபர்களுக்கு இந்நடவடிக்கை களூடாக அச்சமூட்டுவது, மெல்ல மெல்லத் தெற்கில் சிங்கள மக்களிடையே உருவாகிவந்த தமிழர் தரப்பு நியாயத்திற்கான குரல்களை நசுக்கிவிடுவது. அவ்வாறு தெற்கில் குரல்கள் எழக்

காரணமாகத் தென்னிலங்கை மக்களுக்கு வடக்கு கிழக்குத் தமிழ் மக்களின் உண்மை நிலவரங்களை எடுத்துரைத்து வந்த வர்களை அழித்தொழிப்பதனூடாகத் தெற்கைத் தமது சிங்கள பௌத்தப் பேரினவாதக் கருத்து மேலாண்மைக்குள் எப்போதும் வைத்திருப்பது என நீண்டு செல்லும் திட்டமிடலின் ஒரு பகுதிதான் ஊடகவியலாளர்கள் மீதான இந்த அடக்குமுறைகள்.

இனப்படுகொலை ஒன்றின் ஊடாகத் தமிழ் மக்களின் அரசியல் கோரிக்கைகளைத் துடைத்தெறியவும் எதிர்காலத் தில் தமிழ் மக்களிடமிருந்து மட்டுமல்லாமல் ஏனைய சிறு பான்மை மக்களான முஸ்லிம் மற்றும் மலையக மக்களிட மிருந்தும் உரிமைகளுக்கான கோரிக்கைகளோ போராட்டங் களோ எழாதவாறு தடுக்கவுமாக சிங்கள பௌத்த பேரினவாத அரசு மேற்கொண்ட முயற்சியை வெற்றிகரமாகச் சாத்தியப் படுத்துவதென்றால் ஊடகங்களைத் தமது கட்டுப்பாட்டுக்குள் வைத்திருக்க வேண்டும் என்று அது கருதியது.

முதற்கட்டமாகத் தமிழர் தரப்பு நியாயங்களை எடுத்துரைக்க வல்லவர்களை அதுவும் சிங்கள மக்கள் மத்தியில் எடுத்துரைக்க முற்பட்டவர்களை அழித் தொழிப்பதில் ஈடுபட்டது. சிங்கள மற்றும் தமிழ் மக்களிடையே ஒரு சுமூகமான உறவுப் பாலம் ஏற்படுவது தமது அதிகாரத்திற்கு அச்சுறுத்தலாக அமைந்து விடும் என அவர்கள் எண்ணினர். எனவே, முதலில் அவ்வாறான வர்களுக்கு எதிரான நடவடிக்கைகள் திட்டமிடப்பட்டன.

அகில இலங்கைத் தமிழ் காங்கிரஸ் தலைவரான குமார் பொன்னம்பலம் (05.01.200), தமிழ்த் தேசியக் கூட்டமைப்பின் மட்டக்களப்பு நாடாளுமன்ற உறுப்பினரான ஜோசப் பரராஜ சிங்கம் (25.12.2005), அதன் யாழ்மாவட்ட நாடாளுமன்ற உறுப் பினரும் செயற்பாட்டாளருமான நடராஜா ரவிராஜ் (10.11.2006), மற்றும் சிவனேசன் கிட்டினன் (06.03.2008), ஐக்கிய தேசியக் கட்சியின் கொழும்பு மாவட்ட நாடாளுமன்ற உறுப்பினரான தியாகராஜா மகேஸ்வரன் (01.01.2008) போன்றோர் இலக்கு வைக்கப்பட்டனர்.

இவ்வாறு ஒரு புறத்தில் தமிழர் தரப்பின் நியாயங்களை எடுத்துரைத்து வந்தவர்களும் களச் செயற்பாட்டாளர்களும் சுட்டுக் கொல்லப்பட்டு தமிழர் தரப்பின் குரல்கள் ஒடுக்கப் பட்டு வந்த அதேவேளை, இந்த அடக்குமுறைகளை மக்களிடமும் சர்வ தேசத்திடமும் எடுத்துச்சென்ற ஊடகங்களும் ஊடகவி யலாளர்களும் குறிவைக்கப்பட்டனர்.

தமிழ்நெற் ஆசிரியர் டி. சிவராமிலிருந்து சண்டே லீடர் ஆசிரியர் லசந்த விக்ரமதுங்க வரை இந்தப் படுகொலையானோர் பட்டியல் நீண்டு வருகிறது. இது தவிர, அரச இராணுவத்தின்

துணையுடன் செயற்படும் கொலைக்குழுக்களால் கடத்தப்பட்டுத் தாக்குதலுக்குள்ளானோரின் பட்டியல் இதனைவிட நீளமானது. இறுதியாகக் கடந்த ஜூன் 24ஆம் திகதி நீண்டகாலமாக வீரகேசரிப் பத்திரிகையில் பணி யாற்றிவந்தவரும் தற்போது சுதந்திரப் பத்திரிகையாளராகப் பணிபுரிபவருமான கிருஷ்ணி இர்பாம் என்ற பெண் ஊடகவியலாளர் வெள்ளை வானில் வந்த ஆயுததாரிகளால் கொழும்பில் வைத்துக் கடத்தப்பட்டுக் கண்டிக்குக் கொண்டுசெல்லும் வழியில் விசாரணைக் குள்ளாக்கப்பட்ட பின்னர் கண்டியில் இறக்கிவிடப்பட்டிருக் கிறார். அதற்கு முன்னதாக உழைக்கும் பத்திரிகையாளர் சங்கத்தின் செயலாளரும் சுதந்திர ஊடக இயக்கத்தின் செயற் பாட்டாளருமான போத்தல ஜயந்த நுகெகொடையில் வைத்து வெள்ளை வானில் வந்த ஆயுததாரிகளால் கடத்தப்பட்டு கடுமையாகத் தாக்கப்பட்ட பின்னர் தெருவோரம் வீசப்பட்டார். இது நடந்தது கடந்த ஜூன் முதலாம் திகதி.

மறுபுறத்தில் அவசரகால மற்றும் பயங்கரவாதத் தடைச் சட்டங்களைப் பயன்படுத்தி ஊடகவியலாளர்களை ஒடுக்கும் நடைமுறைகளையும் அரசு மேற்கொண்டு வருகிறது. அவுட்றீச் இணையதளத்தைச் சேர்ந்த ஜே.எஸ். திஸநாயகம், வி. ஜசிகரன், அவரது துணைவியும் ஊடகவியலாளருமான வளர்மதி ஆகியோர் மார்ச் 06, 2008இலிருந்து ஒரு வருடத்திற்கும் மேலாகத் தடுத்துவைக்கப்பட்டுள்ளனர். நீதிக்கும் சமாதானத்திற்குமான தேசிய கிறிஸ்தவ அமைப்பின் செயலாளரும் மனித உரிமைகள் செயற்பாட்டாளருமான சாந்த பெர்ணாண்டோ கூட்டம் ஒன்றில் கலந்துகொள்வதற்காக இந்தியாவுக்குச் செல்லும்போது, மார்ச் 29ஆம் திகதி கட்டுநாயக்கா விமானநிலையத்தில் வைத்து பயங்கரவாதத் தடுப்புப் பிரிவினரால் கைதுசெய்யப்பட்டுத் தடுத்துவைக்கப்பட்டுள்ளார். இதேபோல் சந்திரசிறி பண்டார என்னும் சோதிடர் எதிர்வரும் செப்டம்பர் 9ஆம் திகதிக்குப் பின் இப்போது பிரதமராக இருப்பவரே ஜனாதிபதி ஆவார் எனத் தெரிவித்ததால் ஜூன் 26ஆம் திகதி கைதுசெய்யப்பட்டுத் தடுத்து வைக்கப்பட்டபின் விடுதலை செய்யப்பட்டுள்ளார்.

அரசாங்கத்தை அல்லது அதன் படையினரை விமர்சிப்பவர் களைத் தேசத்தின் துரோகிகளாக இனங்காட்டிவிடும் நட வடிக்கையை அரசாங்கம் தொடர்ந்து மேற்கொண்டு வருகிறது. ஏற்கெனவே போரில் விடுதலைப்புலிகள் முற்றாக அழிக்கப் பட்டதைக் கொண்டாடும்முகமாக நாடாளுமன்றத்தில் ஏற்பாடு செய்யப்பட்ட நிகழ்ச்சியில் கலந்துகொண்டு உரையாற்றிய ஜனாதிபதி மகிந்த ராஜபக்சே இலங்கையில் சிறுபான்மையினர் என்று யாருமே இல்லை. இருப்பது தேசத்தை ஆதரிப்பவர்களும் தேசத்திற்கு எதிரானவர்களுமே என்று மிக வெளிப்படை யாகவே பேசியிருந்தார்.

பாதுகாப்பு அமைச்சின் செயலாளருக்கு எதிராக சண்டே லீடர் தொடுத்திருந்த வழக்கின் சார்பில் ஆஜரான சட்டத் தரணிகளைத் துரோகிகள் என்று குறிப்பிட்டுப் பாதுகாப்பு அமைச்சின் இணையதளம் ஜூலை பத்தாம் திகதி செய்தி வெளியிட்டுள்ளது. பாதுகாப்பு அமைச்சின் இந்த நடவடிக் கையைச் சட்டத் தரணிகள் சங்கம் வன்மையாகக் கண்டித் திருக்கிறது.

தற்போது ஊடகவியலாளர்கள் சுயகட்டுப்பாட்டை மேற் கொள்ளுமுகமாகத் தாமே உருவாக்கிச் செயற்படுத்தி வரும் இலங்கைப் பத்திரிகை முறைப்பாட்டு ஆணைக்குழுவை அகற்றி, பதிலாக இலங்கைப் பத்திரிகைப் பேரவையை நிறுவ முயல்கிறது அரசாங்கம். இது ஊடகவியலாளர்களை கிரிமினல் குற்றங் களின் கீழ் தண்டிப்பதற்கு அரசாங்கத்தால் எடுக்கப்படும் முயற்சி என்று கூறி ஊடக அமைப்புகள் அதை எதிர்த்து வருகின்றன.

இது தவிர ஊடக நிறுவனங்கள்மீது தாக்குதல் நடாத்தி அச்சுறுத்துவது, அது சாத்தியமற்ற பட்சத்தில் அவற்றை விலை கொடுத்து வாங்கிவிட முயல்வது அதுவும் சாத்தியமற்ற பட்சத் தில் அந்நிறுவனங்களுக்குப் பொறுப்பானவர்களைப் படுகொலை செய்வதனூடாக அந்நிறுவனங்களைச் செயலிழக்கச் செய்து விடும் நடவடிக்கைகளிலும் அரசு ஈடுபட்டு வருகிறது.

யாழ்ப்பாணத்திலுள்ள உதயன் பணிமனையும் அதன் ஊடகவியலாளரும் பலமுறை தாக்குதலுக்குள்ளானார்கள். அதன் ஆசிரியர் வித்தியாதரன் கடத்தப்பட்டுப் பின்னர் விடுவிக்கப்பட்டார். இவற்றிற்கும் பின்னரும் கடந்த ஜூன் 25ஆம் திகதி யாழ்ப்பாணத்திலிருந்து வெளிவரும் உதயன், தினக்குரல், வலம்புரி ஆகிய மூன்று பத்திரிகைகளும் விநியோகத் திற்கு எடுத்துச் செல்லப்பட்டபோது, ஆயுததாரிகளால் வழி மறிக்கப்பட்டு அவை நடுரோட்டில் வைத்துத் தீயிட்டுக் கொளுத்தப்பட்டன. உதயன் பத்திரிகையின் ஆசிரிய பீடப் பணியாளர்கள் சிலர் வருடக்கணக்கில் அலுவலகத்தை விட்டு வெளியேறாது அலுவலகத்திற்குள்ளேயே இருந்து பணியாற்றி வருகின்றனர்.

அரசாங்கத்தை விமர்சித்து வந்த சண்டே லீடர் பத்திரிகை யை வாங்க முயன்றதற்கு இன்னொரு காரணம் ஏற்கெனவே அரசை விமர்சித்து வந்த நேசன் என்கிற ஆங்கிலப் பத்திரிகையை வாங்கியதில் கிட்டிய வெற்றிதான். நேசன் பத்திரிகைக்குப் பலமுறை பல்வேறு வகைகளில் அச்சுறுத்தல்களைக் கொடுத்தும் அது அரசாங்கத்தைத் தொடர்ந்து விமர்சித்து வந்ததால் அதன் பாதுகாப்புச் செய்தியாளரான கெய்த் நொயாரைக் கடத்தித்

தாக்கி அச்சுறுத்தியது. அதுவும் சாத்தியமற்றுப் போக ஜனாதி பதியின் மைத்துனரான பிரசன்ன விக்ரமசூரிய ஊடாக நேசன் பத்திரிகையின் 51 சதவீதப் பங்குகளை வாங்கியதோடு அரசை விமர்சித்து வந்த ஆசிரிய பீடப் பணியாளர்களைத் தூக்கி வெளியில் வீசியது. அத்தோடு நேசன் அரச ஆதரவுப் பத்திரிகையாக மாறிற்று.

"அவ்வாறு பேரம் பேசுவது சாத்தியமற்றுப் போனதால், அதற்கு லசந்த விக்ரமசிங்க இணங்கிப் போகாததால்தான் அவர் தனது உயிரை இழக்க வேண்டியதாயிற்று" என்கிறார் ஒரு மூத்த ஊடகவியலாளர்.

ஏற்கெனவே தமிழ் மக்களுடைய பிரச்சினைகளை சிங்களர் மத்தியில் எடுத்துச் சொல்ல முயன்ற மௌபிம எனும் சிங்களப் பத்திரிகையையும் அதனது ஆங்கிலப் பத்திரிகையான சண்டே ஸ்ராண்டர்ட்டையும் புலி ஆதரவுப் பத்திரிகை என்று குற்றம்சாட்டி அதன் நிதி நிர்வாகிகளைக் கைதுசெய்து சிறையிலடைத்து, வங்கிக் கணக்குகளை முடக்கிப் பத்திரிகையை மூடவைத்தது. ஆனால் இன்று வரை அதற்கும் புலிகளுக்குமான தொடர்பு என்னவென்று அரசாங்கம் நிறுவவில்லை. இவற்றோடு சேர்த்து யாழ்ப்பாணத்திலிருந்து வெளிவந்த ஈழநாடு பத்திரிகையையும் சேர்த்தால் (ஈழநாடுவின் முகாமையாளர் சின்னத்தம்பி சிவமகா ராஜா 20.08.2006 இல் சுட்டுக் கொல்லப்பட்டதால் அது மூடப்பட்டது.) மூன்று பத்திரிகைகள் ஜனாதிபதி மகிந்த ராஜ பக்சேவின் ஆட்சிக் காலத்தில் மூடப்பட்டுள்ளன.

ஏற்கெனவே இலங்கையில் தமிழ் நெற் பார்வையிடுவதற்குத் தடை செய்யப்பட்டுள்ளது. அதேபோல் மும்மொழிகளிலும் வெளியாகும் லங்கா நியூஸ் வெப் இணையதளத்தையும் பார்ப் பதற்கு அரசாங்கம் தடை விதித்துள்ளது. இவ்விணையதளத் திலேயே பிரபாகரனின் இளைய மகன் அடித்துக் கொல்லப் பட்டதான செய்தி புகைப்படத்துடன் வெளியாகி இருந்தது. அதேபோல் மெனிக் முகாமுக்கு விஜயம் செய்த ஜனாதிபதியின் மூத்த மகனுக்கு இடம்பெயர்ந்த மக்கள் சேறடித்தார்கள் என்ற செய்தியும் அதில் வெளியாகி இருந்தது. இச்செய்திகளே அது தடைசெய்யப்படக் காரணமாயிற்று என்று கருதப்படுகிறது.

போர் ஓய்ந்தாலும் ஊடகவியலாளருக்கு எதிரான போர் விரிவடைந்து வருவதால் நாட்டை விட்டு வெளியேறும் ஊடக வியலாளர்களின் எண்ணிக்கையும் அதிகரித்து வருவதாகச் சுட்டிக்காட்டியிருக்கிறது இலங்கையின் ஜனநாயகத்திற்கான ஊடகவியலாளர்கள் என்ற அமைப்பு. இலங்கையிலிருந்து வெளியேறி உலகெங்குமுள்ள பல்வேறு நாடுகளில் வாழும் ஊடகவியலாளர்களால் அண்மையில் உருவாக்கப்பட்ட

இவ்வமைப்பு இலங்கையின் ஊடக நிலைமை குறித்து வெளியிட்ட அறிக்கையிலேயே மேற்கண்டவாறு குறிப்பிட்டிருக்கிறது.

மகிந்த ராஜபக்சேவின் ஆட்சிக் காலத்தில் 2004 ஏப்ரலில் இருந்து 2009 பெப்ரவரி வரை 33 ஊடகப் பணியாளர்கள் படுகொலை செய்யப்பட்டுள்ளதாகவும் அதில் மூன்று சிங்கள ஊடகவியலாளர்களையும் ஒரு முஸ்லிம் ஊடகவியலாளரையும் தவிர்த்துப் பார்த்தால் 29 சிறுபான்மையான தமிழ் ஊடகவியலாளர்கள் கொல்லப்பட்டதை இனங்காணக்கூடியதாக இருப்பதாகவும் குறிப்பிட்டுள்ள அவ்வமைப்பு கொல்லப்பட்ட ஊடகப் பணியாளர்களின் பெயர் விபரங்களையும் வெளியிட்டிருக்கிறது.

இது தவிர ஒஸ்ரியா 01, அவுஸ்ரேலியா 03, கனடா 03, டென்மார்க் 01, பிரான்ஸ் 12, ஜேர்மனி 04, இந்தியா 05, மலேசியா 01, நெதர்லாந்து 02, நேபாளம் 02, சுவிற்சர்லாந்து 16, லண்டன் 10, அமெரிக்கா 02 என ஏற்கெனவே ஐம்பதுக்கு மேற்பட்ட ஊடகவியலாளர்கள் நாட்டை விட்டு வெளியேறி விட்டதாகவும் அது சுட்டிக்காட்டியிருக்கிறது.

இலங்கை அரசாங்கத்தின் ஊடகங்களுக்கெதிரான இவ்வாறான நடவடிக்கைகள் கருத்து வெளிப்பாட்டுச் சுதந்திரத்தையும் மக்களுடைய தகவல் அறியும் உரிமையையும் பாரியளவில் பாதிப்பதோடு ஊடகவியலாளர்கள் தங்களைத் தாங்களே சுயதணிக்கைக்கு உள்ளாக்கும்படி கடுமையாக நிர்ப்பந்திப்பதாக இருப்பதாக அது சுட்டிக்காட்டி அரசின் இவ்வாறான நடவடிக்கைகளைக் கடுமையாகக் கண்டித்துள்ளது.

போர் ஓய்ந்துவிட்டாலும் ஊடகங்களுக்கெதிரான போர் இன்னும் ஓய்ந்துவிடவில்லை. அது பல்வேறு தளத்திலும் களத்திலும் அச்சம் தரும் வகையில் விரிவடைந்து செல்வதையே அவதானிக்கக்கூடியதாயிருக்கிறது.

ஊடகவியலாளரைத் தானே கொன்றதாகக் கூறும் அமைச்சரும் அவர்மீது எந்த நடவடிக்கையையும் எடுக்காது பாதிக்கப்பட்ட ஊடகவியலாளர்கள் மீதே திரும்பவும் பாயும் நீதித்துறையும் உள்ள தேசமாக இது ஆகிவிட்டிருக்கிறது.

பேய்களின் ஆட்சியில் பிணம் தின்னும் சாத்திரங்கள்.

சுட்டுக்கொல்லப்பட்ட தமிழ் அரசியலாளர்

அகில இலங்கைத் தமிழ் காங்கிரஸின் தலைவராகவும் சட்டத்தரணியாகவும் இருந்த குமார் பொன்னம்பலம் தமிழர் தரப்பு நியாயங்களை எடுத்துரைத்து வந்தவராக இருந்தார். மூன்று மொழிகளிலும் ஆற்றல்மிக்கவராக இருந்த இவர் சிங்கள

மற்றும் ஆங்கிலத் தொலைக்காட்சி அலைவரிசைகளில் நடைபெறும் தமிழர் பிரச்சினை தொடர்பான விவாதங்களில் தொடர்ச்சியாகக் கலந்துகொண்டு தமிழ் மக்கள் சிங்கள அரசுகளால் தொடர்ந்து ஏமாற்றப்பட்டு வருவதை அம்பலமாக்கி வந்தார். பின்னர் சுட்டுக்கொல்லப்பட்ட சண்டே லீடர் ஆசிரியர் லசந்த விக்ரமதுங்கவின் நெருங்கிய நண்பரான இவர் சண்டே லீடரிலும் எழுதிவந்தார். கொழும்பு வெள்ளவத்தையில் பட்டப்பகலில் காரில் வைத்துச் (05ஜனவரி, 2000) சுட்டுக் கொல்லப்பட்டார்.

இதேபோன்று தமிழ்த் தேசியக் கூட்டமைப்பின் மட்டக்களப்பு மாவட்ட நாடாளுமன்ற உறுப்பினரான ஜோசப் பரராஜசிங்கமும் சுட்டுக் கொல்லப்பட்டார். நீண்டகாலமாக மட்டக்களப்பு மாவட்ட நாடாளுமன்ற உறுப்பினராக இருந்து வந்த இவர் மட்டக்களப்பு மாவட்டத்தில் இலங்கை அரச படையினரால் மேற்கொள்ளப்பட்ட கொக்கட்டிச் சோலை, மைலந்தனை, படுவான்கரைப் படுகொலைகள் உட்பட பல்வேறு படுகொலைச் சம்பவங்களும் சர்வதேசத்தின் கவனத்தைப் பெற முன்னின்று செயற்பட்டவர். அப்படுகொலைகள் தொடர்பாக நீதி விசாரணைகள் நடாத்தப்பட வேண்டும் என மனித உரிமை அமைப்புகளோடு இணைந்து அழுத்தம் கொடுத்தவர். 24 டிசம்பர் 2004 கிறிஸ்மஸ் தினத்தன்று இரவு மட்டக்களப்பு சென் மேரிஸ் தேவாலயத்தில் இடம்பெற்ற கிறிஸ்மஸ் ஆராதனைகளில் கலந்துகொண்டிருந்தபோது தேவாலயத்தில் வைத்துச் சுட்டுக் கொல்லப்பட்டுள்ளார்.

தமிழ்த் தேசியக் கூட்டமைப்பின் யாழ். மாவட்ட நாடாளுமன்ற உறுப்பினரான நடராஜா ரவிராஜ் அதற்கு முன்னர் யாழ். முலீநகா சபையின் மேயராகவும் இருந்தவர். அது மட்டுமல்லாமல் ஒரு சமூகச் செயற்பாட்டாளராகவும் விளங்கியவர். குமார் பொன்னம்பலம் போன்று மும்மொழிகளையும் சரளமாகப் பேசக்கூடிய இவர் தொலைக்காட்சி மற்றும் வானொலி விவாதங்களில் கலந்துகொண்டு தமிழர் தரப்பு நியாயங்களை முன்வைத்ததோடு தென்னிலங்கையில் தமிழர் உரிமைகளுக்காகப் பணியாற்றிய தென்னிலங்கை அமைப்புகள், மனித உரிமை நிறுவனங்களோடு சேர்ந்து செயற்பட்டு வந்தவர். தென்னிலங்கையில் சமஸ்டிக்காக வேண்டி சிங்கள மக்கள் மத்தியில் பிரச்சாரப் பணிகளை முன்னெடுத்த அமைப்புகளோடு இணைந்து பிரச்சாரப் பணிகளையும் மேற்கொண்டு வந்தவர். இந்தப் பிரச்சாரங்கள் தமிழ் மக்களுடைய பிரச்சினைக்கு ஒரு அரசியல் தீர்வை முன்வைக்க வேண்டும் என்ற அழுத்தத்தை ஏற்படுத்தி வந்தன. இதனால் அரசு இவ்வாறான பிரச்சார நடவடிக்கைகளின்போது, தனது குண்டர்களைப் பாவித்தும்

ஜாதிக ஹெல உருமய என்கிற அமைப்பினூடாகவும் அதற் கெதிரான தாக்குதல்களைப் பலமுறை மேற்கொண்டு வந்தது. விளைவாக சிங்கள மக்கள் மத்தியில் தமிழ் மக்களுடைய பிரச்சினையை அரசியல்ரீதியாக அணுக வேண்டுமென்ற கருத்தை எடுத்துச் செல்ல முடியாத சூழ்நிலைக்கு இச்செயற் பாட்டாளர்கள் தள்ளப்பட்டார்கள். அந்தப் பிரச்சார நடவடிக் கைகளை முற்றாகவே நிறுத்தும் வகையில் மேற்கொள்ளப் பட்டதுதான் நடராஜா ரவிராஜின் படுகொலை. 2006 நவம்பர் 10 ஆம் திகதி நாரஹேன்பிட்டி என்னுமிடத்தில் அவர் தனது வாகனத்தில் வந்துகொண்டிருந்தபோது பட்டப்பகலில் சுட்டுக் கொல்லப்பட்டுள்ளார்.

தியாகராஜா மகேஸ்வரனும் சிங்கள மொழியில் நடை பெறும் தொலைக்காட்சி மற்றும் வானொலி விவாதங்களில் கலந்துகொண்டு தமிழ் மக்களுடைய பிரச்சினையை எடுத்துப் பேசி வந்தவர். 2008 ஜனவரி முதலாம் திகதி கொழும்பு பொன்னம்பலவாணேஸ்வரர் கோவில் வாசலில் வைத்துச் சுட்டுக் கொல்லப்பட்டார்.

படுகொலை செய்யப்பட்ட ஊடகவியலாளர்கள்

(ஏப்ரல் 2004இல் இருந்து 2009 பெப்ரவரி வரை)

2004:

1. அய்யாத்துரை நடேசன் ஊடகவியலாளர், மே 31
2. கந்தசாமி ஐயர் பாலநடராஜ், எழுத்தாளர், ஓகஸ்ட் 16
3. லங்கா ஜயசுந்தர, புகைப்படத்துறை ஊடகவியலாளர், டிசம்பர் 11

2005:

4. தர்மரட்ணம் சிவராம், ஆசிரியர், ஏப்ரல் 28
5. கண்ணமுத்து அரசகுமார், ஊடகப் பணியாளர், ஜூன் 29
6. ரேலங்கி செல்வராஜா, ஊடகவியலாளர், ஓகஸ்ட் 12
7. டீ. செல்வரட்ணம், ஊடகப் பணியாளர், ஓகஸ்ட் 29
8. யோககுமார் கிருஷ்ண பிள்ளை, ஊடகப் பணியாளர், செப்ரம்பர் 30
9. எல்.எம். பளீல் (நற்பிட்டிமுனை பளீல்) எழுத்தாளர், டிசம்பர் 02
10. கே. நவரட்ணம், ஊடகப் பணியாளர், டிசம்பர் 22

2006:

11. சுப்ரமணியம் சுகிர்தராஜன், ஊடகவியலாளர், ஜனவரி 24
12. எஸ்.ரி. கணநாதன், உரிமையாளர், பெப்ரவரி 01
13. பஸ்றின் ஜோர்ஜ் சகாயதாஸ், ஊடகப் பணியாளர் மே 03
14. ராஜரட்ணம் ரஞ்சித்குமார், ஊடகப்பணியாளர் மே 03
15. சம்பத் லக்மால் டி சில்வா, ஊடகவியலாளர், ஜுலை 02
16. மரியதாசன் மனோஜன்ராஜ், ஊடகப் பணியாளர், ஓகஸ்ட் 01
17. பத்மநாதன் விஸ்வானந்தன், பாடகர், இசையமைப்பாளர், ஓகஸ்ட் 02
18. சதாசிவம் பாஸ்கரன், ஊடகப் பணியாளர், ஓகஸ்ட் 15
19. சின்னத்தம்பி சிவமகாராஜா, ஊடக உரிமையாளர், ஓகஸ்ட் 20

2007:

20. எஸ். ரவீந்திரன், ஊடகப் பணியாளர், பெப்ரவரி 12, 2007
21. சுப்ரமணியம் இராமச்சந்திரன், ஊடகப் பணியாளர், பெப்ரவரி 15
22. சந்திரபோஸ் சுதாகர், ஊடகப் பணியாளர், ஏப்ரல் 16
23. செல்வராஜா ரஜீவ்வர்மன், ஊடகவியலாளர், ஏப்ரல் 29
24. சகாதேவன் நிலக்ஸன், ஊடகவியலாளர் ஓகஸ்ட் 01
25. அந்தோனிப்பிள்ளை செரின் சித்தராஞ்சன், ஊடகவியலாளர், நவம்பர் 05
26. வடிவேல் நிமலராஜ், ஊடகப் பணியாளர், நவம்பர் 17
27. இசைவிழி செம்பியன் (சுபாஜினி), ஊடகப் பணியாளர், நவம்பர் 27
28. சுரேஷ் லிம்பியோ, ஊடகப் பணியாளர், நவம்பர் 27
29. ரி.தர்மலிங்கம், ஊடகப் பணியாளர், நவம்பர் 27

2008:

30. பரநிருபசிங்கம் தேவகுமார், ஊடகவியலாளர், மே 28

31. றஷ்மி முஹமட், ஊடகவியலாளர், ஒக்ரோபர் 06

2009:

32. லசந்த விக்ரமதுங்க, ஆசிரியர், ஜனவரி 08

33. புண்ணியமூர்த்தி சத்தியமூர்த்தி, ஊடகவியலாளர், பெப்ரவரி 12

34. சசி மதன், ஊடகப் பணியாளர், மார்ச் 06, 2009

பாதுகாப்பு வலயத்துள் தமிழ்நெற்றின் இரண்டு ஊடகவியலாளர்கள் கொல்லப்பட்டுள்ளனர்.

சுட்டுக்கொல்லப்பட்ட ஊடகவியலாளர்கள்

தமிழ்நெற் ஆசிரியரும் சண்டே ரைம்ஸ் உட்படப் பல ஆங்கில இதழ்களில் தராகி என்ற பெயரில் எழுதிவந்தவருமான டி.சிவராம் 28 ஏப்ரல் 2005 இரவு கடத்தப்பட்டு சுட்டுக் கொல்லப்பட்டார். இவர் சர்வதேசரீதியாக நடைபெற்ற பல மாநாடுகளிலும் கருத்தரங்குகளிலும் இலங்கையில் தமிழ் மக்கள்மீது மேற்கொள்ளப்பட்டு வரும் ஒடுக்குமுறைகள் தொடர்பாக எடுத்துக் கூறி வந்தவர். அது மட்டுமல்லாமல் சிங்கள மக்கள் தொடர்பான பிரச்சினைகளையும் அவர் எடுத்தாண்டது அவர் இலக்கு வைக்கப்பட்டதற்கு ஒரு காரணம் என்று கூறப்படுகிறது. பாட்டா தொழிற்சாலையில் தொழிலாளர்கள் நடாத்திய போராட்டத்தின்போது, பொலிஸார் தொழிலாளர் மீது தாக்குதல் நடாத்தியதையும் ரெயில்வே தொழிலாளர்களின் போராட்டத்தையும் அவர் உரிய முக்கியத்துவத்துடன் வெளிப்படுத்தினார். இவ்விரு போராட்டங்களும் பெருமளவில் சிங்களத் தொழிலாளர்கள் உள்ள தொழிற்சங்கத்தினால் மேற்கொள்ளப்பட்ட போராட்டங்கள்.

இலங்கையை விட்டு வெளியேறிய ஊடகவியலாளர்கள்

சுனந்த தேசப்ரிய (ஊடகவியலாளர்): முன்னர் சிங்கள மொழியில் வெளியான மாற்றுப் பத்திரிகையான யுக்தியவின் ஆசிரியராக இருந்த இவர் சுதந்திர ஊடக இயக்கத்தின் ஆரம்ப கர்த்தாக்களில் ஒருவராவார். பின்னர் பலய என்ற சஞ்சிகையின் ஆசிரியராக இருந்தவர். ஊடகச் செயற்பாட்டாளரும்

கூட. இலங்கை ஊடகவியல் கல்லூரி, இலங்கைப் பத்திரிகைப் பேரவை போன்றவற்றின் தோற்றத்திற்கும் ஊடகவியலாளர்களுக்கான ஊடக ஒழுக்கக் கோவையின் உருவாக்கத்திற்கும் ஊடக அமைப்புகளின் கூட்டமைப்பின் உருவாக்கத்திற்கும் உழைத்தவர். ஊடக சுதந்திரத்திற்காகப் பல தளங்களில் பணியாற்றியவர். அச்சுறுத்தல் காரணமாக ஐரோப்பாவிற்குப் புலம் பெயர்ந்துள்ளார்.

சனத் பாலசூரிய (தலைவர், உழைக்கும் பத்திரிகையாளர் சங்கம்): ஊடகவியலாளராகவும் ஊடகச் செயற்பாட்டாளராகவும் பணியாற்றி வந்தவர். கொல்லப்படுபவர்களின் பட்டியலில் இவருடைய பெயரும் இருந்ததால் நாட்டைவிட்டு வெளியேறியுள்ளார். அமைச்சர் மோர்வின் சில்வாவும் அவரது போதை வஸ்து கடத்தல் கூட்டாளிகளும் அரச தொலைக்காட்சி நிறுவனமான ரூபவாஹினிக்குள் புகுந்து மேற்கொண்ட அட்டகாசத்தை அடுத்து அங்கு உரையாற்றிய இவர், அமைச்சர் ரூபவாஹினி பணியாளர்களிடம் மன்னிப்புக் கேட்க வேண்டும் என்று கோரியிருந்தார். இதனையடுத்து இவர்மீதான அச்சுறுத்தல் அதிகரித்தது. தன்மீதான அச்சுறுத்தல் குறித்து இவர் பொலிஸாரிடம் முறையிட்டிருந்தபோதும் பொலிஸார் இதுவரை எவ்வித விசாரணைகளையும் மேற்கொள்ளவில்லை. அரச தொலைக்காட்சி நிறுவனம் தாக்கப்பட்டதை அடுத்தும் லசந்த விக்ரமதுங்கவின் படுகொலையை அடுத்தும் உயிரைப் பாதுகாக்கும் பொருட்டு நாட்டைவிட்டு வெளியேறித் தற்போது ஐரோப்பிய நாடொன்றில் வாழ்ந்து வருகிறார்.

சிவகுமார் *(ஆசிரியர் சரிநிகர்): 1990இல் இருந்து வெளிவந்த மாற்றுப் பத்திரிகையான சரிநிகர் மற்றும் நிகரி பத்திரிகைகளின் ஆசிரியராக இருந்தவர். சுதந்திர ஊடக இயக்கத்தின் பேச்சாளராக இருந்த இவர், அதன் ஆரம்பகால உறுப்பினருமாவார். இலங்கைத் தமிழ் ஊடகவியலாளர் ஒன்றியம் ஆரம்பிப்பதற்கு மூலகர்த்தாவாக இருந்தவர்களுள் ஒருவர். மார்ச் 08, 2008இல் பயங்கரவாதத் தடுப்புப் பிரிவினரால் விசாரணைக்குள்ளாக்கப்பட்ட இவர் பயங்கரவாதத் தடுப்புப் பொலிஸாரின் அச்சுறுத்தல் காரணமாக நாட்டைவிட்டு வெளியேறியுள்ளார். இவர் கைதாவதற்கு முன்னர் மார்ச் 06ஆம் திதகி கைதான ஜசிதரன், வளர்மதி மற்றும் மார்ச்; 07ஆம் திகதி கைதான திஸநாயகம் ஆகியோர் ஒரு வருடத்திற்கும் மேலாகத் தடுத்து வைக்கப்பட்டுள்ளனர்.*

ராதிகா தேவகுமார்: இன்ரநியூஸில் பணியாற்றி வந்தார். செப்ரம்பர் 08, 2008 அன்று மாலை அவரது வீட்டு வாசலில் வைத்து இனந்தெரியாத துப்பாக்கிதாரிகள் அவர் மேல் துப்பாக்கிச்சூட்டை நடாத்தினர். பலத்த காயங்களுக்குள்ளான

அவர் நீண்டநாள் சிகிச்சைக்கு ஆளாக வேண்டி இருந்தது. 2007ஆம் ஆண்டு சகிப்புத்தன்மை மற்றும் பொதுமக்கள் சேவை ஊடகவியலுக்கான விருதை இவர் பெற்றிருந்ததும் குறிப்பிடத் தக்கது.

அநுருத்த லொக்குஹப்பு ஆராய்ச்சி (றொய்ட்டர்ஸ்): றொய்ட்டர்ஸ் இன் புகைப்படப்பிடிப்பாளராகப் பணியாற்றி வந்தவர். வடக்கு கிழக்கு யுத்தப் பிரதேசங்கள் எங்கணும் சென்று புகைப்படங்கள் எடுத்து வந்தவர். இவர் எடுத்த பல புகைப் படங்கள் காரணமாகப் பாதுகாப்புப் படையினரால் பலமுறை விசாரணைக்குள்ளானவர். தொடர்ந்து அச்சுறுத்தலுக்குள்ளான வர். அவருடைய துணைவியார் பாரிசவாதத்தால் பாதிக்கப்பட்ட வர். லசந்தவின் படுகொலையோடு நாட்டில் மாற்றுக் கருத்து களுக்குத் துளியும் இடமில்லை என்பதால் நாட்டை விட்டுக் குடும்பத்தோடு வெளியேறியதாகச் சொல்கிறார்.

நாமல் பெரேரா: ரிஎன்எல் என்னும் தொலைக்காட்சி யின் செய்தி ஆசிரியராக முன்னர் கடமையாற்றியவர். பின்னர் இலங்கைப் பத்திரிகைப் பேரவையில் பணியாற்றி வந்தவர். ஒரு ஊடகச் செயற்பாட்டாளரும்கூட, இவரும் பிரித்தானிய உயர் ஸ்தானிகராலயத்தில் பணியாற்றும் இவருடைய நண்பரும் வாகனத்தில் வந்துகொண்டிருந்தபோது, வாகனம் மறிக்கப்பட்டு வெளியே இழுக்கப்பட்டு தாக்குதலுக்குள்ளானார். தற்போது அவர் நாட்டில் இல்லை.

கெய்த் நொயார் (துணையாசிரியர்): நேசன் எனும் ஆங்கிலப் பத்திரிகையின் துணையாசிரியர். 2008 மே 22ஆம் திகதி இவர் கடத்தப்பட்டுத் தாக்குதலுக்குள்ளானதை அடுத்து அவுஸ் ரேலியாவுக்குக் குடும்பத்துடன் குடிபெயர்ந்துள்ளார்.

உவிந்து குருகுலசூரிய (ஊடகவியலாளர்): ஊடகவியலாள ராகவும் ஊடகச் செயற்பாட்டாளராகவும் பணியாற்றி வந்தவர். சுதந்திர ஊடக இயக்கத்தின் இணைப்பாளராகச் செயற்பட்டு வந்தவர். அச்சுறுத்தல் காரணமாக லண்டனுக்குப் புலம்பெயர்ந் துள்ளார்.

சொனாலி சமரசிங்க (சண்டே லீடர்): மோர்ணிங் லீடர் பத்திரிகையின் ஆசிரியரும் சண்டே லீடர் ஆசிரியர் லசந்த விக்ரமதுங்கவின் துணைவியுமான சொனாலி சமரசிங்க லசந்த விக்ரமதுங்கவின் படுகொலையை அடுத்து நாட்டை விட்டு வெளியேறியுள்ளார்.

இக்பால் அத்தாஸ் (சண்டே ரைம்ஸ்): இக்பால் அத்தாஸ் சண்டே ரைம்ஸில் நீண்டகாலமாக சிற்றிவேசன் றிப்போர்ட் என்னும் பாதுகாப்புப் பத்தியை எழுதிவந்தவர். ஜேன்ஸ்

டிபென்ஸ் வீக்லி உட்பட பல்வேறு இதழ்களின் செய்தியாள ராகவும் பணிபுரிந்து வந்தவர். பல்வேறு தடவைகள் இவரது எழுத்துகள் காரணமாக அச்சுறுத்தலுக்குள்ளாக்கப்பட்டவர். அரசாங்கத்தாலும் அதன் பாதுகாப்புப் படையினரின் இணை யதளத்தாலும் பயங்கரவாதி என வர்ணிக்கப்பட்டவர். அச் சுறுத்தல் காரணமாக ஏறத்தாழ ஒரு வருடகாலமாக இவர் எழுதுவதை நிறுத்திவிட்டார். தற்போது நாட்டைவிட்டு வெளி யேறியுள்ளார்.

நடராஜா குருபரன்: சூரியன் எப்.எம் செய்தி முகாமை யாளரான இவர் தனது வாகனத்தில் 28. ஒகஸ்ட், 2006 அன்று அதிகாலை பணிக்குப் புறப்பட்டபோது இனம் தெரியாதவர் களால் வெள்ளை வானில் கடத்தப்பட்டார். பின்னர் பல்வேறு தரப்பினரின் அழுத்தம் காரணமாக மறுநாள் அதிகாலை விடுவிக்கப்பட்டார். உயிரச்சம் கருதி நாட்டைவிட்டுப் புலம் பெயர்ந்து லண்டனில் வாழ்ந்து வருகிறார்.

உபாலி தென்னக்கோன் (றிவிர ஆசிரியர்): உபாலி; தென்னக் கோன் மீதான தாக்குதலைத் தொடர்ந்து அவர் தனது குடும்பத் தினருடன் ஐக்கிய அமெரிக்காவுக்குப் புலம்பெயர்ந்துவிட்டார்.

சுனேத்ரா அத்துகல்புர மற்றும் சசிகுமார்: சுனேத்ரா அத்துகல்புர லக்பிம என்ற சிங்களப் பத்திரிகையில் பணியாற்றி வந்தார். அவரது கணவர் சசிகுமார் எம்.ரி.வி தொலைக்காட்சி யில் பணியாற்றி வந்தார். 2008ஆம் ஆண்டு இவர்கள் இருவரும் வீட்டில் இல்லாத சமயம் இவர்களுடைய வீடு இனம் தெரியாத வர்களால் தேடுதலுக்குள்ளானது. அதனையடுத்து அவர்கள் அச்சம் காரணமாக ஐரோப்பாவுக்குப் புலம்பெயர்ந்துவிட்டனர்.

கெமுனு அமரசிங்க (அசோசியட்டட் பிரெஸ்): அசோசி யட்டட் பிரெஸ் புகைப்படப்பிடிப்பாளரான கெமுனு அமரசிங்க, அச்சுறுத்தல் காரணமாக நாட்டைவிட்டுப் புலம் பெயர்ந்துள்ளார்.

மஞ்சுள வெடிவர்த்தன (எழுத்தாளர்): மஞ்சுள வெடி வர்த்தன ஊடகவியலாளர், எழுத்தாளர், ஊடகச் செயற் பாட்டாளர் எனப் பல பரிமாணம் கொண்டவர். இவருடைய சிறுகதைத் தொகுதி ஒன்று முன்னர் அரசாங்கத்தால் தடை செய்யப்பட்டது. தொடர்ச்சியான அச்சுறுத்தல் காரணமாக நாட்டைவிட்டு வெளியேறியுள்ளார். தமிழ் மக்களுடைய பிரச்சினையைச் சிங்கள மக்கள் மத்தியில் எடுத்துச் செல்வதில் பெரும் பணியாற்றியவர்.

அத்துல விதானகே (ஊடகச் செயற்பாட்டாளர்): ஊடகவி யலாளராகவும் ஊடகச் செயற்பாட்டாளராகவும் பணியாற்றி

வந்தவர். அச்சுறுத்தல் காரணமாக இவரும் நாட்டைவிட்டுப் புலம் பெயர்ந்துள்ளார்.

வீரகேசரிப் பத்திரிகையின் மட்டக்களப்பு செய்தியாளர் அய்யாத்துரை நடேசன் 31 மே, 2004இல் படுகொலை செய்யப் பட்டதைத் தொடர்ந்து எழுந்த அச்சம் காரணமாக மட்டக்களப் பின் *தினகரன்* செய்தியாளரான இராதுரைரட்ணம், தினக்குரல் பத்தியாளரான நிராஜ் டேவிட், மற்றும் சண் தவராஜா, வேதநாயகம், சந்திரப்பிரகாஷ் ஆகியோர் நாட்டைவிட்டு வெளியேறித் தற்போது சுவிற்சர்லாந்தில் உள்ளனர்.

ராஜ்குமார்: சக்தி தொலைக்காட்சியில் பணியாற்றிய ராஜ்குமார் தற்போது அச்சுறுத்தல் காரணமாகப் புலம்பெயர்ந்து லண்டனில் உள்ளார்.

வேந்திரன்: யங் ஏசியா ரெலிவிசனில் பணியாற்றிய ஜீவேந் திரன் தமிழ் மக்கள் எதிர்நோக்கும் பல்வேறு பிரச்சினை களான மனித உரிமைகள், ஆட்கள் காணாமல் போதல், சிறுபான்மையினர் உரிமைகள் என்பன தொடர்பாக விழிப்பு எனும் நிகழ்ச்சியைத் தயாரித்து வழங்கி வந்தவர். தொடர் அச்சுறுத்தல் காரணமாக அவர் நாட்டைவிட்டு வெளியேறிய தோடு அந்நிகழ்ச்சி தடைபட்டது. தற்போது சுவிற்சர்லாந்தில் உள்ளார்.

கனகரட்ணம் ரவீந்திரன்: கனகரவி என அறியப்பட்ட இவர் வீரகேசரி, தினக்குரல் உட்படப் பல்வேறு பத்திரிகைகளுக் கும் வவுனியாவிலிருந்து செய்தியாளராகப் பணியாற்றியவர். வவுனியா மற்றும் வன்னிப் பிரதேசங்களில் இருந்து வெளியே தெரியவராத பல்வேறு செய்திகளையும் தகவல்களையும் வெளிப் படுத்தியவர். தொடர்ந்த அச்சுறுத்தல் காரணமாக நாட்டிற் குள்ளே பல்வேறு இடங்களில் மறைந்து வாழ்ந்த இவர் தற்போது நாட்டைவிட்டு வெளியேறி சுவிற்சர்லாந்தில் வாழ்ந்து வருகிறார்.

சிவபாலன் : தினக்குரல் பத்திரிகையின் யாழ்ப்பாணப் பதிப்பில் செய்தியாளராகவும் புகைப்படப் பிடிப்பாளராகவும் பணியாற்றிய இவர் இராணுவத்தால் தாக்குதலுக்குள்ளானவர். தற்போது அச்சுறுத்தல் காரணமாக நாட்டை விட்டு வெளியேறி பிரான்ஸில் வாழ்ந்து வருகின்றார்.

தில்லையம்மா: மட்டக்களப்பு தினக்கதிர் மற்றும் சூரியா பெண்கள் அபிவிருத்தி நிலையம் ஆகியவற்றில் பணியாற்றியவர். தற்போது நாட்டைவிட்டு வெளியேறி சுவிற்சர்லாந்தில் வாழ்ந்து வருகிறார்.

முனுசாமி பரமேஸ்வரி: மௌபிம எனும் வாராந்த சிங்களப் பத்திரிகையில் பணியாற்றியவர். தமிழ் மக்கள் எதிர்நோக்கும்

இன்னல்கள் தொடர்பான பல்வேறு விடயங்களை வெளியிட்டு வந்த அப்பத்திரிகையையும் அதன் ஆங்கிலப் பதிப்பான சண்டே ஸ்ரான்டர்டையும் முடக்க நினைத்த அரசாங்கம் விடுதலைப் புலிகளின் பெண்கரும்புலி உறுப்பினரோடு தொடர்பு கொண்டிருந்தார் என்று கூறிக் கைதுசெய்தது. அதைத் தொடர்ந்து அதன் கணக்காளரையும் கைதுசெய்ததோடு அதன் வங்கிக் கணக்குகளையும் முடக்கியது. இதன் காரணமாகப் பத்திரிகை நிறுத்தப்பட்டது. நீண்ட நாட்கள் எவ்விதக் குற்றச்சாட்டுகளும் இன்றித் தடுத்துவைக்கப்பட்டிருந்த பரமேஸ்வரி குற்றச்சாட்டுகள் எதுவுமின்றியே விடுவிக்கப்பட்டார். பின்னரும் ஒரு நாள் இனந்தெரியாதவர்களால் கடத்தப்பட்டு விடுதலையானார். தொடர் அச்சுறுத்தல் காரணமாக மன அழுத்தத்திற்குள்ளான அவர் நாட்டைவிட்டு வெளியேறி ஐரோப்பிய நாடொன்றில் உள்ளார்.

இதழ் 116, ஆகஸ்ட் 2009

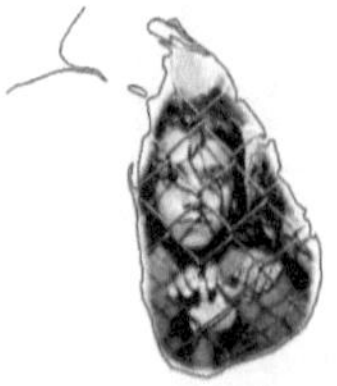

சீனாவின் சந்தர்ப்பவாதக் கூட்டணி

சூரியதீபன்

கடந்த மே 26ஆம் தேதி இலங்கையில் மனித உரிமை மீறல்கள் குறித்து விவாதிப்பதற்காக ஐ.நா. சிறப்புக் குழுவின் கூட்டம் கூட்டப்பட்டபோது, அது தேவை யற்றது என இந்தியாவின் பிரதிநிதி கோபிநாதன் அச்சங் குளங்கரே எதிர்ப்புத் தெரிவித்தார். இலங்கை இனப் படுகொலைக்கு ஆதரவாக அல்லது இனவெறியால் பாதிப்புக்குள்ளாகியிருக்கும் தமிழருக்கு எதிராக இந்தியா கை தூக்கியிருப்பது இது முதன்முறையல்ல. ஐயாயிரத் திற்கும் மேற்பட்ட தமிழர்களைப் பலி வாங்கிய 1983 ஜூலை கலவரத்தின் மீது ஐ.நா. மனித உரிமை மன்றத்தில் விவாதம் வந்தபோது உறுப்பினர் நாடுகள் பலரும் கண்டித்துப் பேசினார்கள். ஆனால் அப்போதைய இந்தியப் பிரதிநிதி சையத் மசூது ஐ.நா. அவசரப்பட்டு நடவடிக்கை எடுக்கக் கூடாது என அந்த இனப்படு கொலையை ஆதரித்துப் பேசினார். தேசிய இனப் பிரச்சினைகளைக் கையாள்வதில் இந்தியா நடந்து கொள்ளும் விதம் பற்றிய புரிதல் உள்ள எவருக்கும் இந்தியாவின் இந்தப் போக்கு வியப்பூட்டக்கூடியதல்ல.

ருசியா, சீனா போன்ற நாடுகள் இலங்கைக்கு ஆதரவாக வாக்களித்தது, அவற்றை சோசலிச நாடுகளாக நம்பிக் கொண்டிருக்கும் பலருக்கு ஆச்சரியத்தை ஏற்படுத்தி யிருக்கலாம்.

ஐம்பதாண்டுகளுக்கு முன் இப்படியொரு நிலை உருவாகி யிருந்தால் அதில் ஆச்சரியப்பட ஏதாவது இருந்திருக்கும். சோவியத் புரட்சிக்குப்பின், ருசியப் பெருந்தேசிய இனத் தின் ஆதிக்கம், சோவியத் ஒன்றியத்துக்குட்பட்ட பிற தேசிய இனங்கள்மீது கவிவதை லெனின் கண்டார்.

ஸ்டாலினிடம் வெளிப்பட்ட பெருந்தேசிய இன ஆதிக்கம் என்ற ஒருபக்கவாத நோயை லெனின் கடுமையான விமர்சனத் துக்குட்படுத்தினார். விமர்சனப் பார்வை என்பது வரலாற்றைக் கட்டமைப்பதற்கான அடிப்படைகளில் ஒன்று. வரலாற்றில் நாம் வகிக்க வேண்டிய பாத்திரத்தை இது உறுதி செய்யும். அனுபவங்களையும் நடைமுறைகளையும் தொடர்ந்து மறு பரிசீலனைக்குள்ளாக்குவதன் மூலம் நம் புரிதலை விரிவுபடுத்திக் கொள்ள இத்தகைய விமர்சனப் பார்வை அவசியம்.

மாவோ இருக்கிற காலத்திலேயே திபேத் – சீனாவால் ஆக்கிரமிக்கப்பட்டது. திபேத்தின் தனி தேசிய இன அடை யாளத்தை அழித்து மாவோவின் இசைவோடு திபேத் அபகரிக்கப் பட்டது. சீனாவுடன் கொண்ட பகைமை காரணமாக திபேத்தின் தலாய்லாமாவுக்குப் புகலிடம் அளித்து நாடுகடந்த அரசாங் கத்தை *(Exile Govt.)* இந்தியா அங்கீகரித்தது. சீனா வல்லரசாக மாறி வெகுகாலம் ஆகிவிட்டது. இலங்கையில் தனது கோரக் கால்களை அழுந்தப் பதித்துள்ளது சீனா. இதுவரை ஒரு பில்லியன் *(Billion)* டாலர் முதலீடு, பல மில்லியன் டாலர்கள் நிதி உதவி. சீன தொழில் துறைக்குத் தற்போது பல மடங்கு எரிசக்தி தேவை. எரிசக்தியை எடுத்துச் செல்ல பாதுகாப்பான பாதையை உறுதிப்படுத்த வேண்டும். தென்னாசியாவின் பாது காப்பான பாதையாக இலங்கை இருக்கிறது. தென்னாசியாவில் தானொரு மூலதன வல்லரசாக, அமெரிக்காவுக்குப் போட்டி யாக உருவெடுக்க விரும்பும் சீனாவுக்கு இலங்கை மீதான ஆதிக்கம் முக்கியமானதாக மாறியுள்ளது. அமெரிக்காவுக்கு ஒரு டிகோ – கார்சியா போல். சீனாவுக்கு இலங்கை.

“நேபாளமும் இலங்கையும் சீனாவின் நண்பர்கள். அந்த அரசுகளின் பாதுகாப்புக்கு ஆதரவுகளை வழங்குவதுடன் அவற்றின் தேசிய ஒருமைப்பாட்டையும் நாம் பாதுகாப்போம்” எனச் சீன வெளியுறவுத் தொடர்பாளர் ஜியாங்யூ *(22.4.2009)* சொன்னது சீன ஆதரவு கம்யூனிஸ்டுகளைத் தவிர வேறு யாருக்கும் அதிர்ச்சியளிக்கும் செய்தியல்ல. திருகோணமலை அம்பாந்தொட்டை துறைமுகத் திட்டத்தைச் சீனா கைவசப் படுத்தியிருப்பது, தமிழர்களுக்கெதிரான போரில் சீனாவின் இராணுவ உதவி போன்றவற்றை இதனோடு இணைத்துப் பார்த்தால் உண்மை புலப்படும்.

அதன் காரணமாகவே ஐ.நா.வின். மனித உரிமைக் குழுவின் சிறப்புக் கூட்டத்தைக் கூட்டுவதற்கான முயற்சியைச் சீனா தன் வீட்டோ அதிகாரத்தால் இருமுறை முறியடித்தது. எதிர்வரும் ஆண்டு ஷாங்காயில் நடைபெறப்போகும் எக்ஸ்போ – *2010* தொழில் கண்காட்சியைத் தொடங்கிவைக்க, சீனா ராஜபக்சேயை அழைத்துள்ளது. பதிலுக்கு சிறீலங்கா சுதந்திரக் கட்சியின்

மாநாட்டில் கலந்துகொள்ள சீனப் பொதுவுடைமைக் கட்சிக்கு அழைப்பு விடுத்துள்ளார் இலங்கை வெளியுறவுத் துறை அமைச்சர்.

ஒரு நாட்டின் அரசு தன் சொந்த மக்களின் மீது மேற்கொள்ளும் அத்துமீறல்களைக் குறித்துக் கேள்வி எழுப்புவது அந்நாட்டின உள்விவகாரங்களில் தலையிடுவது என்பதை ஒப்புக்கொள்வது ஒருவகையில் அத்தகைய அத்துமீறல்களுக்கான அங்கீகாரம்தான். தனது ஆக்கிரமிப்பு நடவடிக்கைகளுக்கு ஆதரவளிக்கும் இலங்கை இனவாத அரசுக்கு, அதன் இன ஒடுக்குமுறைக்குத் துணை நிற்பதாகச் சரிந்துபோயிருக்கிறது சீன 'சோஷலிசம்'. "மனித உரிமை விவகாரங்களில் சீனா இலங்கைக்கு ஆதரவளிக்கும். இலங்கை அரசு தற்போது மேற்கொண்டு வரும் எல்லா நடவடிக்கைகளுக்கும் சீனா உறுதுணையாக இருக்கும்" என்று சொல்லும் சீன வெளியுறவுத் துறை அமைச்சர் ஜாங் – ஜெசியின் கூற்று, சீனா அனைத்து ஜனநாயக நெறிகளையும் துடைத்தெறிந்துவிட்ட ஒரு ஏகாதிபத்தியம் என்பதை வெளிப்படுத்தும்.

ருசியா, சீனா, வியட்னாம் போன்ற நாடுகளை இன்று வழிநடத்துவது மார்க்சியமோ சோசலிஷமோ அல்ல, உலகமயம் என்னும் கருத்தாக்கம்தான். உலகமயம் என்னும் அரசியல் பொருளாதாரக் கட்டமைப்பின் பங்காளிகளாவது ஒன்றே இந்நாடுகளின் இன்றைய இலட்சியம். சமூக ஏகாதிபத்தியம் என அழைக்கப்பட்ட ருசியா இப்போது முழுமையான ஏகாதிபத்தியமாக உருவெடுத்திருக்கிறது. ருசியா தோற்றுப்போன புள்ளியில் சீனா தன்னை நிலைநிறுத்திக்கொண்டு தென்னாசியாவின் தலைமை வல்லரசாக உருவெடுக்க முயன்று வருகிறது. உலகப் பேரரசு என்னும் இடத்தைக் கைப்பற்ற. அமெரிக்க ஏகாதிபத்தியத்தை எதிர்த்துப் போட்டிக் களத்தில் நாளை நிற்கப் போகிறது சீனா.

அமெரிக்க ஏகாதிபத்தியத்தை எதிர்த்து 20 ஆண்டுகளாய்ப் போரிட்டு விரட்டியடித்த வியட்னாம் இன்று அதே அமெரிக்காவோடு கைகுலுக்கிக்கொண்டிருக்கிறது. மார்க்சியமின்றி உயிர் வாழ முடியாது என முழங்கிய நாடுகள் இன்று உலகமயத்தோடு அனைத்துப் புரளாமல் நீடித்திருக்க முடியாது என்னும் முடிவுக்கு வந்துவிட்டன. தத்தமது தேசிய பொருளாதார வளர்ச்சி என்னும் திட்டத்தை இந்நாடுகள் முன்னிறுத்துகின்றன. அது சொந்த மக்களை மட்டுமல்ல பன்னாட்டு மக்களையும் சுரண்டுகிற தேசிய ஆளும் வர்க்கங்களின் செயல்பாடுகளுக்கு வித்திடுகிறது. தேசிய முதலாளி பன்னாட்டு முதலாளியாகிறான். மக்களின் பெயரால் அவனுக்கான தேசியம் கட்டமைக்கப்படுகிறது. இதற்குப் பொதுவுடைமை நாடுகள் விதிவிலக்கல்ல.

அமெரிக்க ஏகாதிபத்தியப் பின்புலத்தில் இயங்கிய 'சாடிஸ்டா' பயங்கரவாத ஆட்சிக்கெதிராகக் கொரில்லாப் போரில் வெற்றிபெற்ற கியூபா, சாந்தினிஸ்டா இயக்கத்தின் மூலம் ஆயுதப் புரட்சியை முன்னெடுத்த நிகாரகுவா, 2001இல் நிலத்தடிநீர் உரிமைகாக்க மக்களை ஆயுதம் ஏந்திப் போராட வைத்துப் பன்னாட்டுச் சுரண்டலுக்கு முடிவு கட்டிய பொலிவியா போன்ற லத்தீன் அமெரிக்க நாடுகள் தம் வரலாற்றை மறந்துவிட்டன. அப்படி மறக்காமலிருந்திருந்தால் குறைந்த பட்சம் வன்னிக் களப்பிரதேசத்தில் கந்தல் கந்தலாக்கப்பட்ட மனித உரிமைகள் பற்றியாவது ஐ.நா.மன்றத்தில் இவர்கள் பேசியிருக்க வேண்டும்.

அனைத்துப் பயங்கரவாதங்களுக்கும் மூலம் அரச பயங்கர வாதம். அது இனவெறிப் பயங்கரவாதமாய் வடிவெடுக்கிற போது, பெருந் தேசிய இனம் என்ற ஒருபகுதி மக்களைத் திரட்டி இன்னொரு பகுதியினரை எளிதாக அழித்தொழிக்கிறது. இன்றைய சூழலில் இலங்கை அரசின் இனவெறிப் பயங்கர வாதம் எவரைப் பயங்கரவாதிகளாகச் சுட்டுகிறதோ அவர்கள் கையாளும் தொழில்நுட்ப பயங்கரவாதச் செயல்களைக் காட்டிலும் கூடுதலாய், உச்சமாய் பயங்கரவாத உத்திகளை இனவெறி அரச பயங்கரவாதம் கையாண்டது. இன்னும் தெளிவுபடுத்தினால் பயங்கரவாதிகள் என்று அடையாளப் படுத்தப்படுவோர் கையாள முடியாத புதிய உத்திகளை யெல்லாம் அரச பயங்கரவாதம் முன்கையெடுக்கிறது. அதுபற்றித் தொடர் ஆய்வு செய்யும், செயல்படுத்தும் தனி அமைப்புகளை உருவாக்கி வளர்த்துக்கொள்கிறது.

அரச பயங்கரவாதம் உலகளாவிய பயங்கரவாதமாக இணைப்புப் பெற்றுவிட்ட இக்காலத்தில் அதை எதிர்த்துப் போராடுகிற நிலைமை 50 ஆண்டுகளுக்கு முன்னிருந்தது போல் இன்றில்லை. கியூபா போராடிய காலத்து நிலை இப்போது இல்லை. உலக அரச பயங்கரவாதத்தையெல்லாம் ஒருங் கிணைத்து ஒரு விடுதலைப் போரை வீழ்த்திவிட முடியும் என்னும் நிலையில் 'சோஷலிச' கியூபாவும் பிற லத்தீன் அமெரிக்க நாடுகளும் யார் பக்கம் நிற்க முற்பட்டிருக்க வேண்டும்? ஆனால் தெள்ளத் தெளிவாக அவர்கள் உலக அரச பயங்கர வாதத்தோடு கைகோத்தார்கள்.

ஆயுதப் போராட்டக் காலகட்டத்தை நாம் கடந்தாகி விட்டது என்று கியூபா போன்ற நாடுகள் கருதுகின்றன. இங்கு 'நாம்' என்று அவர்கள் சுட்டுவது உலக முழுமையுமான நாம்! ஆயுதப் போராட்டத்தை அவர்கள் கடந்துவிட்டார்கள் என்பதால் உலக அளவில் அது காலாவதியாகிவிட்டதாக அர்த்தமில்லை. அரச பயங்கரவாதமற்ற ஒரு உலகு இன்னும்

உருவாகவில்லை. தேசிய இனப் போராட்டங்கள், விடுதலைப் போராட்டங்கள் இன்னும் ஆயுத களத்தில்தாம் நிகழ்கின்றன. கியூபாவில் வசிக்கும் மார்க்சியரான ரெட்னூர் "கியூபாவின் வெளியுறவுக் கொள்கை சந்தர்ப்பவசமானது" என்று விமர்சித்திருப்பதை நாம் கவனத்தில் கொள்ள வேண்டும்.

ஆஸ்திரேலியாவின் சோசலிசக் கூட்டணியில் இடம் பெற்றுள்ள – சனநாயக சோசலிசக் கண்ணோட்டம் என்னும் அமைப்பின் உறுப்பினர் க்ரீஸ் – ஸ்லீ, "கியூபாவுக்கும் தமிழர் விடுதலைப் போராட்டத்துக்கும் ஆதரவாளன் என்றளவில் நான் மிகுந்த ஏமாற்றமடைந்துள்ளேன். ஆனால் ஆச்சரியமடையவில்லை. இயன்றளவு பல நாடுகளுடன் நட்புறவுகொள்ள என்னும் கியூபா இந்நாடுகளின் அரசின் தன்மையைக் கணக்கில் கொள்வதில்லை. ஆனால் இந்நாடுகள் தமது மக்களை ஒடுக்குவதைக்கூடக் கியூபா விமர்சிக்காமல் இருப்பதுதான் இதன் மறுபக்கம்" என்று விளாசியிருக்கிறார்.

சீனாவோ ருசியாவோ அல்லது கியூபாவோ நிகாரகுவாவோ – அவரவர் தேசிய நலன்களோடு கட்டம் கட்டி நின்று விட்டார்கள். அரசுகளோடு அரசு உறவு – நாடுகளோடு நாடு உறவு என்ற இந்த அடிப்படையில் சர்வ தேசியத்தை ஒதுக்கி விட்டார்கள். சர்வ தேசியம் என்பது பிற நாடுகளில் மக்களோடு கொள்ளும் உறவு என்பதற்குப் பதிலாய் இரு அரசுகளிடையே கொள்ளும் உறவாகச் சுருக்கப்பட்டுவிட்டது. அதனாலேயே ஏகாதிபத்தியங்களோடு கொள்ளும் ராஜதந்திர உறவையும் சர்வ தேசியம் என்னும் இலக்கணத்துக்குள் நுழைக்க முயல்கிறார்கள்.

உலகெங்கும் நடைபெற்ற தேச விடுதலைப் போராட்டங்களுக்கு உதவுகிற புதிய பாதையைக் கியூபாவின் ஃபிடல் கேஸ்ட்ரோ தேர்வு செய்தார். சர்வதேசப் புரட்சியை முன்னெடுக்கிற ஒரு முன்னணிப் போராளியாக சேகுவாரா இருந்தார்.

இன்று இது போன்ற சர்வதேசக் கடமைகளைப் புறக்கணித்து இலங்கை போன்ற பயங்கரவாத அரசுகளின் தன்மையைக் கணக்கில் கொள்ளாது அந்நாட்டுக்கு ஐ.நா.வில் கரம் கொடுத்தது கியூபா. சோஸலிச அல்லது கம்யூனிஸ நாடு என்று பட்டயங்களைச் சுமந்துகொண்ட நாடுகளும் ஆயுதப் புரட்சியை முன்னெடுத்த இலத்தீன் அமெரிக்க நாடுகளும் சர்வதேசக் கடமை ஆற்றுவதிலிருந்து சரிந்துள்ளன.

இலங்கையின் அப்பட்டமான மனிதப் படுகொலைகளை ஆதரித்த சீனா, ருசியா நாடுகளுக்கும் கியூபா, நிகாரகுவா, பொலிவியா, வெனிசுலா போன்ற லத்தீன் அமெரிக்க நாடு

களுக்கும் இனி பாலஸ்தீனியர்கள்மீதான இஸ்ரேலியத் தாக்குதல்களைத் தட்டிக் கேட்க எவ்வித தார்மீக உரிமையும் இல்லை.

ஏகாதிபத்திய எதிர்ப்பு என்ற புள்ளியில் ஒன்று சேர்ந்தவர்கள், இப்போது ஏகாதிபத்தியமும் உள்ளடங்கிய உலக அரச பயங்கரவாதப் புள்ளியில் கூடிவிட்டார்கள்.

இதழ் 116, ஆகஸ்ட் 2009

ஈழப்போரின் இறுதி நாட்கள்

காலச்சுவடு 1994இல் மீண்டும் துவங்கப்பட்ட காலத்திலிருந்து கடைபிடிக்கப்பட்டு வரும் இதழியல் அறங்களில் ஒன்று, எந்தப் படைப்பையும் மறைவான பெயரில் வெளியிடுவதில்லை என்பது. இது தமிழக எழுத்துகளுக்கு உறுதியாகக் கடைபிடிக்கப்பட்டாலும் இலங்கை அரசியல் சூழலைக் கருதி அன்றிலிருந்தே விதிவிலக்காகப் பல ஈழத்துப் பதிவுகளை மாற்றுப் பெயர்களில் வெளியிட்டு வருகிறோம். எனினும் அவர்கள் அடையாளம் எங்களுக்குத் தெரிந்திருக்கும். எழுதியவர் அடையாளம் தெரியாமல் 'காலச்சுவடில்' வெளிவந்த முதல் எழுத்து 'அநாமதேயன் குறிப்புகள்'. மீண்டும் இலங்கை அரசியல் சூழலைக் கணக்கில்கொண்டு எடுக்கப்பட்ட முடிவு அது.

இலங்கையில் இப்போது அரசால் உருவாக்கப்பட்டிருக் கும் முகாம்கள் பற்றிய முதல் நிலை அனுபவக் கட்டுரை ஒன்றைக் 'காலச்சுவ'டில் வெளியிட வேண்டும் என்று விரும்பினோம். அத்தகைய ஒரு முகாமிலிருந்த நண்பர் ஒருவருடன் கைபேசியில் தொடர்புகொண்டேன். வன்னி அனுபவங்கள் பற்றியும் முகாம் வாழ்க்கை பற்றியும் எழுதி அனுப்புவதாகக் கூறியவரின் 40 பக்க கையெழுத்துப் பிரதிகள் பொது நண்பர் ஒருவர்வழி, முதல் பதிவான வன்னி அனுபவங்கள் மின்னஞ்சல்வழிக் கிடைத்தன. தன்னுடைய பெயரையோ முகாம் பெயரையோ வெளி யிடக் கூடாது என்று நிபந்தனை விதித்தார் நண்பர். ஏற்றுக்கொண்டோம்.

இலங்கை அரசு பற்றி மட்டுமல்ல விடுதலைப்புலிகள் பற்றியும் கடுமையான விமர்சனங்களுடன் இந்தப் பதிவு அமைந்துள்ளது. இந்த நண்பருடன் எனக்கு சுமார் 15 ஆண்டுகள் தொடர்பு உண்டு. விடுதலைப்புலிகளின்

ஆதரவாளராக இருந்தார். 1999இல் சேரனின் நேர்காணல், விடுதலைப்புலிகள் பற்றிய விமர்சனங்களுடன் 'காலச்சுவ'டில் வெளிவந்த பின்னர் என்னுடன் பல ஆண்டுகள் தொடர்பு களைத் துண்டித்துக்கொண்டார். விடுதலை இயக்கத்தில் நம்பிக்கைகொண்டு வன்னியில் வாழ்ந்த அவரது அனுபவங் களை நாம் திறந்த மனதுடன் அணுக வேண்டும். முகத்தில் அறையும் யதார்த்தங்களை நேர்மையுடன் எதிர்கொள்வது நம்மை வலுப்படுத்தும். நாம் கட்டிக் காக்க விரும்பும் பிம்பங்களை விடப் போர்க்களத்தில் வாழ்ந்த மக்களின் அனுபவங்களும் ரத்தசாட்சியான உண்மைகளுமே முக்கியமானவை.

கண்ணன்

அன்புள்ள கண்ணன்,

உங்களுடன் கதைத்ததில் நிறைய மகிழ்ச்சி. பேசுவதற்கு எவ்வளவோ விசயங்கள் உள்ளன. ஆனால் சூழலும் நிலைமை யும் அதற்கு வாய்ப்பாக இல்லை. தவிர கைபேசி மூலமான உரையாடல் அதற்குரியதும் இல்லை. பிற வழிகளில் பேசுவதற்கு வாய்ப்பும் இல்லை.

வன்னி நிலைமைகள் – வன்னியில் என்ன நடந்தது என்பதைச் சாட்சி நிலையில் நின்று எழுத வேண்டும். ஈழப் போராட்டத்தின் வீழ்ச்சிக்கான காரணங்கள் என்ன? எப்படி இந்த வீழ்ச்சி ஏற்பட்டது? இந்த வீழ்ச்சிக்கு யார் யார் காரணம்? ஒவ்வொருவருக்கும் அல்லது ஒவ்வொரு சக்திக்கும் எவ்வளவு பொறுப்பு? போராளிகள் தோற்றார்களா, தோற்கடிக்கப் பட்டார்களா? சிங்கள இராஜதந்திரத்தின் ரகசியம், அதன் வீரியம், சிங்கள அரசின் மேலாதிக்க உபாயம், இந்தியா வகித்த, வகித்துவரும் பங்கு, வகிக்க வேண்டிய பாத்திரம், சர்வதேசச் சமூகத்தின் நிலைப்பாடுகளும் அணுகுமுறைகளும், தமிழ்மக்களின் 50 ஆண்டு காலப் போராட்டப் பாதையின் போக்கு, ஜனநாயகம் பற்றிய தமிழ் மக்களின் புரிதல், பன்மைத் துவத்தை ஏற்கமுடியாத உளவியல் உருவாக்கம், சாதிய மனோ பாவத்தின் கூட்டுருவாக்கம் எப்படி முஸ்லிம் விரோத, பிற அமைப்புகளின் மீதான காழ்ப்புணர்ச்சியாக உருமாற்றம் பெற்றது, ஈழப்போராட்டம் புலிகளின் போராட்டமாகச் சுருங்கியதும் புலிகளின் மீதான தடைகளும் எதிர்ப்புகளும் எப்படி ஈழப்போராட்டத்துக்கும் பாதிப்பை ஏற்படுத்தும் அம்சமாக மாறின என்பதைப் பற்றியுமாகப் பல நிலைகளில் சாட்சிநிலை நின்று எழுதப்பட வேண்டும். அப்படியொரு எண்ணமும் உண்டு. ஆனால், இப்போது நாங்கள் இருக்கின்ற முகாம் சூழலில் இதற்கு வாய்ப்பேயில்லை. இந்த *reporting*கூடத் துண்டுதுண்டாகப் பல நெருக்குவாரங்களின் மத்தியில் எழுதப்

பட்டுள்ளது. மனமும் நினைவுகளும் ஒரு சீருக்கு வரமுடியாது கொந்தளித்த நிலையிலேயே உள்ளன.

வன்னி யுத்தத்தில் இரண்டு தரப்புமே போர்க் குற்றவாளிகள். அதிலும் பிரபாகரன் தன்னை நம்பிய மக்களைக் கொன்று குவித்தார். படுகொலைக்குக் காரணமாக இருந்தார். சனங்களின் கொலைகளில் அரசியல் நடத்தப் பார்த்தார். சேரன் சொல் வதைப்போலப் பிணங்களை வைத்து அரசியல் செய்தார். இறுதியில் அவர் அநாதரவாகக் கொல்லப்பட்டார். எவ்வளவோ குறைபாடுகள் இருந்தபோதும் இந்த மக்கள் அவருக்குத் தமது ஆதரவை வழங்கினார்கள். பேராசிரியர் சிவத்தம்பி சொல் வதைப்போல சிங்கள இனவாதத்தின் மீதும் அரசு மீதும் இருந்த வெறுப்பு பிரபாகரனைப் பல குறைபாடுகளின் மத்தி யிலும் ஆதரிக்க மக்களைத் தூண்டியது. ஆனால், இதையெல்லாம் சரியான வகையில் பயன்படுத்த அவர் தவறியதுதான் இந்த மாபெரும் எதிர்விளைவுக்குக் காரணம். இதில் முக்கியமானது மறுபார்வையற்ற போக்கின் ஸ்தாபிதம் உருவாக்கிய குருட்டுத் தனம். இன்று இது முடிவற்ற இருளையும் பெரும்வீழ்ச்சியையும் தமிழ் மக்களுக்கு, ஈழ அரசியலுக்குக் கொடுத்துள்ளது.

கண்ணன், அருமை நண்பரே!

ஒரு சிறிய இனத்தின்மீது, இலங்கைத் தீவின் சிறுபான்மை இனத்தின்மீது இந்தியா உள்ளிட்ட சர்வதேச சமூகம் மிகக் கொடூரமாக – மனிதாபிமானமற்ற முறையில் – நடந்து கொண்டது. தமது நலன், அதிகாரம் என்பவற்றை முன்னிலைப் படுத்தி நடத்தப்பட்ட அணுகுமுறைகளும் அரசியல் நடவடிக் கைகளும் எத்தனையோ மக்களின் உயிர்களைப் பறிக்கக் காரணமாகிவிட்டன. அப்படிப் பார்த்தால் இந்தியத் தரப் பினரும் குற்றவாளிகளே!

இப்போதுகூட – புலிகளின் மீதான இவர்களின் பகை யுணர்ச்சி தீர்ந்த பிற்பாடும் – தமிழ்மக்களின் பிரச்சினைக் கான எத்தகைய தீர்வுகளும் முன்வைக்கப்படவில்லை. தவிரவும் மக்களின் நல்வாழ்க்கைக்கான உத்தரவாதம், ஏற்பாடுகள், இயல்புநிலை என்பவற்றுக்குக் கூட எவரும் உரிய நடவடிக் கைகளை மேற்கொண்டதாக இல்லை.

இத்தகைய குரூரமான அரசியல் யதார்த்தத்தை நாம் கேள்விக்குட்படுத்தியே ஆகவேண்டும். தென்னாசியப் பிராந் தியத்தில் இறுதியாக நசுக்கப்பட்ட விடுதலைப் போராட்டமாக ஈழப்போராட்டம் இன்றுள்ளது. அதீதமான புனைவுகளால் கட்டமைக்கப்பட்டிருக்கும் ஈழப்போராட்டம் பற்றிய விளக் கத்தை நாம் புதிய முறையில் உண்மையின் வெளிச்சத்தில் காணவும் மதிப்பிடவும் வேணும்.

கண்ணன், இதற்கு உங்களுடையதும் காலச்சுவடுவினதும் பங்களிப்பும் ஆதரவும் தேவை.

இப்போது எங்கள் முகாமில் யாருக்குமே பெயர்கள், தனி அடையாளங்கள் என்று எதுவும் இல்லை. தனியே டோக்கன் எண் மட்டும்தான் உண்டு. அந்த எண்தான் சாப்பாட்டுக்கும் மலசலம் போவதற்கும், யாருடனும் பேசுவதற்கும் பிற அனைத்துக்கும். இப்போது கடிதத்தின் கீழே பெயரை எழுதுமுன்னர் அந்த இலக்கம்தான் முன்னே வருகிறது.

அன்புடன்

♦ ♦ ♦

வன்னியில் என்ன நடந்தது?

களத்திலிருந்து ஓர் அனுபவப் பதிவு

1

உண்மைகள் சொல்லப்படாதவரையில் பொய்களின் ஊர்வலமே நடக்கும் என்பார்கள். இந்தப் பொய்கள் எப்போதும் எல்லோரையும் எல்லாவற்றையும் மயானத்துக்கே அழைத்துச் செல்லும். வன்னியுத்தமும் ஈழத்தமிழர் போராட்டமும் ஏறக்குறைய இத்தகையதொரு நிலையையே இன்று எட்டியுள்ளன. விடுதலைப் புலிகள் பற்றியும் அவர்களால் முன்னெடுக்கப் பட்டுவந்த போராட்டம் பற்றியும் உற்பத்தி செய்யப்பட்ட புனைவுகள் ஒருபுறமும் சிறிலங்கா அரசினதும் சிங்களத் தரப்பினதுமான புனைவுகள் மறுபுறமுமாகப் பெரும் புனைவுகள் நம்மைச் சுற்றி உருவாக்கப்பட்டுள்ளன. இந்தப் புனைவுகளுக்கெதிரான மறுப்புக் குரல்களோ எதிர்க் குரல்களோ கலகக் குரல்களோ உரியமுறையில் வெகுசனத்திரளால் கவனத்திற் கொள்ளப்படவில்லை. எனவே, இன்று வன்னி யுத்தம் பற்றியோ புலிகளின் இறுதி நாட்களைப் பற்றியோ அங்கே இருந்த மக்களின் நிலை பற்றியோ கொல்லப்பட்ட மக்களின் எண்ணிக்கை குறித்தோ எதுவும் தெரியாதவாறு இந்தப் புனைவு மண்டலம் நீள்கிறது. இது மிகத் துயரமான ஒரு நிலை; அது மட்டுமல்ல ஆபத்தான நிலையும்கூட.

வன்னியில் என்ன நடந்தது? புலிகள் எவ்வாறு தோற்கடிக்கப்பட்டனர்? அல்லது எப்படித் தோற்றனர்? உண்மையில் கொல்லப்பட்டவர்களின் எண்ணிக்கை எவ்வளவு? இது போன்ற

ஏராளமான கேள்விகள் நம் முன் விரிந்து கிடக்கின்றன. ஐ.நா. உட்படப் பல்வேறு தரப்பினரும் இந்த நிலைமைகள் மற்றும் விவரங்கள் தொடர்பாகப் பலவகையான அபிப்பிராயங்களைத் தெரிவித்து வருகின்றபோதும் உண்மை நிலவரத்தை எந்தத் தரப்பும் இன்னும் முழுமையாகக் கண்டறியவில்லை. உண்மை நிலவரத்தை அறிந்தவர்கள் வன்னி மக்கள் மட்டுமே. ஆனால் அவர்களோ இப்போது வவுனியாவிலும் யாழ்ப்பாணத்திலும் நலன்புரி நிலையங்கள் என்ற தடுப்பு முகாம்களில் தடுத்து வைக்கப்பட்டுள்ளனர். இந்த மக்கள் வெளியுலகத்துடன் தொடர்புகொண்டு பேசக்கூடிய நிலைமை உருவாகுமானால் எல்லாவற்றினதும் மெய்விவரங்களும் வெளித்தெரிய வரும். ஆச்சரியமளிக்கக்கூடிய அதிர்ச்சியளிக்கக்கூடிய உண்மைகள் அப்போது வெளியாகும்.

முதலில் இந்தப் பத்தியாளர் இன்னும் எல்லா உண்மை களையும் சொல்ல முடியாத அச்சத்துடனேயே உள்ளார் என்பதை நீங்கள் உணர வேண்டும். இதுதான் இலங்கை நிலவரம். ஆனால் எல்லா உண்மைகளையும் இங்கே சொல்ல முடியா விட்டாலும் பொய்யுரைப்பதைத் தவிர்த்திருக்கிறார். விடுதலைப் புலிகளும் இலங்கை அரசும் உருவாக்கிய அச்சப் பிராந்தியமும் அபாய வெளிகளும் இன்னும் முற்றாக நீங்கவில்லை. புலிகள் தோற்கடிக்கப்பட்டாலும் சிறிலங்கா அரசால் தொடரப்படும் நெருக்குவாரங்களும் ஜனநாயக மறுப்பும் ஊடகச் சுதந்திரத் திற்கு விடப்பட்டிருக்கும் சவால்களும் அகலவில்லை. எனவே வன்னியில் புலிகளின் தடைகள், ஜனநாயக மறுப்பு, கருத்து சுதந்திரமின்மைக்குள் எல்லாவற்றையும் வெளிப்படையாகப் பேச முடியாமை என்னும் நிலைமை இருந்ததைப் போலவே இப்போது அங்கிருந்து தப்பிவந்து இடைத்தங்கல் முகாம், (நலன்புரி நிலையம்) என்ற தடுப்பு முகாம்களில் இருந்து கொண்டும் எல்லாவற்றையும் பேச முடியவில்லை.

இங்கும் தொடர்பு வசதி இல்லை. அது மட்டுமல்ல, வன்னியிலிருந்து வெளியேறப் புலிகள் விதித்திருந்த பயணத் தடையைப் போன்றே இந்த முகாமிலிருந்தும் யாரும் வெளியே செல்ல முடியாது. ஒரு கைதி நிலையே (தடுப்பு நிலையே) தொடர்கிறது. அதனால் இந்தப் பத்திகூட மிக ரகசியமாகவே எழுதப்படுகிறது. வெளியுலகில் என்ன நடக்கிறது என்பது எங்களுக்குத் தெரியாது. இந்தத் தகவல் யுகத்தில் எந்தத் தொடர் பாடலுமில்லாமல் எல்லாவற்றிலிருந்தும் எல்லோருடனுமான தொடர்புகள் துண்டிக்கப்பட்ட நிலையில் இருக்கிறோம். ஒரு பத்திரிகை வாசிப்பதற்குக்கூட ஏற்பாடுகள் செய்யப்படவில்லை. இப்படியே இன்று மூன்று லட்சம் வரையான சனங்கள் தடுப்பு முகாம்களில் தங்க வைக்கப்பட்டிருக்கிறார்கள். இவற்றைப்

பின்னர் வேறொரு சந்தர்ப்பத்தில் பேசுவோம். இப்போது வன்னியில் என்ன நடந்தது என்று பார்ப்போம். ஏனெனில் வன்னி நிலையே, புலிகளின் அரசியலே, ஈழத் தமிழரின் இந்த வீழ்ச்சிக்கு முழுக் காரணம்.

2

2006 ஆகஸ்ட் 11இல் விடுதலைப் புலிகள் யுத்தத்தை ஆரம்பித்த துடன் வன்னிக்கான கதவுகள் பெரும்பாலும் மூடப்பட்டு விட்டன. ஒரு பக்கத்தில் சிறிலங்கா ராணுவம் பாதைகளை மூடியது என்றால் மறுபுறத்தில் புலிகள் சனங்களுக்கான தொலைத்தொடர்புகள், போக்குவரத்து, பயண அனுமதி எல்லா வற்றையும் மூடினார்கள். வன்னி மக்கள் இரண்டு தரப் பினருடைய நெருக்கடிகளுக்கும் முற்றுகைக்கும் உள்ளாக வேண்டியதாகியது. யுத்தம் ஓய்வற்று நடந்த இரண்டரை ஆண்டு களிலும் வன்னி மக்கள் பட்ட துயரங்களும் கொடுமைகளும் அழிவுகளும் அவமானங்களும் சாதாரணமானவையல்ல.

போர் தொடங்கியவுடன் புலிகள் முதலில் செய்த வேலை கட்டாய ஆட்சேர்ப்பில் ஈடுபட்டதுதான். பால், வயது வேறுபாடு இல்லாமல் எல்லாக் குடும்பங்களில் இருந்தும் போருக்கு வர வேண்டும் என்று கட்டாயப்படுத்திப் பிள்ளைகளைப் பிடித்துச் சென்றனர். அப்போது இலங்கைப் போர் நிறுத்தக் கண்காணிப்புக் குழு வன்னியில் இருந்தது. ஐ.நா. உள்ளிட்ட தொண்டு நிறுவனங் கள் பலவும் வன்னியிலிருந்தன. புலிகளின் ஊடகங்கள் கட்டாய ஆள் சேர்ப்பை வலியுறுத்தியும் அதை நியாயப்படுத்தியும் பரப்புரை செய்தன. இவை எதைப்பற்றியும் இந்தச் சர்வதேச அமைப்புகளும் பிரதிநிதிகளும் எந்தவகையான அபிப்பிராயமும் சொல்லவில்லை. அவை இதில் தலையிடாக் கொள்கையைக் கடைப்பிடித்தன. புலிகள் இதைத் தமக்கான வசதியாகக் கருதி மெல்லமெல்ல தமது பிடியை இறுக்கி நடவடிக்கைகளைத் தீவிரப்படுத்தினர். சிறிலங்கா ராணுவம் மன்னார் மாவட்டத் திலிருந்து போரைத் தீவிரப்படுத்தி மெல்லமெல்ல வன்னி மையத்தை நோக்கி நகரத் தொடங்க, புலிகளின் கட்டாய ஆட்சேர்ப்பு மிகத் தீவிரமடையத் தொடங்கியது. ஏற்கனவே கிழக்கையும் அதன் தலைமைக்குரிய கருணாவையும் புலிகள் இழந்ததையும் நினைவிற் கொள்க.

புலிகள் எதிர்பார்த்திராத அளவுக்கு சிறிலங்கா இராணு வத்தின் நடவடிக்கைகள் அமைந்தன. மரபு வழியில் படைக் கட்டமைப்பையும் அதே வகையிலான தாக்குதல் மற்றும் படை நடவடிக்கைகளையும் குலையவிடக் கூடாது என்ற கவனத்தோடு புலிகள் செயல்பட்டனர். ஆனால் சிறிலங்கா

ராணுவமோ மரபுவழி ராணுவமாக நடவடிக்கைகளில் ஈடு பட்டுக்கொண்டிருந்தபோதும் அதன் ஒரு பிரதான அம்சமாக ஒரு முக்கிய அலகு கெரில்லா போர்முறையைப் பின்பற்றிப் புலிகளின் மீது நடவடிக்கைகளில் ஈடுபட்டது. புலிகளை நிலை குலைய வைக்கும் தாக்குதல்களை சிறிலங்கா ராணுவத்தின் ஆழ ஊடுருவும் அணிகள் மிகக் கச்சிதமாக நடத்தின. இந்தத் தாக்குதல்களில் புலிகளின் முக்கியத் தளபதிகள் பலரும் கொல்லப்பட்டனர். இவ்வாறான ஒரு தாக்குதலின்போது, புலிகளின் கொழும்பு நடவடிக்கைகளுக்குப் பொறுப்பான சார்ள்ஸ் என்பவர் (கேனல் சார்ள்ஸ்) மூன்று உதவியாளர் களுடன் கொல்லப்பட்டிருந்தமை குறிப்பிடத்தக்கது. வன்னியின் புவியியல் அமைப்பு (காடும் ஆறுகளும் பெருங்குளங்களும்) இராணுவத்துக்கு வாய்ப்பாகியது. புலிகள் தமது திறன்வாய்ந்த கெரில்லாப் போர்முறையை முழுதாகக் கைவிட்டு முற்று முழுதாக மரபுவழிப் போர்முறையைக் கையாண்டனர். இதே வேளை புலிகளின் கடல்வழி ஆயுத வருகையை – விநியோகத்தை, சிறிலங்கா விமானப் படையும் கடற்படையும் இணைந்து முழுமையாகத் தடுத்திருந்தன. புலிகளின் நான்கு ஆயுதக் கப்பல்கள் கடலில் தாக்கி அழிக்கப்பட்டிருந்தமை இங்கு நினைவுகொள்ளத்தக்கது. இதன் பின்னணியில் இந்தியாவும் அமெரிக்காவும் இருந்ததாக நம்பப்படுகிறது.

முக்கியமாக நான்காம் கட்ட ஈழப்போர் என்று வர்ணிக்கப் படும் இந்தக் காலகட்டப் போரில் புலிகளின் கடற்படை அல்லது கடற்புலிகளின் பலம் முற்றாகச் சிதைக்கப்பட்டது. அத்துடன் புலனாய்வுத் துறையும் அவர்களின் கரும்புலிகளின் அணியும் செயலற்ற நிலமைக்குத் தள்ளப்பட்டன. கொழும்பு நடவடிக்கைகளுக்கு இடமளிக்காமல் சிறிலங்கா அரசின் பாதுகாப்பு நடவடிக்கைகள் வடிவமைக்கப்பட்டன. தவிர வன்னிக்கு வெளியே யாழ்ப்பாணம், வவுனியா, மன்னார், திருகோணமலை, மட்டக்கிளப்பு, அம்பாறை மாவட்டங்களின் சிறு அளவிலான ராணுவ நடவடிக்கைகளையோ அரசியல் செயல்பாடுகளையோ மேற்கொள்ள முடியாதவாறு சிறிலங்கா அரசின் புலனாய்வு நடவடிக்கைகளும் இறுக்கமும் இருந்தன. அத்துடன் கேனல் கருணா என்ற விநாயக மூர்த்தி முரளிதரனின் பிரிவோடு கிழக்கில் புலிகளின் ஆதிக்கமும் அதன் வழியான எல்லா வளங்களும் பாதிக்கப்பட்டன. குறிப்பாகப் புலிகளின் போருக்குக் கிழக்கு இளைஞர்கள் பெரும் பலமாக இருந்தனர். கருணாவின் பிரிவோடு இது தடைப்பட்டது.

இதேவேளை கடலையும் காட்டுப்பகுதியையும் மெல்ல மெல்ல தமது முழுமையான கட்டுப்பாட்டுக்குள் சிறிலங்கா ராணுவம் கொண்டுவந்தது. படைத்தரப்பு மன்னாரிலிருந்து

நடவடிக்கையை மேற்கொண்டு வன்னி மேற்கின் காட்டுப் பகுதிகளையும் சிறுபட்டணங்களையும் முதலில் கைப்பற்றியது. ராணுவரீதியில் புலிகளின் ஆயுதமும் கவசமும் கடலும் காடுமே. மறுபுறத்தில் மக்கள். படைத்தரப்பின் போர் உத்தியாகக் காட்டையும் கடலையும் தமது கட்டுப்பாட்டின்கீழ் கொண்டு வந்ததன் மூலம் புலிகளைப் பாதுகாப்பற்ற வெளிக்குள் தள்ளி விட்டனர். இதனால் புலிகள் சனங்களை அரணாகப் பயன் படுத்தத் தொடங்கினர். புலிகளின் அழிவு என்பது இதுபோன்ற ஏனைய பல தவறான நடவடிக்கைகள் மூலம் ஏற்கனவே நிகழ்ந்திருந்தாலும் சனங்களைக் கட்டாயப்படுத்திப் போருக்கு இழுத்ததன் மூலம் மேலும் பாதகமான நிலைக்குத் தள்ளப் பட்டனர். சனங்களுக்கும் புலிகளுக்குமான முரண் ஒரு கட்டத்தில் உச்சநிலைக்குப் போய்விட்டது.

கட்டாய ஆள்சேர்ப்பை வலியுறுத்திய புலிகளின் ஊடகங்கள் மறுபக்கத்தில் மக்கள் தாமாக முன்வந்தே போரில் இணைகின்றனர் என்று ஒன்றுக்கொன்று முரணான செய்தி களை வெளியிட்டன. சிறிலங்கா அரசு சர்வதேசத் தொண்டு நிறுவனங்களை வெளியேற்றியதைப் புலிகள் இன்னும் வாய்ப் பாகப் பயன்படுத்திக்கொண்டனர். வெளியே எந்தச் செய்தி களும் வர மாட்டாது என்பது உறுதியானவுடன் முழு அட்ட காசமாகத் தமது நடவடிக்கையை அவர்கள் மேற்கொண்டனர். புலிகளின் மூத்த உறுப்பினர்கள் கட்டாய ஆள் பிடிப்பை வலியுறுத்திப் பேசியும் எழுதியும் வந்தனர். இந்த ஆள் சேர்ப்புக்கு (இதை வன்னி மக்கள் 'லபக்', 'ஆள்பிடி', 'கொள்ளை' என்ற சங்கேதப் பெயர்களில் குறிப்பிட்டனர்) எதிராகச் செயல்படு வோருக்கு மரண தண்டனை வழங்கலாம் என்பதையும் அவர்கள் வலியுறுத்தினர். வன்னியிலிருந்து வெளிவந்த புலிகளின் 'ஈழநாதம்' பத்திரிகையும் 'புலிகளின் குரல்' வானொலியும் விடுதலைப் புலிகள் என்ற கொள்கை விளக்க ஏடும் இது தொடர்பான கட்டுரைகளையும் நிகழ்ச்சிகளையும் வெளிப் படுத்தின.

ஆக, மிக மோசமான ஒரு நிலை உருவானது. இதே வேளை படையினரின் முன்னேற்றம் தீவிரமடைந்து கொண்டே யிருந்தது. புலிகள் சேர்த்த பிள்ளைகள் (போராளிகள்) தொகை தொகையாகக் கொல்லப்பட்டுக் கொண்டிருந்தனர். ஊர்கள், தெருக்கள் எல்லாம் சாவை அறிவிக்கும் தோரணங்களாலும் சவ ஊர்வலங்களாலும் திணறின. மாவீரர் துயிலும் இல்லம் என்ற கல்லறை மயானங்கள் எல்லை கடந்து பெருத்தபடியே இருந்தன. சாவு ஒன்றுதான் நிச்சயமானதாக இருந்தது. சனங்கள் திகிலடைந்தனர். யுத்தம் மெல்ல மெல்லத் தீவிரமடைய இயல்பு வாழ்க்கை சிதைவடைந்தது. அகதிப் பெருக்கம், இடப்பெயர்

வின் அவலம், சாவின் பெருக்கம் என நிலைமை மோசமான கட்டத்துள் வீழ்ந்தது. தினமும் இடப்பெயர்வு, கிராமங்கள் பறிபோதல், சிறு பட்டிணங்கள் வீழ்ச்சியடைதல் என்பதே செய்தியாயிற்று. ஆனால் புலிகளின் ஊடகங்கள் இதற்கு எதிரான செய்திகளையே சொல்லிக்கொண்டிருந்தன. ராணுவம் பொறியில் சிக்கப் போகிறது என்று அவை சொல்லிக் கொண் டிருந்தன. இடப் பெயர்வும் உயிரிழப்பும் மக்களை மிக மோச மாகத் தாக்கியது. மிகவும் பின்தங்கிய நிலையில் வாழ்ந்த இந்தச் சனங்கள் இடம்பெயர்ந்தபோது மிக மோசமான அவலத் திற்குள்ளானார்கள். இடம் பெயர்ந்திருந்த இந்த மக்களிடமிருந்து புலிகள் கட்டாய ஆள் சேர்ப்புக்காகவும் போர்ப்பணி என்ற பெயரிலும் ஏராளமானவர்களைப் பிடித்துச் சென்றனர். தவிர போர் தொடர்ச்சியாக நடைபெற்றுக்கொண்டிருந்ததால் இவர்கள் ஒவ்வொரு இடமாக இடம்பெயர்ந்துகொண்டே யிருந்தனர். இவர்கள் போகும் ஒவ்வொரு ஊரைத் தேடியும் படையினர் விரட்டத் தொடங்கினர். புலிகளின் இறுதி வீழ்ச்சி நடந்த இடமான புதுமாத்தளன் – முள்ளி வாய்க்கால் பகுதி வரையில் ஏறக்குறைய 20 தடவைவரை மன்னார் மக்கள் இடம் பெயர்ந்திருக்கின்றனர். இறுதிக் காலத்தில் ஒரு இடத்தில் ஐந்து நாட்கள் மூன்று நாட்கள் என்ற அளவிலேயே இருக்கக் கூடிய நிலை உருவானது. அந்த அளவுக்குப் படைத்தரப்பின் தாக்குதலும் படை நகர்வும் வேகமாக இருந்தன.

படையினரின் தாக்குதல்கள் அதிகரிக்க அதிகரிக்கக் கொல்லப்படும் புலிகளின் தொகையும் அதிகரித்தது. கட்டாய ஆள் சேர்ப்பின் மூலம் பலவந்தப்படுத்தித் துப்பாக்கி முனையில் புதியவர்கள் பிடித்துச் செல்லப்பட்டவர்கள் எப்படி மூர்க்கத் தனமாக முன்னேறிவரும் படையினருடன் போரில் ஈடுபட முடியும்? அதிலும் புலிகள் தரப்பில் மிக இளவயதினர், குறிப் பாக மாணவப் பருவத்தினர். 15–22 வரையானவர்களே அதிகம். ஒரு வாரம் பயிற்சி, பின்னர் மூன்று நாள் பயிற்சி, இறுதியில் ஆயுதங்களை இயக்குவதற்கான பயிற்சி மட்டும் என்ற அள விலேயே புலிகள் இவர்களைக் கள முனைக்கு அனுப்பினர். ஏற்கனவே முன்னேறிவரும் படையினர் வெற்றிபெற்றுவரும் சூழலில் அதற்கான உளவியலைப் பெற்றிருந்தனர். புலிகள் தரப்பில் பின்னடைவு நிலையில் மூத்த புலிகளின் உறுப்பினர் களுக்கு அவநம்பிக்கையும் உளச்சோர்வும் ஏற்பட்டிருந்தன. ஆனாலும் தலைமையின் கட்டளைக்கும் வற்புறுத்தலுக்கும் பணிந்து நடவடிக்கையை மேற்கொண்டாலும் படைத்தரப்பைச் சிதைக்கக் கூடிய மாதிரியோ அல்லது படைநகர்வை கட்டுப் படுத்தவோ தாமதப்படுத்தவோ கூடிய அளவுக்கு அவர்களின் தாக்குதல்கள் அமையவில்லை. இதன் காரணமாகக் கள முனை யிலிருந்து கட்டாய ஆட்சேர்ப்பின் மூலமாகப் பிடித்துச் செல்லப்

பட்டிருந்த நூற்றுக்கணக்கான ஆண்களும் பெண்களும் தப்பி ஓடிக்கொண்டிருந்தார்கள். பிள்ளைகள் களமுனையிலிருந்தோ பயிற்சி முகாமிலிருந்தோ ஓடினால் அதற்குப் பதிலாக அந்தந்தக் குடும்பங்களில் இருந்து தாய் அல்லது தந்தை அல்லது குடும் பத்தின் வேறு உறுப்பினர்கள் எவரையாவது அவர்கள் பிடித்துச் சென்று கட்டாயத் தண்டனைக்குட்படுத்தினார்கள். இதன் காரணமாகச் சில பிள்ளைகள் போர்க்களத்தில் தப்புவதற்கு வழியற்று நிற்க வேண்டிய நிலை ஏற்பட்டது.

இவ்வாறு இக்கட்டான நிலையில் போர்க்களத்தில் நின்று உயிரிழந்த இளைஞர்களும் பெண்களும் ஆயிரக் கணக்கில் அடங்கும். சனங்கள் எதுவுமே செய்ய முடியாது என்ற நிலைக்குத் தள்ளப்பட்டனர். இடப் பெயர்வைச் சமாளிப்பதா? இராணு வத்தின் தாக்குதல்களில் இருந்து தப்பித்துக்கொளவதா? பிள்ளை களைக் காப்பாற்றுவதா என்று தெரியாத பேரவலம் ஒரு பெரும் சுமையாகச் சனங்களின் தலையில் இறங்கியது. சனங் களுக்கும் புலிகளுக்குமிடையில் மோதல்கள் உருவாகின. இறந்த பிள்ளைகளின் உடலை பெற்றோரிடம் காட்டுவதற்கே புலிகள் அஞ்சும் நிலை ஏற்பட்டது. பல பெற்றோர் இந்த மாதிரி சந்தர்ப்பங்களில் புலிகளைத் தாக்கியிருக்கின்றனர்.

இப்படிப் போரின் தீவிர நிலை சனங்களை இறுக்கிக் கழுத்தை நெரித்துக்கொண்டிருந்தபோதுதான் புலிகளின் கெடு பிடிகளும் மிக உச்ச நிலையில் அதிகரித்தன. படையினர் நெருங்க நெருங்க அதைத் தமது பரப்புரைக்கு வாய்ப்பான ஆயுதமாக்கி 'எதிரி வருகிறான்; நீங்கள் அவனிடம் மண்டி யிடப் போகிறீர்களா?', 'உயிரினும் மேலானது தாய்நாடு', 'சிங்கள வெறியனின் கைகளில் சிக்கிச் சாவதைவிட அதற்கெதி ராகப் போரிட்டுச் சாவது மேல்', 'எங்கள் குலத்தமிழ்ப் பெண்களே உங்கள் கற்பு சிங்கள வெறியனுக்கென்ன பரிசா?' என்று சனங்களின் மனதில் கலவரத்தையும் அச்சத்தையும் ஊட்டினார் கள். படைத் தரப்பின் தாக்குதல்களும் சனங்களை அச்ச மடையவே வைத்தன. இதனால் கடந்த காலங்களில் சிங்கள இராணுவத்தின் தாக்குதல்களால் மிகவும் கசப்பான அனு பவத்தைப் பெற்றிருந்த சனங்கள் இன்னும் இன்னும் அச்ச மடையத் தொடங்கினார்கள். இது ஒருவகையில் புலிகளுக்குச் சாதக நிலையைத் தோற்றுவித்தது. மன்னாரிலிருந்து சிறிலங்கா படையினர் தமது நடவடிக்கையை ஆரம்பித்து ஒன்றரை வருடமாக நடத்தப்பட்ட தாக்குதல்களில் ஏறக்குறைய இரண்டரை லட்சம் மக்கள் இடம்பெயர்ந்திருந்தனர். இந்தக் காலத்தில் மிக மூர்க்கமாக விமானத்தாக்குதல்கள் நடந்தன. இதன்போது பல நூற்றுக்கணக்கான சனங்கள் கொல்லப் பட்டிருந்தனர். செஞ்சோலைப் படுகொலை, தமிழ்ச்செல்வன்

கொலை என்பவை பலருக்கும் நினைவுக்கு வரலாம். கிளிநொச்சியில் நடந்த பிறிதொரு தாக்குதலில் 26.11.2007 அன்று பிரபாகரன் மயிரிழையில் உயிர் தப்பியிருந்தார்.

இக்காலகட்டத்தில் சிறிலங்கா இராணுவம் சனங்களின் மீது தாக்குதல் நடத்துவதைத் தவிர்த்ததாக யாரும் சொல்ல முடியாது. ஆனால் படைத்தரப்பின் தாக்குதல் வலயத்திற்கு அப்பால் மக்கள் ஓடிக்கொண்டிருந்தார்கள். அப்படி ஓடிப் பாதுகாப்புத் தேடிக்கொள்வதற்கான இடம் சனங்களுக்கிருந்தது. ஆனால், இப்படி ஓடிக்கொண்டிருந்தபோது அவர்களுக்கான உழைப்பு, வருமானம், இருப்பிடம், பொருட்கள் என்பன இல்லாத நிலை உருவாகியது. பொருட்களைக் கொழும்பில் இருந்து வன்னிக்குள் எடுத்துவருவதற்கான தடையும், கட்டுப் பாடுகளும் உணவுப்பொருட்களைப் பெறுவதற்கே பெரும் நெருக்கடியை உருவாக்கியது. பஞ்சம் பட்டினியும் தலைவிரித் தாடின. 'வன்னி' இலங்கையின் நெற்களஞ்சியம் என்று வர்ணிக் கப்படுவதுண்டு. சனங்கள் தங்களின் சேமிப்பிலும் சேகரிப் பிலுமிருந்த பொருட்களையே எடுத்துச்செல்ல முடியாத நிலையில் படை நடவடிக்கைகள் தீவிரமடைந்ததால் அவர் களால் எதுவும் செய்ய முடியவில்லை. இந்தச் சந்தர்ப்பத்தில் கட்டாய ஆட்சேர்ப்பைத் தவிர்க்கும்படியும் போருத்திகளை மாற்றி அமைக்குமாறும் அமைதிப் பேச்சுக்குத் திரும்பும்படியும் இந்தியாவோடு இணக்கத்துக்குப் போகுமாறும் சிலர் புலிகளை வலியுறுத்தினர். ஆனால் புலிகளின் தலைமையோ பிடிவாதமாக மரபுவழி இராணுவ நடவடிக்கையிலேயே குறியாக இருந்தது. வேறு எவருடைய எந்தவிதமான அபிப்பிராயங்களையும் அது பொருட்படுத்தத் தயாராக இருக்கவில்லை. சனங்கள் படுகின்ற அவலத்தையோ அவர்களின் துயரத்தையோ புலிகள் பொருட் படுத்தவில்லை. சிங்களத் தரப்பை மிகக் கொடூரமான வரலாற்று எதிரி என்று வர்ணித்து அதற்குத் தக்க பாடம் படிப்பிக்க வேண்டும் என்று தமது நடவடிக்கையை மேற்கொண்டனர். கிளிநொச்சியைப் படைத்தரப்பு கைப்பற்றும் வரையில் புலிகள் ஏதாவது உத்திகளைக் கையாண்டு படைத் தரப்பைச் சிதைத்து வெல்வார்கள் என்ற நம்பிக்கை சனங்களுக்கிருந்தது உண்மையே. அந்த நம்பிக்கையோடுதான் அவர்கள் இடம்பெயர்ந்து கொண் டிருந்தனர். தமது ஆட்சி, அதிகாரம் அரசுக் கட்டுமானம் என்ற கனவு குலைந்துபோகும் எனப் புலிகள் அஞ்சினார்கள். அதனாலேயே அவர்கள் மரபுவழியான நடவடிக்கையைத் தொடர்ந்தனர்.

கிளிநொச்சியைக் கைப்பற்றிய படையினர் ஆனையிற வினூடாக யாழ்ப்பாணத்துடன் இணைந்தனர். இந்த இணை வோடு யாழ்ப்பாணத்திற்குள் முடக்கப்பட்டிருந்த 40 ஆயிரம்

இராணுவத்தினரும் படை நடவடிக்கையில் ஈடுபடும் நிலை உருவானது. உடனேயே தொடர்நடவடிக்கையைப் படைத்தரப்பு மேற்கொண்டு புலிகளை மேலும் விரட்டத் தொடங்கியது. ஜனவரி 15ஆம் திகதிக்குப் பின்னரான நிலைமைகள் இதனுடன் தான் ஆரம்பிக்கின்றன. உலகைக் குலுக்கும் நிலைமைகள் 2009 ஜனவரி 15க்குப் பின்னரான நடவடிக்கை வன்னி கிழக்கை நோக்கியது. ஏற்கனவே மணலாற்றில் இருந்து முல்லைத்தீவுப் பட்டிணம் வரையான பகுதியைப் படைத்தரப்புக் கைப்பற்றி யிருந்தது. இதற்குள் புலிகளின் முக்கியமான தளபதிகள் பலரும் கொல்லப்பட்டிருந்தனர். அடுத்தது புலிகளின் உறுப்பினர் களிடமும் சனங்களிடமும் பெருமதிப்பைப் பெற்றிருந்த தாக்குதல் தளபதி பிரிகேடியர் பால்ராஜின் மரணம். (இவர் மாரடைப் பால் உயிரிழந்திருந்தார்.) இவை புலிகளைக் கடுமையாகப் பாதித்திருந்தன. அதிலும் கருணா அரசுடன் இணைந்திருந்த தனால் புலிகளின் போருத்திகள், படைவலு, பிரபாகரனின் சிந்தனைப் போக்கு, கள அமைவு எனச் சகலவற்றையும் கருணா படைத்தரப்புக்கு வழங்கியிருப்பார் என்ற அபிப் பிராயமும் உண்டு.

இவ்வாறு நிலைமைகள் பாதகமாக அமைந்திருந்த போதும் புலிகளின் ஊடகங்களும் உறுப்பினர்களில் பெரும்பகுதியினரும் 'தலைமையின் மீது நம்பிக்கை வையுங்கள். எந்தச் சூழலிலும் நாம் தோற்றுப்போக மாட்டோம்' என்று மக்களுக்குச் சொல்லிக் கொண்டே இருந்தனர். எந்த வகையான தருக்கமுமில்லாமல் வெறும் வாய்ப்பேச்சாகவே இந்தச் சொற்கள் இருந்தன. எவ்வளவு தான் புலிகளின் நம்பிக்கையூட்டல்கள் அமைந்தாலும் அதை நம்புவதற்குச் சனங்கள் தயாராக இல்லை. யுத்தமோ மிக மூர்க்கத்தனமாகச் சனங்களைத் தாக்கிக்கொண்டிருந்தது. இப்போது சனங்களின் சாவு வீதம் சடுதியாக அதிகரிக்கத் தொடங்கியது. கட்டாய ஆட்சேர்ப்பு எல்லா வகையான வரம்பு களையும் மீறிக் குடும்பத்தில் எத்தனைபேரையும் எங்குவைத்தும் எப்படியும் பிடித்துக்கொள்ளலாம் என்றாகியது. முன்னர் போராளிக் குடும்பங்களும் மாவீரர் குடும்பங்களும் ஆட்சேர்ப் பில் விலக்களிக்கப்பட்டிருந்தன. இறுதியில் இந்த வேறுபாடுகள் எதுவும் கடைப்பிடிக்கப்படாமல் கண்டபடி ஆட்சேர்ப்பு நடக்க ஆரம்பித்தவுடன் சனங்களுக்கும் புலிகளுக்குமிடையில் முரண் பாடுகள் அதிகரித்தன. சனங்கள் புலிகளைப் பகிரங்கமாகவே எதிர்க்கவும் தாக்கவும் தொடங்கினர். அவர்களுடைய உடைமை களுக்கும் வாகனங்களுக்கும் தீவைத்துக் கொளுத்தினர். இந்தக் கட்டத்தில் புலிகளின் கடந்தகால முஸ்லிம் விரோத நடவடிக்கை களையும் பிற இயக்கங்கள் மீது புலிகள் விதித்த தடைகளையும் மேற்கொண்டிருந்த தாக்குதல்கள்; படுகொலைகளையும் புத்தி ஜீவிகள் மீதான கொலை அச்சுறுத்தலையும் சிலர் வெளிப்படை

யாகவே கண்டித்தனர். பிரபாகரனை வெளிப்படையாகவும் பகிரங்கமாகவும் சனங்கள் திட்டினர்.

இதேவேளை ஜனவரி 15க்குப் பின்னர் வன்னி கிழக்கில் விசுவமடு தொடக்கம் மக்கள் கொல்லப்படத் தொடங்கினர். போர் மிகவும் உக்கிரமாக நடக்கையில் சனங்கள் இனி ஓடுவதற்கு இடமில்லை என்ற நிலை உருவானது. முல்லைத்தீவுக்கு அண்மையில் இருந்த ஓட்டுசுட்டான் புதுக்குடியிருப்புப் பகுதிகளையும் படைத்தரப்பு கைப்பற்றியதுடன் சனங்களின் கதி மிகவும் ஆபத்தாகியது. இங்கிருந்து புலிகள் சனங்களைக் கவசமாகப் பயன்படுத்தத் தொடங்கினர். ஏற்கனவே, சனங்கள் வெளியேறுவதற்கு இறுக்கமான தடையை விதித்திருந்த புலிகள் மேலும் பாதுகாப்பு நிலையை உயர்த்திச் சனங்கள் எங்கும் தப்பிச் செல்லாதிருக்கும்படி பார்த்துக்கொண்டனர். சனங்களின் செறிவு அதிகரிக்கும்போது யுத்தமும் சனங்களுக்குக் கிட்டவாக, நெருங்கிய சூழலில் தாக்குதல்களில் சனங்கள் கொல்லப்படத் தொடங்கினர். இந்த நாட்களின் நிகழ்ச்சிகளை விவரிக்கவே முடியாது.

குறிப்பாகப் படையினர் விசுவமடு என்ற இடத்தை நெருங்கியபோது நடத்திய தாக்குதல்களில் நூற்றுக்கணக்கான மக்கள் கொல்லப்பட்டனர். உடையார்கட்டுப் பகுதியில் இருந்து இந்தப் படுகொலை நாடகம் மிக உக்கிரமான நிலையில் ஆரம்பித்தது. தினமும் நூற்றுக்கணக்கானவர்கள் கொல்லப் பட்டார்கள். ஏற்கனவே கைப்பற்றிய சில பகுதிகளில் இருந்து நூற்றுக்கணக்கான சனங்கள் மட்டும் படையினரிடம் அகப் பட்டிருந்தனர். ஆனால் உடையார்கட்டு, சுதந்திரபுரம் பகுதி மீது நடத்தப்பட்ட தாக்குதல்கள் சனங்களை நிலைகுலைய வைத்தன. முன்னர் நடந்த படை நடவடிக்கைகளின் காரணமாக இடம்பெயர்ந்திருந்த மருத்துவமனைகள் வெவ்வேறு இடங் களில் மட்டுப்பட்ட அளவில் இயங்கினாலும் அவற்றால் முழு அளவிலான சேவைகளை வழங்க முடியவில்லை. ஆனால் இரவு பகல் என்றில்லாமல் அங்கிருந்த மருத்துவர்கள் – இப்போது சிறிலங்கா அரசால் தடுத்து வைக்கப்பட்டுக் குற்றஞ்சாட்டப் பட்டு விசாரிக்கப்பட்டுவரும் டொக்ரர் சத்தியமூர்த்தி, டொக்ரர் வரதராஜன், டொக்ரர் சண்முகராஜா உட்படப் பல மருத்து வர்கள் – பெரும் சேவையாற்றினர். மனித குலம் தன் வரலாற்றில் என்றுமே மறக்க முடியாத அளவுக்கான பெரும் சேவையை இவர்கள் செய்தனர். ஆனால் இவர்களுடைய அரசியல் பார்வை குறித்த விமர்சனங்கள் உண்டு என்பதையும் நாம் கவனத்தில் கொள்ள வேண்டும். மருந்துத்தடை அதனால் ஏற்பட்ட தட்டுப் பாடுகளின் மத்தியிலும் தாக்குதல்களில் காயப்படும் மக்களைக் காப்பாற்றும் மனிதாபிமான நடவடிக்கைகளில் மிகவும் உயிராபத்

துகள் நிறைந்த சூழலில் இந்த மருத்துவர்களும் பணியாளர்களும் தொண்டாற்றினார்கள். அதேவேளை புலிகள் இந்த மருத்துவ மனைகளைத் தமது நிழல் நடவடிக்கை மூலம் கட்டுப்படுத்தி வந்தனர். மருந்துப்பொருட்களையும் எடுத்துச் சென்றனர்.

உடையார்கட்டுப் பகுதியில் படைத்தரப்பு நடத்திய தாக்கு தல்கள் மிகக் கொடியவை. சனங்களை அதிர்ச்சிக்குள்ளாக்கி நிலைகுலைய வைத்து அவர்களைப் புலிகளின் பிடியிலிருந்து மீட்கும் உபாயத்தைப் படைத்தரப்புக் கைக்கொள்ளத் தொடங் கியது. இது மிகக் கேவலமானது. மனிதாபிமானத்துக்கு முற்றிலும் எதிரான செயல் இது. எந்த வகையான நியாயப்படுத்தல்களை யும் செய்ய முடியாத நடவடிக்கை இது.

மிகச் செறிவாக அடர்ந்திருந்த சனங்களை இலக்கு வைத்து ஆட்லறி மற்றும் எரிகணைத் தாக்குதல்கள் – றொக்கற் தாக்குதல் களைப் படைத்தரப்பு நடத்தியது. இதன்போது ஐ.நாவின் உலக உணவுத்திட்ட அதிகாரியும் சர்வதேச செஞ்சிலுவைச் சங்கத்தின் பிரதிநிதியும் வன்னியிலிருந்தனர். இந்தத் தாக்குதல் களை அடுத்து இவர்கள் வன்னியை விட்டு வெளியேறினர். அந்தளவுக்கு அவர்களுக்கே பாதுகாப்பற்ற நிலைமை என்றானது. சனங்கள் என்ன செய்வது, எங்கே செல்வது, எப்படித் தப்புவது என்று தெரியாமல் திணறினர். கண்முன்னே சிதறிப் பலியாகும் உடல்கள். இரத்தமும் சிதிலமுமான சூழல். சாவோலம். தீயும் புகையுமாக எரியும் காட்சி. சடங்குகள் சம்பிரதாயங்கள் இல்லாமல் கொல்லப்படும் இடங்களிலேயே சடலங்களைப் புதைக்க வேண்டிய நிலை. சவப்பெட்டிகளே இல்லை. சடங்கு களுக்கு அவகாசமில்லை. ஆனால் சாவுகள் மட்டும் தொடர்ந்து கொண்டேயிருந்தன. குடும்பம் குடும்பமாகக் கொலைகள் நடந்தன.

கடந்த ஐம்பது ஆண்டுகளாகப் பல நூற்றுக்கணக்கான படுகொலைகளைச் சந்தித்திருந்த ஈழத் தமிழ்ச் சமூகம் இப்போது நடந்த படுகொலைகளை ஜீரணிக்க முடியாமல் திணறியது. அந்தளவுக்கு அதன் அனுபவப்பரப்புக்கு அப்பால் முன்னெப் போதையும்விட மிக மோசமாக இந்தக் கொலைகள் நடந்தன. வீதிகள், காலனிகள், குடிசைகள் எங்கும் எங்கும் பிணக்கு வியல்களே.

தாக்குதல்களும் சாவுகளும் இப்படித் தொடர்ந்து கொண் டிருக்கும்போது, அவலம் உச்சநிலையைக் கடந்துவிட்டபோதும் புலிகள் தமது நடவடிக்கைகளை மாற்றவில்லை. பதிலாகத் தமது நடவடிக்கைகளுக்கு ஒத்துழைக்காதவர்களுக்கு எதிராகத் தாம் கடுமையான நடவடிக்கையை மேற்கொள்ள தீர்மானித் திருப்பதாக அறிவித்துப் பகிரங்கத் தண்டனை வழங்கும் நடவடிக்

கைகளிலும் ஈடுபட்டனர். இந்த அறிவிப்புடன் அவர்களின் துண்டுப் பிரசுரங்கள் வெளியிடப்பட்டன. எதிர்ப்பைக் காட்டுகின்றவர்கள் தேசத்துரோகிகள், இனத்துரோகிகள் என்று குறிப்பிடப்பட்டுத் தண்டனை வழங்கப்பட்டது. இந்தத் தண்டனை சுட்டுக் கொல்லுதல் என்பது வரையில் சென்றது. சனங்கள் என்னதான் வந்தாலும் பரவாயில்லை என்று தீர்மானித்துப் படையினரிடமே தப்பிச் செல்லத் தொடங்கினார்கள். சிலர் கடல் வழியாகத் தப்பிச் சென்றனர். மிகச் சிலர் இந்தியாவுக்குத் தப்பி ஓடினர். இவ்வாறு தப்பிச் செல்லும் மக்களைத் தடுக்கும் நடவடிக்கையை அரசியல் துறையின் துணைப் பொறுப்பாளர் சோ. தங்கன் தலைமையிலான புலிகளின் அணிகள் மேற்கொண்டன. புலிகளின் தடையை மீறிச் சென்ற மக்களின் மீது அவர்கள் ஈவு இரக்கமின்றித் தாக்குதல்களை நடத்தினர். சில சந்தப்பங்களில் மக்களின் மீது எரிகணைத் தாக்குதல் களைக்கூட மேற்கொண்டனர். புலிகளின் இவ்வாறான தாக்குதல்களில் நூற்றுக்கும் மேற்பட்ட சனங்கள் கொல்லப்பட்டனர். படையினரின் கொலைவெறித் தாக்குதல்களில் இரண்டாயிரம் வரையான மக்கள் உடையார்கட்டு, சுதந்திரபுரம், வன்னிபுனம், தேவிபுரம், புதுக்குடியிருப்புப் பகுதிகளில் கொல்லப்பட்டனர்.

எனினும் புலிகளின் தடைகள், தாக்குதல்களையும் மீறிப் பதினைந்தாயிரம் வரையான சனங்கள் இராணுவத்தின் பக்கம் சென்றனர். சனங்கள் தொடர்ந்து தம்மிடம் வருவதை ஊக்கப்படுத்தும் நோக்கில் படைத்தரப்பு மேலும் மேலும் சனங்களின் மீதே தனது இலக்கை நிர்ணயித்தது. இது மிகக் கேவலமானதும் கொடூரமானதும் மன்னிக்க முடியாததுமான நடவடிக்கை. ஆனால், இதை மறைத்துக் கொண்டு வெற்றிகரமாகப் படையினர் புதிய பிரதேசங்களைக் கைப்பற்றிக் கொண்டதாகவும் சனங்களை மனிதாபிமான நடவடிக்கை மூலம் மீட்டதாகவும் படைத்தரப்பும் அரசும் பிரச்சாரம் செய்தன. இதில் இன்னும் கொடுமையானது பாடசாலைகளிலும் தற்காலிகமாக அவசர நிலையில் இயங்கிய மருத்துவமனைகள் மீதும் படையினர் நடத்திய தாக்குதல்கள். காயப்பட்டு மருத்துவமனைக்குக் கொண்டுசெல்லப்பட்டவர்களையும் காப்பாற்றுவதற்கு முடியாது என்ற நிலை பயங்கரமாகியது. புலிகளின் ஆட்பிடி மற்றும் பலவகையான பலவந்த நடவடிக்கைகள் ஒரு பக்கமும் படையினரின் படுகொலைத் தாக்குதல்கள் மறுபுறமுமாக இரண்டு தரப்புக்குமிடையில் சிக்கித் திணறினர் மக்கள். ஆனால், இந்த நிலை குறித்து வெளியுலகத்துக்கு எந்தச் செய்தியும் வெளியே செல்ல முடியாதவாறு இரண்டு தரப்புகளும் இறுக்கமான நடவடிக்கைகள் மூலம் பார்த்துக்கொண்டன.

இதேவேளை புலிகளின் பரப்புரைப் பகுதிகள் வன்னி நிலைபற்றி ஏற்கனவே மேற்கொண்டு வந்த புனைவை மேலும்

விரிவுபடுத்தி திரிவுபடுத்தி மேலும் பொய்ப்பரப்புரைகளில் ஈடுபட்டன. படையினரின் தாக்குதல்களில் கொல்லப்படும் மக்கள் பற்றிய உண்மைச் செய்திகளுடன் மேலும் பல பொய் களையும் இணைத்துத் தமது பரப்புரையை இவை மேற் கொண்டன. கொல்லப்படும் மக்களின் எண்ணிக்கையை மெல்ல மெல்ல புலிகள் கூட்டிச் சொல்லவும் தொடங்கினர். அதே வேளை அரசுக்கெதிரான கண்டனப் பரப்புரையையும் அவை தீவிரப்படுத்தின. ஏற்கனவே சமூக அமைப்புகள், சக்திகளைக் குலைத்து தமக்கிசைவான சமூகக் கட்டமைப்புகளை உருவாக்கி யிருந்த புலிகள் அந்த அமைப்புகளைக்கூட இயக்க முடியாத நிலைக்குத் தள்ளப்பட்டனர். புலிகளின் ஆட்சி, நிர்வாகக் கட்ட மைப்புகள் சகலதும் தகர்ந்து ஆட்டம் கண்டது. போர் தொடங்கியபோதே தமது நிர்வாகக் கட்டமைப்புகள் சகலதை யும் போருக்கும் ஆட்சேர்ப்புக்கும் ஏற்ற வகையில் பயன்படுத்தி வந்ததையும் இங்கே குறிப்பிட வேண்டும். புலிகள் அடிப்படை யில் ஒரு இராணுவ அமைப்பு என்பதை நாம் முதலில் புரிந்து கொள்வது அவசியம்.

இது அவர்கள் பற்றிய விமர்சனம் அல்ல. முழு உண்மை. சகல வளங்களையும் தமது இராணுவ நடவடிக்கைகளுக்கும் வெற்றிக்குமாகவே பயன்படுத்திவரும் இயல்பு புலிகளினுடையது. தமது இராணுவ நடவடிக்கைகளுக்கான ஆதாரத் தளமாகவே அவர்கள் அவற்றைப் பயன்படுத்தினர். பிரபாகரன் எப்போதும் இராணுவ நடவடிக்கைகளிலும் இதற்கான தயார்ப்படுத்தல் களிலும் வளங்களிலுமே கூடிய கவனத்தைச் செலுத்திவந்தார். அவருடைய அணுகுமுறையே அரசியலில் இராணுவ மேலாதிக் கத்துக்கு முன்னுரிமை அளிப்பதாக இருந்தது. அதாவது, புலிகளின் இராணுவ பலத்தின் மூலம் எதிரியையும் மக்களையும் வெல்ல முடியும் என்று நம்பிக்கை வைத்திருந்தார். தமது படையணி களைக் கட்டமைப்பதிலும் தளபதிகளைப் பெருக்குவதிலும் அவர் காட்டிய ஈடுபாட்டுக்கும் முன்னுரிமைக்கும் சமமாக அவர் பிற துறைகளில் எந்த ஆற்றலாளர்களையும் உருவாக்க வில்லை. எனவே, எல்லா நிர்வாகத் துறைகளும் துணை அலகு களும் அவர்களின் போர் நடவடிக்கைகளுக்கு ஆதரவும் ஒத்து ழைப்பும் அளிப்பவையாகவே இருந்தன. அப்படியே அவற்றைப் பிரபாகரன் உருவாக்கியிருந்தார்.

எனவே, சிதைந்த அந்த நிர்வாகக் கட்டமைப்புகள் சனங் களை போரை நோக்கித் திருப்புவதில் மும்முரமாகின. சனங் களோ அதுவரையிலும் நிபந்தனையற்ற முறையில் எல்லா வகையான தவறுகளுக்கும் அப்பால் அளித்துவந்த தமது ஆதரவுத் தளத்தை மாற்றித் 'தப்பினால் போதும்' என்ற கட்டத்துக்கு வந்தனர். புலிகளால் சிறிலங்கா இராணுவத்தை வெல்லவும்

முடியாது. தங்களையோ சனங்களையோ காப்பாற்றவும் முடியாது என்று அவர்கள் புரிந்துகொண்டனர். எனவே, அவர்கள் எப்படியும் வன்னியை விட்டு வெளியேறிவிட வேண்டும் என்ற முடிவுக்கு வந்தனர். ஆனால் புலிகளின் ஊடகங்கள், இணையதளங்கள் எல்லாம் வேறு கதைகளையே பேசின. தமிழகம் உட்படப் புலம்பெயர் நாடுகள் வரையில் இந்தப் பொய்ப்பரப்புரையின் மண்டலம் நீண்டது, புலம் பெயர் மக்களுக்கு வன்னியில் என்ன நடக்கிறது என்றே புரியவில்லை. இந்த அறியா நிலையைப் பிரபாகரன் தனக்கு வாய்ப்பாகப் பயன்படுத்திக் கொண்டார். இதேவேளை புலிகளும் அவர்களின் தீவிர ஆதரவாளர்களும் 'புலிக் குடும்பங்கள்' என்ற உயர்மட்டத் தலைவர்களின் குடும்பங்களும் எப்படியும் படைத்தரப்பை எதிர்ப்பதைத் தவிர வேறு வழியில்லை என்று வாதிட்டனர். 'சிங்களப் படைகளிடம் மண்டியிடுவதை விடவும் இறுதிவரைப் போராடிச் சாவது மேலானது' என்று அவர்கள் சொன்னார்கள். 'போராட்டம் என்பது விடுதலையுடனான வாழ்வைப் பெறுவதற்கே' என்று சிலர் வலியுறுத்தியபோது அதைப் பொருட்படுத்தாது, பிரபாகரன் 300 போர் வீரர்கள் *(The Three Hundred)* என்ற ஆங்கிலப் படத்தின் தமிழாக்கத்தைத் தனது இயக்கத்தின் உறுப்பினர்களுக்குக் காண்பித்து தனது இறுதி முடிவு இப்படி இருக்கும் என்றார். அதுவே உயர்ந்த வீரம் என்றும் தாய்நாட்டுக்கான தியாகம் என்று சொன்னார்.

ஆனால் வன்னியில் இருந்த புத்திஜீவிகள் சிலர் இதை மறுத்தனர். இந்த முடிவு மிக மோசமானது என்றும் வரலாற்றை மிகவும் பிழையான இடத்திற்கு அழைத்துச்செல்லும் செயல் இது என்றும் அவர்கள் வலியுறுத்தினர். சனங்களைப் பாது காக்கும் பொறுப்பைப் பற்றிச் சிந்திக்க வேண்டுமே தவிர இவ்வாறு உணர்ச்சிவயப்பட்ட தீர்மானங்களுக்குப் போகக் கூடாது என அவர்கள் வாதிட்டனர். ஆனால், பிரபாகரனிடம் யாரும் இதற்கான உரையாடலைச் செய்ய முடியவில்லை. அவர் எல்லாவற்றுக்கும் அப்பால் தன்னை நிறுத்திக்கொண்டார். சனங்களுடன் என்றுமே தொடர்புகளையோ உறவுகளையோ கொண்டிராத அவர் சனங்கள் குறித்து எவர் என்ன சொன் னாலும் எதையும் பொருட்படுத்தும் நிலையில் இருக்கவில்லை. தவிரவும் தனது இயக்க உறுப்பினர்களைத் தவிர அவர் வேறு எவரையும் – மக்கள் பிரதிநிதிகளைக்கூட – சந்தித்தவரல்ல. அவ்வாறு பிறரைச் சந்திப்பதாக இருந்தால் அவருடைய இயக்கத் தலைவர்களோ பொறுப்பாளர்களோ சிபாரிசு செய்யும் ஆதரவாளர்களையே சந்திப்பார். அவர்களோ புலிகளின் அனைத்து வகையான நடவடிக்கைகளையும் நியாயப்படுத்தும் இயல்பும் குணமுமுடையவர்கள். அவர்களால் ஒரு போதுமே

மக்கள் குறித்து நீதியாகவும் நியாயமாகவும் சிந்திக்கவும் முடியாது; செயல்படவும் முடியாது. அப்படியான செயல்வழமையை அவர்கள் கொண்டதுமில்லை. அப்படியொரு பழக்கமும் அவர்களுக்கில்லை. எனவே, அவர்களால் புலிகளின் தீர்மானங்களைப் பற்றிய எந்த விமர்சனங்களையும் முன்வைக்க முடியவில்லை.

கிறிஸ்தவ மத குருமார் அமைப்பு இவ்வாறு எடுத்த முயற்சியும் பலனளிக்கவில்லை. நலன் விரும்பிகள் எடுத்த எந்த முயற்சிகளுக்கும் அவர் செவி சாய்க்கவும் இல்லை. இதேவேளை புலிகள் மேற்கொண்டு வரும் இராணுவ நடவடிக்கைகளை– போர் முறையை மாற்றி – அமைக்க வேண்டும் எனச் சிலர் வலியுறுத்தி வந்தனர். களத்தை மாற்றுங்கள் யுத்திகளை மாற்றுங்கள், என அவர்கள் தொடர்ந்து வலியுறுத்தினர். இதில் ஒரு சில புலம்பெயர் தமிழரும் அடங்குவர். ஆனால் இந்தப் புலம்பெயர் தமிழர்கள் புலிகளை விமர்சனபூர்வமாக ஆதரித்த தால் இவர்களின் கருத்தை ஏற்கப் புலிகள் தயாராக இருக்க வில்லை. இதே வேளை புலிகளின் ஊடகங்களோ மிக மூர்க்க மான விதத்தில் பொய்ப் பரப்புரைகளைச் செய்துவந்தன.

சிறிலங்கா அரசுக்கு எதிரான கண்டனத்தையும் விமர்சனத் தையுமே அவை தீவிரப்படுத்தின. அத்துடன் மாற்றுச் சிந்தனை யாளர்களைக் கடுமையாக விமர்சித்தன. எந்தவிதமான அபிப் பிராயங்களையும் புறக்கணித்து விட்டுத் தனது அதிகாரத்தின் மூலம் தான் விரும்பிய மாதிரி பிரபாகரன் நடந்துகொண்டார். விடுதலைப் புலிகளின் ஆதரவாளர்களே ஒரு கட்டத்தில் புலிகளின் நடவடிக்கைகள் குறித்துத் திகைப்படைந்து விட்டனர். அவர்கள் அளித்துவந்த ஆதரவை வைத்துக்கொண்டு அவர் களையே சிறைப்பிடித்தனர் புலிகள். எவராலும் எதுவும் செய்ய முடியாது என்ற நிலையில் எல்லோரும் சிக்கியிருந்தோம். ஜார்ஜ் ஆர்வெலின் '1984' நாவல் நினைவுக்கு வந்தால் அதையும் விடப் பலமடங்கு இறுக்கமான நிலைமையும் அதிகார வெறியும் வன்னியில் நிலவியது என்று நீங்கள் மதிப்பிட்டுக் கொள்ளலாம்.

இதேவேளை படைத்தரப்பின் தாக்குதல்கள் மேலும் மேலும் மோசமடைந்தன. தினமும் நூற்றுக்கணக்கான பொதுமக்கள் கொல்லப்பட்டனர். பல நூற்றுக் கணக்கிலானோர் காயமடைந் தனர். காயமடைந்தவர்களை மருத்துவ சிகிச்சைக்காக வெளியே கப்பல் மூலம் எடுக்கும் நடவடிக்கையை சர்வதேசச் செஞ் சிலுவைச் சங்கம் ஆரம்பித்தது. இதற்கு முன்னர் புதுக்குடியிருப்பு மருத்துவமனை அங்கே இயங்கியபோது, சர்வதேசச் செஞ்சிலு வைச் சங்கம் பாதுகாப்பு உத்தரவாதத்துடன் அங்கே நிலைகொண் டிருந்தது. சிறிலங்கா அரசும் விடுதலைப்புலிகளும் ஏற்றுக் கொண்ட விதிகளின் பிரகாரம் செஞ்சிலுவைச் சங்கக் குழு நடவடிக்கைகளை மேற்கொண்டது.

ஆனால், ஒரு கட்டத்தில் மருத்துவமனைப் பகுதியை அண்மித்து நின்று விடுதலைப்புலிகள் கனரக ஆயுதம் மூலமாகப் படையினர் மீதும் விமானப் படையின் மீதும் தாக்குதல்களைத் தொடுத்தனர். இதை சிறிலங்கா அரசின் வேவு விமானம் (இது அமெரிக்கத் தயாரிப்பு, ஆளில்லா வேவு விமானம். அமெரிக்கா இந்த விமானத்தை இலங்கைக்கு அன்பளிப்பாக வழங்கியிருந்தது) வட்டமிட்டு நோட்டமிட்டது. (இந்த விமானம் எப்போதும் வானத்தில் பறந்து கொண்டேயிருக்கும். இந்த வேவுக் கண்ணை வைத்தே சிறிலங்கா அரசு போரில் பெரும் வெற்றியைப் பெற்றது.) வேவு விமானத்தின் தரவுகளின்படி புதுக்குடியிருப்பு மருத்துவமனையின் மீது படைத்தரப்பு தாக்குதல் நடத்தி அதைத் தரைமட்டமாக்கியது. பின்னர் புதுமாத்தளன் பகுதி கடற்கரையிலிருந்த மருத்துவமனையில் சிகிச்சையும் மேலதிக மருத்துவத்துக்காகக் கப்பல் மூலம் திரிகோணமலைக்கும் காயமடைந்தவர்களும் நோயாளிகளும் எடுத்துச் செல்லப்பட்டனர். ஒவ்வொரு கப்பலிலும் 400க்கு மேற்பட்டவர்கள் இவ்வாறு அழைத்துச் செல்லப்பட்டனர். கை கால் இழந்தவர்கள், கண் பறிபோனவர்கள், உறவுகளை இழந்தவர்கள் என்றே இவர்கள் இருந்தனர். தினமும் தெருவிலும் ஆஸ்பத்திரியிலும் தார்ப்பாலின் கூடாரங்களின் மத்தியிலும் சாவடைந்த பிணங்கள் தொகை தொகையாகக் கிடந்தன. மரணம் எல்லோருடனும் குதித்து விளையாடியது. தாம் உயிர் பிழைப்போம் என்று அந்த நாட்களில் எவரும் நம்பியிருக்க வில்லை. சாவு அந்தக் கணம்வரைத் தங்களை நெருங்கவில்லை என்பது மட்டுமே உண்மை. மற்றபடி கொலை வலயத்தினுள்ளே தான் எல்லோரும் இருந்தனர்.

ஒரு சிறு அமைதியோ இடைவெளியோ வராதா; இந்தி யாவோ தமிழகமோ ஐ.நாவோ பிற சர்வதேசச் சமூகமோ சிறியதொரு அமைதிச் சூழலை உருவாக்கித் தரமாட்டாதா என்ற ஏக்கம் எல்லோர் மனதிலுமிருந்தது. இதேவேளை புலிகளின் கடுமையான கண்காணிப்பையும் மீறிப் பொதுமக்கள் எப்படி யோ வன்னியைவிட்டு வெளியேறிக்கொண்டேயிருந்தனர். ஆனால் அந்தத் தொகை பெரியதல்ல. புதிய புதிய காட்டு வழிகள், கடல்வழிகள், சதுப்பு நிலப்பாதைகளினூடாக மிக உச்சமான அபாயங்களின் மத்தியில் சனங்கள் ஓடி ஒளிந்து கொண்டிருந்தனர்.

வன்னியிலிருந்தால் மரணத்தைத் தவிர வேறு மார்க்கமே இல்லை என்ற நிலை. ஆனால் வன்னியை விட்டு எளிதில் வெளியேற முடியாது. அப்படிச் சுழித்துக்கொண்டு வெளி யேறும்போது புலிகளின் கண்களில் சிக்கினால் அவ்வளவுதான். நெற்றிப்பொட்டுச் சிதறும். சுட்டுக் கொன்றுவிடுவார்கள்

கொல்லப்படுவோர் தவிர இளவயதுடைய பெண்களையும் ஆண்களையும் பிடித்துச் செல்வார்கள். குழந்தைகளும் சிறுவர்களும் மட்டும் விடுவிக்கப்படுவார்கள். இளவயதினர் போருக்காகப் பிடித்துச் செல்லப்படுவர். இதைவிடப் பெரும் எண்ணிக்கையில் மக்கள் ஏதாவது வழியில் செல்லத் தொடங்கினால் கண்டமேனிக்குத் துப்பாக்கியால் சுட்டுத் தள்ளிவிடுவார்கள். இப்படிக் கொல்லப்பட்டவர்களும் காயப்படுத்தப்பட்டவர்களும் அதிகம். என்றாலும் சனங்கள் தப்பியோடுவதை அவர்களால் தடுத்து நிறுத்த முடியவில்லை. சில சந்தர்ப்பங்களில் புலிகள் சுடச்சுடப் பலர் தப்பியோடி இராணுவத்தினரிடம் சரணடைந்தார்கள். சிலர் தப்பியோடும்போது அவர்களுடைய குடும்பத்தில் ஏனைய உறுப்பினர்கள் கொல்லப்பட்டனர். சிலர் கைதுசெய்யப்பட்டனர். சிலர் காயமடைந்தனர். புலிகள் தடுக்கத் தடுக்கப் பொதுமக்கள்மீதான இராணுவத்தின் தாக்குதல்களும் அதிகரித்தன. மருந்துத் தடை, உணவுப்பொருட் தடை என்பனவும் தீவிரமடைந்தன. சனங்களின் கையில் பணமில்லை, உற்பத்திகளில்லை வருமானமில்லை, சேமிப்பில்லை. வங்கிகள், பாடசாலைகள் எதுவுமில்லை. தூங்குவதற்கோ சமைப்பதற்கோ குளிப்பதற்கோ அவகாசமில்லாமல் எரிகணைகள் வீழ்ந்து வெடித்தன. சனங்களை இலக்குவைத்து இரண்டு தரப்புகளும் தாக்குதல்களை நடத்தின. புலிகளைப் பொறுத்தவரையில் அவர்களுக்குக் கொல்லப்படும் சனங்களின் எண்ணிக்கை அதிகமாக இருக்க வேண்டும் என்பதே இலக்கு. அப்படி என்றால்தான் இந்தப் படுகொலைகளை முன்னிட்டு ஐ.நாவோ இந்தியாவோ சர்வதேசச் சமூகமோ தலையிடக்கூடிய வாய்ப்பு உண்டாகும் என்று அவர்கள் நம்பினார்கள். அதை அவர்கள் முழுதாகவே எதிர்பார்த்தார்கள். எனவே, கொலைப்பட்டியலை நீட்டிக் காட்டுவதற்கேற்ற முறையில் இராணுவத்தைச் சீண்டும் விதமாகக் கோபமூட்டும் வகையில் தமது தாக்குதல்களைத் தொடுத்தனர். படைத்தரப்புக்குத் தப்பியோடித் தங்களிடம் வரும் எண்ணிக்கையை அதிகரித்துக்காட்ட வேண்டிய அவசியம். சனங்களைப் புலிகளிடமிருந்து பிரித்துவிட்டால் புலிகளால் ஒரு நாளைக்குக்கூடத் தாக்குப்பிடிக்க முடியாது என்று அவர்கள் சரியாக மதிப்பிட்டிருந்தனர். எனவே, சனங்களை மையமாக வைத்து, சனங்களின் உயிரைப் பணயமாக வைத்து இரண்டு தரப்பும் தமது தாக்குதல்களைத் தொடுத்தன.

ஒரு கட்டத்தில் இதுதான் உண்மை நிலைமை என்று சர்வதேச அமைப்புகளும் சர்வதேச ஊடகங்களும் கண்டுபிடித்திருந்தன. படைத்தரப்பு முன்னேற முன்னேற நிலைமை மோசமடையவே தொடங்கியது. இப்போது பங்கர்களும் பாதுகாப்பாற்றவையாகின. வெளியே நடமாட முடியாத அளவுக்கு

ஓய்வில்லாத தாக்குதல். பாதுகாப்பு வலயம் என்று அறிவிக்கப் பட்ட பகுதிக்குள்ளேயே தாக்குதல்கள். புலிகளும் இந்தப் பகுதிக்குள் இருந்தே தாக்குதல்களைத் தொடுத்தனர். எதிரியைச் சினமடைய வைக்கும் வகையிலான தாக்குதல்கள். புலிகளின் இந்த மாதிரியான பொறுப்பற்ற நடவடிக்கைகளைச் சனங்கள் கடுமையாக எதிர்த்தார்கள். ஏனெனில் தாக்குதல் எந்தப் பகுதியிலிருந்து வருகின்றதோ அந்தப் பகுதியை நோக்கி பதிலடியைப் படையினர் கொடுப்பார்கள். இதன்போது கொல்லப்படுவது சனங்களே.

முன்னரே குறிப்பிட்டுள்ளதைப் போலச் சனங்களின் சாவுப் பட்டியலில்தான் தமது எதிர்கால அரசியல் நலன் தங்கியிருக் கிறது எனப் புலிகள் நம்பினார்கள். இதற்கு ஏற்றமாதிரி அவர்கள் தம் வசமிருந்த இணைய தளங்களையும் செய்மதிற் தொலை பேசிகளையும் பயன்படுத்தினார்கள். அக்காலப் பகுதியில் வன்னியின் குரலாக வெளிப்பட்ட மருத்துவர்களின் வாக்கு மூலங்களில் பாதி உண்மைகள் மட்டுமே வெளிவந்தன. அதற்காக மற்றதெல்லாம் பொய் என்று பொருளல்ல. அவர்கள் மீதி உண்மையைச் சொல்லவில்லை. புலிகள் தரப்பு நடவடிக்கையைப் பற்றிப் பேசவில்லை. வெளி ஊடகங்கள் எதுவும் இல்லாத சூழலில் தாம் சொல்வதே வேத வாக்கு எனப் புலிகள் நிரூபிக்க முயன்றனர்.

புலிகளின் மரபின்படி, எப்போதும் பிற தரப்பினரைக் குற்றம் சாட்டும் இயல்போடு தம்மைப் பற்றிய மீள் பரிசீலனை, சுய விசாரணை எதுவுமில்லாமல் அவர்கள் இயங்கினார்கள். இந்தக் குணாம்சத்துடனேயே அவர்களின் மீடியாக்களும் இயங்கின. புலிகள் களத்திலிருந்து கொடுக்கும் தகவல்களை எந்தவிதமான மறுவிசாரணைகளும் இல்லாமல் சுய சிந்தையே அற்றுப் புலம்பெயர் தேசங்களில் உள்ள – அவர்களின் ஏஜென்ஸி களாக இயங்கும் – ஊடகங்கள் பரப்புரை செய்தன. இதுதான் அடுத்த பெரிய தவறாக அமைந்தது. முழுவதும் புனைவாகவே தமது கதையை அவர்கள் வளர்த்தனர். வன்னியில் என்ன நடக்கிறது? மக்கள் எப்படி இருக்கிறார்கள்? அவர்களின் உணர்வு நிலை என்ன? அவர்கள் எப்படி நடத்தப்படுகிறார்கள்? போராளி களின் மனநிலை என்ன? படைத்தரப்பு எப்படி நகர்கிறது? கள யதார்த்தம் என்ன? இவை எதைப் பற்றியும் வெளிப்படை யான எந்த ஆய்வுக்கும் செய்திக்கும் புலிகள் இடமளிக்கவில்லை. பதிலாகப் புலிகளின் அரசியல் துறைப் பொறுப்பாளர் பா. நடேசன் முற்றிலும் பொய்களையே சொல்லி வந்தார். மீள முடியாத தோல்வியை நோக்கி முழுதாக இருத்தப்பட்ட பின்னரும் அவர் வெற்றி குறித்த பிரமைகளிலும் எந்த முகாந் திரமுமில்லாத புனைவுகளிலுமே ஈடுபட்டார்.

இதைப் போன்றே சிறிலங்கா அரசு தரப்பிலும் இராணுவப் பேச்சாளர் பிரிகேடியர் உதய நாணயக்கார, பாதுகாப்பு விவகாரங்கள் தொடர்பாகப் பேசவல்ல அமைச்சர் ரோஹித போகல்லாகம, மனித உரிமைகள் அமைச்சர் மகிந்த சமரசிங்க, சிறிலங்கா பிரதமர் ரமணசிறீ விக்கிரம நாயக்க உட்படச் சகலரும் முழுப் பொய்களையே சொல்லி வந்தனர். அதிலும் இந்தக் கொடூர யுத்தத்தை – போர் விதிமுறைகளை முற்றிலும் மீறிய கொடிய தாக்குதல்களை – இவர்கள் மனிதாபிமான நடவடிக்கை என்று அழைத்தனர். யுத்தத்தின்போது முதலில் பலியாவது உண்மை என்பார்கள். இந்த உண்மை முழுதாகவே பலியானது. இரண்டு தரப்பினரும் சனங்களைப் பாதுகாப்பதாகச் சொல்லிக்கொண்டு மக்களைக் கொன்று குவித்தனர். அப்போது இந்த நிலைமைகள் தொடர்பாகச் சில கிறிஸ்தவமதக் குருமார்கள் சொன்னார்கள்: "உண்மையில் இரண்டு தரப்பினருமே போர்க் குற்றவாளிகள்தான். அதிலும் போராட்டம், விடுதலை என்று வந்த சக்தியான புலிகள் இப்படி மனிதகுல விரோதச் செயலுக்குப் போனதை வரலாறு மன்னிக்காது. பிரபாகரனைப் பாதுகாப்பதற்கான நடவடிக்கையையே இப்போது புலிகள் செய்கின்றனர். தனியொரு மனிதனுக்காக இத்தனை உயிரிழப்புகளா? இவ்வளவு கொடுமைகளா? இதைவிடக் கேவலமானது, ஜனநாயக அரசு என்று சொல்லிக்கொண்டு மக்களை மீட்பதற்கான மனிதாபிமான நடவடிக்கை என்ற பெயரில் இப்படிச் சனங்களை இலக்கு வைத்தே தாக்குவதை எப்படி அனுமதிப்பது". இதுபற்றி இரண்டு தரப்பினரிடமும் தமது ஆட்சேபனைகளை அவர்கள் தெரிவித்துமிருந்தனர். ஆனால் இரண்டு தரப்புமே அவர்களின் குரலைப் பொருட்படுத்தவில்லை. வெறிகொண்ட இரண்டு மதயானைகளைப் போலத் தொடர்ந்து மோதிக்கொண்டேயிருந்தனர் அவர்கள்.

ஆனால் யாராலும் விளங்கிக்கொள்ள முடியாத விசயமாக இருப்பது புலிகளின் கரும்புலிகள் அணிகள் ஏன் செயற்பட முடியாமல் ஆகின என்பதே. படைத்தரப்பு புலிகளின் ஒவ்வொரு கோட்டையையும் கைப்பற்றி முன்னேறும்போது புலிகளின் உறுப்பினர்களின் மத்தியிலும் சனங்களின் மனதிலும் கரும்புலிகளின் தாக்குதல்கள் நடக்கலாம் என்ற எதிர்பார்ப்பு இருந்தது. தவிரவும் பிரபாகரன் அரசியல்ரீதியாகச் சாணக்கியமோ கெட்டிக்காரத்தனமோ அக்கறையோ இல்லாதவராக இருந்தாலும் இராணுவரீதியாக மிகவும் ஆற்றலுள்ளவராக மதிக்கப்பட்டவர். ஆனால், எவருக்கும் தெரியாத, விளங்காத ஒரு புதிராக அவர் அமைதி காத்தபடி பின்வாங்கிக்கொண்டிருந்தார். கண்முன்னே பல ஆயிரக்கணக்கான சனங்கள் செத்து மடிந்துகொண்டிருந்தனர். அப்போதும் அவர் தனது நடவடிக்கையைக் கைவிடவில்லை. முன்னேறும் படையினரைத் தடுக்கும்

அதே மாதிரியான ஒரே வகையான தாக்குதலையே தொடர்ந்தார். இந்தத் தடுப்பு நடவடிக்கையை எப்படி எதிர்கொள்வது, எவ்வாறு முறியடிப்பது என்று படைத்தரப்பு மிக நன்றாகப் படித்திருந்தது. அதன்படி அது எல்லா எதிர்ப்புகளையும் மிக லாவகமாகவும் இலகுவாகவும் முறியடித்தது.

இதன்போது நூற்றுக்கணக்கில் கட்டாய ஆட்சேர்ப்பில் பிடிக்கப்பட்டவர்கள் கொல்லப்பட்டனர். இந்தக் கொலைகளைப் பற்றிய எந்தக் கவலையும் புலிகளிடம் இருக்கவில்லை. அவர்கள் வெறிகொண்டலைந்து இன்னுமின்னும் ஆட்களைப் பிடித்தார்கள். ஆட்பிடிப்பில் எந்தவிதமான மனிதாபிமானத்தையும் நாகரிகத்தையும் அவர்கள் கடைப்பிடிக்கவில்லை. இறுதிக் கட்டம் நெருங்கிவிட்டது என்று தெரிந்த பின்னர் தங்களுக்கு மக்கள் அபிமானம் தேவையில்லை என்று புலிகள் சிந்திக்கின்றனர் எனப் புலிகளின் முக்கிய ஊடகவியலாளர் ஒருவரே சொன்னார். அந்தளவுக்கு அவர்களின் உளநிலை மாறியிருந்தது.

மாத்தளன் தொடக்கம் வட்டுவாகல் வரையிலான முன்னூறு மீற்றர் அகலமும் 10 கிலோ மீற்றர் நீளமும் உள்ள கடற்கரையில் ஏறக்குறைய மூன்று லட்சம் மக்கள் செறிந்திருந்தனர். சாப்பாடு, குடிநீர், தங்குமிடம், பாதுகாப்பு, மருத்துவம், கழிப்பறை எனச் சகலத்துக்கும் பிரச்சினை. ஏற்கனவே இந்தப் பகுதி மிகவும் பின்தங்கிய பகுதி. இரண்டு கிராம அலுவலர்கள் பிரிவிலுமாக சுமார் முன்னூறு குடும்பங்கள் மட்டுமே வாழ்ந்த இடத்தில் இப்போது மூன்று லட்சத்துக்கும் அதிகமானவர்கள் என்றால் நிலைமை எப்படி இருக்கும்? அதுவும் எந்த அடிப்படை வசதிகளையும் செய்ய முடியாத சூழலில்!

சனங்கள் இந்தப் பகுதியில் தஞ்சமடைந்தபோது படையினர் புதுக்குடியிருப்பு, இரணைப்பாலை, ஆனந்தபுரம் பகுதிகளில் மட்டும் முற்றுகைச் சமரில் ஈடுபட்டனர். புலிகளின் இறுதி எதிர் நடவடிக்கை இங்கேதான் நடந்தது. இந்த நடவடிக்கையை அவர்கள் மிகத் தீவிரமான முறையில் நடத்தத் திட்டமிட்டிருந்தனர். மக்களுக்கு ஏற்பட்டிருந்த உளச்சோர்வு, பேரவலம் எல்லாவற்றையும் இந்த நடவடிக்கை மூலம் போக்கிவிடலாம் என்று இறுதி நம்பிக்கையோடு புலிகளின் சில மூத்த தலைவர்கள் சொன்னார்கள். இந்தத் தாக்குதலில் அவர்களுடைய மூத்த முன்னணித் தளபதிகள் பலரும் கலந்துகொண்டனர். பிரிகேடியர் தீபன், பிரிகேடியர் ஆதவன், பிரிகேடியர் விதுசா, பிரிகேடியர் துர்க்கா, பிரிகேடியர் மணிவண்ணன், கேனல் சேரலாதன், கேனல் ராகேஸ் உட்படப் பல தளபதிகள் இதன்போதே கொல்லப்பட்டனர். முழு நம்பிக்கையுடன் நடத்தப்பட்ட இந்தத் தாக்குதல் புலிகளின் வரலாற்றிலேயே பெரும் தோல்வி

யாகவும் மாபெரும் ஆச்சரியமாகவும் அதிர்ச்சியாகவும் முடிந்தது. இது பிரபாகனை நிலைகுலைய வைத்தது. கொல்லப்பட்ட தளபதிகளின் சடலங்களைக்கூட அவர்களால் எடுக்க முடிய வில்லை. ஏற்கனவே இன்னும் பல தளபதிகள் கள முனைகளில் கொல்லப்பட்டிருந்தனர்.

சார்ள்ஸ் அன்ரனி சிறப்புப் படையணி, மாலதி படையணி போன்றவையும் முன்னரே பெருமளவுக்குச் சிதைந்துவிட்டன. இந்த நிலையிலும் அவர்கள் வெளியுலகுக்குத் தவறான தகவல் களையே சொல்லிக்கொண்டிருந்தனர். பதிலாக சிறிலங்கா அரசு இன்னும் தாக்குதல்களைத் தீவிரப்படுத்தியது. இப்போது இறுதிக்கட்ட நடவடிக்கைக்குப் படைத்தரப்பு தன்னைத் தயார் படுத்தியது. அதுதான் புதுமாத்தளன் மற்றும் அம்பலவன் பொக்களையில் படைத்தரப்பு நுழைந்து ஒருலட்சத்திற்கும் அதிகமான சனங்களை மீட்ட நடவடிக்கை. உண்மையில் புலிகளின் பிடியிலிருக்கும்போது தம்மை முழுதாகப் பணயக் கைதிகளாகவே அந்த மக்கள் எண்ணியிருந்தனர். அந்த நிலை யிலேயே அவர்களைப் புலிகள் நடத்தினார்கள். உலகிலேயே அதிக எண்ணிக்கையிலான பணயக்கைதிகள். (இப்போது அத்தனை பேரும் தடுப்புமுகாம்களில் தடைக்கைதிகளாக அரசாங்கத்தால் வைக்கப்பட்டுள்ளனர்.) இந்தப் பணயக் கைதிகளில் ஒரு லட்சத்துக்கும் அதிகமானவர்களை மீட்கும் நடவடிக்கையில் ஆயிரத்துக்கும் அதிகமான சனங்கள் கொல்லப்பட்டனர்.

இதேவேளை இன்னும் ஒரு தொகுதிச் சனங்களைப் புலிகள் முள்ளிவாய்க்கால் என்ற இடத்தை நோக்கிக் கட்டாயப் படுத்தி அடித்து விரட்டினர். அதுவும் பலவந்தமாகவே விரட்டினர். ஏற்கனவே உணவுப்பொருட்களைப் பெறுவதற்கே வசதியற்றிருந்த மக்கள் சாப்பாடு இல்லாமல் சாவதைவிடப் படையினரிடம் போய்ச்சாவது மேல் என்று மறுத்தார்கள். எனினும் புலிகள் அவர்களைவிடவில்லை. கட்டாயப்படுத்தி முள்ளிவாய்க்காலுக்கு அழைத்துச் சென்றனர். இந்த முள்ளி வாய்க்கால் பகுதிதான் புலிகளின் களமாகியது. இறுதிநாட்கள் என்று சொல்லப்படும் ஏப்ரல் 18 க்குப் பிந்திய மே 18 வரையிலான நாட்களில் நிலைமை இன்னும் மோசமாகியது. சனங்கள் ஏற்கனவே இரகசிய வழிகளைத் தேடித் தேடி மிகவும் ஆபத்தான வழிகளில் படைத் தரப்பிடம் தப்பிச்செல்ல முற்பட்டனர். சிலர் கடல் வழியாகப் படகுகளிலும் புறப்பட்டனர். ஆனால் புலிகள் உருவாக்கிய ஒரு படையணியினர் 'பச்சை மட்டை' யுடன் நின்று சனங்களுக்கு அடிபோட்டுக் கலைத்தார்கள். சனங்கள் எதிர்ப்பைக் காட்டியபோது துப்பாக்கியால் சுட்டார்கள்.

இவ்வாறு சுடப்படும்போது, இறந்தவர்கள் போக ஏனையோர் தப்பினோம் பிழைத்தோம் என்று ஓடிப்போனார்கள். சிலர் பயந்து பின்வாங்கினார்கள். சிலர் செத்து மடிந்தார்கள். சிலர் காயப்பட்டு மருத்துவமனையில் கிடந்தார்கள். இவ்வாறு தம்மால் சுடப்பட்டு மருத்துவமனையில் காயமடைந்து சேர்க்கப் பட்டவர்களை மேலதிகச் சிகிச்சைக்காகக் கப்பலில் எடுத்துச் செல்வதற்கு அவர்கள் அனுமதிக்கவில்லை. காயப்பட்டவர்கள் புதுமாத்தளன், முள்ளி வாய்க்கால் மருத்துவமனைகளில் உயிருக்குப் போராடிக் கொண்டிருந்தனர்.

இதுபோலப் பல நிகழ்ச்சிகள் ஏற்கனவே நிகழ்ந்தன. இந்த நடவடிக்கைகளுக்கு முழுப்பொறுப்பாக முதலில் தங்கனும் அவருடன் இணைந்து புலிகளின் யாழ் மாவட்ட அரசியல் துறைப் பொறுப்பாளராக இருந்த இளம்பரிதி, விளையாட்டுத் துறைப் பொறுப்பாளராக இருந்த வரும் பின்னர் புலனாய்வுத் துறையைச் சேர்ந்தவருமான மாதவன் மாஸ்டர், திருமலை, சூட்டி உள்ளிட்ட பலரும் இருந்தனர். சனங்கள் தமது முழுமை யான எதிர்ப்பையும் இந்தச் சந்தர்ப்பங்களில் காட்டத் தொடங்கினர். குறிப்பாக மாத்தளன் பகுதியிலுள்ள கப்பல் துறையில் மக்களுக்கும் புலிகளுக்குமிடையில் ஏற்பட்ட மோதல்கள் முக்கியமானவை.

கட்டாய ஆட்சேர்ப்பின்போது ஏற்பட்ட தகராறில் ஒரு காலை மூன்று பேரைப் புலிகள் சுட்டுக்கொன்றனர். இதனால் ஆத்திரமடைந்த சனங்கள் கொல்லப்பட்டவர்களின் சடலங் களைத் தூக்கிக்கொண்டு கப்பலுக்கு வழித்துணையாக வரும் சர்வதேசச் செஞ்சிலுவைச் சங்கத்தினரிடம் சென்றனர். அங்கே புலிகளின் கொடுமையை அவர்கள் அந்தப் பிரதிநிதிகளுக்கு விவரித்தனர். அப்போது கூட்டம் கூட்ட வேண்டாம் என்று சனங்களை விரட்டியடிக்க வந்த புலிகளையும் அவர்களின் காவல் துறையினரையும் மக்கள் கலைத்துக் கலைத்து அடித்தனர். அவர்களுடைய வாகனங்கள் பலவும் எரியூட்டப்பட்டன. எதிர்பாராத இந்த நிகழ்ச்சியால் புலிகள் ஆடிப்போனார்கள். ஆனால் மறுநாள் அந்தப் பகுதியில் 1500க்கு மேற்பட்ட புலிகளின் உறுப்பினர்களும் காவல் துறையினரும் சுற்றிவளைப்பை மேற் கொண்டு கண்டபடி ஆண்களைப் பிடித்துத் தாக்கி எல்லோரை யும் தமது வாகனங்களில் ஏற்றிச் சென்றனர். மேலும் 3 பேர் சுட்டுக்கொல்லப்பட்டனர். முதல் நாள் கலவரத்தையடுத்து மக்கள் 30 படகுகளில் அந்தப் பகுதிகளிலிருந்து தப்பிச் சென்றனர். இவர்களில் பெரும்பாலானோர் யாழ்ப்பாணத்துக்குச் சென்று சேர்ந்தனர். இதுபோலப் பல சம்பவங்கள் உண்டு. வெவ்வேறு இடங்களில் நிகழ்ந்த கொந்தளிப்பான நிகழ்ச்சிகள் அவை.

ஏப்ரல் 18, 19, 20, 21 ஆகிய நாட்கள் கடற்கரைப் பகுதியான புதுமாத்தளன், அம்பலவன், பொக்களை என்ற இடங்கள் படையினர் வசமாயின. சனங்களில் ஒரு லட்சத்துக்கும் மேற்பட்டோர் படையினரிடம் தப்பிச் செல்லப் புலிகளுக்கு என்ன செய்வது என்று தெரியாத நிலை ஏற்பட்டுவிட்டது. கடலிலும் உச்ச பாதுகாப்பை சிறிலங்கா கடற்படை மேற்கொண்டிருந்தது.

இந்தக் காலப்பகுதியிலும் இதன் முன்னரும் புலம்பெயர் தமிழர்கள் தங்களுடைய நாடுகளில் தொடர் போராட்டங்களை நடத்தினர். உண்மையில் உயிர்த்துடிப் போடும் உணர்வெழுச்சியோடும் அவர்கள் போராட்டங்களில் ஈடுபட்டனர். பிரித்தானியா, நோர்வே, சுவிஸ், அவுஸ்ரேலியா, பிரான்ஸ் அமெரிக்கா, கனடா போன்ற நாடுகளில் நடத்திய போராட்டங்கள் முக்கியமானவை. ஆனால் இந்தப் போராட்டங்களை வன்னி மக்களில் பெரும்பான்மையானோர் விரும்பவில்லை.

காரணம் இந்தப் போராட்டங்கள் தங்களைப் பாதுகாக்கும் வகையில் இவற்றைச் சுருக்கி புலிகள் தமக்கு வாய்ப்பை உருவாக்கும் முறையில் மாற்றிக்கொண்டனர். போராட்டங்களை நடத்திய முறையும் புலிகள் புலம்பெயர் தமிழர்களையும் அமைப்புகளையும் பயன்படுத்திய முறையும் தமிழ் மக்களின் அரசியல் உரிமைப் போராட்டத்துக்கு வலுசேர்ப்பதாக அமையவில்லை. மக்கள் கொல்லப்படுவதைத் தடுப்பதற்குப் புலம்பெயர் மக்களால் முடியாமல் போனதையிட்டு இதை யாரும் தெளிவாகப் புரிந்துகொள்ள முடியும்.

இன்னும் சற்று விளக்கமாகச் சொன்னால் புலிகளின் ஜனநாயக மறுப்பைப் பற்றிப் புலம்பெயர் தமிழர்கள் போதுமான அளவு பேசியதில்லை. புலிகளின் பகுதியில் அல்லது இலங்கைத் தீவில் புலிகளின் மீது விமர்சனங்களை யாரும் வைக்க முடியாது. அதற்கான வெளியை புலிகள் விட்டுவைக்கவில்லை. ராஜினி திரணகம செல்வி, 'புதியதோர் உலகம்' நாவலை எழுதிய கோவிந்தன் உட்பட ஏராளமானவர்களின் படுகொலைகள் இதற்கு உதாரணம். எனவே, புலம்பெயர் மக்களால் மட்டும்தான் ஓரளவுக்குப் புலிகளின் ஜனநாயக மறுப்பையும் அரசியல் பார்வையற்ற தன்மையையும் சர்வதேச மற்றும் போராடும் மக்களின் மனநிலை சூழ்நிலை என்பவற்றைக் கணக்கில் கொள்ளாத போர்முனைப்பையும் இன்னும் பலவறான எதிர்மறை அம்சங்களைப் பற்றியும் பேசியிருக்க முடியும். அவர்களுக்குத்தான் இந்தப் பொறுப்பு அதிகமுண்டு.

ஆனால் அவர்களில் பெரும்பாலானோர் எந்தவிதமான விமர்சனங்களுமற்று பிரபாகரனை வழிபட்டனர். புலிகளை நிபந்தனைகளற்ற முறையில் ஆதரித்தனர். இதற்கான பிரதான

காரணம் இவர்கள் தமது தாய்நாட்டை விட்டுப் புலம்பெயர்ந்து தூர இடங்களில் இருக்கும்போது ஏற்படும் சொந்த நிலத்தின் மீதான தாகம். அடுத்தது தாம் பாதுகாப்பாக இருக்கும்போது தமது உறவினர்கள் போரால் வதைபடுவதும் கொல்லப்படுவதும். மூன்றாவது காரணம், சிறிலங்கா அரசு மீதான காழ்ப்புணர்ச்சியும் வெறுப்பும். இந்தக் காரணங்கள் அவர்களை விசுவாசமாகப் போராடத் தூண்டின. ஆனால் இதைப் புலிகள் தமக்கு வாய்ப்பாகப் பயன்படுத்தியதும் புலம்பெயர் தமிழர்கள் இதற்குப் பலியானதும் ஒன்றாகவே நடந்தன. புலிகள்மீதான விமர்சனத்தை வைத்து ஈழப் போராட்டத்தை விரிந்த தளத்தில் ஜனநாயக உள்ளடக்கத்துடன் முன்னெடுக்க வேண்டும் என்ற புலம்பெயர் தமிழர்களும் புத்திஜீவிகளும் ஏற்கனவே புலிகளின் ஆதரவுச் சக்திகளால் ஓரங்கட்டப்பட்டு மௌனிக்கப்படுத்தப்பட்டிருந்தனர். ஒரு நண்பர் சொல்வதைப் போல, பிரபாகரன் எல்லாவற்றையும் தியாகம் – துரோகம் என்ற பிரிகோட்டைப் போட்டுப் பிரித்து வைத்திருந்தார். புலிகளின் சிந்தனை முறைக்கு எதிராகச் சிந்திப்பவர்களும் செயல்படுபவர்களும் துரோகிகளாகவும் எதிர்நிலையாளர்களாகவும் பார்க்கப்பட்டனர். வெகுஜனத் தளத்தில் இலகுவில் பதிந்துவிடக்கூடிய இன உணர்வு, மொழி உணர்வு போன்றவற்றை ஆதாரமாகக்கொண்டு பிரபாகரன் இதை வெற்றிகரமாகச் செய்துகொண்டார்.

எனவே, ஜனநாயக உள்ளடக்கமற்ற புலிகளின் போராட்டத்தை – இந்தப் போராட்டங்களை நடத்திய மக்கள் தங்களின் கைகளில் பிரபாகரனின் படத்தையும் தமிழ் ஈழப் படத்தையும் வைத்திருந்ததை நினைவில் கொள்க – மேற்குலகம் ஏற்றுக் கொள்ளவில்லை. ஆனால் எப்படியும் யுத்தத்தை நிறுத்திவிட வேண்டும், மக்களைக் காப்பாற்ற வேண்டும், ஈழத்தில் ஒரு அமைதிச் சூழலை கொண்டுவரத் தாம் பாடுபட வேண்டும் என்று இந்த மக்களில் பெரும்பான்மையானவர்கள் விசுவாசமாகவே முயன்றனர். அதற்காக அவர்கள் இரவு பகலாகத் தொடர்ந்து போராடினர்.

புலம்பெயர் மக்களின் போராட்டம் நிச்சயமாக ஏதாவது நல்விளைவுகளைத் தரும் என்று பிரபாகரன் நம்பினார். முதல் தடவையாக அவர் துப்பாக்கிகளிலும் பீரங்கிகளிலும் நம்பிக்கை இழந்த நிகழ்ச்சி இது. அதுவரையும் எப்படியும் இராணுவத்தை ஏதாவது ஒரு புள்ளியில் வைத்து முறியடித்துத் தோல்வியைத் தழுவச் செய்யலாம் என்று இருந்த நம்பிக்கையைப் பிரபாகரன் மெல்ல மெல்ல இழந்திருந்தார்.

பிரபாகரன் எத்தகைய இராணுவத் தாக்குதல்களைத் தொடுப்பார் என்று தெரியாத ஒரு அச்சம் நிறைந்த புதிர் சிறிலங்கா அரசுக்கும் படைத் தரப்புக்கும் இருந்தது உண்மை.

அதனால் அவர்கள் தமது நடவடிக்கையை முதலில் மந்தகதி யிலேயே நடத்தினர். ஆனால் புலிகளின் பலவீனமான அம்சங் களை அடையாளம் கண்ட பின்னர் படை நகர்வின் வேகம் யாரும் எதிர்பார்த்திராத அளவிற்கு வளர்ச்சியடைந்திருந்தது. ஆனாலும் தமது இறுதிக் கணம் வரையிலும் புலிகளின் தாக்குதல் கள் நடந்துகொண்டே இருந்தன என்பதையும் இங்கே நாம் கவனிக்க வேண்டும். இருந்தபோதும் பிரபாகரன் தன்னுடைய போரின் மூலம் – யுத்தத்தின் மூலம் – இனிமேல் எதையும் சாதிக்க முடியாது என்ற உண்மையை வந்தடைந்தார். பிரபா கரனைப் போலவே ஏனைய புலிகளின் உறுப்பினர்களும் இந்த உண்மைக்கு வந்து சேர்ந்திருந்தனர். குறிப்பாக, மேற்குலகம் இந்தச் சந்தர்ப்பத்தில் சிறிலங்கா அரசுக்கு ஏதாவது அழுத்தங் களைக் கொடுக்கும்; யுத்த நிறுத்தமோ நிபந்தனையுடன் கூடிய பேச்சுவார்த்தைச் சூழலோ உருவாக்கப்படலாம் என்று அவர்கள் நம்பினர்.

இதற்கு முன்னர் கடந்த நவம்பர், டிசம்பர் மாதங்களில் தமிழகத்தில் நடந்த போராட்டங்களும், கட்சிகளால் முன் னெடுக்கப்பட்ட தீர்மானங்களும் குறிப்பாகத் தமிழக முதல்வர் மு. கருணாநிதியின் தமிழ்நாடு அரசு எடுத்த முயற்சிகளும் இந்திய மத்திய அரசின் நிலைப்பாட்டில் மாற்றங்களை ஏற் படுத்தும் என்று எதிர்பார்க்கப்பட்டது. இந்த எதிர்பார்ப்பு தனியே புலிகளுக்கு மட்டும் இருக்கவில்லை. சகல தமிழ் மக்களுக்கும் தமிழ்க் கட்சிகளுக்கும் இருந்தது. இந்திய மத்திய அரசு தன்னுடைய தீர்மானங்களில் அல்லது நிலைப்பாட்டில் மாற்றங்களை ஏற்படுத்தினால் நிலைமை சாதகமாக மாறும் என்ற எதிர்பார்ப்பும் இருந்தது. ஆனால் இந்த எதிர்பார்ப்புக்கு எதிராகவே நிகழ்ச்சிகள் நடந்தன. ராஜீவின் படுகொலையைப் புலிகள் சாதாரணமாகக் கருதினார்கள். இந்தியா அப்படி அதைச் சாதாரணமாக எடுத்துக் கொள்ளவில்லை. இந்திய யதார்த்தத்தின்படி இந்தியாவால் அந்தக் கொலையைச் சாதாரணமாக எடுத்துக்கொள்ள முடியாது என்பதும் பிரபா கரனுக்குத் தெரியாமல் இல்லை. ஆனால், அவ்வாறு அவர் நம்ப விரும்பினார். தமிழக எழுச்சி நிச்சயம் மாற்றங்களை ஏற்படுத்தும் என்று அரசியல் துறைப் பொறுப்பாளர் நடேசன் பிரபாகரனுக்கு நம்பிக்கையூட்டினார். இந்தியாவின் தேசியக் கட்சிகளான இடதுசாரிகளும் பாரதீய ஜனதாவும் ஈழத்தமிழர் ஆதரவு நிலைப்பாட்டையும் சிறிலங்கா அரசுக்கெதிர் போக்கை யும் வெளிப்படுத்தியிருந்தமை பிரபாகரனுக்கும் நடேசனுக்கும் அதிக நம்பிக்கையளித்தது. ஆனால், இந்திய மத்திய அரசின் போக்கில் எந்த மாற்றத்தையும் காண முடியவில்லை. மாற்றம் ஏற்பட வாய்ப்புமில்லை. தமிழக அரசுக்கும் இந்திய அரசுக்கும் இடையிலான உறவும் அவற்றின் இணைந்த நிலைப்பாடுகளும்

எவ்வாறு இருக்கும் என்பதெல்லாம் பிந்தியே புலிகளுக்கு விளங்கியது. நீண்டகால ஈழப்போராட்ட ஆதரவாளர்களாக இருக்கும் நெடுமாறன் போன்றோர், மக்கள் திரட்சியை ஓரளவுக்குக் கொண்ட ராமதாஸ், திருமாவளவன் போன் றோரின் செல்வாக்குகளுக்கும் ஒரு எல்லையுண்டு. அதிகாரத் திலிருக்கும் தரப்பைத் தவிர பிற சக்திகளின் ஆதரவுகளுக்கு ஒரு வரையறை உண்டு என்ற விசயங்களையெல்லாம் பிரபா கரன் பிந்தியே புரிந்துகொண்டார். இதேவேளை மாற்று நடவடிக் கைக்கான அவகாசமே இல்லாமல் மகிந்த அரசு அரசியல் நடவடிக்கைகளையும் இராணுவத் தாக்குதல்களையும் தீவிரப் படுத்தியது.

சர்வதேசத் தரப்பை ஒரே முகப்படுத்திய சிங்கள இராச தந்திரம் பாகிஸ்தான், அமெரிக்கா, சீனா, ரஷ்யா, இந்தியா, இஸ்ரேல், பிரித்தானியா எனச் சகல நாடுகளில் இருந்தும் ஆயுத உதவிகளையும் போர்த்தொழில் நுட்பத்தையும் அரசியல் ஆதரவையும் பெற்றுக்கொண்டது. மகிந்த ராஜபக்சே எந்த விளைவுகளுக்கும் முகம் கொடுக்கத் தயார் என்ற நிலையில் தீர்மானங்களை எடுத்தார். ஏற்கனவே பெற்றிருந்த வெற்றிகள் சிங்களத் தரப்புகள் அத்தனையையும் போருக்கு ஆதரவாகத் திரட்டின. பிரபாகரன் எல்லோருடைய வெறுப்புக்கும் கோபத் துக்கும் ஆளானவர் என்ற அடிப்படையில் தமக்குள் முரண் கொண்ட சக்திகளும் இந்த விவகாரத்தில் ஒன்றுபட்டன. தமிழர்களோ – புலிகளோ நெருக்கடியில் இருந்து தம்மைக் காத்துக்கொள்ள எந்த நண்பர்களும் இல்லாத நிலைக்குத் தள்ளப்பட்டிருந்தனர்.

இதேவேளை இந்த இராணுவத் தாக்குதல்களால் புலிகளின் நிர்வாகக் கட்டமைப்புகள் மட்டுமல்லாமல் இராணுவக் கட்டமைப்பும் ஆட்டம் கண்டது. குறிப்பாகப் புலிகளின் வெடிபொருட் தொழிற்சாலைகள் இடப்பெயர்வுக்கும் குண்டு வீச்சுக்கும் இலக்காகின. என்றபோதும் அவர்களின் உற்பத்திகள் நடந்துகொண்டேயிருந்தன. ஆனால் வரையறுக்கப்பட்ட அளவில் இறுதிவரை தாக்குதலை நடத்தும் திறனை இதன் மூலம் பிரபாகரன் தக்கவைத்திருந்தார்.

புது மாத்தளன், அம்பலவன் பொக்களையில் ஏப்ரல் 19, 20ஆம் திகதிகளில் இராணுவமும் உள்நுழைந்தவுடன் மாறிய நிலைமைகள் புலிகளுக்கு மேலும் நெருக்கடிகளைக் கொடுத்தன. கடலில் தீவிரக் கண்காணிப்பு, சிறிய நிலப்பகுதி, வெளிச்செல்ல முடியாத அளவுக்குச் சுற்றிவளைப்பு – இராணுவ வளையத்தின் இறுக்கம், தளர்வடைந்த தளபதிகள், எந்தப் போருபாயத்தாலும் இனி வெற்றிகொள்ள முடியாது என்ற நிலை நிச்சயமாகிவிட்டது. ஆனால், அப்போதும் தங்களால்

போரில் வெற்றிபெற முடியும் என அவர்கள் சனங்களுக்குச் சொல்லிக்கொண்டேயிருந்தார்கள். புலிகளின் குரல் வானொலி போர் வெற்றி குறித்த நம்பிக்கையூட்டும் நிகழ்ச்சிகளையும் அறிவிப்புகளையும் செய்துகொண்டேயிருந்தது. ஆட்பிடிப்பும் குறைவில்லை. அதேவேளை புலிகள் தாக்குதல்களை நடத்திக் கொண்டேயிருந்தனர்.

இப்பகுதிகளில் இருந்து சனங்கள் புலிகளின் தடைகளையும் மீறி யாழ்ப்பாணத்துக்கும் வவுனியாவுக்கும் சென்றனர். கடலில் பயணம் செய்தோரை நோக்கிக் கடற்புலிகள் துப்பாக்கிச் சூடு நடத்தினர். ஆனால், தாக்குதல்களுக்கு இலக்கான படகு களைத் தவிர ஏனையவை தப்பிச் சென்றுவிட்டன. இரவிர வாகப் படகுகள் புல்மோட்டைக்கும் யாழ்ப்பாணத்துக்கும் சென்றன.

மாத்தளன் பிரதேசம் படைக்கட்டுப்பாட்டுக்கு வந்தபோது, அங்கே இயங்கிவந்த கப்பல்துறையை வன்னியில் இருந்த ஒரே அரசாங்க அதிகாரியான பார்த்தீபன் முள்ளிவாய்க் காலுக்கு மாற்றும்படி அரசாங்கத்திடம் கோரிக்கை விடுத்தார். புலிகளும் அதை விரும்பினர்.

புது மாத்தளன், அம்பலவன் பொக்களை, வலைஞர் மடம் பகுதிகளிலிருந்து வெளியேறிய மக்களைத் தவிர ஏனையோர் இரட்டை வாய்க்கால், முள்ளிவாய்க்கால் பகுதி களில் இடம்பெயர்ந்து தங்கினர். இது முல்லைத் தீவு நகரத்தின் நுழைவாயிலில் உள்ள பகுதி. சிறு கிராமம். ஆனால் ஒரு லட்சத்துக்கும் அதிகமான மக்கள் இந்தச் சிறு கிராமங்கள் இரண்டிலும் நெரிசலாகத் தங்கினர். பலருக்குத் தார்ப்பாலின் கூடாரங்களே இல்லை குளிப்பில்லை. சாப்பாடில்லை. பதுங்கு குழியில்லை. போவதற்கு வழியில்லை. அங்கே தங்கவும் முடியாது. போரை முடிவுக்குக் கொண்டுவருவதற்காக இராணுவம் தொடர்ந்து தாக்குதல்களை நடத்திக் கொண்டேயிருந்தது. சனங்கள் கொல்லப்பட்டனர். பலர் காயமடைந்தனர். புலிகளின் தலைமை இந்தப் பகுதியினுள்ளேயே சிக்கியிருக்கிறது என்பதை இராணுவத் தரப்பு உறுதி செய்திருக்க வேண்டும். எனவே, முழு முனைப்போடு தாக்குதல் நடந்தது.

இதேவேளை புலம்பெயர் தமிழர்கள் ஐரோப்பிய நாடுகளில் தீவிரப் போராட்டங்களை நடத்திக்கொண்டிருந்தனர். இந்தப் போராட்டங்களின் மூலம் பிரிட்டனிலும் அமெரிக்க வெள்ளை மாளிகையிலும் சில மாற்றங்கள் ஏற்பட வாய்ப்பிருக்கு என்று பிரபாகரன் நம்பினார். சில புலம்பெயர் தமிழ் முக்கியஸ்தர்கள் பிரபாகரனுக்கு இந்த வகையில் நம்பிக்கையூட்டியதாக தகவல்கள் உண்டு. வேறு வழியோ கதியோ இல்லாதபோது இவ்வாறு

நம்புவதைத் தவிர அவருக்கு வேறு வழி எதுவும் இருக்கவில்லை. எனவே புலம்பெயர் தமிழர்களை அவர் முழு நம்பிக்கையோடு நம்பியிருந்தார். அவர்களின் அந்தப் போராட்ட இயந்திரத்தை அவர் முழு வேகத்தோடு இயக்கினார். இதற்கு நல்ல ஆதாரம் புலிகளின் புலம்பெயர் ஊடகங்கள். வன்னியிலிருந்து லண்டனில் இருந்து இயங்கும் *IBC* வானொலிக்குத் தகவல்களைத் தொலை பேசி மூலமாக வழங்கிய புலிகளின் சர்வதேசப் பரப்புரைப் பொறுப்பாளர் திலீபன் (இவர் தமிழ்ச் செல்வனின் மனைவி யினுடைய உடன் பிறந்த சகோதரர்) விடுத்த கோரிக்கையும் தெரிவித்த கருத்துகளும் இதற்கு ஆதாரம். இவரே வெளி நாடுகளில் நடந்த போராட்டங்களை இணைந்து நடத்தினார்.

இந்தச் சந்தர்ப்பங்களில் பிரித்தானிய வெளியுறவு அமைச் சரும் பிரெஞ்சு வெளியுறவு அமைச்சரும் சிறிலங்காவுக்கு அவசரப் பயணத்தை மேற்கொண்டு அரசாங்கத்துடன் பேச்சுக் களை நடத்தியிருந்தனர். வவுனியா அகதி முகாம்களுக்கும் சென்றிருந்தனர். ஐ.நாவிலும் இலங்கை விவகாரம் உரத்த தொனியில் பேசப்படுவதான ஒரு தோற்றம் உருவாகியது. ஐ.நா செயலரின் சிறப்புத் தூதுவராக விஜய் நம்பியார் கொழும்புக்கு விரைந்தார். பிரித்தானிய நாடாளுமன்றத்தில் இலங்கை விவகாரம் விவாதிக்கப்பட்டது. இதற்கு அந்த நாடாளு மன்ற வளாகத்தில் நடந்த போராட்டங்களும் அழுத்தத்தை ஏற்படுத்தின. ஒபாமா நிர்வாகமும் இலங்கை நிலவரம் குறித்துக் கவனத்தைச் செலுத்தியது. இவையெல்லாம் யுத்தத்தை நிறுத்து வதற்கு அல்லது புலிகளின் தலைமையை ஏதோவொரு வகையில் காப்பாற்றுவதற்கு உதவும் என்ற நம்பிக்கை புலிகளுக்கும் ஆதரவாளர்களுக்கும் மக்களின் ஒரு சிறுபகுதியினருக்கும் இருந்தது. ஆனால், நிலைமைகளைச் சரியாக அவதானிப் போருக்கும் அரசியல் ஞானமுடையோருக்கும் இவற்றில் சிறு நம்பிக்கையும் இருந்ததில்லை. ஏனெனில் யுத்தத்தை நடத்திய தரப்புகளே இவைதானே. சர்வதேச அரசியல் பகைப்புலத்தில் பயங்கரவாத அமைப்பாகப் பிரகடனப்படுத்திய இந்த நாடுகள் தமது நாடுகளில் தடைசெய்த புலிகளின் அழிவை எதிர்பார்த்துக் கொண்டேயிருந்தன என்ற யதார்த்தம் அரங்கேறியது.

பிரபாகரனுக்கு இராணுவரீதியிலும் மாற்று வழிகள் இல்லை என்றாகிவிட்டது. அரசியலிலும் வேறு தெரிவுகள் இல்லை. சர்வதேசப் பரபரப்பு இருந்ததே தவிர நிலைமைகளில் எந்த மாற்றமும் ஏற்படவில்லை. எனவே, சிறிலங்கா அரசு இந்தச் சந்தர்ப்பத்தைத் தனக்கு இன்னும் சாதகமாகப் பயன் படுத்தத் தொடங்கியது. அந்தப் பகுதிக்கு உணவு, மருந்துடன் கப்பலை அனுப்பிக் கொண்டு, அதே சமயத்தில் பீரங்கிக் குண்டுகளையும் அங்கே ஏவியது.

மிஞ்சிய புலிகளின் கதையும் கதியும் இங்கேதான் வரலாற்றில் தீவிரக் கவனத்தைப் பெறும்வகையில் அமைந் திருந்தது. பிரபாகரன், அவருடைய குடும்பம், பொட்டம்மான், கடற்புலிகளின் தளபதி சூசை, கேனல் பானு, கேனல் ஜெயம், கேனல் ரமேஷ், பா. நடேசன், புலித்தேவன் உள்ளிட்ட புலிகளின் முக்கியஸ்தர்கள் இங்கேதான் இருந்தனர். இப்போது பிரபாகரன் தான் அதிகம் நம்பிய துப்பாக்கியால் எதையும் செய்ய முடியாது என்பதை முழுதாக உணர்ந்திருந்தார். ஆனால் எதற்கு மாற்றீடாக எதையும் செய்ய முடியாது என்றும் அவருக்குத் தெரிந்தது. எல்லாவற்றுக்கும் காலம் கடந்த நிலை என்ற யதார்த்தம் முன்னின்றது.

இறுதி மூச்சை எப்படித் தக்கவைத்துக் கொள்வது என்று பிரபாகரனும் அந்த மூச்சை எப்படிப் பறிப்பது என்று அரசாங்க மும் இறுதிநிலையில் இருந்தன. மெல்ல மெல்லப் படைத் தரப்பு முன்னேறியது. மனித உரிமை மீறல்களைப் பற்றிய எந்தக் கவலையுமில்லாத அரசாங்கம் போரை ஈவிரக்கமில்லாமல் நடத்தியது. சர்வதேச மனித உரிமைகள் அமைப்புகளின் கோரிக் கைகள், கண்டனங்களையெல்லாம் சிறிலங்கா அரசாங்கம் தூக்கித்தூர வீசிவிட்டது. ஏற்கனவே நவநீதம் பிள்ளையின் அறிக்கைகளும் இவ்வாறு தூக்கியெறியப்பட்டிருந்தன. வெற்றியை முழுதாகப் பறிக்கும் வெறியில் சரத்பொன்சேகாவும் மகிந்த ராஜபக்சேவும் இருந்தனர்.

அரசாங்கத்தின் திட்டப்படி மே 20ஆம் திகதி யுத்தம் முடிவுக்கு வந்தது.

பெரும் புகழோடும் தீராத கண்டனங்களோடும் எதிர்ப்பும் ஆதரவும் கலந்த வினோதமான கலவையாகவும் இருந்த பிரபாகரன் கொல்லப்பட்டார் என்ற செய்தியை சிறிலங்கா அரசு அறிவித்தது. இந்த அறிவிப்பை நம்புவதா விடுவதா என்ற தடுமாற்றத்தில் பல தரப்பினரும் இருந்தனர். அதற்கான காரணங்களும் உண்டு. பிரபாகரன் கொல்லப்பட்டுவிட்டார் என்று முன்னரும் இந்திய அரசும் சிறிலங்கா அரசும் பல தடவைகள் செய்தி வெளியிட்டிருந்தன. ஆனால் அந்தச் செய்தி களுக்குப் பின்னரும் பிரபாகரன் உயிருடனேயிருந்தார். அடுத்துப் பிரபாகரனோ அவருடைய குடும்பமோ என்றைக்கும் மக்களுடன் வாழ்ந்ததும் இல்லை, வெளியரங்கில் நடமாடியதும் இல்லை. அவருடைய நடமாட்டம், நடவடிக்கைகள் குறித்துப் புலிகள் அமைப்பின் மூத்த தலைவர்கள், தளபதிகளுக்கே எதுவும் தெரியாது. எனவே அவருடைய பாதுகாப்பு அணி யினரையும் பொட்டம்மான், சூசை ஆகியோரையும் தவிர வேறு எவருக்கும் எதுவும் தெரிந்திருக்கும் வாய்ப்பில்லை. பிரபாகரனின் பாதுகாப்புக்குப் பொறுப்பாக இருந்தவர்

இரட்ணம் மாஸ்டர் எனப்படுபவர். இவரும் முள்ளிவாய்க்கால் யுத்தத்தில் கொல்லப்பட்டுவிட்டார் என்று சிறிலங்கா அரசு தெரிவித்திருந்தது.

மிஞ்சிய புலிகள் (நடேசன், புலித்தேவன் உள்ளிட்ட அணியினர் ஏற்கனவே கொல்லப்பட்டுவிட்டனர்) சனங்களோடு சனங்களாக இரட்டை வாய்க்காலிலும் வட்டுவாகலிலும் சரணடைந்தனர். சனங்கள், தாங்கள் உயிருடன் மீள்வோம் என்ற நம்பிக்கையே இல்லாமல், அதிர்ச்சியடைந்த முகத் தோடு – சவக்களை என்று சொல்வார்களே –இராணுவத்திடம் சரணடைந்தனர். 38 ஆண்டுகளாக நடந்த புலிகளின் போராட்டம் சரணடைவு நிகழ்ச்சியுடன் முடிவுக்கு வந்தது.

இப்போதுள்ள சில கேள்விகள் பிரபாகரன் உயிருடன் இருக்கிறாரா இல்லையா? புலிகளின் எழுச்சி மீண்டும் நிகழுமா நிகழாதா? கொல்லப்பட்டுவிட்டார் என்றால் தானே இறந்தாரா அல்லது படைத்தரப்பினால் கொல்லப்பட்டாரா என்பது. தானாக மரணித்தார் என்றால் எப்படி? படையினரால் கொல்லப்பட்டார் என்றால் அடித்துக்கொல்லப்பட்டாரா அல்லது சுட்டுக் கொல்லப்பட்டாரா? என்பது. ஏனெனில் பிரபாகரனின் தலையில் அடிகாயமே காணப்படுகிறது என்று பலரும் கேட்கிறார்கள்.

உண்மையில் இந்தக் கேள்விகளையும்விட முக்கியமான வையும் தேவையான கேள்விகளும், பிரபாகரனால் தன்னைக் காப்பாற்ற முடியாமல் போனது எப்படி? அவரால் மக்களைக் காப்பாற்ற முடியாமல் போனது எவ்வாறு? அவருடைய போராட்டத்தை அவரால் இறுதியில் இந்த நிலைக்குக் கொண்டு போக வேண்டி வந்த காரணம் என்ன? இதுபோல ஏராளம் உண்டு. இவற்றுக்கான பதில்கள் பிரபாகரனின் கடந்தகால செயற்பாடுகளிலும் அவருடைய மனவுலகத்திலுமே இருந்தன. இருக்கின்றன.

மக்கள் சட்டியில் இருந்து அடுப்புக்குள்ளே இடம் மாற்றப் பட்டிருக்கிறார்கள். அவ்வளவுதான். எல்லாவற்றையும் தானே எடுத்து தானே போட்டுடைத்த மனிதராக வரலாற்றில் மாறி விட்டார் அவர்.

பிரபாகரனே சொல்வதைப்போல "வென்றால் சரித்திரம் தோற்றால் சம்பவம்" என்ற மாதிரியே இந்த நிகழ்ச்சிகளும் அமைந்துவிட்டன.

இதழ் 116, ஆகஸ்ட் 2009

"அன்புள்ள தமிழினி"

ப்ரேமா ரேவதி

அன்புள்ள தமிழினி,

உங்களை அன்புள்ள ஒரு மனுஷியாக விளிப்பதையே கூடப் பலர் ஏற்றுக்கொள்ளமாட்டார்கள் என நினைக்கிறேன். புராணக் கதாபாத்திரங்களைப் போன்று பிரபாகரன் 'உயிர்த்தெழுவார்' என அவரது 'பக்தர்'கள் ஓயாத பிரச்சாரத்தில் இறங்கியிருக்கிறார்கள். மே 18க்குப் பிறகு புதுப்பலம் பெற்றுள்ள அவரது எதிர்ப்பாளர்களோ 'ஒழிந்தான் பயங்கரவாதி' எனக் கொண்டாடிக்கொண்டிருக்கும் ஒரு சூழலில், அவரது தங்கையும் விடுதலைப் புலிகள் அமைப்பின் பெண்கள் (அரசியல்) பிரிவின் தலைவியுமான உங்களை அன்புள்ள ஒரு மனுஷியாக ஏற்றுக்கொள்ள மறுக்கும் இடத்திலிருந்து இந்த மடல்.

ஒரு வாரக் காத்திருப்புககுப் பின் உங்களை, இன்று தரைமட்டமாகிவிட்ட கிளிநொச்சியில் இருந்த பெண்கள் பிரிவின் அலுவலகத்தில் சந்தித்த நாளை நினைத்துக் கொள்கிறேன். தீர்க்கமான விழிகள், ஒப்பனைகளின் சுவடறியாத கருமையான முகம், அழுத்தி வாரிப் பின்னப்பட்ட சிகை, ஆண்களுடையதைப் போன்ற சட்டை, நகைச்சுவை கலந்த உரையாடல், புதிய விஷயங்களை, குறிப்பாகத் தமிழகத்தில் உள்ள பெண்கள், பெண்ணிய அரசியல் பற்றிய உங்களது ஆர்வம் எல்லாம் என் நினைவில் தோன்றுகின்றன.

அப்போது அங்கே ஓரளவு அமைதி நிலவிக்கொண்டிருந்த காலம். ஓயாது நடைபெற்றுக்கொண்டிருந்த கொடிய போரினிடையே நீங்கள் சற்று இளைப்பாறிக் கொண்டிருந்தீர்கள். A9 நெடுஞ்சாலை அப்போது திறக்கப்பட்டிருந்தது. புலம்பெயர்ந்து அயல்நாடுகளில் வசித்துக்

கொண்டிருந்த சுற்றங்கள் தத்தம் குடும்பங்களோடு வந்திருந்து விடுமுறைகளைக் கழித்துக்கொண்டிருந்தனர். பள்ளிகளும் மருத்துவமனைகளும் நிர்மாணிக்கப்பட்டுக் கொண்டிருந்தன. இன்னும் சில ஆண்டுகளுக்குள் எல்லாம் அழிந்து மண்ணோடு மண்ணாகக் குருதிச் சேற்றுக்குள் புதையுண்டு போய்விடும் என்பதை அறியாமல் அனைவரும் தத்தமது வீடுகளையும் கோவில்களையும் புதுப்பித்துக்கொண்டிருந்தார்கள்.

சரி, நீங்கள் இப்போது எப்படி இருக்கிறீர்கள் தமிழினி?

மே 28ஆம் தேதி வவுனியாவில் உள்ள உள்நாட்டு அகதிகள் முகாமில் இருந்த நீங்கள் சிறப்பு போலீஸாரால் கைதுசெய்யப் பட்டதாக இணையத்தில் படித்தேன். உங்கள் இயற்பெயர் சிவத்தாய் என்பதையும் அதிலிருந்துதான் அறிந்துகொண்டேன். நீங்கள் உயிரோடிருப்பது குறித்துச் சந்தோஷப்படுவதா? அல்லது சிங்கள ராணுவத்திடம் பிடிபட்டது பற்றிப் பதற்றம் கொள்வதா எனத் தெரியவில்லை. உங்களை நலம் விசாரிக்கும் கொடூர மான அபத்தத்திற்காக என்னை மன்னியுங்கள். கடந்த ஆறு மாதங்களாக ஈழமண்ணில் நடைபெற்று வரும் கொடிய நிகழ்வு களாலும் அதை முன்னிறுத்தித் தமிழக மண்ணில் அரங்கேறி வரும் நாடகங்களாலும் மிகுந்த மனநெருக்கடிக்குள்ளாகி யுள்ள நிலையில் பல இரவுகளில் உங்களை என் கனவுகளில் காண்கிறேன். பிரபாகரனின் மரணத்திற்குப் பின்னர் அவர் படையணியில் இருந்த ஆயிரக்கணக்கான பெண் புலிகளின் தற்போதைய நிலை என்ன தமிழினி? சங்கடம் தருகிற, வேதனையை மூட்டுகிற, அச்சுறுத்துகிற கேள்வி இது.

எறும்புகளைப் போல நசுக்கி அழிக்கப்பட்ட தமிழ் மக்களின் உயிர்களுக்கு முதலாவதாக ராஜபக்சேவும் பிறகு பிரபாகரனும் விடுதலைப்புலிகளும் பதிலளிக்க வேண்டும். ஆனால் சமீப காலமாகத் தமிழகத்தில் ஒலித்துவரும் புலி எதிர்ப்புப் பிரகடனங் கள் சில மாதங்கள் முன்புவரை ஒலித்துவந்த புலி பக்தி மந்திரங்களைப் போன்றே மொன்னையானவையாக ஒலிக் கின்றன. மூடத்தனமானதாகவும் மனிதத் தன்மையற்றதாகவும் கடந்த முப்பதாண்டுகளாக நடைபெற்று வந்த ஒரு போரின் விளைவான, உள்ளூறைந்துக் கிடந்த முரண்களும் நெருக்கடி களும் தற்போது வெளிப்படத் தொடங்கியிருக்கும் இந்த நேரத்தில் பதினைந்தாயிரத்துக்கும் மேற்பட்ட விடுதலைப்புலி களின் உயிர்வாழும் உரிமையைப் பற்றிப் பேசுவது, போர்க்குற்ற வாளியும் கொலைகாரனுமான ராஜபக்சேயின் சட்டங்களின் படி அவர்கள் குற்றவாளிகள் என்றால், அவர்கள்மீது குறைந்த பட்சம் நியாயமான வெளிப்படையான விசாரணை நடத்தப்பட வேண்டும் என்று கோருவது கவர்ச்சியற்ற ஒரு அரசியல் செயல்பாடாக இருக்கிறது.

பல கவிஞர்களையும் எழுத்தாளர்களையும் காத்திரமான தோழிகளையும் உங்களோடு சந்தித்திருந்த எனக்கு, உங்களுடைய தற்போதைய நிலை பற்றிக் கிடைக்கப்பெறும் தகவல்கள் தாங்கொணாத் துயரத்தை அளிக்கின்றன. போர்க்களத்தில் உயிர் துறப்பதற்கும் தற்கொலை செய்துகொள்வதற்கும் நீங்கள் தயாராகவே இருந்தீர்கள். மிக நிராதரவான நிலையில் நீங்கள் இராணுவத்தால் கால்கள் துண்டிக்கப்பட்டு முல்லைத் தீவின் காடுகளுக்குள் வீசப்படுகிறீர்கள் என்னும் செய்திகளைக் கேட்கும் போது மனப்பிறழ்வுக்குள்ளாவது தவிர வேறு எதுவும் செய்ய வியலாத கையறுநிலையை உணர்கிறேன். இறுதிநொடிவரை தன்னுடன் நின்ற படையணிகள் சொந்த விருப்பத்தின் பேரில் அல்லது வேறு வழியற்ற நிர்க்கதியான நிலையில் தன்னோடு நின்ற மக்கள் என யாரைப் பற்றியும் யோசிக்காமல் போரை நடத்திச்சென்ற பிரபாகரன்மீது வெறுப்பும் கோபமும் எழுகிறது.

அதே சமயம் ஈழத்துப்போரில் மிக முக்கியப் பங்கு வகித்துத் துரோக நாடகம் ஆடிய இந்தியர்கள் வெறும் புலி எதிர்ப்பு அல்லது ஆதரவு என ஒரு குறுகிய ஒருபக்கச் சார்பை எடுக்க முடியாது எனக் கருதுகிறேன். அப்படிச் செய்தால் அது அப்பட்டமான சந்தர்ப்பவாதம். உங்கள் அண்ணனின் மரணத் துக்கும் உங்கள்மீது நடைபெற்றுவரும் கொலைவெறித் தாக்குதல் களுக்கும் தமிழகப் புலி ஆதரவு அரசியல்வாதிகள் முக்கியக் காரணமாயிருந்திருக்கிறார்கள் என எனக்குத் தோன்றுகிறது. ஒரு நெருக்கடியான பின்னடைவை ஈழப்போர் சந்தித்த பின்னரும், ஒரு தற்காலிகத் தோல்வியை ஏற்று மக்களைக் காப்பாற்ற உங்களுக்கு யோசனை கூறுவதை, அதற்கான வழி காட்டுதல்களையும் உதவிகளையும் அளிப்பதை விடுத்துத் தம் வீர வசனங்களால், வாய்ச்சவடால்களால், போலியான ஆருடங்களால் உங்களைக் கொம்புசீவிவிட்டதைக் குறித்து என்ன சொல்ல தமிழினி?

பத்தாயிரம் பேரைத் திரட்டிக்கொண்டு வன்னிக்குச் செல்வோம், கடலை நீந்திக் கடந்து போரில் பங்கேற்றுத் தமிழீழத்துக்கான போரில் ஈடுபடுவோம் என இங்குள்ள தமிழர்களின் உணர்வுகளைத் தூண்டியவர்களால் தாக்கத்தை ஏற்படுத்தும்படியான எந்தவொரு அர்த்தமுள்ள போராட்டத்தை யும் நடத்த முடியாமல் போனது. அப்பாவிகளான இளைஞர் களில் பலர் ஈழத் தமிழர் படும் துயர் தாளாமலும் இந்திய அரசின், சர்வதேசச் சமூகத்தின் கவனத்தை ஈழத் தமிழர் பக்கம் ஈர்க்கவும் செயல்பட வைக்கவும் தீக்குளித்தது நினைவுக்கு வருகிறது. அந்த இழப்புகளை அரசியலாக்குவதற்கும் பின்னர் தேர்தலில் வாக்குகளாக்கவும் அவர்கள் பட்டபாடு நினைவுக்கு வருகிறது. புலிகளின் பெயரால் புலி ஆதரவாளர்கள் பலர் தமிழக மண்ணில் நிகழ்த்திய அரசியல் துரோகம் இது.

போரில் பிரபாகரன் கொல்லப்பட்ட பின்னரும் நான்கே நாட்களில் இருபதினாயிரத்திற்கும் மேற்பட்ட ஈழத் தமிழ் மக்கள் கொல்லப்பட்ட பின்னரும் ஆயிரக்கணக்கான புலிகள் துரத்தித் துரத்தி வேட்டையாடப்பட்டுக்கொண்டிருந்த வேளையிலும் இங்குள்ள புலி ஆதரவாளர்கள் பிரபாகரன் சாகவில்லை எனவும் அவர் உயிர்த்தெழுவார் எனவும் ஆருடம் கூறிக்கொண்டிருந்தார்கள். கொல்லப்பட்ட மக்களைப் பற்றியோ முகாம்களில் அடைக்கப்பட்டுள்ள லட்சக்கணக்கான மக்களைப் பற்றியோ இங்கு யாரும் பேசவில்லை. குறைந்த பட்சம் கைதுசெய்யப்பட்ட புலித் தலைவர்களைப் பற்றியும் உயிர் தப்பிக் காடுகளில் பதுங்கியிருக்கும் புலிகளைப் பற்றியுங் கூட அவர்களால் பேச முடியவில்லை.

புலிகளுக்கும் ஈழப் போருக்கும் 'பேராதரவு' கொடுத்து வந்த தமிழகப் புலனாய்வு இதழ்கள் பிரபாகரன் கொல்லப் பட்டுவிட்டதாக வந்த செய்திகளை முன்வைத்துத் தம் விற்பனை யைப் பெருக்கிக்கொள்வதில் தீவிரம் காட்டின. பிரபாகரன் கொல்லப்படவில்லை, அவர் தப்பிவிட்டார், விரைவில் மீண்டு வரப்போகிறார் என கிராபிக்ஸ் பட ஆதாரங்களோடு ஒரு வார இதழ் செய்திக் கட்டுரைகளை வெளியிட அதற்கு எதிரிடை யாக அவர் கொல்லப்பட்டுவிட்டார் என மற்றொரு வார இதழும் ஆதாரங்களோடு செய்திக் கட்டுரைகளை வெளியிட்டது. போர் திடீரென முடிந்துபோனதால் ஏற்பட்ட இழப்புகளை இவ்வகையான 'புலனாய்வு'க் கட்டுரைகள் மூலம் அவை ஈடுகட்டிக்கொண்டன. அரசியல் நீக்கம் செய்யப்பெற்ற ஆயுதந் தாங்கிய போரைத் தம் அரசியல் ஆதாயங்களுக்காக ஆதரித்த பக்தர்களால் வேறு என்ன செய்ய முடியும்?

இவை நீங்கள் மக்களை விசுவாசிகள், கொடையாளிகள், துரோகிகள் எனத் தட்டையாக வகைப்படுத்தியதன் விளைவுகள். உங்களைப் போன்றே உங்களது விசுவாசிகளுக்கும் அரசியல் பிரக்ஞை இருந்திருக்கவில்லை.

இவற்றிலெதையும் நீங்கள் ஒப்புக்கொள்ளாமல் போகலாம் தமிழினி. ஆனால் புலிகளின் தலைமை, முப்பதாண்டுகளாகப் பின்பற்றிவந்த அரசியல் நீக்கம் செய்யப்பட்ட ஆயுதப் போராட்டப் பாதையின் விளைவாய் நேர்ந்த விபரீதங்களுக்கும் கொடூரங்களுக்கும் பதிலாய் நீங்களோ அம்புலியோ மலை மகளோ பெயர் தெரியாத ஏராளமான தோழர்களோ கொல்லப் படுவதை, சித்திரவதைக்குள்ளாக்கப்படுவதை, அவமானப்படுத்தப் படுவதை, பாலியல் பலாத்காரத்துக்கு உள்ளாக்கப்படுவதை உங்களின் தீவிர விசுவாசியாக இல்லாவிடினும் என்னால் தாங்கிக்கொண்டுவிட முடியவில்லை செய்வதற்கு ஏதுமில்லை என்றாலுங்கூட. புலி எதிர்ப்பு என்பதன் பெயரால் இன்று

ராஜபக்சேவைக்கூட ஆதரிக்க முடியும் என்ற நிலையில் பேசுபவர் களின் எண்ணங்களில் நீங்கள் ஒருமுறைகூட வருவதில்லை என்பதையும் சகிக்க முடியவில்லை.

புலிகளின் வீரவரலாறு, புலிகளின் துரோக வரலாறு இவையிரண்டுக்கும் இடையேதான் உண்மை வரலாறு இருக்க முடியும். ஆயிரக்கணக்கான கல்லறைகள் நிற்கும் அந்த காம்ப வுண்டுகளில் துயிலும் மாவீரர்கள் அனைவரையும் 'துரோகிகள்' என யாராலும் அடையாளப்படுத்திவிட முடியாது. ஒரு இயக் கத்தின் தவறுகள் ஒரு போராட்டத்தின் நியாயத்தை முடக்கி விட முடியாது. பயங்கரமான ஒரு யுத்தத்தில் நிற்க வேண்டி வந்த புலிப்படையணிகளை, சாதிய நிலவுடைமை சமூக மதிப்பீடு களின் இறுகிய பிடிக்குள் உள்ள ஈழத்தில் இருந்து போர்முனை சென்ற சூரியப் புதல்விகளான புலிகளின் பெண்கள் படை யணிகளை வெறும் 'பயங்கரவாதிகள்' எனப் புறந்தள்ளிவிட முடியாது.

வர்க்கம், சாதி, பால், இனம் சார்ந்த வேறுபாடுகளால் ஏற்றத்தாழ்வாகக் கட்டமைக்கப்பட்டிருக்கும் இவ்வுலகைப் புரட்டிப்போடும் பெருங்கனவொன்றுக்கான நியாயங்கள் உள்ள வரை சுயநலமற்றவர்களாய்ப் புரட்சிகர இயக்கங்களில் அணி சேரும் இளைஞர்களின் தியாகங்களுக்கான தேவைகளும் நியாயங்களும் இருந்து வரும். அதே நேரத்தில் எந்தவொரு நியாயத்தின் பெயராலும் ஒரு சர்வாதிகாரத்தைக் கட்டமைக்க, ஒடுக்குமுறையைக் கட்டவிழ்த்துவிட யாருக்கும் உரிமையில்லை. காணாமல் போனவர்களின் நிலையைக் கண்டறிவதில் சட்டப் படியும் நியாயப்படியும் அக்கறை காட்டாத இலங்கைப் பேரின வாத அரசின் சட்டங்களும் நீதிமன்றங்களும் உங்களைப் போன்றவர்களின் தற்போதைய நிலை குறித்து எதுவும் சொல்லப் போவதில்லை. சிறைச் சுவர்களின் பின்னால் நீளும் அந்த இருள்வெளியில் நிகழக்கூடிய அபாயங்கள் கொழும்பிலும் தென்னிலங்கையிலும் உள்ள சிங்கள இன வெறியர்களுக்கான கொண்டாட்டங்களாக மாறியிருப்பது நிலைமையை மிகப் பயங்கரமானதாக்கியிருக்கிறது. இது போன்ற ஒரு சூழலில் தமிழகத்தில் நடப்பவற்றைப் பற்றி உங்களுக்கு இப்போது தெரிந்துகொள்ள வாய்ப்பிருக்காது தமிழினி. வாய்ப்புகளிருந்த காலங்களில்கூட நீங்கள் தவறாகவே நண்பர்களையும் எதிரி களையும் தேர்ந்தெடுத்தீர்களென நினைக்கிறேன்.

கடந்த சில மாதங்களாகத் தமிழகத்தில் ஈழத் தமிழருக்கு ஆதரவாகத் தன்னெழுச்சியான போராட்டங்கள் நிகழ்ந்தன. இவற்றில் பங்கேற்றவர்களில் பலர் ஈழத் தமிழரின்மேல் உண்மை யான அக்கறை கொண்டவர்கள். பெண்கள், வழக்கறிஞர்கள், மாணவர்கள், ஆர்வலர்கள் ஆகிய பல்வேறு பிரிவினரும்

ஈழத் தமிழர்களின் மீது கட்டவிழ்த்துவிடப்பட்ட இன ஒடுக்கு முறைகளுக்கெதிராகத் தொடர் போராட்டங்களை முன்னெடுத் தார்கள். இவர்களது உணர்வுகளைக் குறைத்து மதிப்பிட்டுவிட முடியாது.

ஆனால் ஒரு நேர்மையான தலைமை இல்லாமல் போனதால், தலைமையேற்றவர்கள் பலரின் சந்தர்ப்பவாத நிலைப்பாடுகளால் அப்போராட்டங்களால் ஈழத் தமிழரின் மீதான இலங்கை ராணுவத்தின் கொடூரமான தாக்குதல்களைத் தடுத்து நிறுத்தவோ சர்வதேசச் சமூகத்தின் கவனத்தை ஈர்க்கவோ முடியாமல் போனது தமிழினி.

'பக்தர்'களின் மனநிலையில் இப்போதுகூட மாற்றங்கள் ஏற்பட்டுவிடவில்லை. இப்போதிலிருந்தே நவம்பர் மாதம் மாவீரர் நாளை எப்படிக் கொண்டாடுவது என்று திட்டமிட்டு வருவதாகச் செய்தி.

யாரை அழைப்பது? 'தம்பி' சீமானையா, வேறு யாரையுமா என்னும் குழப்பத்திலிருக்கிறார்கள். போரில் வெற்றிபெற்றால் என்னவெல்லாம் நடக்கும் எனக் கனவுகளில் மிதந்துகொண் டிருந்தவர்களுக்குத் தோல்வியைப் பற்றிச் சற்று நிதானமாகச் சிந்தித்துப் பார்ப்பது சிரமமாய்த்தானிருக்கும். ஆனால் இவர் களின் பின்னால் ஈழ மக்களின்பால் அக்கறைகொண்ட அவர்களது நிலையறிந்து கொதிப்புற்றிருக்கிற எண்ணற்ற தமிழ் மக்கள், இளைஞர்கள் இருக்கிறார்கள். கொடுஞ்சிறை களிலும் இலங்கையின் கிழக்கிலும் வடக்கிலும் உள்ள காடு களுக்குள்ளும் சிதறுண்டு கிடக்கிற நீங்கள் உங்களுடைய சரி தவறுகளை ஆராய்ந்து ஒரு நிலைப்பாட்டை எட்ட முடியாமல் இருக்கும் கையறுநிலையில் இங்குள்ள யாருமே இல்லை. எனினும் அவர்களால் தமது இனப்பெருமைகளையும் வீராவேசத் தையும் தற்காலிகமாகவேனும் துறந்துவிட்டு ஈழத் தமிழர்கள் உடனடியாக எதிர்கொள்ள வேண்டியிருக்கிற மனித உரிமை, வாழ்வியல் நெருக்கடிகள் பற்றியும் இனச் சிக்கலுக்கான தீர்வைக் குறித்தும் தொலைநோக்குடன் அர்த்தமுள்ள வகையில் எதை யாவது யோசிக்க முன்வருவார்களா என்பது கேள்விக்குறிதான். பிரபாகரனின் மீதான தனிமனித வழிபாடும் தமிழனின் வீரம் பற்றிய புறநானூற்றுக் கால வசனங்களுமே இன்னமும் அவர் களிடம் எஞ்சியிருப்பவை. மற்றொருபுறம் சென்னையில் ஈழக் கவிதைகள் குறித்துத் தமிழ்க் கவிஞர்கள் இயக்கம் நடத்திய விமர்சனக் கூட்டத்தில் இலங்கை தேசிய கீதத்தைப் பாடுகிறார் 'தலித் போராளி' சுகன். இப்படி இருக்கிறார்கள் இங்கே இருக்கிற எங்கள் நண்பர்கள்.

புலிகள் முஸ்லிம் மக்கள்மீது நிகழ்த்திய வன்முறைகளும் சுமத்திய அவதூறுகளும் கடும் விமர்சனத்திற்குரியவை என்பதில்

சந்தேகமில்லை. அவை குறித்து, இலங்கையில் போரை நிறுத்தவும் ஜனநாயகத்தை நிலைநாட்டவும் சென்னையில் நடந்த ஒரு கூட்டத்தில் பேசிய பேராசிரியர் சிராஜ் மசூர் அவர்களின் நேரடி அனுபவங்களைக் கேட்க முடிந்தது. இவர் இன்னொரு கூட்டத்திலும் சென்னையில் பேசினார். அவர் கூறியவை ஏற்றுக்கொள்ளக்கூடியவையாய், முக்கியமானவையாயிருக்கலாம். ஆனால் அவர் கூறாத விஷயங்களும் முக்கியமானவை.

புலிகள் 90இல் முஸ்லிம் மக்களை மசூதியில் கொலை செய்தது, இயக்கத்தில் தலைவர்களாகவும் படையணிகளாகவும் இருந்த முஸ்லிம்களைக் கொன்றது குறித்து அவர் கூறினார். அது சரி. ஆனால் 90இலிருந்து 2009வரை முஸ்லிம் மக்கள் நல்வாழ்விலும் சரி, ஒட்டுமொத்த இனப்பிரச்சினையிலும் முஸ்லிம் காங்கிரசின் பங்கு என்ன என்பது பற்றி அவர் எதுவும் கூறவில்லை. போர் கிழித்துப் போட்ட இலங்கையில் பல வன்முறைகளையும் வன்மங்களையும் துரோகத்தையும் அனைத்து மக்களும் ஏதோ ஒரு வகையில் சந்தித்துவிட்ட நிலையில் இனிமேலான தீர்வு பற்றியும் அவர் ஏதும் கூறவில்லை, “வடக்கும் கிழக்கும் மட்டுமான பகுதி தமிழர் பகுதியல்ல” எனச் சொல்வதைத் தவிர. இவையனைத்தையும்விட அதிர்ச்சி, இந்து ராம் போன்ற ராஜபக்சே ஆதரவாளர்களைத் தவிரப் பெரும்பாலான பத்திரிகையாளர்களும் தொண்டு நிறுவனங்களும்கூட அனுமதிக்கப்படாத ‘மெனிக் பண்ணை’ இரும்பு வேலி முகாமிற்குள் எப்படி அவர் சென்றார் என்பது. அதைவிட அதிர்ச்சி அந்த முகாமைப் பற்றி “துக்ககரமானது” என்பது தவிர அவருக்குக் கூறுவதற்கு ஏதுமில்லாமல் போனது.

விடுதலைபபுலிகளால் கொல்லப்பட்டவர்களைச் சார்ந்தவர்களுக்கும் விரட்டப்பட்டவர்களுக்கும் அவதூறு செய்யப்பட்டவர்களுக்கும் மனநோயாளிகளாக்கப்பட்டவர்களுக்கும் புலிகளின் மீது ஏற்படும் அளவிலா வெறுப்பு புரிந்து கொள்ளக் கூடியது. வன்னி, வவுனியா, யாழ் நகரத் தமிழ் மக்கள் அனைவரும் பிரபாகரன் அல்ல என்பதையும் பிரபாகரன்மீதும் புலிகள்மீதுமான வெறுப்பு இந்த மக்களின் வாழ்வுரிமைகள் மீதான அலட்சியமாக மாறும் வேளையில் அவர்கள் புலிகளாக மாறுவதற்கான நியாயங்கள் புதுப்பிக்கப்படும் என்பதையும் புலி எதிர்ப்பாளர்கள் புரிந்துகொள்ள வேண்டும்.

முக்கியமான இன்னொரு குழுவினர் இங்கே இருக்கிறார்கள் தமிழினி. இவர்கள் இடுகாடுகளில் ஃபேஷன் ஷோ நடத்துபவர்கள். தமது நிலைப்பாடுகளை மீடியாக்களின் தேவைகளுக்கேற்றாற்போல் மாற்றிக்கொள்பவர்கள். தங்களுடைய ஃபோட்டோ ஆல்பத்திற்குக் கனம் சேர்க்க உங்கள் போராட்

டத்தைப் பயன்படுத்திக்கொள்கிறவர்கள். முன்னர் அதற்கெனப் பிரத்யேகமாய் வடிவமைக்கப்பட்ட டி ஷர்டுகளைப் போட்டுக் கொண்டு ஆதரவாகப் போராடி மீடியாவின் கவனத்தைத் தங்கள் பக்கம் ஈர்த்தவர்கள் இப்போது எதிர்ப்பு ஃபேஷனான பின் அங்கே சென்று நிற்கிறார்கள்.

நீங்கள் சிறையிலிருந்து வெளிவருவீர்களா? உங்களை மீண்டும் சந்திக்க முடியுமா என்பதெல்லாம் எனக்குத் தெரியவில்லை தமிழினி. ஆனால் இந்திய அமைதிப்படையின் கொடுமைகளால் போராளியானதாகச் சொன்னீர்கள் தமிழினி, நான் உங்களைச் சந்தித்த அதே கிளிநொச்சி நகரைப் புதுப்பிக்க இப்போது இந்தியா உதவி செய்யவிருக்கிற தகவல் உங்களுக்குத் தெரியுமா?

ஈழத் தமிழர்களின் வாழ்வைச் சிதறடித்த, அவர்களை அடியோடு நாசமாக்கிய கொலைகாரன் ராஜபக்சேவின் கூட்டாளியாக நின்று அக்கொலைவெறிக்குத் துணைபோன ஒரு நாட்டின் குடிமகள் நான் என்பது எனக்கு மிகுந்த அவமானத்தையும் வேதனையையும் தருகிறது. ஈழத் தமிழர்களின் துயரங்களை வைத்து ஆதாய அரசியல் நடத்திப் பிழைத்து வருபவர்கள் உலவிடும் தமிழ்நாட்டில் இருப்பதும் கேவலமாய்த் தான் உள்ளது தமிழினி.

உங்களையும் உங்களைப் போன்ற எண்ணற்ற இளைஞர் களையும் முடிவற்ற துயரப் பாதைக்கு இட்டுச்சென்று, அவமான கரமான அடிமைகளாக வாழும்படி கைவிட்டுச் சென்றுவிட்ட உங்கள் தலைவரின்மீது கடும் கோபமும் வெறுப்பும் வருகிறது. ஆனால் ஒடுக்குமுறைகள் உள்ளவரை போராட்டம் இருக்கும். நம்முடைய தவறுகளுக்கும் கையாலாகாத்தனங்களுக்கும் வரலாறுதான் தீர்ப்பெழுதும் அல்லவா தமிழினி?

இதழ் 116, ஆகஸ்ட் 2009

ஆரோக்கியமற்ற, ஆபத்தான ஊடகப் போக்கு

ஆகஸ்டு 2009 இதழில் வெளிவந்த 'வன்னியில் என்ன நடந்தது? களத்திலிருந்து ஓர் அனுபவப் பதிவு' கட்டுரைக்கான எதிர்வினை:

முள்ளிவாய்க்கால் படுகொலைகளுடன் ஈழத்தமிழினத்தின் உரிமைப் போராட்டமும் அவர்களின் எதிர்காலமும் மோசமான வரலாற்று காலகட்டத்திற்குள் பிரவேசித்திருப்பது ஒன்றும் ரகசியமானதல்ல. வெளிப்படையானது. எல்லாக் கணிப்புகளும் மதிப்பீடுகளும் கனவுகளும் கலைந்துபோனது மட்டுமல்ல, யூகித்திருக்கவே முடியாத கொடூரங்களுடன் மரண ஓலங்களும் கதறல்களுமாக முள்ளிவாய்க்கால் படுகொலைகள் அரங்கேற்றப்பட்ட காட்சிப் பதிவிலிருந்து இன்னும் முழுமையாக ஈழத் தமிழன் ஒருவனும் மீண்டுவிடவில்லை. முழுமையாக மீள முடியுமா என்பதும் தெரியவில்லை. என்றென்றைக்கும் மீளவே முடியாத கொடுங்கனவாக ஒவ்வொரு ஈழத்தமிழனது மனஅடுக்குகளை இக்காட்சிப் பதிவுகள் நிறைத்தபடியே இருக்கும்.

இந்தப் பின்புலத்திலிருந்துதான் ஈழவிடுதலை குறித்த அடுத்த கட்ட அரசியலை வளர்த்துச் செல்ல முடியும். உண்மையிலேயே கடந்தகால நிலைப்பாடுகள், அது தொடர்பான அரசியல் நடவடிக்கைகள், அதன் விளைவான சரி, தவறுகள் சார்ந்து சுயவிமர்சனமும் மீள்பார்வையும் இங்கு அவசியமாகிறது. முள்ளிவாய்க்காலிலிருந்து பீறிட்ட குருதி இன்னும் காய்ந்துவிடவில்லை. அதன் மணம் இன்னும் நாசியை அடைத்தபடியே இருக்கிறது. இந்த நிலையில் சுயபிரக்ஞையுடன் கடந்த காலத்தை உடனடியாக மறுஆய்வு செய்வதென்பதும் கடினமானது. இதற்கு ஒரு காலநீட்சி தேவை. அந்த இடைப்பட்ட

காலமே ஈழவிடுதலைப் போராட்டம் குறித்த பிரக்ஞைபூர்வ மான, தெளிவான மறுவாசிப்பை எமக்குத் தரும். ஈழத் தமிழ்ச் சூழலுக்கு அப்பால் மேற்படி கருத்தியல் புரிந்துகொள்ளக் கூடிய ஒன்றாக இருக்காதென்பதும் எமக்குத் தெரியும்.

இந்த அடிப்படையிலேயே பொறுப்பான ஊடகங்களாக வும் ஊடகவியலாளர்களாகவும் ஈழத் தமிழ்ச் சூழலில் பலர் ஒரு 'மௌனத்தை'க் கடைபிடிக்கிறார்கள். இந்த 'மௌனம்' எமக்குத் தேவையானதாகவிருக்கிறது. இதற்காக எடுக்கப்படும் மாற்று அரசியல் நடவடிக்கைகளை நாம் புறக்கணிக்கவுமில்லை விமர்சிக்கவுமில்லை. இந்த 'உடனடி' நடவடிக்கைகள் இன்னு மொரு மனிதப் பேரவலத்திற்கும் அரசியல் வறுமைக்கும் ஈழத்தமிழினத்தை இட்டுச்செல்லக் கூடாது என்பதே நமது கவலை.

இந்தப் பின்புலத்திலிருந்துதான் 'வன்னியில் என்ன நடந்தது? களத்திலிருந்து ஓர் அனுபவப் பதிவு' கட்டுரையை நாம் பார்க் கிறோம். வரிக்கு வரி அந்தக் கட்டுரைக்கு எதிராக எம்மால் எதிர்வினையாற்ற முடியும். ஏனெனில் அதற்குரிய எல்லா சாத்தியங்களையும் அக்கட்டுரை தன்னகத்தே கொண்டுள்ளது. புலிகளுக்கு எல்லோரும் போட்டுப் பார்த்துக் களைத்துப்போன பாசிச முக மூடியை மிகச் கச்சிதமாகப் பொருந்தும்படி மிகக் கவனமாகத் திட்டமிட்டு எழுதப்பட்ட ஒரு கட்டுரை இது. அனுபவம் என்ற போர்வையில் ஆழ்மனக் குரோதமும் தனிமனித வெறுப்பும் ஓர் இனத்திற்காக 30 வருடங்களுக்கு மேலாகப் போராடிய அமைப்பொன்றின் மீதான வசைபாடல் களாகவும் அவதூறுகளாகவும் வெளித் தள்ளப்பட்டிருப்பது மிகச் சுலபமாகவே இனங்காணக் கூடியதாகவிருக்கிறது. இது அவரது கருத்து. அந்தக் கருத்தைச் சொல்லும் உரிமையை நாம் அவருக்கு வழங்கத்தான் வேண்டும். பிரச்சினை அதுவல்ல.

ஆனால் அவரது கருத்துக்குக் 'காலச்சுவடு' கொடுத்திருக் கும் நம்பகத்தன்மை ஆபத்தானது. பாதுகாப்பைக் காரணம் காட்டி எழுதியவரின் பெயரை வெளியிடாது ஊடக அறத்தை 'மீற' முற்படும் 'காலச்சுவடு' தனது 'மீறல்' அந்தக் கட்டுரையை ஒரு ஒற்றை வாசிப்பினூடாகவே வாசகன் கடந்து செல்ல வேண்டியிருக்கும் அபத்தத்தை உணராதது அதிர்ச்சியளிக் கிறது. இதையே நாம் ஆபத்து என்கிறோம்.

இங்கு பன்மைத்தன்மை அடிபடுகிறது. திறந்த வாசிப் புக்கும் பலகுரல் தன்மைக்கும் இடம் தராத 'பிரதி'களைச் சாடும் பின்நவீனத்துவ யுகத்தில் ஓர் இனத்தின் வரலாற்றை ஒற்றையாக அணுகச் சொல்லும் பாரம்பரியத்தை என்ன வென்று சொல்வது?

இத்தகைய ஊடகப் போக்குகள் ஆரோக்கியமற்றவை, ஆபத்தானவை. இதை நாம் வன்மையாகக் கண்டிக்கிறோம். கட்டுரையாளர் தனது அடையாளத்தை மறைப்பது பாதுகாப்பு என்பதற்கும் அப்பால் தனது கருத்திற்கான ஒரு கவசம் என்பதைக் 'காலச்சுவடு' கவனிக்காதது வருந்தத்தக்கது. இது கட்டுரையாளரின் ஒருவகையான கீழறுப்பு நடவடிக்கை. ஒரு வகையான ஊடகப் பாசிசமும்கூட.

கட்டுரையாளரின் வன்னிப் போர் அனுபவங்களும் அகதி வாழ்வும் மட்டும் அவரது 'அனுபவங்களை' உண்மையாக்காது என்பதைக் 'காலச்சுவடு' புரிந்துகொள்ள வேண்டும். ஏனெனில் அதே வன்னி நிலப்பரப்பில் போருக்கு முகம் கொடுத்து இன்று முட்கம்பி வேலிக்குள் அடைபட்டிருக்கும் எமது மக்களிடமிருந்து அவரது 'அனுபவங்களுக்கு' நேர் எதிரான அனுபவங்களை நாள்தோறும் நாம் செவிமடுத்துக்கொண்டிருக் கிறோம். அவர் சொல்வது போன்ற சில கதைகளும் எமக்கும் கிடைக்கின்றன. ஆனால் கட்டுரையாளர் தனது கருத்தோடு 'பென்னாம்பெரிய' ஒரு பூதக் கண்ணாடியையும் சேர்த்துக் 'காலச்சுவடு' வாசகர்களுக்கு அனுப்பியிருக்கிறார்.

உலகில் தவறு நடக்காத போராட்டம் எது? புலிகள் மட்டும் விதிவிலக்காக முடியாது. புலிகளை நிறைய விமர்சனங் களுடன்தான் நாம் ஏற்றுக்கொண்டோம். கட்டுரையாளர் தான் எத்தகைய ஒரு சந்தர்ப்பவாதி என்பதை 10 வருடங் களுக்கு முன்பே நிரூபித்தமைக்கு சாட்சிதான் கவிஞர் சேரனின் நேர்காணலை அவர் எதிர்கொண்ட விதம். நாம் புலிகளை ஆதரித்தபோதும் சேரனின் நேர்காணலைத் திறந்த மனத்துடன் எதிர்கொண்டோம். எமக்கு எந்தக் கசப்புமில்லை.

ஆனால் ஒரு படைப்பாளியாக இருந்தும் 10 வருடங்களுக்கு முன் கருத்தை கருத்தால் எதிர்கொள்ளும் பக்குவமற்றவராக உறவுகளைத் துண்டித்த ஒருவர் அண்மைக்காலம்வரை புலி களுடன் ஒட்டி உறவாடி வன்னியில் வாழ்ந்த ஒருவர் அப்போ தெல்லாம் வைக்காத கருத்துகளை இப்போது அடித்துப் பிடித்து முன்வைக்கும் அரசியல்தான் என்ன?

உளவியலைக் கல்விப் பின்புலமாகக் கொண்டவர்களாக நாம் அந்த முகம் தெரியாத நண்பருக்காக வருத்தப்படுகிறோம். ஏனெனில் அவராகவே தனது இந்த நிலைக்கான ஒரு காரண மாகப் புலிகளையும் புலித் தலைவரையும் கண்டடைந்திருக் கிறார். அவரது அகதி வாழ்வு அந்த வாசிப்பை இன்னும் அதிகப்படுத்துவதாகவே நம்புகிறோம். நாம் முன்பே குறிப் பிட்டதுபோல் ஈழப்பரப்பில் எதற்குமே ஒரு காலநீட்சி தேவைப் படுகிறது. அந்தக் கால இடைவெளி அந்த நண்பருக்குச் சரியான வாசிப்பைத் தரும் என்றும் நம்புகிறோம்.

பின்பு ஒரு தருணத்தில் இவரது கருத்துகளுக்கு நாங்கள் ஆதாரங்களுடன் எதிர்வினையாற்றுகிறோம். எமது இந்த உடனடிப் பதிவு காலச்சுவடு தன்னையறியாமலேயே மேற்படி கட்டுரையின் வழி தவறான ஊடகக் கலாச்சாரத்திற்கு விதை போடும் அபத்தத்தைச் சுட்டிக்காட்டத்தான்.

மாற்றுக் கருத்துகளுக்குரிய ஒரு தெளிவான ஜனநாயகச் சூழல் ஈழ அரசியல் சூழலில் உடனடியாக உருவாக்கப்பட வேண்டும். புலிகளின் பின்னடைவை அடுத்து நாம் தொடர்ச்சி யாக முன்வைக்கும் கருத்து இதுதான். அதுவே முரண்பாடு களற்ற ஒரு தெளிவான அரசியல் தலைமைத்துவத்தை உருவாக் கும். முள்ளிவாய்க்கால் படுகொலைகளுக்குப் பின்னான ஈழத் தமிழினத்தின் தீர்க்கமான அரசியல் தீர்வு இதன் வழியேதான் பிறப்பெடுக்கும் – சேறடிப்புகளினூடாகவும் அவதூறுகளினூடாக வும் அது என்றைக்கும் பிறப்பெடுக்க முடியாது.

பின்குறிப்பு

தமிழீழ விடுதலைப்புலிகளைப் படைத் துறை ரீதியாகத் தோற்கடிப்பதாகவும் தொடர்ந்து நிலங்களைக் கைப்பற்றுவதாக வும் சிறீலங்கா அரசு அறிவித்ததோடு மட்டுமல்ல பல மூன்றாம் சக்திகளின் துணையுடன் உலக அளவில் அவர்களுக்குப் பயங்கர வாத முத்திரைகளைக் குத்தி அவர்களை ஓரங்கட்டத் தொடங்கி யிருந்ததும் ஒட்டுமொத்த உலகத் தமிழர்களையும் ஒருவித வெறுமைக்குள் தள்ளிப் பதற்றமடையச் செய்திருந்ததை நாம் அவதானித்து, பல்கலைக்கழக மட்டத்தில் ஓர் ஆய்வை ஆறு மாதங்களுக்கு முன்பு செய்திருந்தோம்.

முப்பது வருடங்களுக்கும் மேலாக ஒரு இனம் படிப் படியாக வளர்த்த நம்பிக்கையும் அரசியல் அவாவும் புலிகளின் வளர்ச்சியோடு பின்னிப் பிணைந்தது. அதன் பெரும் பிம்பமாகப் பிரபாகரனை அந்த இனம் வரித்து நீண்ட காலங்களாகி விட்டது. இதை உளவியல் மொழியில் கூறினால் ஒவ்வொரு தமிழனது உள்ளத்தில் அவர்களது அரசியல் அவா பிரபாகரன் என்ற உருவத்திலேயே ஆன்மாவாக உறைந்து கிடக்கிறது. அவரையும் அவர் உருவாக்கி வளர்த்த அரசியல் கட்டமைப்பை யும் அழிப்பதென்பது ஒவ்வொரு தமிழனது ஆன்மாவில் கைவைப்பதற்கு ஒப்பானது. அதுதான் இப்போது ஒட்டு மொத்த இனத்தையும் அதிர்வுக்குள்ளாக்கியிருக்கிறது. இதைத் தான் கூட்டு மன அதிர்வு என்ற உளவியல் சிக்கலாகக் கண்டடைந் தோம்.

தேசம், தேசியம், தேசியத் தலைவர் என்று ஓர் இனம் மூன்று தசாப்தங்களுக்கும் மேலாக ஒரு வாழ்வை வாழ்ந்து

விட்டது. அந்த வாழ்வியலினூடாகவே அந்த இனத்தின் உளவியல் கட்டமைக்கப்பட்டிருக்கிறது. அந்த இனத்தின் ஆன்மா வாகவே விடுதலைப்புலிகள் மாறிப்போய்விட்டது யதார்த்தம். இது விருப்பு வெறுப்புகளுக்கும் அப்பால் நடந்தேறிவிட்டது. திடீரென்று கொஞ்சப்பேர் வெளிக்கிட்டுவந்து ஆளாளுக்கு வன்முறை, பயங்கரவாதம், மனிதக் கேடயம் என்று அந்த இனத்திடம் எந்தக் கருத்தையும் கேட்காமல் மிக மோசமான வன்முறையை அந்த இனத்தின் மீது பிரயோகித்துக்கொண்டே அந்த மூன்று தசாப்த கால வாழ்வைக் குலைப்பதென்பது மிக அப்பட்டமான மனித உரிமை மீறலும் மிக மோசமான வன்முறையுமாகும்.

புலிகளையும் தமிழினத்தையும் பிரித்துக் கருத்துச் சொல்லும் யாருமே அந்த இனத்தைப் பொறுத்தவரையிலே வன்முறையாளர் களே. இதற்கு ஐக்கிய நாடுகள் சபையும் சரி ஐரோப்பிய ஒன்றியமும் சரி யாரும் விதிவிலக்காக முடியாது.

இந்த அடிப்படையில்தான் நாம் எமது ஆய்வை வளர்த்துச் சென்று ஒரு கருத்துருவாக்கத்தைப் பெற்றோம். பெரும்பான்மை யான தமிழர்களுக்கும் புலிகளுக்கும் அதன் தலைவருக்கும் இடையிலான ஓர் உளவியல் இருக்கிறது. அதை இங்கு விவரிப்பது கடினமானது. ஆனால் ஆழமாக விவாதிக்கப்பட வேண்டியதும் உடனடியாகப் புரிந்துகொள்ளப்பட வேண்டியதுமாகும். இப்புரிதல்தான் பிரபாகரனுக்குப் பின்னான அடுத்தகட்ட அரசியலை நகர்த்திச் செல்ல உதவும்.

இந்த வாய்ப்பாட்டை மீறிய எத்தகைய அரசியல் நடவடிக் கைகளும் மக்களின் மனநிலையிலிருந்து சிந்தித்துத் தோற்றம் பெற்றதாக இருக்க முடியாது.

பரணி கிருஸ்ணரஜனி, பாரிஸ்
யாழினி ரவிச்சந்திரன், ஒக்ஸ்போட்
சித்ரலேகா துஸ்யந்தன், வியன்னா
பிரியதர்சினி சற்குணவடிவேல், பர்சிலோனா

♦ ♦ ♦

ஆசிரியர் குறிப்பு

‘காலச்சுவடு’ ஆசிரியர் பெயரை வெளியிடாமல் ‘வன்னியில் என்ன நடந்தது’ என்ற பதிவை வெளியிட்டமை சரி என்றே நம்புகிறேன். இது மௌனத்திற்கான காலகட்டம் என நாங்கள் நினைக்கவில்லை. இன்று கலையாத மௌனங்கள் புத்தரின் மகா மௌனங்களைப்போல நிரந்தர மௌனங்களாகும் வாய்ப்பு அதிகம். மாற்று அரசியலை முன்னெடுப்பது எங்கள் பணியல்ல.

அதன் தன்மையை நிர்ணயம் செய்யும் உரிமையும் எங்களுக்கு இல்லை. எனில் திறந்த உரையாடல்களின் வழி ஈழத் தமிழ்ச் சமூகத்திலிருந்து மாற்றுகள் ஏற்படுவதற்கான சூழலை உருவாக்கு வதில் நாங்கள் சிறிய அளவில் பங்களிக்க முயலலாம்.

கட்டுரையாளரின் பெயர் வெளியிடாமை எப்படி பன்முக வாசிப்பைச் சிதைக்கிறது என்பது புரியவில்லை. அத்தகைய ஒரு பன்முக வாசிப்பு இன்பத்தை வழங்க, கட்டுரையாளரின் உயிரைப் பணயம் வைத்து நாங்கள் விளையாட முடியாது. ஆனால் இந்த மறைப்பு நிரந்தரமானதல்ல. உரிய காலத்தில் பெயரை வெளிப்படுத்தலாம் என்பதே இக்கட்டுரையாளருடன் செய்யப்பட்டுள்ள ஒப்பந்தம். எனவே, இது அவருக்கான நிரந்தரக் கவசமாகாது. அவர் கருத்துகளுக்கு அவர் முழுப் பொறுப்பெடுக்க வேண்டும். உயிராபத்து நீங்கிய காலகட்டத்தில்.

களத்திலிருந்து வரும் பதிவுகள் பலதன்மையிலானவை யாக இருக்கும் என்பதில் ஐயமில்லை. இதையே 'இரத்த சாட்சியான உண்மைகள்' எனப் பன்மையில் குறிப்பிட்டிருக் கிறோம். இக்கட்டுரையாளரின் பார்வையை ஒட்டிய பதிவு ஒன்று *www.agilan.com* இல் வெளிவந்துள்ளது. அதிலும் எழுதி யவரின் பெயர் மறைக்கப்பட்டிருப்பது கவனத்திற்குரியது. களத்திலிருந்து வந்த பதிவு புலிகளுக்குச் சாதகமாக இருந்திருப் பின் அதையும் வெளியிட்டிருப்போம். அப்போதும் பெயரில்லாம லேயே வெளியிட வேண்டியிருந்திருக்கும். ஆனால் ஊடக அறம் பற்றிய இந்தக் கேள்விகள் அப்போது எழுந்திருக்குமா?

இதை வெளியிட்டதன் மூலம் புலிகளுக்குப் பொருந்தாது போகும் அந்தப் பாசிச முகமூடி காலச்சுவடுக்குப் பொருந்தி வரும் என்று எனக்குத் தோன்றவில்லை.

கண்ணன்

எங்கள் கனவுகள் இன்னும் முற்றுப் பெறவில்லை

காலச்சுவடு ஆகஸ்டு 2009 இதழில் வெளியான 'வன்னியில் என்ன நடந்தது' என்ற கட்டுரையைப் படித்து அதிர்ந்துபோய் இதை எழுதுகிறேன்.

புலம்பெயர் மண்ணில் இயந்திர வாழ்க்கை வாழ்ந்துகொண் டிருக்கும் எங்களுக்குள் தாயகம் பற்றிய ஆயிரம் கனவுகள் உண்டு. எமது தேசத்தின் விடியல் பற்றிய தீராத ஏக்கங்கள் உண்டு. அதற்கான ஆக்கபூர்வ பணிகளுக்காக எம் வாழ்க்கை யின் பெரும் பகுதியை அர்ப்பணித்து அந்த நினைவுகளே எம்மை வாழ வைப்பதாகவும் அந்தக் கனவுகளே மகிழ்வு

தருவதாகவும் அந்த நம்பிக்கையே எம் வாழ்வின் ஆதாரமாக வும் அதற்கான செயற்பாடுகளே எம் வாழ்வின் அர்த்தங்களாக வும் எண்ணி வாழ்க்கையை அணுவணுவாய் நகர்த்திக்கொண் டிருப்பவர்களே நாங்கள்! நாங்கள் என்றால் நம்மில் பலரும் அப்படித்தான்.

எம் தேசத்தின் விடியலுக்கான நேரம் எம்மை நெருங்கிக் கொண்டிருக்கிறது என்ற முழு நம்பிக்கையில் அந்த வெளிச் சத்தைத் தரிசிக்கும் ஆவலோடு உறக்கமின்றி விழித்தே கிடந்த வர்கள் எங்களில் பலர். ஈழத்தின் வன்னிப் போர் முற்றுப் பெற்றதோ இல்லையோ எங்கள் கனவுகள் இன்னமும் முற்றுப் பெறவில்லை. அது முற்றுப்பெறப் போவதுமில்லை. எங்கிருந் தாவது ஒரு சின்ன ஒளிக்கீற்றுத் தெரியாதா என்ற ஏக்கத்தில் உடைந்து போன இதயங்களோடும் நசிந்துபோன கனவுகளோடும் நடைப்பிணங்களாய் வாழ்ந்துகொண்டிருக்கிறோம். உங்களுக்குத் தெரியுமா, இங்குள்ளவர்கள் வன்னிப் போரை நேரில் தரிசிக்கா விட்டாலும். அந்தக் கொடும் போரின் அழிவுகளையும் இழப்பு களையும் மனக் கண்ணில் நிதம் கண்டு மரணிப்பவர்கள். நினைவுகளின் கொடும் வலியால் நிரந்தரமாகவே நோயாளி களாக மாறிவிட்டவர்கள்.

ஆயினும் ஒரேயொரு நம்பிக்கை, 'மீளவும் எழுந்து நடப் போம்' என்று. இந்த நம்பிக்கையில் நடமாடிக்கொண் டிருப்பவர்கள்தான் இப்போ இங்கே அதிகம். புலம்பெயர் மண்ணில் எம்மவர்களின் வாழ்க்கையே ஒரு போராட்டம் தான். அதிலும் தேசவிடியலுக்கான எம்மவர்களின் வீதிப் போராட்டங்கள் யாவரும் அறிந்ததே. வன்னிப் பேரழிவின் இறுதிக் காலகட்டத்தில் புலம் பெயர் மண்ணில் எம் மக்கள் எடுத்துச் சென்ற பல் வடிவப் போராட்டங்கள் வெற்றி பெற்றதோ இல்லையோ அதில் என்றும் பொய்மை இருக்கவில்லை. கூட இருந்து குழிபறிக்கும் எண்ணம் இருக்கவில்லை. எல்லோரும் ஒற்றுமையாக ஒரே நோக்கோடு எம் தேசத்தின் கண்ணீர் துடைக்கப் போராடினார்கள். மாற்றுக் கருத்து உள்ளவர்களும் இருக்கத்தான் செய்தார்கள். ஆனால் அவர்கள் எம்முள் எரிந்து கொண்டிருந்த இலட்சியத் தீயை நெருங்க முடியாதவர் களாகவே இருந்தார்கள்.

இத்தனை வருடங்கள் விடுதலைப்புலிகளின் ஆதரவாளர்கள் என்று கூறிக்கொண்டும் அவர்களின் பெயரில் குளிர்காய்ந்து கொண்டும் தேசப்பற்றாளர்கள், தேசியக் கவிஞர்கள், தேசியக் கலைஞர்கள், தேசியக் கதைஞர்கள் என்ற பட்டங்களைச் சுமந்துகொண்டும் அந்த நெகிழ்வில் புலம்பெயர் அன்புள்ளங் களின் அன்பளிப்புகளையும் பாராட்டுகளையும் பெற்றுக் கொண்டும் இருந்தவர்கள், விடுதலைப்புலிகளின் வன்னிப்

போரின் பின்னரான பேரழிவின் மத்தியிலும் அவர்களின் நினைத்துப் பார்க்க முடியாத தோல்வியின் மத்தியிலும் நின்று கொண்டு செத்த பாம்பை அடிப்பது போலவும் விழுந்தவன் மேல் மாடேறி மிதிப்பது போலவும் அல்லது இப்போதுதான் ஞானம் வந்தது போலவும் யாரோடு இதுவரை காலமும் உடலும் உயிருமாய் வாழ்ந்தார்களோ அவர்களையே தூற்றிக் கொண்டிருக்கும் செயல் நம்ப முடியாததாகவும் ஜீரணிக்க முடியாததாகவும் இருக்கிறது.

இத்தனை போர்க் கொடுமைகளை அனுபவித்து, காற்றுக் கூடச் சுதந்திரமாய் உட்புக முடியாத ஒரு இராணுவ முட்கம்பி வேலிக்குள் இருந்துகொண்டு இத்தனை தெளிவாகவும் பலபக்கப் பார்வைகளோடும் இத்தனை பக்கங்களை மிக இரகசிய மாகவும் துணிவாகவும் எழுதிக் காலச்சுவடு இதழுக்கு அனுப்ப முடிகிறபோது மிகுந்த சுதந்திரமாய் வன்னி மண்ணில் வாழ்ந்து கொண்டிருந்த இத்தனை வருட காலங்களில், ஒரு நாளில் ஒரு கணத்தில் ஒரு கவிதை வரியிலேனும் தன் நீண்ட காலப் பார்வையின் ஒரு பகுதியையேனும் இவரால் ஏன் சொல்லத் தோன்றவில்லை? அதற்குரிய நேரம், ஒரு மாபெரும் மனிதப் பேரவலத்தின் பின்னர் வரும்போதுதான் அழகு சேர்க்குமென்று காலத்தைக் கணக்கிட்டுக் காத்துக்கொண்டிருந்தாரா? புரியவே யில்லை!

கேள்விகளும் தேடல்களும் அவ நம்பிக்கைகளும் இல்லாத அந்தப் பொற்காலம் எப்படி இத்தனை விரைவாகத் தறிகெட்டுத் திசை மாறிப் போகவிட்டுப் புறம்சொல்லும் தூற்றுப்படலமாய் எதிரியின் வேலிக்குள்ளிருந்தபடியே அவர் எழுத்துகளில் புகுந்து கொண்டது?

போரின் கொடூரங்கள் உலக வரலாற்றில் நாம் அறியாத வையல்ல. வெற்றிக்குப் பின்னால் நிகழ்ந்த கொடூரங்கள், தோல்விக்குப் பின்னால் நிகழ்ந்த கொடுமைகள் எனப் பல வரலாற்றுக் கதைகள் உண்டு. ஆனால் ஒன்றை மட்டும் எம்மால் இன்னமும் ஜீரணிக்க முடியவில்லை. எம்மை ஏமாற்றியவர்கள் ஒருவர் இருவர் அல்ல, இந்த உலகம் முழுவதுமே சேர்ந்துதான். ஆயினும் எதையும் தாங்கி நடைப் பிணங்களாய் வாழ எம்மால் முடிந்தது. இது ஈழத் தமிழனுக்கேயுரிய சிறப்புப் பண்பாடு! காலம் எமக்குக் கற்றுத் தந்த மனப்பக்குவம். 51 வருட காலத்தின் வரலாற்றுப் படிப்பினை.

துயரங்களைச் சுமந்தபடியே எம்மால் வாழ முடிகிறது. பசிக்கும்போது உணவை உண்டபடியே அழ முடிகிறது. சிரித்த படியே சோகங்களை விழுங்கிவிட முடிகிறது. நித்திரை செய்த படியே நிஜங்களை எண்ணிப் பார்க்க முடிகிறது. எம் கனவுகளின்

சிதைவுகளைக்கூட மீளவும் கூட்டியள்ளி ஒட்டுப் போட்டுக் கொண்டே இழுத்துச் சுமந்துகொண்டு தொடர்ந்தும் தொலை தூரம் நடக்க முடிகிறது. சுமக்க முடியாத எல்லாவற்றையுமே எம்மால் சுமக்க முடிகிறது கூட இருந்தே குழிபறிக்கும் எம் இனிய நண்பர்களைத் தவிர.

சந்திரா

♦ ♦ ♦

கடவுளும் சாத்தானும்

ஆகஸ்டு மாத இதழில் வன்னிப் பதிவை நடுங்கும் மனத்துடன் படித்தேன். பதைபதைப்பு அடங்க வெகுநேரமாயிற்று. அப்பதிவின் வரிகளைக் கடந்து போவதற்கு விளக்க முடியாத மனநிலை தேவைப்பட்டது. புலிகளின், குறிப்பாக பிரபாகரனின் மீதான ஆராதனைகள் முடிவுக்கு வந்துவிட்டனபோலும். நெருப்புக் கோழிகள் மண்ணிற்குள் தலை புதைத்துக்கொண்டாயிற்று. ஈழப் போரை ஆழமாக அறிந்தவர்களிடமிருந்தும் பலிகளின் திருவிழாவாக அதை மேலோட்டமாகப் புரிந்து கொண்டவர்களிடமிருந்தும் போராளிகளின் மீதும் அவர்களது போர் உத்திகள்மீதும் முதலில் களிமண் உருண்டைகள் வீசப் பட்டன. பிறகு எரிகல். இப்போது சரம்சரமாக அம்புகள் எறியப்படுகின்றன. இப்போதைக்கு அவர்களது அம்பறாத் தூணி காலியாகப் போவதில்லை. நீண்ட காலப் போராட்டத் திற்குக் கடும் மனச்சோர்வை நோக்கித் தள்ளும் துக்ககரமான ஒரு விடை கிடைத்ததும் அதற்கேற்றாற்போல் கேள்விகளின் கழுத்தை ஒவ்வொருவரும் தமக்குத் தோதான திசைகளில் திருப்பி வைத்துக்கொள்வது வழமையாகப் போய்விட்டது. இப்பதிவில் இடம்பெறும் பிரபாகரனது சித்திரம் கொலைகாரனுடையது, இல்லையில்லை, கொடூரமான கொலைகாரனுடையது.

ஒரு மனிதனைக் கடவுளாக மாற்றி வணங்குதல் எத்தகைய குருட்டுத்தனமோ அதுபோலவே ஒரு போராளியைச் சாத்தானாகப் பாவித்தலும் இழிவானதுதான். இதை எழுதும் நபர் அனுபவிக்கும் சுதந்திரத்தில் ஒரு சதவீதம்கூட நுழைய முடியாத ஒரு முகாமிலிருந்து இது எழுதப்பட்டது என்பதும் தற்போதைய தங்கள் இருப்பிற்கு கர்த்தாவாக இப்பதிவாளர் கருதும் ஒருவரைக் கடும் விமர்சனத்திற்குட்படுத்தும் பரிபூரண உரிமை அவருக் கிருக்கிறது என்பதும் புரிந்தே உள்ளது. ஆனால் இதே ஈழ மக்களின் ஒட்டுமொத்தக் குரலாக ஏற்றுக்கொள்ள முடிய வில்லை. பிரபாகரன் விமர்சனத்திற்கு அப்பாற்பட்ட – அப்படி அவர் நம்பியிருந்தாலும் – மனிதர் அல்ல. எண்ணற்ற, எவ்வித நியாயங்களுக்குள்ளும் அடங்காத தவறை அவர் செய்திருக்

கிறார். அறத்தை மூச்சாகக் கொண்ட காந்தியைப் போன்றவர்களையே காலம் இன்று விதவிதமான விமர்சனக் கூண்டுகளுக்குள் நிறுத்தி வாதிடுகையில், துப்பாக்கியைப் பிரதானமாகக் கொண்ட போராளிக்குக் காத்திருப்பது அதைவிடக் கடுமையான ஒன்றாகத்தான் இருக்கும். ஆனால் ஈழக் கனவை அவர் தலைமைபோல வேறெந்த குடிமகனும் முன்னின்று நடத்திச் சென்றிருக்க முடியாது.

யதார்த்தம் கண்முன்னே கொடுமையானதாக மாறும்போது, சுய லாபநட்ட கணக்குகள் சார்ந்து நடந்துகொள்ள அவர் தமிழக அரசியல்வாதி அல்ல, தமிழீழப் போரிலிருந்து வெளியேறினால் தன் பாதுகாவலர்களாலேயே சுட்டுக் கொல்லப் படுவோம் என்று பிரபாகரன் எண்ணினார். (தமிழினி இதழ் கட்டுரை) அந்தளவிற்குக் கட்டுக்கோப்பான இயக்கம் அது. நார்வே முன்னெடுத்த சமாதானப் பேச்சுவார்த்தைகள் நடந்துகொண்டிருந்தபோதே ஒப்பந்தத்தை மீறி சிங்கள அரசு இரண்டு முறை குடியிருப்புப் பகுதியில் குண்டுகள் வீசின. இன்று பெரும்பாலான நோக்கர்கள் புலிகள் தவறவிட்டதாகக் கருதும் அந்த நல்வாய்ப்பின்போதுதான் கருணா விலைக்கு வாங்கப் பட்டார். புலிகளின் ஆயுதங்களால் வெல்ல முடியாத கொடிய ஆயுதமாக அந்தத் துரோகம் இறுதிவரை இருந்தது. உலகத் தலைவர்களாலும் (தமிழில் இதுபோல ஆகப் பொருத்தமான முரண்நகை கொண்ட சொல் தோன்றுவது அபூர்வம்) சர்வதேசச் சமூகத்தாலும் எழுதப்பட்ட அத்தீர்ப்பு ஒரு இனத்தின் மிகப் பெரிய தொகைக்குச் சவக்குழியாக மாறிற்று. எஞ்சியவர்கள் வேலிகளுக்குள் மிருகங்கள்போல் அடைக்கப்பட்டிருக்கிறார்கள்.

புலிகளின் தியாகங்களுக்கு ஊக்கியாக இருந்த கனவு சிதைக்கப்பட்டுவிட்டது. ஆனால் அந்தத் தியாகங்களைத் தயவு செய்து மறுபரிசீலனைக்கு உட்படுத்தாதீர்கள் நண்பர்களே! சொந்த மக்களைப் பனை மட்டையால் அடித்தார்கள், சுட்டார்கள் என்று படித்தபோது மனம் பதறியதை மறுக்க முடியாது. ஆனால் எத்தனை இழப்புகள், எவ்வளவு கண்ணீர், பெண்களுக்கிழைக்கப்பட்ட கொடுமைகள், கூறமுடியாத வதைகள், பகிர முடியாத துக்கங்கள், பதிலீடு செய்ய முடியாத இடப்பெயர்வுகள் அத்தனைக்கும் எதிரான போராட்டம் ஒரு விடிகாலையில் புகையும் சாம்பலும் பிணங்களுமாக முடிவுக்கு வருமென்றால் இந்த வாழ்க்கையை எதன் பொருட்டு அந்த ஈழ மக்கள் சகித்துக்கொள்வார்கள்.

கே. என். செந்தில்

அவினாசி

◆ ◆ ◆

அன்புள்ள ப்ரேமா ரேவதி

உங்களை 'அன்புள்ள' என்று விளிப்பதில் எனக்கு எவ்விதத் தயக்கமும் இல்லை.

திரும்பத் திரும்பப் படித்தும் உங்கள் கட்டுரையில் ஒலிக்கும் குரல் யாருடையது என்பதை என்னால் விளங்கிக்கொள்ளவே முடியவில்லை.

என்றாலும், ராஜபக்சேவைக் கொலைகாரன் என்றும், அவனது கூட்டாளியாக நின்று கொலை வெறிக்குத் துணை போன ஒரு நாட்டின் குடிமகள் என்பதால் மிகுந்த அவமானத்தையும் வேதனையையும் அடைவதாகவும் துணிந்து கூறியுள்ள உங்களது வீரம் போற்றுதற்குரியது.

'இன்னும் சில ஆண்டுகளில் எல்லாம் அழிந்து மண்ணோடு மண்ணாகக் குருதிச் சேற்றுக்குள் புதையுண்டு போய்விடும் என்பதை அறியாமல் அனைவரும் தத்தமது வீடுகளையும் கோவில்களையும் புதுப்பித்துக்கொண்டிருந்தார்கள்' என்று எழுதியிருக்கிறீர்கள். நாம் சீரோடும் சிறப்போடும் வாழ்வோம் என்பதுதானே நம்பிக்கை. அந்த நம்பிக்கையின் அடிப்படையில் தானே வாழ்க்கை இயங்குகிறது. 'நாமெல்லாம் ஒருநாள் சாகத் தானே போகிறோம்' என்பதற்காக, உண்பதில்லையா? உடுப் பதில்லையா? வாழ்வை வளமாக்கிக்கொள்வதில்லையா?

'ஆயுதமெடுத்தவர்களெல்லாம் அன்பில்லாதவர்கள்' என்று யார் சொன்னார்கள் தோழி? தனது இனத்தின் விடுதலைக்காக ஆயுதமேந்தவும் தன்னையே களப்பலியிடவும் அவர்களைத் தூண்டியது வெறும் விடுதலை வேட்கை மட்டுமன்று, அளப்பரிய அன்பும்தான்.

மனிதாபிமானம் மரித்துப்போன சிங்கள வதை முகாமில் சிக்கிய ஒரு போராளிப் பெண்ணை – அதுவும் போராளித் தலைமையின் சகோதரியை – துளியும் கருணையின்றி நலம் விசாரிக்கும் உங்கள் அபத்தத்தைக் 'கொடூரமானது' என நீங்களே குறிப்பிட்டு, அதற்காக மன்னிப்பும் கோரியுள்ளீர்கள். பிறகு எதற்கு இப்பதிவு? கட்டுரை? இது கேலியின் வக்கிரம். உங்களுக்கு யார் மீது கோபம்? அதைத்தான் இவ்வாறு வெளிப் படுத்தியிருக்கிறீர்களா?

எதுவும் செய்யவியலாத கையறு நிலையை உணர்வதாகக் கூறியுள்ளீர்கள். உண்மைதான். உணர்வுள்ள ஒவ்வொரு தமிழனுக் கும் இதுவே உண்மை நிலை. தனது இன்னுயிரைத் தந்தா லாவது இக்கொலை பாதகம் தடுத்து நிறுத்தப்படாதா என்றும், உலக நாடுகளின் குரல் ஈழத் தமிழருக்காக ஒலிக்காதா என்றும் ஏங்கும் பலரது நிலையும் இதுவே. எப்படிக் காலச்சுவடில்

எழுதியதன் மூலம் உங்கள் உணர்வுகளை நீங்கள் வெளிப் படுத்திக்கொண்டீர்களோ அதே போன்ற வெளிப்பாடுதான் தியாகி முத்துக்குமாரனுடையதும்; ஈழத் தமிழ் ஆதரவாளர் எவருடையதும்; வாய்ச்சொல் வீரர்களான நாம் பேனாவைக் கொண்டு பேசியிருக்கிறோம்; அவர்கள் உணர்ச்சி மேலீட்டால் உயிரையும் தந்து உணர்வை வெளிப்படுத்தியிருக்கிறார்கள்.

புலிகள் தங்களது சகோதரப் போராளிகளை அழித்தொழித் ததையோ அரசியல் தீர்வை முன்வைத்துப் பேசிய தமிழ் அரசியல் தலைவர்களை இரக்கமின்றிக் கொன்றதையோ யாழ்ப்பாண முஸ்லிம் சகோதரர்களைத் துரத்தியடித்ததையோ போர் முனையில் மக்களைக் கேடயங்களாகப் பயன்படுத்தி யதையோ எந்த வகையிலும் நியாயப்படுத்த நாம் விரும்ப வில்லை.

நீங்கள் தமிழினியைச் சந்தித்த கிளிநொச்சி நகரைப் புதுப் பிக்க இப்போது இந்தியா உதவி செய்யவிருக்கிற தகவல் தமிழினிக்குத் தெரியுமா எனக் கேட்டிருக்கிறீர்கள். இவ்வாறு சுட்டியிருப்பது மிகவும் கேவலமாகத் தோன்றுகிறது. 'யாரிந்த முத்துக்குமாரன்?' எனக் கேட்ட நாலாந்தரத் தமிழ்நாட்டு அரசியல்வாதிக்கும் உங்களுக்கும் என்ன வித்தியாசம் தோழி!

ராஜீவ்காந்தியைப் புலிகள் கொன்றார்கள் என்கிற ஒரே காரணத்துக்காக, லட்சோபலட்சம் தமிழ் மக்களின் அழிவைக் கண்முன் கண்டும், வாய் மூடி மௌனித்திருந்த இந்தத் தேசம், இலங்கையில் எதைப் புதுப்பித்தால் என்ன? புதுப்பிக்காவிட்டால் தான் என்ன? பிரபாகரன் மட்டுமே தமிழரல்ல எனக் குறிப்பிடும் நீங்கள், ராஜீவ்காந்தி மட்டுமே இந்தியரல்ல என்பதை ஏன் இங்குள்ள அரசபீடத்திற்கு அறிவிக்கக் கூடாது?

ஈழப் போராட்டத்தின் வரலாற்றுப் பின்னணியை அறிந்து கொள்ளாது, உரிய வரலாற்று ஆசிரியர்களையோ அறிஞர் களையோ கலந்தாலோசித்து, முடிவுகளை மேற்கொள்ளும் நிதானமின்றி, ஆயிரக்கணக்கான இந்திய அமைதிப்படை யினரின் உயிர்களையும் முடிவில் தனது இன்னுயிரையும் அதிகார வல்லாண்மையின் அகந்தையால் பலியிட்ட ராஜீவ் காந்தியின் பொறுப்பற்ற முதிர்ச்சியற்ற சிறுபிள்ளைத்தனத்தை மிகச் சுலபமாய் நாம் மறந்துவிடுகிறோம்.

நம்முடைய சிறுபிள்ளைத்தனங்களுக்கும் முதிர்ச்சியின்மைக் கும் அதிகார அகந்தைக்கும் *Big Brother* கட்டப் பஞ்சாயத்துக் கும் நீங்கள் குறிப்பிடும் அதே வரலாறுதான் தீர்ப்பெழுதும் அல்லவா ப்ரேமா ரேவதி?

ஒடுக்குமுறைகள் உள்ளவரை போராட்டம் இருக்கும் என்கிற உண்மையை மிக நேர்மையாய்ப் பதிவு செய்திருந்த

நீங்கள், போர்ப் பகுதியிலிருந்து வெளியேறுமாறு சர்வதேச செஞ்சிலுவைச் சங்கத்தைப் பணித்திருக்கிற இலங்கை அரசிடம் சரணடையுமாறு போராளிகளுக்கு அறிவுறுத்தியிருக்கிறீர்கள். என்ன நியாயம் இது?

போரில் சரணடைவது என்பது எல்லோருக்கும் சாத்திய மன்று. போராளி ஆவது என்பதே ஒரு தீவிர மனநிலை. 'வீக்கில்' அனிதா குறிப்பிட்ட 'சரணடைந்து உயிர்வாழும் கலை'யை அறியாதவர்களல்ல ஈழப் போராளிகள். அது தேவையற்றது என்பதே அவர்களது நிலைப்பாடாய் இருந்திருக்கக் கூடும்.

ஒருபுறம் சொந்த மக்களைக் கொன்று குவிக்கும் இனவாத அரசு; கொழும்பு போய்ச்சேர்ந்த உணவு, மருந்துப் பொருள் களை வேதனைப்படும் மக்களுக்குக் கொடுத்துதவக்கூடக் கருணை வறண்டுபோன அதிகாரம்; செய்வதறியாது திகைத்து நிற்கும் ஐக்கிய நாடுகள் சபை; ஓர் இனம் நாள்தோறும் வதைக் கப்படுவதைக் கண்டும் கேட்டும், சர்வதேச அரங்குகளில் எதிர்த்துக் குரலெழுப்ப விரும்பாத அயல்நாடுகள்; இன அழிப்புக் குத் தொடர்ந்து துணைபோகிற இந்திய தேசம்; மறுபுறம் தமிழினத்தின் அழிவைத் தடுக்கக் கோரி, தன் இன்னு யிரையும் ஈந்த தியாகி முத்துக்குமாரன் போன்றவர்கள்; அத்தியாகத்தைக் கூடக் கொச்சைப்படுத்தும் துரோகிகள்; தயாரித்து வைத்த நாடகங்களை, உரிய இடைவேளைகளோடு அரங்கேற்றக் காத்தி ருக்கும் ஆட்சியாளர்கள்; காசு கொடுக்கிற கட்சிக்கு வாக்களிக்கத் தயாராகிவிட்ட இடைத்தேர்தல் வாக்காளர்கள்; நீங்கள்; நான்!

ஒன்று மட்டும் நிச்சயம் தோழி!

அறைச் சாவி தொலைந்துவிட்டாலும் காய் நறுக்கும் போது கத்திபட்டு, துளி இரத்தம் சிந்திவிட்டாலும், மிகுந்த பதற்றத்துக்குள்ளாகும் நமக்கு, அதிகார அடக்குமுறைக்கு எதிராய்த் துப்பாக்கி தூக்கி அழிந்துபோன ஈழப் போராளி யாரையும் விமர்சிக்கத் துளியும் அருகதையில்லை.

தொடர்ந்து நாம் செய்யக்கூடியது ஏதுமில்லை. நீங்கள் வேறு ஒரு சிறு பத்திரிகைக்குக் கட்டுரை எழுதலாம்; கல்லூரி ஆசிரியனான நான், எனது வகுப்புகளுக்கான பாடக் குறிப்பு களைத் தயாரிக்கலாம். அவ்வளவே.

தயாநிதி, கோவை

பின்குறிப்பு

உங்கள் கட்டுரை, நெடுநாளாய் வாசிக்க மறுத்துவந்த துக்ளக், இந்து பத்திரிகைகளை வாசித்த மனநிறைவைத் தந்தது.

♦ ♦ ♦

தெளிவு பெற்றிருக்க வேண்டிய சந்தேகங்கள்

ஆகஸ்டு'09 இதழில் ப்ரேமா ரேவதியின் 'அன்புள்ள தமிழினி' கட்டுரை வாசித்தேன். 04.07.2009 அன்று சென்னையில் நடைபெற்ற கூட்டத்தில் பங்கேற்றுப் பேசிய சிராஜ் மசூரின் உரை அக்கட்டுரையில் விமர்சிக்கப்பட்டிருந்தது.

இதழொன்றின் நேர்காணலுக்காகத் தோழர் சிராஜ் மசூருடன் உரையாடியிருப்பதோடு, ப்ரேமா ரேவதி குறிப்பிடுகிற அந்தக் கூட்டத்தின் உரைப் பதிவையும் கேட்டிருப்பதால், அக்கட்டுரையில் உள்ள உண்மைக்குப் புறம்பான செய்திகளை மறுக்கிறேன்.

அவர் '(சிராஜ் மசூர்) கூறியவை ஏற்றுக்கொள்ளக்கூடியவையாய், முக்கியமானவையாயிருக்கலாம். ஆனால் அவர் கூறாத விஷயங்களும் முக்கியமானவை'. (ப்ரேமா ரேவதி)

சிராஜ் மசூரின் பேச்சிலும் அந்தக் கூட்டத்திலும் நீங்கள் கவனிக்கத் தவறிய விஷயங்கள்கூட முக்கியமானவை தான். சிராஜின் உரைமீது பின்வரும் விமர்சனங்கள் வைத்திருக்கிறீர்கள்.

1. '90இலிருந்து 2009 வரை முஸ்லிம் மக்கள் நல்வாழ்விலும் சரி, ஒட்டுமொத்த இனப்பிரச்சினையிலும் முஸ்லிம் காங்கிரசின் பங்கு என்ன என்பது பற்றி அவர் எதுவும் கூறவில்லை". (ப்ரேமா ரேவதி)

சிராஜ் மசூர் தன்னுடைய உரையைத் தொடங்குவதற்கு முன்பாக, இங்கு கூட்டம் நீண்ட நேரத்தைக் கடந்துவிட்டதாலும், கேட்பவர்களும் கேட்கிற மனநிலையில் இல்லாததாலும் தன் உரையைச் சுருக்கமாக முடித்துக்கொள்வதாக வெளிப்படையாகக் கூறினாரே அப்போது எங்கிருந்தீர்கள் ப்ரேமா?

தனக்கு அளிக்கப்பட்ட நேரத்தில் விரிவாக உரையாற்றுவதற்கான சூழல் இல்லாது போனதால்தான் முஸ்லிம் காங்கிரஸ் பற்றிப் பேசவில்லையே தவிர அதன் செயற்பாடுகளின் மீது விமர்சனத்தை வைக்கத் தவறியவர் அல்ல அவர். 12.07.09 அன்று நடந்த மற்றொரு கூட்டத்தில் முஸ்லிம் காங்கிரஸ் பற்றிய தனது விமர்சனத்தை அவர் பதிவுசெய்திருக்கிறார்.

2. 'இனிமேலான தீர்வு பற்றியும் அவர் ஏதும் கூறவில்லை. 'வடக்கும் கிழக்கும் மட்டுமான பகுதி தமிழர் பகுதியல்ல" எனச் சொல்வதைத் தவிர" (ப்ரேமா ரேவதி).

கூட்டத்தில் நீங்கள் கலந்துகொண்டவர் என்றபோதிலும் உங்களுக்கு ஒரு முக்கியமான தகவலைச் சொல்ல வேண்டி

இருக்கிறது. 'இலங்கையில் போரை நிறுத்தவும் ஜனநாயகத்தை நிலைநாட்டவுமான பிரச்சாரக் குழுவால்' ஏற்பாடு செய்யப் பெற்ற இக்கூட்டத்தில் சிறப்புரையாளர்களாக நான்கு பேர் பங்கேற்றனர். இலங்கைப் பிரச்சினை தொடர்பான நான்கு வெவ்வேறு தலைப்புகள் ஒவ்வொருவருக்கும் அளிக்கப்பட்டிருந்தன. 'அரசியல் தீர்வு' குறித்து டாக்டர் பாலகோபாலும் 'இலங்கை அகதிகள் முகாம்' பற்றி அங்கு சென்று வந்திருந்த சென்னைப் பல்கலைக்கழகப் பேராசிரியர் முனைவர் மணி வண்ணனும் 'இலங்கைப் பிரச்சினையில் இந்தியாவின் பங்கு' பற்றி தில்லி பத்திரிகையாளர் சத்யா சிவராமனும் 'இலங்கை முஸ்லிம் பிரச்சினைகள்' பற்றி சிராஜ் மசூரும் பேசினர். நிகழ்விற்குத் தலைமையேற்றுப் பேரா. அ. மார்க்ஸ் பேசினார்.

ஒவ்வொருவரும் தத்தமக்குரிய தலைப்புகளில் உரையாற்றி யிருக்கையில் டாக்டர் பாலகோபாலுக்குரிய தலைப்பைக் குறித்து சிராஜ் மசூர் பேசவில்லை என்று குற்றம் சாட்டுவதில் என்ன நியாயம் இருக்கிறது?

3. இவையனைத்தையும்விட அதிர்ச்சி 'இந்து' ராம் போன்ற ராஜபக்சே ஆதரவாளர்களைத் தவிரப் பெரும்பாலான பத்திரி கையாளர்களும் தொண்டு நிறுவனங்களும்கூட அனு மதிக்கப் படாத 'மெனிக் பண்ணை' இரும்பு வேலி முகாமிற்குள் எப்படி அவர் சென்றார் என்பது (ப்ரேமா ரேவதி).

பெரும்பாலான பத்திரிகையாளர்களும் தொண்டு நிறுவனங் களும் அனுமதிக்கப்படுவதில்லை என்பதை அறிந்திருக்கிற நீங்கள், எப்பாடுபட்டாவது அரசின் அனுமதி பெற்று சிறிதள விலேனும் தொண்டு நிறுவனங்கள் சென்று வருவதையும் அறிந்திருப்பீர்கள்தானே? அப்படியாக நீண்ட காலம் காத்திருந்து அனுமதி பெற்ற ஒரு தொண்டு நிறுவனம்தான் *MSCD (Muslim foundation for culture and development)*. இலங்கை சுனாமி நிவாரணப் பணிகளில் உலக அளவில் பாராட்டப் பெற்ற இந்தத் தொண்டு நிறுவனத்தில்தான் சிராஜ் மசூர் பணியாற்றுகிறார். *MSCD* மூலமாகத்தான் சிராஜ் 'மெனிக் பண்ணைக்குள்' சென்றார்.

இவற்றை எல்லாம் அறிந்துகொள்ளாமல் சொன்ன மாத் திரத்தில் அதிர்ச்சி அடைந்தால் அதற்கு யார் பொறுப்பு?

4. 'அதைவிட அதிர்ச்சி அந்த முகாமைப் பற்றித் 'துக்க கரமானது" என்பது தவிர அவருக்குக் கூறுவதற்கு ஏதுமில்லாமல் போனது" (ப்ரேமா ரேவதி).

கூறுவதற்கு நேரமில்லாமல் போனதே ஒழிய ஏதுமில்லாமல் போகவில்லை. கம்பி வேலிகளுக்குப் பின் ஒடுங்கிக் கிடக்கிற மக்களுக்கு, நீங்கள் எளிமைப்படுத்திப் புரிந்துகொண்ட 'துக்கத்தை'

மட்டும் செலுத்தவில்லை. வவுனியாவில் உள்ள அரசு அலுவலகத்தின் மூலம் 'மெனிக் பண்ணை' மக்களின் அடிப்படைத் தேவைகளை அறிந்துகொண்டு அதன்படி 1,500 குடும்பங்களுக்கு, எல்லா வயதினருக்கும் உரிய புதிய உடுப்புகளை அளித்ததன் மூலம் தன்னுடைய பங்களிப்பையும் செய்திருக்கிறார்.

சந்தர்ப்பவாதிகளும் அறிவற்ற ஜீவிகளும் முண்டியடித்து நின்று, ஈழ மக்களுக்காகத் தொண்டை வற்றக் குரலெடுக்கிற 'சொற்பொழிவிற்கும்', ஆர்ப்பாட்டமில்லாமல் 'துக்ககரமானது" என்று கூறிய ஒரேயொரு வார்த்தைக்கும் உள்ள இடைவெளி பாரதூரமானது. ஈழத்து மக்களுக்காக ஆற்றப்பட்ட மனிதநேயத் தொண்டுகளுள் வரலாற்று முக்கியத்துவம் வாய்ந்தது.

சிராஜ் மஷூரிடமே கேட்டுத் தெளிவுபெற்றிருக்க வேண்டிய இந்தச் 'சந்தேகங்களை'த் தவறுகளாக்கியதோடு, தான் உறுப்பினராக இருக்கக்கூடிய அமைப்பு ஏற்பாடு செய்த கூட்டத்தில், தனக்குச் சம்பந்தமே இல்லாததைப் போல, ஒரு பார்வையாளராக மட்டுமே ப்ரேமா ரேவதி தன்னை வெளிப்படுத்திக்கொண்டிருப்பதையும் விளங்கிக்கொள்ள முடியவில்லை.

மீனா

♦ ♦ ♦

இந்தியாவின் விரிவாக்க ஆசைகள்

காலச்சுவடு (ஆகஸ்டு 2009) இதழில் 'சீனாவின் சந்தர்ப்பவாதக் கூட்டணி' என்னும் தலைப்பில் சூரியதீபன் எழுதியுள்ள கட்டுரையில் எங்கோ தொலைவிலிருக்கின்ற ருசியா, சீனா, கியூபா, பொலிவியா, நிகராகுவா, வெனிசுலா போன்ற சோஷலிஷ கம்யூனிஸ நாடுகள், இலங்கையை ஆதரித்ததற்காகச் சாடியுள்ளார். இலங்கையின் அண்டை நாடான அந்நாட்டின் சனக் கூட்டத்தோடு பண்பாட்டு நாகரிகக் குருதி உறவுடைய பிராந்திய வல்லரசான இந்தியாவின் இனப்படுகொலை ஆதரவு வெளியுறவுக் கொள்கையை 'வியப்பூட்டக்கூடியதல்ல' என்ற ஒற்றை வரியில் எளிதாகக் கடந்து சென்றுவிட்டார்.

இலங்கை இனப்படுகொலையில் இந்தியாவின் பங்கு என்பது ஒற்றை வரித் திரை கொண்டு மூடக்கூடிய விடயமல்ல. ருசியா, சீனாவுடன் இலங்கை இனப்படுகொலையை ஆதரித்த நாடுகள் சிங்களப் பேரினவாதத்தின் நோக்கத்திற்கு உதவிதான் செய்துள்ளன. ஆனால் இந்தியாவோ இலங்கை சிங்களப் பேரினவாத நோக்கத்தின் பங்காளியாகவே விளங்குகின்றது.

1971இல் நடந்த கிழக்கு பாகிஸ்தான் விடுதலையின்போது மேற்கு பாகிஸ்தானின் படைவிமானங்களுக்கு எரிபொருள்

நிரப்ப வசதிசெய்து கொடுத்த இலங்கை அரசைத் தண்டிக்கும் விதமாகத் தமிழ் ஆயுதக் குழுக்களை வளர்த்துவிட்டார் இந்திரா காந்தி. ரா (RAW) மூலம் இந்தியாவின் பல்வேறு பகுதிகளில் பாசறைகள் அமைத்து விடுதலைப்புலிகள் உள்ளிட்ட பல்வேறு ஆயுதக் குழுக்களுக்குப் பயிற்சி, பணம், படைக்கலன் என அள்ளி அள்ளிக் கொடுத்தது அன்றைய இந்திய அரசு.

இலங்கை அரசுக்கு எதிராக மட்டுமல்ல, பெருமளவில் சிங்களப் பொதுமக்களை வெடிகுண்டுகள் மூலம் கொல்லுமாறும் அவ்வாறு செய்தால் ஏராளமான பணம் தருவதாக 'ரா' அதிகாரிகள் கூறியதாகவும் 'புளோட்' அமைப்பின் தலைவர் உமாமகேஸ்வரன் கூறியுள்ளார். *(சான்று : 'ஈழப்பிரச்னையில் இந்திய உளவு நிறுவனங்களின் சதி', பக்கம்: 12, விடுதலை ராசேந்திரன்.)*

அதன் பிறகு ராஜீவ் காந்தியின் நெருக்குதலால் விடுதலைப் புலிகளிடமிருந்து படைக்கலன்கள் பறிக்கப்பட்டன. ஆனால் இந்திய முத்திரையுடன் கூடிய உறைகூடப் பிரிக்கப்படாத ஏராளமான சுடு கருவிகளும் படைக்கலன்களும் மற்ற தமிழ்க் குழுக்களுக்கு இந்திய உளவுத் துறையான 'ரா' வால் வழங்கப் பட்டது.

அதன்பிறகு அமைதி நாட்ட புறப்பட்ட இந்திய அமைதிக் காப்புப்படை தமிழ்ப் பெண்களை வன்புணர்ச்சி செய்தது. இதன் எதிர்வினையாக 1991இல் ராஜீவ் உயிர்துறக்க வேண்டி வந்தது. அந்த அதிர்ச்சியில் ஏழு வருடங்கள் உறைந்துபோயிருந்த இந்திய அரசு மீண்டும் மெல்லச் சுதாரித்துக்கொண்டு 1998ஆம் ஆண்டு இலங்கை அரசுடன் தடையற்ற வர்த்தக ஒப்பந்தத்தைச் செய்துகொண்டு தனது தலையீட்டைப் புறவாசல் வழியாகத் தொடங்கியது.

9/11 தாக்குதலுக்குப் பிறகு மூர்க்கத்துடன் உருவெடுத்து நிற்கும் உலகளாவிய அரசு பயங்கரவாத எழுச்சியின் பின்புலத்தில் 2003ஆம் ஆண்டிலிருந்து பாசிச பா.ஜ.கவின் வாஜ்பாய் தலைமையிலான அரசு, இலங்கை அரசிற்குப் பொருளாதார, ராணுவ உறவுகளை வாரி வழங்கியது. சிங்கள இராணுவ வீரர்களுக்கு இந்தியாவில் பயிற்சியளிக்கப்பட்டது. அன்றைய காலகட்டத்தில் கிட்டத்தட்ட 3000 சிங்கள ராணுவத்தினர் இங்கு பயிற்சியெடுத்தனர்.

அதன்பிறகு ஆட்சிக்கட்டிலில் இருந்த மன்மோகன் அரசு இலங்கை பேரினவாதத்துடன் காட்டிய நெருக்கமும் கொட்டிக் கொடுக்கும் நிகழ்வுகளும் யாவரும் அறிந்த ஒன்றே. பிரபாகரனின் தலையைக் கொத்தி மூளையை வெளியே எடுப்பதற்கான நாட்களுக்காகத் துடித்துக்கொண்டிருந்த சிங்களப் பேரின

வாதத்திற்கு அதற்குரிய நேர்த்தியையும் கச்சிதத்தையும் தேதியையும் குறித்துக் கொடுத்தனர் நாராயணனும், சிவசங்கர மேனனும்.

இலங்கைத் தமிழர்களின் வாழ்வுரிமைக்கெதிரான சிங்களப் பேரினவாதப் போரின் தலையாய பங்காளியும் குற்றவாளியுமான இந்தியா தனது ரத்தக் கறை படிந்த கரங்களை மறைக்க சீனா, பாகிஸ்தானைக் காட்டி, தேசிய வெறியைக் கிளப்புகின்றது. முப்பதாண்டு கால யுத்த ஓய்விற்குப் பிறகு இரு தரப்புமே அயர்ந்துபோயிருக்கும் தருணம் பார்த்து வேக வேகமாகச் செயலில் இறங்கியுள்ளது இந்திய அரசு.

லௌகீகத்திற்கு ராம்கோ சிமெண்ட், குஜராத் அம்புஜா, ரஷியன் பெயிண்ட், பெங்கால் வாட்டர் ப்ரூஃப், சிறி ஐஷார் குரூப், நீல்கமணி பிளாஸ்டிக்ஸ். குஜராத் கிளாஸ் லிமிடெட், அப்போல்லோ ஹாகுஸ்பிடல்ஸ், அன்ஸல் ஹவுஸிங் கன்ஸ்ட்ரக்ஷன், மஹிந்திரா பிரிட்டிஷ் மெட்டல்ஸ், சந்தாரா டெக்ஸ் டைல்ஸ் என்ற பெருமுதலாளிகளையும்,

ஆன்மிகத்திற்கு ஆர்.எஸ்.எஸின் சேவாபாரதி இன்டர் நேஷனல், கிராமப் புற கோயில் பூசாரிகள் பேரவை, சின்மயா மிஷன், ரவி ஷங்கரின் 'வாழும் கலை', ஸாய்ஸமிதி, ஹிந்து கவுன்ஸில், சைவ மங்கையர் கழகம், வேலூர் நாராயணி பீடம் என்பன போன்ற ஹிந்துத்வ / ஹிந்து மத அமைப்புகளையும் இந்திய விரிவாதிக்க வெறி இலங்கை களத்தில் இறக்கி விட்டுள்ளது.

தமிழ் ஆயுதக் குழுக்கள் x இலங்கை அரசு

விடுதலைப்புலி x ஏனைய தமிழ் ஆயுதக் குழுக்கள்

என இலங்கையில் சண்டையை மூட்டிவிட்ட இந்திய விரிவாதிக்க வெறி, இறுதியில் இலங்கை பேரினவாத அரசு சார்பு நிலை எடுத்து விடுதலைப்புலிகளை ஒழித்துக்கட்டியது. தற்சமயம் இந்திய மேலாதிக்கம் தனது பனியா பெரு முதலாளிகளுக்காக இலங்கைச் சந்தையை நோக்கிப் பாய்கின்றது. இந்தப் பாய்ச்சலைச் சுமூகப்படுத்துவதற்கு இலங்கைத் தமிழ்ச் சமூகத்தினரிடையே ஹிந்துத்வ பாஸிசத்தை 'சேவா சார்யம்' என்ற தலைப்பிட்டு அறிமுகப்படுத்தி

பௌத்த சிங்களவர் x கிறிஸ்தவ சிங்களவர்

ஹிந்து தமிழர் x கிறிஸ்தவ சிங்களர், முஸ்லிம்கள் என்ற புதிய மோதலுக்கான விதையைப் பதியம் போடுகின்றனர்.

நமது வாக்குகளையும் வரிப்பணத்தையும் பெற்று இந் நாட்டை ஆள்வோர், இத்தகைய பிராந்திய விரிவாதிக்க

வல்லாதிக்க போக்கை, குடிமக்களாகிய நமது பெயரால்தான் முன்னெடுத்துச் செல்கின்றனர்.

சின்னஞ்சிறிய, இறையாண்மை மிக்க அண்டை நாடுகளைத் தங்களது சந்தையாகவும் காலனியாகவும் அந்தப் புரமாகவும் பார்க்கும் இந்திய, விரிவாதிக்க மேலாதிக்க வெறியின் முகத்திலறைந்து அதன் அதிகார போதையைத் தெளியவைப்பதற்குப் பதிலாக எங்கோ இருக்கின்ற சோஷலிச, கம்யூனிச நாடுகளைக் கைகாட்டுவதென்பது பிராந்திய, விரிவாதிக்க, மேலாதிக்க வெறியின் பங்காளர்களாகவே நம்மை உலகிற்கு அடையாளங் காட்டும்.

பஷீர், காயல்பட்டினம்
(எதிர்வினை)

இதழ் 117, செப்டம்பர் 2009

ஊடகங்களின் இருண்ட காலம்

கவிதா

ஒரு ஊடகவியலாளராக, குறிப்பாக ஒரு ஆங்கிலப் பத்திரிகையில் பணிபுரியும் ஊடகவியலாளராக, இங்கு நின்று பேசுவதற்கு எனக்கு என்ன தகுதி இருக்கிறது என்று தெரியவில்லை. இருந்தாலும் எனக்கும் சொல்ல சில விஷயங்கள் இருக்கின்றன.

இலங்கையைப் பொறுத்தவரை இந்திய ஊடகங்களின் மொழி – குறிப்பாகத் தமிழகத்தைத் தலைமையிடமாகக் கொண்டு செயல்பட்டு வரும் ஊடகங்களின் மொழி – சில வார்த்தைகளுக்குள் சுருங்கிவிட்டது. புலி எதிர்ப்பு அல்லது புலி ஆதரவு என்று சுருங்கிவிட்ட மொழியைக் கொண்டு, அதனடிப்படையிலும் அந்தப் பின்னணியிலும் பெரும்பாலான ஊடகங்கள் செயல்படுகின்றன.

பெரும்பாலான தமிழ்ப் பத்திரிகைகளுக்குப் புலி ஆதரவு நிலை என்பது ஒரு வியாபார உத்தி. பிரபாகரனின் மரணத்தைச் சிங்கள அரசாங்கம் அறிவித்த பிறகு வந்த ஒரு தமிழ்ப் பத்திரிகை தனது மரணம் குறித்த செய்தியைப் பிரபாகரன் பார்த்துக்கொண்டிருப்பது போல ஒரு புகைப்படத்தை அட்டையில் வெளியிட்டது. அந்தப் பத்திரிகை 'பிளாக்'கில் விற்பனை செய்யப்பட்டது; மக்கள் முண்டியடித்துக்கொண்டு வாங்கினார்கள். சில மாதங்களுக்கு முன்பு இலங்கையைப் பற்றிய கருத்தரங்கு ஒன்றில் என்னுடன் கலந்துகொண்ட தமிழ்ப் பத்திரிகையாளர் ஒருவர் பிரபாகரனின் படத்தை அட்டையில் போட்டால் அந்த இதழ் குறைந்தபட்சம் 50,000 பிரதிகள் கூடுதலாக விற்பனையாவதாக அந்த அரங்கில் சொன்னார். அப்போது போர் முடிந்திருக்க வில்லை. பிரபாகரன் இறந்திருக்கவில்லை. யானை

இருந்தாலும் ஆயிரம் பொன், இறந்தாலும் ஆயிரம் பொன் என்பது இன்றைய சூழலில் பிரபாகரனுக்கே அதிகம் பொருந்தும். இதனால் என்ன பிரச்சினை என்று நீங்கள் கேட்கலாம். பிரபாகரன் குறித்த செய்திக்குப் பின்னால் இருக்கும் வணிக சாத்தியங்கள் இத்தகைய செய்திகளை ஊக்குவிக்கும் சக்தியாக மாற்றக்கூடிய அவலம்தான் இதில் பிரச்சினை.

வணிக நிலை ஒரு புறம் இருக்க, தமிழ்ப் பத்திரிகைகளின் பொதுவான புலி ஆதரவு நிலையும் சரி ஆங்கில ஊடகங்களின் பொதுவான புலி எதிர்ப்பு நிலையும் சரி ஈழத்தின் உண்மைகளிடமிருந்து, மக்களிடமிருந்து வெகுவாக விலகியிருந்தது என்பது மேலும் தீவிரமான பிரச்சினை. பல வருடங்களுக்குப் பிறகு தமிழ்நாட்டில் ஈழத்தமிழர்களுக்காக எழும்பிய தன்னெழுச்சியான ஆதரவை இப்படிப்பட்ட எதிரெதிர் நிலைகள் கலைத்துப் போட்டுவிட்டதாக எனக்குத் தோன்றுகிறது. இலங்கையில் இருந்த தமிழர்கள் படும் அசலான துயரங்களை – சொல்லப் போனால் இலங்கையில் தமிழனாக இருப்பதே துயரம் என்று இன்றும் தொடரும் நிலையை – பெரும்பாலான ஊடகங்கள் கணக்கிலெடுக்கவில்லை, கவனப்படுத்தவுமில்லை. அவர்களுக்குத் தேவை ஒரு பிரதிநிதி. அவர்களது அரசியல் மற்றும் வியாபார உத்திகளுக்கு ஏற்றாற்போல அந்தப் பிரதிநிதியை ஹீரோவாகவோ வில்லனாகவோ முன்னிறுத்திக்கொள்கிறார்கள்.

இதற்கான எதிர்வினையை நான் தேர்தல் குறித்த செய்தி சேகரிப்புக்காகச் சென்ற பல கிராமங்களில் பார்க்க முடிந்தது. பல இடங்களில் ஈழத் தமிழர்களுக்கு ஆதரவு இருந்தது. ஆனால் அதை வைத்து வாக்குகளைத் தீர்மானிப்பதில் மக்களுக்குச் சிக்கல் இருந்தது. "அது வேறு, இது வேறு" என்பதே அவர்களது மனோபாவமாக இருந்தது. "சிதம்பரத்தை அவர் தொகுதிக்குள் செய்யாமல்விட்ட விஷயங்களுக்காகத் தோற்கடிப்போம், மற்றபடி அவரது ஈழ நிலைப்பாடு பற்றி எங்களுக்குப் பெரிய அக்கறை இல்லை" என்று சிவகங்கையில் நான் பேட்டி கண்ட மக்கள் சொன்னார்கள்.

ஈழத் தமிழரின் துயரங்களைச் சரியான மொழியில், சரியான முறையில் மக்களிடம் எடுத்துச் செல்லாதது ஊடகங்கள் செய்த மிகப் பெரிய தவறு. ஒரு பத்திரிகையாளர் என்ற காரணத்தால் பெரும்பாலான பத்திரிகைகளைப் படித்துவிடுவேன். ஆனால் கடந்த நவம்பரில் இலங்கைக்குச் செல்லும்வரை அங்கு வெள்ளை வேன் கடத்தல்கள் நடப்பது எனக்குத் தெரியாது. புலிகளாக இருக்கக்கூடும் என்று கருதப்படும் அப்பாவி இளைஞர்கள் சிங்கள அரசாங்கத்தாலும் துணை ராணுவத்தினராலும் வெள்ளை வேன்கள் மூலமாகக் கடத்தப் படுகிறார்கள். வெள்ளை வேன் என்பதற்கு இலங்கை அதிகார

வர்க்கத்தின் அகராதியில் பல அர்த்தங்கள் உண்டு. சக்கரங்களின் மீது பயணிக்கும் பயங்கரவாதம், மரணம், காணாமல் போவது என்று பல அர்த்தங்கள். 2005இலிருந்து கடந்த நவம்பர்வரை இலங்கை முழுவதும் கிட்டத்தட்ட 3000 இளைஞர்கள் அப்படிக் காணாமல் போயிருக்கிறார்கள். கொழும்பில் மட்டும் 300 இளைஞர்கள் கடத்தப்பட்டிருக்கிறார்கள். இங்கு நமது ஆங்கில ஊடகங்கள் கட்டமைத்துக்கொண்டிருப்பது போல இலங்கையில் நடந்தது புலிகளுக்கு எதிரான போர் மட்டுமல்ல, தமிழர்களுக்கு எதிரான போர். அதிலும் அந்தப் போரில் பாதிக்கப்பட்டது, வடக்கிலிருந்த தமிழர்கள் மட்டுமல்ல. கிழக்கிலும் கொழும்பிலும் இருந்த தமிழர்களுக்கும் எதிராகவும் அந்தப் போர் நடந்தது. இந்த விஷயத்தைக் கொழும்புக்கு நேரில் செல்லும்வரை என்னால் உணர முடியவில்லை. தமிழ்நாட்டிலிருந்து வரும் எந்த ஊடகமும் இது பற்றி எழுதவில்லை. கொழும்பிலேயே தன் செய்தியாளரை வைத்திருக்கும் 'தி இந்து' உள்பட எந்த இந்திய ஆங்கில ஊடகத்திற்கும் அரச பயங்கரவாதத்தின் இத்தகைய முகம் தெரியாமல் இருக்க வாய்ப்பில்லை. அதை அவர்கள் திட்டமிட்டு இருட்டடிப்புச் செய்தார்கள். ராணுவம் தந்த செய்திகளை மீள்பிரசுரம் செய்து கொண்டிருப்பவர்களிடம் வேறு எதையும் எதிர்பார்க்கவும் முடியாது.

நடந்து முடிந்த போரில் வெற்றி அல்லது தோல்வி குறித்த மயக்கங்களில் அவரவர் அரசியலுக்கு ஏற்பப் பத்திரிகையாளர்களும் சிக்கிக் கொண்டுவிட்டார்கள். இந்தப் போரின் அவலங்களை மனித உரிமைப் பிரச்சினைகளாகப் பார்க்கத் தவறியதும் சொல்லத் தவறியதும்தாம் இந்தியப் பத்திரிகைகள், குறிப்பாக மனித உரிமைகளுக்காகக் குரல் கொடுப்பதாகச் சொல்லிக் கொள்ளும் 'தி இந்து' போன்ற ஆங்கிலப் பத்திரிகைகள் செய்த இமாலயத் தவறு.

'தி இந்து'வைப் பொறுத்தவரை போர் நடந்து கொண்டிருந்தால் அரசாங்கம் *zero civilian casuality* (பொதுமக்களில் யாருக்கும் உயிர்ச் சேதம் நிகழாத) கொள்கையைக் கடைபிடிக்கிறது என்று அர்த்தம். பொதுமக்கள் சிறிதும் பாதிப்படையாத ஒரு போர் என்று முதல் பக்கத்தில் செய்தி வெளியிடுகிறது. போர் முடிந்து பல்லாயிரக்கணக்கான மக்கள் இறந்திருக்கிறார்கள் என்பது உறுதிப்படுத்தப்பட்டாலும் அது ராமைப் பொறுத்தவரை *low intensity conflict* (தீவிரம் மட்டாக இருக்கும் போர்).

சமீபத்தில் வவுனியா முகாம் சென்று மூன்று மணிநேரம் இருந்து திரும்பிவந்துவிட்டு அது ஒரு மேன்மையான அனுபவம் என்று எழுதியிருந்த ராம் அந்தச் சமயத்தில் இலங்கையில் அதிபர் மகிந்த ராஜபக்சேவிடம் ஒரு பேட்டி எடுத்திருந்தார்.

மூன்று பகுதிகளாக அந்தப் பேட்டி வெளியானது. அந்தப் பேட்டியில் குறிப்பிட்ட சில விஷயங்களை மட்டும் இங்கு உதாரணம் காட்ட விரும்புகிறேன். குறிப்பாக, கடந்த ஜனவரி மாதம் இலங்கையில் கொல்லப்பட்ட 'தி சண்டே லீடர்' என்னும் பத்திரிகை ஆசிரியர் லசந்த விக்ரமதுங்கவைப் பற்றி ராம் எழுப்பிய கேள்விகள்.

ராம்: இலங்கையில் பத்திரிகையாளர்கள்மீது நடத்தப்பட்ட தாக்குதல்கள் குறித்தும் நெருக்கடிகள் பற்றியும் சர்வதேச அளவில் கவலை எழுப்பப்பட்டது. இவர்களில் சிலர் உங்களுடைய நண்பர்கள். குறிப்பாக லசந்த விக்ரமதுங்க. அவர் 2009 ஜனவரியில் சுட்டுக் கொல்லப்பட்டார். ஜூன் மாதம் பெண் பத்திரிகையாளரான கிருஷ்ணிஇஃபான் அடையாளம் தெரியாத நபர்களால் கடத்தப்பட்டு, பல மணிநேரம் விசாரிக்கப்பட்டு, பிறகு கண்டியில் விடுவிக்கப்பட்டார்.

ராஜபக்சே: இவையெல்லாம் வேண்டுமென்றே உருவாக்கப் படுகின்றன. நீங்கள் தெருவில் யாருடனாவது சண்டைபோடுகிறீர்கள்; அந்த மனிதர் உங்களை அடித்துவிட்டால், அதற்கு அரசு பொறுப்பேற்க முடியுமா? பத்திரிகையாளர்கள் எங்களுக்கு எதிராக இருந்தால்கூட நாங்கள் அவர்களுக்கு எதிராக எதையும் செய்யவில்லை. உதாரணமாக, ஒரு தமிழ் நாளிதழின் உரிமையாளரும் எடிட்டரும் புலிகளை ஆதரிப்பதற்கான சாட்சிகள் எங்களுக்குக் கிடைத்தன. ஆனால் நாங்கள் அவர்களைப் பத்திரிகையாளர்களாகத்தான் நடத்தினோம். லசந்த என் நண்பர்தான். அவ்வப்போது வந்து என்னைச் சந்திப்பார். நிறைய விஷயங்களைப் பற்றிச் சொல்வார். என் கட்சியில் நடக்கும் விஷயங்களையெல்லாம் கூடச் சொல்வார். அதிகாலை இரண்டு மணிக்குக்கூட வருவார். பிறகு என் வண்டியில் அவரைக் கொண்டுவிடச் சொல்வேன்.

ராம்: கடைசியாக அவர் உங்களுக்குத்தான் போன் செய்தாரா?

ராஜபக்சே: ஆமாம். ஆனால் நான் அந்த நேரத்தில் பிரார்த்தனையில் இருந்தேன். நான் வெளியில் இருந்திருந்தால் போனை என்னிடம் கொடுத்திருப்பார்கள். பிறகு, என் பாதுகாவலர்களிடம் மிகவும் கோபித்துக்கொண்டேன்.

லசந்த விக்ரமதுங்க இறப்பதற்கு முன்பு எழுதிய ஒரு தலையங்கம் அவர் இறந்த பிறகு 'தி சண்டே லீட'ரில் வெளியானது. பரபரப்பைக் கிளப்பிய அந்த தலையங்கத்தை ராமும் படித்திருப்பார். அதன் பிறகும் இப்படிப்பட்ட தட்டையான கேள்விகளை அவரால் எப்படிக் கேட்க முடிந்தது என்று புரியவில்லை. அந்த தலையங்கத்திலிருந்து சில வரிகளை மட்டும் இங்கு மேற்கோள் காட்ட விரும்புகிறேன்.

தனது சொந்த மக்களைத் தொடர்ந்து குண்டுவீசிக் கொல்லும் ஒரே நாடு இலங்கைதான் என்ற எங்களது அதிர்ச்சியை நாங்கள் ஒருபோதும் மறைத்ததில்லை. நான் இரண்டுமுறை கொடுமையாகத் தாக்கப்பட்டேன் என்பது பரவலாக அறியப்பட்ட செய்தி. ஒருமுறை எனது வீட்டின் மீது எந்திரத் துப்பாக்கி குண்டு மழை பொழிந்தது. அரசாங்கத்தின் உத்தரவாதங்கள் இருந் தாலும் இந்தத் தாக்குதல்களை நடத்தியவர்கள் பற்றி எந்த விசாரணையும் நடக்கவில்லை; அவர்கள் பிடிக்கப் படவும் இல்லை. இந்தத் தாக்குதல்களில் அரசாங்கத்தின் கை இருக்கும் என்று நம்புவதற்கு எனக்குக் காரணம் இருக்கிறது. இறுதியாக நான் கொல்லப்படும்போது, அரசாங்கம்தான் அந்தக் கொலையை நிகழ்த்தியிருக்கும்.

மகிந்த, என்னுடைய மரணத்தைத் தொடர்ந்து நீங்கள் பொருத்தமான தார்மீகச் சொற்களை உதிர்ப்பீர்கள் என்பது எனக்குத் தெரியும். காவல் துறை உடனடி விசாரணை செய்ய வேண்டும் என்று வற்புறுத்துவீர்கள். ஆனால் நீங்கள் இதற்கு முன்பு உத்தரவிட்ட விசாரணை களைப் போல இதிலிருந்தும் எந்த உண்மையும் வெளிவரப் போவதில்லை. உண்மையைச் சொல்ல வேண்டுமென்றால் எனது மரணத்துக்குப் பின்னால் யார் இருப்பார்கள் என்று நம் இருவருக்குமே தெரியும். ஆனால் அவரது பெயரைச் சொல்லும் தைரியம் இருக்காது. என் உயிர் மட்டுமல்ல உங்கள் பாதுகாப்பும் அந்த மௌனத்தில்தான் இருக்கிறது.

லசந்த விக்ரமதுங்க இலங்கையில் மிகவும் மதிக்கப்பட்ட மிக முக்கியமான பத்திரிகையாசிரியர்களில் ஒருவர். இங்கு என். ராம் போல (இப்படிச் சொல்வதற்கு என்னை லசந்தவின் ஆன்மா மன்னிக்கட்டும்). அவர் கொல்லப்பட்டபோது இங்கிருந்த ஊடகவியலாளர்கள் சிலர் இலங்கை அரசுக்கு எதிராக ஒரு ஆர்ப்பாட்டத்தை ஒருங்கிணைத்தோம். பத்திரிகை சுதந்திரத்துக் கான முன்னோடியாகப் பல சமயங்களில் தன்னைப் பிரகடனப் படுத்திக்கொண்ட 'தி இந்து'விலிருந்து ஒரு பத்திரிகையாளர் கூட இந்த ஆர்ப்பாட்டத்தில் கலந்துகொள்ளவில்லை. ஆச்சரியப் படும் விதத்தில் 'தி இந்து' நடத்திக்கொண்டிருக்கும் 'ஏசியன் காலேஜ் ஆப் ஜர்னலிஸம்' என்கிற ஊடகவியல் கல்லூரி யிலிருந்து 60 மாணவர்கள் வந்திருந்தார்கள். உரத்த குரல்களில் கோஷங்கள் எழுப்பினார்கள். அவர்களுடன் வந்த ஒரு பேராசிரி யரிடம் எனது ஆச்சரியத்தை வெளிப்படுத்தினேன். அவர் சொன்னார்: "அவர்கள் இன்னும் ஊடகவியலாளராக மாற வில்லை." நான் மிகவும் அவமானமாக உணர்ந்த தருணங்களில் ஒன்று அது.

மக்களை விடுங்கள், இலங்கையில் ஊடகங்கள் கடுமையாகப் பாதிப்புக்குள்ளாக்கப்பட்டுவருவது பரவலாக அறியப்பட்ட விஷயம். அங்கு போர் முடிந்த பிறகு புலம்பெயர்ந்த பத்திரிகையாளர்களின் எண்ணிக்கை பத்துக்கும் மேல். காரணம், அவர்களது புகைப்படங்கள் அரசு சார்புத் தொலைக்காட்சிகளிலும் செய்தித்தாள்களிலும் வெளியிடப்பட்டன, போர்க் காலத்தில் துரோகச் செயல்களில் ஈடுபட்டவர்கள் என்கிற குறிப்புகளுடன். இப்படியொரு செய்தி வெளியான பிறகு அந்தப் பட்டியலில் இருந்தவர்களில் ஒருவரான பொடல ஜெயந்த என்கிற சிங்களப் பத்திரிகையாளர்மீது கொலைவெறித் தாக்குதல் நடந்திருக்கிறது.

இலங்கையில் ஊடக சுதந்திரம் நசுக்கப்படுவது, இந்தியாவில் குறிப்பாக இந்திய ஊடகத் துறையில் எத்தகைய எதிர்வினைகளை ஏற்படுத்திருக்கிறது என்று பார்த்தால் ஏமாற்றமே மிஞ்சுகிறது. லசந்த விக்ரமதுங்க மரணத்துக்குப் பிறகு ஒரு போராட்டம், வித்யாதரன் கைதுக்குப் பிறகு ஒரு போராட்டம் என்று இங்கொன்றும் அங்கொன்றுமாகப் போராட்டங்கள் நடந்தன. ஆனால் இலங்கையில் ஊடக சுதந்திரத்தின் மீது மிகத் தீவிரமாக நடந்துவரும் தாக்குதல்கள் இங்குள்ள ஊடகங்களால், குறிப்பாக ஆங்கில ஊடகங்களால் பெரிய அளவில் கணக்கில் எடுத்துக் கொள்ளப்படவில்லை. இலங்கை ஊடகங்களுக்குத்தான் உயிர் பயம். சர்வதேச ஊடகங்களும் இந்திய ஊடகங்களும் இலங்கைப் பிரச்சினையில் ஏன் மௌனம் காக்க வேண்டும்?

இந்த விஷயத்தில் 'தி இந்து'வின் இரட்டை நிலைப்பாடு பற்றிச் சொல்லியே ஆக வேண்டும். 'தி இந்து' குழுமத்திலிருந்து வரும் 'ஃபிரண்ட் லைன்' என்ற மாதமிருமுறை இதழ் சற்றே ஆழமான செய்திக் கட்டுரைகளை வெளியிட்டு வரும் ஒரு இதழ். மிகவும் குறைவாகவே இது விற்பனையாகிறது. ராணுவம் தந்த செய்திகளை 'தி இந்து'வில் அப்படியே எழுதும் அப்பத்திரிகையின் இலங்கைச் செய்தியாளர் முரளிதர ரெட்டி, 'ஃபிரண்ட் லை'னில் எழுதுவதை எந்த ரகத்தில் சேர்ப்பதென்று தெரியவில்லை. எந்த முகாமுக்குச் சென்று வந்தது மேன்மையான அனுபவம் என்று ராம் சொன்னாரோ அந்த முகாம் நாஜிகளுக்கான வதை முகாம்போல இருக்கிறது என்று முஸ்லிம் தகவல் மையத்தை மேற்கோள் காட்டி 'ஃபிரண்ட் லை'னில் சொல்கிறார் முரளிதர ரெட்டி. ஊடகவியலாளர்கள் தாக்கப்படுவதைப் பற்றியும் அதில் அவர் பேசுகிறார்.

'தி இந்து'வைத் தவிர இங்கு வெளிவரும் ஏனைய ஆங்கிலப் பத்திரிகைகள் 'தி இந்து'வைப் போலத் தீவிரமாகப் புலிகளை எதிர்ப்பதில்லை, இலங்கை அரசின் குரலைப் பிரதிபலிப்பதில்லை என்பது உண்மைதான். ஆனால் தமிழ் ஈழம், அதன்

மக்கள், அவர்களது துயரங்கள் குறித்து ஒருவிதமான மௌனத்தையே கடைபிடித்தன. சமீபத்தில் ‘டைம்ஸ் ஆஃப் இந்தியா’வில் வந்த வவுனியா முகாம் பற்றிய கட்டுரைகளை விதிவிலக்காகவே பார்க்க வேண்டியிருக்கிறது. இப்படிப்பட்ட ஊடகங்களைப் பொறுத்தவரை இலங்கையின் மனித உரிமை என்பது அம்பி பூசாவில் உள்ள சிறுவர் போராளிகளுக்கான முகாமில் தொடங்கி புட்டளத்திலுள்ள விடுதலைப்புலிகளால் விரட்டியடிக்கப்பட்ட முஸ்லிம்களுக்கான முகாமில் முடிவடைந்துவிடும். போருக்குப் பிந்தைய காலகட்டத்தில் சிறுவர் போராளிகளைப் பற்றிய செய்திகளையும் கட்டுரைகளையும் கிட்டத்தட்ட எல்லா ஆங்கிலப் பத்திரிகைகளும் வெளியிட்டன. சிறுவர் போராளிகளின் பிரச்சினைகளையோ இஸ்லாமியர்களின் துயரங்களையோ பற்றி எழுதுவது அவசியம்தான். ஆனால் அப்படிப்பட்ட கட்டுரைகளை வெளியிடுவதற்குப் புலிகள் ஒடுக்கப்படும்வரை அவர்கள் காத்திருந்ததன் மர்மம்தான் விளங்கிக்கொள்ளும்படி இல்லை. போர் முடிந்த பின்னர் தமிழகத்தில் உரக்க ஒலிக்கத் தொடங்கியிருக்கும் புலி எதிர்ப்புக் குரலையும் நாம் இந்தச் சூழலில் பொருத்திப் பார்க்க வேண்டியிருக்கிறது.

இலங்கை அரசின் வெற்றிக் கொண்டாட்டங்களில் உளவியல்ரீதியாக ஒடுங்கிப்போயிருக்கிறார்கள் தமிழர்கள். முடிந்தால் புலம்பெயர்வது; முடியாவிட்டால் அடிமை வாழ்க்கைக்குத் தங்களை ஆயத்தப்படுத்திக் கொள்வது என்று வாழ்ந்து கொண்டிருக்கும் அவர்களுக்குத் தீவிரப் புலி ஆதரவு, வலுக்கும் புலி எதிர்ப்பு ஆகிய குரல்களின் பின்னணியிலிருக்கும் அரசியல் எந்த விதத்திலும் உதவாது. மாறாக, அவர்களது பிரச்சினைகளை அதிகமாக்கவே செய்யும்.

வட இந்திய ஆங்கிலத் தொலைக்காட்சிகள் பற்றியும் இங்குக் குறிப்பிட்டுச் சொல்ல வேண்டும். ஈழத்தமிழர்கள் பற்றிய பெரிய அக்கறை எதையும் இந்த ஊடகங்கள் இதுவரை வெளிப்படுத்தியதில்லை. ஆனால் பிரபாகரனின் மரணச் செய்தியைக் கொண்டாட்ட மனநிலையோடு அணுகினார்கள். பிரபாகரனின் மரணத்துக்கு முன்னும் பின்னும் தமிழர் வாழும் பகுதிகள் பற்றியும் அங்குத் துயருறும் மக்கள் பற்றியும் சுருக்கமாகவேனும் செய்திகளைத் தர இந்த 24 மணி நேர செய்தி அலை வரிசைகளுக்கு முடியவில்லை.

என் பார்வையில், இலங்கையில் போர் நடந்த காலம் இந்திய ஊடகத் துறையின் இருண்ட காலம். இனிமேல் அவர்கள் எப்படிச் செயல்படுவார்கள் என்பது குறித்து எந்த நம்பிக்கையும் எனக்கு இல்லை. இரு பக்கத்து உண்மைகள் பற்றியும் படுகொலைக்கு உள்ளாக்கப்பட்ட மனிதர்களின் துயரம் பற்றியும் மொழி மற்றும் தேச எல்லைகளைக் கடந்து

இனிமேலாவது இந்த ஊடகங்கள் பேசும் என்பதற்கான உத்தர வாதங்களோ அறிகுறிகளோ காணப்படவில்லை. புலி ஆதரவு அல்லது புலி எதிர்ப்பு என்கிற பெயரில் இலங்கை மக்கள்மீது குண்டுகளைப் போல வீசப்பட்ட இந்திய ஊடகங்களின் கள்ளத்தனமான மௌனங்கள் தொடரும் என்பதற்கான சாட்சியாக உங்களைப் போலவே நானும் இருப்பேன், தெரிந்தோ தெரியாமலோ எனக்கும் அதில் பங்கு இருக்கிறது என்கிற கூடுதல் குற்றவுணர்ச்சியுடன்.

இதழ் 117, செப்டம்பர் 2009

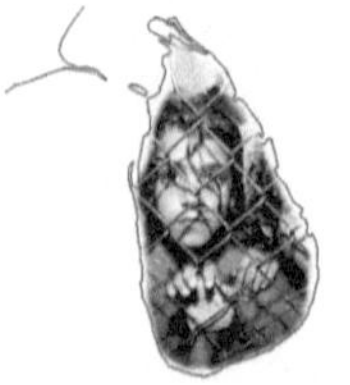

மக்கள் விரோத ஊடகங்களும் பார்ப்பன எதிர்ப்புக் கண்ணோட்டமும்

கானகன்

'என்ன செய்யலாம் ஊடகங்களை?' என்று விடுதலைப் புலி ஆதரவாளர்கள் கொதித்துக்கொண்டிருக் கிறார்கள். ஏதோ என். ராமும், சோவும் சேர்ந்து தமிழர் களுக்கு எதிராகச் சதி செய்து, மத்தியில் உள்ள பார்ப்பன, பனியா அரசை மயக்கி, ஒரு விடுதலைப் போரையே உருக்குலைத்துவிட்டார்கள் என்ற ரீதியில் தமிழ்த் தேசிய வாதிகள் பேசுகிறார்கள்.

சோவை விட்டுவிடுவோம்; அவர் தில்லானா மோகனாம் பாள் மனோரமாவைப் போல், திருவிழாவில் ஒரு மூலையில் இருந்துகொண்டு ஏதாவது கூறிக்கொண்டிருப் பார், அவருடைய ரசிகர் குழாம் கேட்டு ரசித்துக்கொண் டிருக்கும். அதனால் பெரிய அளவில் பாதிப்பெல்லாம் இல்லை. ஆனால் ராமை இலங்கைத் தமிழர் பிரச்சினை யில் எவ்வளவு விமர்சித்தாலும் தகும். இதழியல் நேர்மை என்றாலும் சரி, மனிதநேயம் என்றாலும் சரி, எந்தத் தளத்திலும் அவரது செயல்பாடுகள் மன்னிக்கப்பட முடியாதவை. ஆனால் பிரச்சினை பிராமணப் பத்திரிகை முதலாளிகளுடனும் செய்தியாளர்களுடனும் நின்றுவிடு கிறதா? சரியாகச் சொல்லப் போனால், ஊடகங்களின் வெகுஜன விரோதப் போக்கு இலங்கைப் பிரச்சினை யுடன் நின்றுவிடுகிறதா?

காரல் மார்க்சிலிருந்து அண்டோனியோ கிராம்சி வழியாக இன்றுவரை, இடதுசாரிச்சிந்தனையாளர் களெல்லாம் ஆளும் வர்க்கம் எப்படி மதம், கலை, ஊடகங்கள், கல்வி எனப் பல்வேறு தளங்களைப் பயன்

படுத்தி, ஆளப்படுவோரை மூளைச் சலவை செய்கின்றன என்று ஆதாரங்களோடு கூறி வந்திருக்கிறார்கள். மற்ற நாடுகளில், மாநிலங்களில், கலகக் குழுக்கள், அதிருப்தியாளர்கள் இத்தகைய சிந்தனையை உள்வாங்கி இருக்கிறார்களா இல்லையா என்பது ஆராயப்பட வேண்டிய விஷயம். இங்கே என்னுடைய கவலை, ஏதோ ஒரு சில தளங்களிலாவது நியாயத்திற்காக நிற்கும் நமது தமிழ்த் தேசியவாதிகள் இந்த மார்க்சிய பால பாடத்தை இன்னமும் கற்க மறுக்கிறார்களே என்பதுதான்.

பிராமண எதிர்ப்பு அல்லது வெறுப்பில் தங்களை இழந்து, இவர்கள் ஆளும்வர்க்க பயங்கரவாதத்தின் பல்வேறு வடிவங் களை அறிந்துகொள்ளத் தவறுகிறார்கள். விளைவு ஊடகங்களால் உந்தப்பட்டு வாழ்க்கையின் ஓரத்திற்கே ஓடும் தமிழ்ச் சமூகத்தை எச்சரிக்க வேண்டுமென்று இவர்களுக்குத் தோன்றுவதில்லை.

தமிழகத்தில் இப்போது நுழைந்திருக்கும் 'டைம்ஸ் ஆஃப் இந்தியா' இலங்கை ராணுவத்திற்கும் விடுதலைப்புலிகளுக்கு மிடையே நடந்த மோதல்களின் இறுதிக்கட்டத்தில் ராணுவத்தின் கொடுமைகளை ஓரளவு நேர்மையாகவே வெளியிட்டது. ஆனாலும் இலங்கை அவலங்கள் அம்பலமாயின. அருந்ததிரா யின் கட்டுரைகூட வெளியிடப்பட்டது. இதனாலேயே அந் நாளேட்டைப் பிற பிரச்சினைகளிலும் விமர்சிக்காமல் விட்டு விட முடியுமா? 'இந்துவைக் குறைகூறும் அதே நேரத்தில், நாம் 'டைம்'ஸின் நிலைப்பாடுகளைப்' பரிசீலிக்க வேண்டாமா?

அகில இந்திய அளவில் 'டைம்ஸ்' ஊடகத்தளத்தில் மிக மோசமான பங்காற்றி வருகிறது. வெகுஜன விரோதப் பத்திரிகை களில் முதலிடம் இதற்குத்தான். ஒருபுறம் தீவிர தேசபக்தி, அதிதீவிர பாகிஸ்தான் எதிர்ப்பு, இன்னொருபுறம் மேல்தட்டு வாழ்க்கை பற்றிய ஒரு மோகத்தை நடுத்தர, கீழ்த்தட்டு மக்கள் மனத்தில் வளர்த்தல். இவை இரண்டும் இக்குழுமத்தின் அடிப் படை நெறிகள். இந்நாளிதழின் செய்திப் பக்கங்களும் நாள் தோறும் வெளியிடப்படும் வாழ்க்கை முறை குறித்த துணை இதழ் ஆகிய இரண்டும் சேர்ந்து ஒட்டுமொத்தமாக சராசரி மனிதனின் உணர்வுகளையும் மூளையையும் மழுங்கடிக்கின்றன.

அதன் செய்தி வெளியிடும் தன்மைக்கு ஓரிரு எடுத்துக் காட்டுகள். அண்மையில் நடந்த ஜி–8 நாடுகள் மாநாட்டின் இறுதியில் வெளியிடப்பட்ட அறிக்கையில், உலக வெப்பத்தைத் தணிக்கும் வகையில், தொழிற்சாலைகள் வெளியேற்றும் கார்பன் டை ஆக்ஸைடு உள்ளிட்ட வாயுக்களின் அளவு குறைக்கப்பட வேண்டுமென்று கூறப்பட்டிருந்தது. 2050க்குள் 80 சத அளவு. இதில் இந்தியப் பிரதமர் மன்மோகன் சிங்கும் கையெழுத் திட்டிருந்தார். அது ஒரு பொத்தாம்பொதுவான ஓர் அறிக்கை.

என்ன செய்ய வேண்டுமெனச் சொன்னாலும் எப்படிச் செய்யப் போகிறோம் என்பது பற்றியெல்லாம் தெளிவில்லாத அறிக்கை. அவர்கள் அந்த அளவெல்லாம் குறைத்துவிட மாட்டார்கள் என்பதே பொதுவான கணிப்பு.

இந்தியா தான் வெளியிடும் கார்பன் டை ஆக்ஸைடு அளவைக் குறைத்துக்கொள்வதாக மன்மோகன் சிங் ஏற்றுக் கொண்டிருப்பதே ஒரு தேசத் துரோகம்; ஏனெனில் அவ்வாறு செய்வது நமது தொழில் வளர்ச்சியைப் பாதிக்கும்; இதுவரை மேலை நாடுகள்தானே உலகை மாசுபடுத்தி வந்தன; அவை குறைத்துக்கொள்ளட்டும். நாம் அந்த அளவு மாசுபடுத்திய பிறகு குறைப்பது பற்றி யோசிக்கலாம் என்ற ரீதியில் வாதிட்டு, அரசுக்குள் ஏதோ பெரும் பிளவு ஏற்பட்டிருப்பதைப்போல் பிரச்சாரம் செய்து, இறுதியில் எவ்விதக் குறைப்பையும் இந்தியா ஏற்றுக்கொள்ளாது எனச் சுற்றுச் சூழல் அமைச்சர் அறிவித்த பின்பே ஓய்ந்தார்கள் இப்புண்ணியவான்கள்.

அடுத்த சில நாட்களில் எகிப்தில் நடந்த இன்னொரு மாநாட்டில், பாகிஸ்தான் பிரதமரை மன்மோகன் சிங் சந்திக் கிறார். அங்கும் ஓர் அறிக்கை வெளியிடப்படுகிறது. பயங்கரவாதத் தைத் தடுத்து நிறுத்த வேண்டுமென்பது குறித்த பகுதியில், பலூசிஸ்தானில் பாக். அரசுக்கு எதிரான பயங்கரவாதச் செயல்கள் நிறுத்தப்பட வேண்டுமென்று ஒரு சொற்றொடர். மறுபடியும் 'டைம்ஸ்' கொதித்தெழுந்தது.

இந்தியாவின் ரா அமைப்புதான் பலூசிஸ்தானியர்களைத் தூண்டிவிடுகிறது என்பது பாகிஸ்தானின் புகார். கூட்டறிக் கையில் அப்பிரச்சினை பற்றிக் கூறியது இந்தியாவிற்கு அதில் பங்கிருக்கிறது என்று மறைமுகமான ஒப்புதலாம். அதெப்படி மன்மோகன் சிங் சொல்லப்போனார் என்பதுதான் கேள்வி. காஷ்மீரில் பாகிஸ்தான் தூண்டிவிடுவதாக நாம் சொல்லிக் கொண்டிருக்கலாம். ஆனால் அவர்கள் சொல்லலாமா? புத்தனும் ஏசுவும் வந்துபோன நாடு, மஹாத்மா காந்தி பிறந்து, வளர்ந்து உலகோர்க்கு அஹிம்சை போதித்த நாடு, நம்மைப் பற்றி நாமே குறை கூறிக்கொள்வதா? 'டைம்ஸ் நௌ' தொலைக்காட்சி யிலும், நாளேட்டிலும் ஏதோ பிரளயமே வந்துவிட்டதைப் போன்று அலசல்கள், தாக்குதல்கள். சோனியா காந்திக்கே மன்மோகன் சிங் செய்தது பிடிக்கவில்லை என்ற பிரச்சாரம் வேறு. பாரதீய ஜனதாவும் சேர்ந்துகொண்டது. வேலையில்லா ராணுவ வல்லுநர்கள் போட்டுத் தாளித்தார்கள். இறுதியில் பெரிதாக எதுவும் நடந்துவிடவில்லை. ஆனால் பாகிஸ்தானுடன் பேச்சு வார்த்தைக்குப் போகலாமா என்ற ஆலோசனை கிடப்பில் போடப்பட்டது.

ஆனால் இதே பிரச்சினைகளில் 'இந்து' நாளேட்டின் அணுகுமுறை வரவேற்கத்தக்கதாக இருந்தது. பாக். பிரச்சினையிலும் சரி, சுற்றுச்சூழல் பிரச்சினையிலும் சரி, ஆணித்தரமான, பல்வேறு செய்திகள் அடங்கிய ஆய்வுக் கட்டுரைகள் வெளியிடப்பட்டன.

குஜராத் கலவரத்தைத் தவிர, மற்ற பல விஷயங்களில் 'டைம்'ஸின் அணுகுமுறை ஆள்வோரின் நலனை மேம்படுத்துவதாகவும் விளிம்புநிலை மக்களை விளிம்பைத் தாண்டித் தள்ளுவதாகவும் வரைமுறையற்ற நுகர்வோர் கலாச்சாரத்தைப் பரப்புவதாகவுமே இருக்கிறது.

இவ்வளவு ஏன்? ஓரினச் சேர்க்கை சட்டவிரோதமல்ல என்ற பொருள்படும் விதத்தில் புதுதில்லி உயர் நீதிமன்றம் தீர்ப்பளித்தவுடன் பட்டாசு வெடித்துக் கொண்டாடிய 'டைம்ஸ்', பலூசிஸ்தானுக்காக மன்மோகன் சிங்கை உண்டு இல்லை என்றாக்கியவர்கள், இலங்கை விஷயத்தில் ஏன் கண்டும் காணாமல் இருந்தார்கள்? லட்சக்கணக்கான மக்களின் உயிரும் எதிர்காலமும் கேள்விக்குள்ளான நேரத்தில் ஏதோ சடங்கிற்கு, ஓரிரு கட்டுரைகள் வெளியிட்டுவிட்டு அமைதியானார்கள்? இந்தக் கேள்விகளையெல்லாம் நமது புலி ஆதரவுத் தரப்புக் கேட்பதில்லை. என். ராமையும் சோவையும் சுப்பிரமணிய சுவாமியையும் திட்டித்தீர்ப்பதுடன் அவர்களது கடமை முடிந்துவிட்டதாக நினைக்கிறார்கள்.

நடுத்தர மக்களின் ரசனைகளுக்குத் தீனிபோட்டு, பகட்டு, படாடோபத்திற்காக அவர்களை மேலும் மேலும் ஏங்கவைத்து முதலாளிகளின் சந்தையை விரிவுபடுத்தும் ஒரு கேவலமான தொழிலை இதழியலின் பெயரால் செய்துவரும் நிறுவனங்களில் முதன்மையானது 'டைம்ஸ்' குழுமம்தான். இது குறித்தெல்லாம் இங்கு யாரும் கவலைப்படுவதில்லை.

ஆனால் 'இந்து'வின் நிலை என்ன? எமர்ஜென்சி ஆதரவு, இலங்கையில் 'பயங்கரவாதத்திற்கு' எதிர்ப்பு, பொதுவாக ஆட்சியிலிருப்போரை அதிகம் பகைத்துக்கொள்ளக் கூடாது என்ற வகையிலேயே அது செய்திகளை வெளியிட்டாலும், சீனா, மேற்கு வங்கம், கேரளா, திபெத், மார்க்சிஸ்ட் கட்சி சார்ந்த பிரச்சினைகளில் மௌனம் காத்தாலும், அதற்கு இன்னொரு வரவேற்கத்தகுந்த பரிமாணமும் இருக்கிறது.

பொருளாதாரக் கொள்கைகளானாலும் சரி, சமூகவியல் பிரச்சினைகளானாலும் சரி, பிற சர்வதேச நிகழ்வுகள் அனைத்திலும், அந்த நாளேடு மிக முன்னேற்றகரமான பங்கையே ஆற்றிவந்திருக்கிறது. மேல்தட்டு, நடுத்தர வர்க்கத்தினர் மத்தியில் இடதுசாரி சிந்தனையை வளர்க்கும் 'ஃப்ரண்ட்லைன்' இதழின்

பணி அளப்பரியது. 'இந்தியா டுடே' போன்ற பத்திரிகைகளை ஒப்பிடும்போதுதான் 'ஃப்ரண்ட்லைனின்' மேன்மை புரியும். இலங்கை மட்டுமே 'இந்து'வின் பங்களிப்பை மதிப்பிடும் அளவு கோலாகிவிடாது.

நாளொரு மேனியும் பொழுதொரு வண்ணமுமாகக் கரைந்துகொண்டிருக்கும் 'இண்டியன் எக்ஸ்பிர'ஸின் ஆஸ்தான பத்திரிகையாளரும் தீவிர இந்துத்துவவாதியுமான குருமூர்த்தி அண்மையில் ஒரு கட்டுரை எழுதியிருந்தார்.

சிங்கியாங் மாநிலத்தில் நடந்த முஸ்லிம்கள் கலவரத்தைப் பின்னணியாக வைத்து, சீனா அப்பிரச்சினையைக் கையாண்ட விதத்தையும் இந்தியா காஷ்மீரில் எப்படித் தடுமாறுகிறது என்பதையும் ஒப்பிடுகிறது அக்கட்டுரை. 1949இல் சிங்கியாங்கில் 6 சதமாக இருந்த ஹான் சீனர்கள் தொகை இன்று 42 சதமாக இருக்கிறது. எனவே பெரிய அளவில் கலகம் வெடிக்காது. அவ்வப்போது ஏதாவது நடக்கும்; மனித உரிமை மீறல் குற்றச் சாட்டுகள் எழும்; ஆனால் அதற்காக அதிகம் அலட்டிக்கொள் வதில்லை சீனா. தங்கள் சொந்த இனமான ஹான்களை அப் பகுதியில் குடியேற்றியது. எதிர்ப்புகளை அடக்கியது. இன்று இயல்பாகவே ஹான்களின் எண்ணிக்கை இவ்வளவு உயர்ந் திருக்கிறது. இனி தனி சிங்கியாங் என்பதெல்லாம் பகற்கனவே.

இந்திய அரசும் இந்துக்களை காஷ்மீரில் குடியேற்றியிருந் தால், இன்று இப்படியெல்லாம் பிரச்சினை எழுந்திருக்காதென அங்கலாய்க்கிறார் குருமூர்த்தி. என்ன ஒரு அற்புதமான மனித நேயப் பார்வை! சிங்கியாங் முஸ்லிம்களின் உணர்வுகளுக்கு என்ன மரியாதை? இந்தக் கட்டுரையை வெளியிட்ட நாளேடு அவ்வப்போது இலங்கைத் தமிழர்களுக்கு, விடுதலைப்புலிகளுக்கு ஆதரவாகச் செய்திகள் வெளியிடும். எனவே அதைப் பற்றியும் விமர்சனம் இல்லை.

இத்தகைய ஏடுகளைவிடவும், தமிழ் மக்களை மிகக் கடுமையாகப் பாதிக்கும் ஊடகங்கள் சன், கலைஞர் உள்ளிட்ட தொ(ல்)லைக்காட்சி அலைவரிசைகள்தாம். மிக அதிக அளவு பார்வையாளர்களைச் சென்றடையும் சன் தொலைக்காட்சி இலங்கைப் பிரச்சினையில் தமிழக அரசின், கருணாநிதியின் நிலைப்பாட்டை மீறி ஏதேனும் கூறியதா? அதனுடைய நிகழ்ச்சி கள் எப்போதாவது அறிவுக்கு விருந்துவைப்பதாக இருந்திருக் கிறதா? ஒன்று பாலியல் உணர்வுகளைக் கொழுந்துவிட்டெறியச் செய்யும் திரைப்படம் சம்பந்தப்பட்டவை அல்லது முட்டாள் தனமான சென்ட்டிமென்டுகளை வளர்த்துவிடும் மெகா சீரியல் கள் – இம்மாதிரி நிகழ்ச்சிகள்தானே இதன் பார்வையாளர்களின் எண்ணிக்கையை வாய் பிளக்கும் அளவு கூட்டியிருக்கின்றன.

ஒருமுறை நான் கலாநிதி மாறனைப் பேட்டி கண்டபோது அவர் சொன்ன இரண்டு விஷயங்கள் இன்னமும் என்னைக் கொதிக்கவைக்கின்றன.

1. மலையாள சானல் ஆரம்பித்தபோது என்னை எச்சரித்தார்கள். அது கொஞ்சம் சிந்திக்கும் மக்கள் அதிகம் இருக்கும் இடம். அவர்களுக்கு நல்ல ரசனையுண்டு. அவர்களிடம் நீ தமிழ்நாட்டில் காண்பிக்கும் நிகழ்ச்சிகள் எடுபடாது என்றார்கள். ஆனாலும் துணிச்சலுடன் நான் களத்தில் இறங்கினேன். டி.ஆர்.பி ரேட்டிங்கைக் காண்பித்தேனா இல்லையா? அரண்டு போய் அவர்களும் தங்கள் *programme mix*ஐ மாற்றிக்கொண்டார்களா இல்லையா? அது எனக்கு மிகப் பெரிய வெற்றிதானே?

2. (திராவிடப் பாரம்பரியத்தில் வந்த நீங்கள், தி.மு.க. தலைமை அலுவலகக் கட்டடத்திலிருந்து செயல்படும் நீங்கள், உங்கள் 24 மணிநேர அலைவரிசையில் ஐந்து நிமிடம்கூட உங்கள் இயக்கக் கொள்கைகளை எடுத்துச் சொல்லச் செலவிடுவதில்லையே என்ற கேள்விக்கான பதில்): சார், நீங்கள் என்னைக் கல்லூரிக்கு அழையுங்கள், திராவிட இயக்கம் பற்றிப் பேசச் சொல்லுங்கள். 2 அவர்ஸ் பேசுவேன். பிரச்சினை இல்லை. ஆனால் இது பிசினஸ். இரண்டையும் போட்டுக் குழப்பிக் கொள்ளக் கூடாது.

கலைஞர் தொலைக்காட்சி சன் தொலைக்காட்சியை விடவும் கொடுமையாக இருக்கிறது. தமிழ்த் தேசியவாதிகள் மட்டுமல்ல, சமூக உணர்வுடன் இருக்கும் அனைவரும் இணைந்து சன் தொலைக்காட்சிக்கெதிராகவும் கலைஞர் தொலைக் காட்சிக்கெதிராகவும் ஒரு இயக்கமே நடத்த வேண்டும். ஆனால் நமது பிரபாகரன் அபிமானிகளுக்குப் பார்ப்பனச் சதிகாரர்களைத் தாண்டிச் சிந்திக்கவே நேரம் இல்லை.

'தினமல'ரைத் தாக்கும் அவர்கள், எவ்வித நிலையும் எடுக்காது நழுவிவிடும் 'தினத்தந்தி' பற்றிப் பேச மாட்டார்கள். அவர்கள் 'நம்மினம்' ஆயிற்றே. இன்னொரு 'நம்மினத்து'ப் பத்திரிகை 'நக்கீரன்'. புலிகள் கொல்லப்பட்டதாக அறிவிக்கப் பட்ட மே 19இலிருந்து இன்றுவரை, பிரபாகரன் உயிரோடு இருப்பதாக ஒரு பிம்பத்தைத் தொடர்ந்து கட்டமைத்து வருகிறது இந்த வாரமிருமுறை இதழ். அப்பத்திரிகையின் இப்போக்கு, பிரபாகரன் உயிரோடு இருக்கலாம் என்ற சாத்தியத்தின் பாற்பட்டதல்ல. மாறாக, அதன் வியாபாரத் தந்திரங்களில் ஒன்று. பிரபாகரனின் படத்தை அட்டையில்போட்டு இந்த இதழ் மேற் கொண்டுவரும் வியாபார உத்தியை இன்றுவரை கண்டிக்க ஆளில்லை. மாறாக, இந்த உத்தி சரியானதுதானா நேர்மையானதுதானா என்று கேள்வி கேட்பவர்களுக்குத் தமிழினத் துரோகிகள் எனப் பட்டம் சூட்டி மகிழ்கிறார்கள்.

மத்திய தொலைத்தொடர்புத் துறை அமைச்சர் அ.ராசா வின் மீது ரூ.60,000 கோடி அளவுக்கு ஊழல் புகார் சுமத்தப் படும் நிலையில், அவரது சாதி காரணமாகவும் அவர் தமிழன் என்பதாலும்தான் வட இந்திய ஊடகங்களும் இங்கிருக்கும் பிராமணப் பத்திரிகையாளர்களும் அவரைத் தாக்குகிறார்கள் என்ற பொருள்படும் வகையில் தொடர்ந்து எழுதிவருகிறது 'நக்கீரன்'. அவர் ஊழல் செய்யவில்லை என்று சொல்லவோ அவர் தரப்பு நியாயத்தைச் சொல்லவோ அவர்களுக்கு வார்த்தை யில்லை. அப்படியெல்லாம் வாதாடுவதைவிட்டுவிட்டு, நொண்டிச்சாக்குகளைச் சொல்லி, தலித் ஆதரவு என முழங்கி, அவரைப் பாதுகாக்க முயல்கிறது 'நக்கீரன்'.

பிரபாகரன் வாழ்க என்று சொன்னால் தமிழ்த் தேசிய வாதிகள் யாழ்ப்பாண வெள்ளாள ஆதிக்கத்தையும் வரவேற் பார்கள், பால் தாக்கரேக்குக்கூட வாழ்த்துப்பா பாடுவார்கள்.

அண்மையில் நடந்த நாடாளுமன்றத் தேர்தல்களில் பாரதீய ஜனதா வெற்றிபெற வேண்டுமென வேண்டிக்கொண் டார்கள். பா.ஜ.க. பதவிக்கு வந்திருந்தால் அத்வானி இலங்கை விவகாரத்தில் சோனியா காந்தியைவிடச் சற்று வேகம் காட்டி யிருக்கலாம். ஆனால் அத்வானி – மோடி அரசு இந்தியாவை என்ன செய்யுமென இவர்கள் யோசிக்கவே இல்லை.

அமெரிக்காவில் இருக்கும் விடுதலைப்புலி ஆதரவாளர்கள் யூதர்களுக்கு மனுப்போடுகிறார்கள், நாங்களும் நீங்களும் ஒன்று, எங்களுக்கு உதவுங்கள் என்கிறார்கள்.

எவ்வளவு சித்தாந்த வறட்சி?

நமக்கு உதவுபவராக இருந்தால் எவருடன் வேண்டு மானாலும் கைகோக்கலாம். அது போல நமது அணியின் ஒற்றுமைக்காக, நம்முடன் இருப்பவர் எத்தகைய தவறு செய்தாலும் கண்டுகொள்ளாமலிருக்க வேண்டும். இத்தகைய அணுகுமுறையின் காரணமாகவே விடுதலைப்புலி ஆதர வாளர்கள் அனைவருமே ஏறத்தாழ முற்றிலும் நம்பகத்தன்மை இழந்து, அரசியல் விளிம்பிற்குத் தள்ளப்பட்டிருக்கிறார்கள்.

கூலிக்கு மாரடிக்கிறவர்களைத் தவிர்த்து, இன்று தமிழ்த் தேசிய முகாமில், உண்மையிலேயே சமூக அக்கறை கொண்ட வர்கள் பலர் இருக்கிறார்கள் என்பது உண்மையே. ஆனால் அவர்களும் மேலே கூறப்பட்ட விதியின்படி, தர்மசங்கடமான விஷயங்களைக் கண்டும் காணாமல் இருப்பது, விளிம்பை நோக்கிய பயணத்தைத் துரிதப்படுத்தவே செய்யும்.

இதழ் 117, செப்டம்பர் 2009

வன்னி அகதிக்கு இந்த உலகில் என்ன இருக்கிறது?

அன்பிற்குரிய கண்ணன்

இன்றுதான் குறித்த பதிவைப் பெற்று அனுப்ப முடிந்தது. செப்டம்பர் இதழுக்கு உங்களுக்கு மிகவும் தாமதமாகக் கிடைத்திருக்கிறது என நினைக்கிறேன். இதை முகாமி லிருக்கும் நண்பரிடமிருந்து வாங்கிப் பெறுவதற்குள் பல்வேறு சிக்கல்கள். இதை வாங்கிக்கொண்டு பஸ்ஸில் பயணம்செய்வது முதல் ஸ்கான்செய்து அனுப்புவது வரை எல்லாமே பாதுகாப்பற்றவையாக இருந்தன. சென்றமுறை இவற்றை டைப்செய்து அனுப்பலாம் என முயன்றதில் 25 பக்கங்கள்வரை முடிந்த வேளை எனது கணினி பழுதடைந்துவிட்டது. இம்முறை எனக்கு டைப் செய்யுமளவுக்கு மனநிலை இல்லை.

என் குடும்பமும் தடுப்பு முகாமில் வாழ்வதால் அவர் களைச் சென்று பர்வையிட நேர்ந்தது. அதனால் தான இப்பதிவை வாங்கி அனுப்பத் தாமதமாகிவிட்டது. தடுப்புமுகாம்களில் இப்போதிருக்கிற நிலவரம் மிகவும் கொடுமையானதாயிருக்கிறது. அவற்றில் உள்ள பலருடன் கதைக்க நேருகையில் இன்னும் லட்சம் துயர் விரியும் கதைகள் இருப்பதைத்தான் புரிய முடிந்தது. இந்தப் பதிவுகள் மிகவும் முக்கிமானவை. பெயரின்றி இவை வெளிவருகிறதென்பதால் இதைப் பற்றிப் பலரும் வாய்க்குவந்தபடி கதைப்பார்கள். இந்தப் பதிவுகளை எழுதிவருபவருக்குப் பதிவு பற்றி எழுதப்பட்டிருக்கிற கருத்துகளைப் பிரதி எடுத்துக்கொடுத்திருக்கிறேன். உண்மையில் அவர் என்ன நினைக்கிறாரோ என்னவோ, எனக்கு மிகக் கஷ்டமாக இருந்தது. இந்தக் கடிதத்தை யும் மிக அவசரமாக எழுதுகிறேன். அனுப்பிய முழுப் பக்கங்களும் கிடைத்தனவா என்பதை அறியத் தாருங்கள்.

நீங்கள் அனுப்பிய இரண்டு இதழ்களில் ஒன்றுதான் கிடைக்கப் பெற்றிருக்கிறது.

மிக்க அன்புடன்
29.08.2009

• • •

1

தென்னாசியாவிலேயே மிகப் பெரிய சேரி என்றால் நீங்கள் மும்பை என்று சொல்வீர்கள். மும்பை தாராவி சேரியில் விபச்சாரம் இருக்கும். வறுமையும் நாற்றமும் இருக்கும். அடிதடி, சண்டை, கொலை, வம்பு தும்பு என்று ஆயிரம் சங்கதிகள் இருக்கும். ஆனால் இதைவிட ஆசியாவிலே மிகப் பெரிய இரத்தம் நிரம்பிய சேரியாக, கொலையும் மரணமும் மலமும் கண்ணீரும் மிதக்கும் சேரியாக ஈழத்தில் புதுமாத்தளன் – முள்ளி வாய்க்கால் சேரி இருந்தது. இப்போது அது இடம் பெயர்ந்து, நிறம் மாறி மிகப் பிரம்மாண்டமான அகதிகள் முகாமாகியிருக்கிறது.

ஈழப் போர் என்பதன் மறு விளக்கம் அகதி உருவாக்கம் என்று கொள்ளலாம். முப்பதாண்டுகளாக அல்லது அதற்கும் மேலாக அகதிகளின் கதை நீண்டுகொண்டிருக்கிறது ஈழத்தில். தமிழகத்தில்கூடக் கடந்த 25 ஆண்டுகளுக்கும் மேலாக ஈழ அகதிகளின் அறிமுகம் உண்டு. நான்காம் கட்ட ஈழப் போர் மற்ற எல்லாக் காலங்களையும்விட மிகவும் உச்சத்தில் கொலைப் பெருக்கத்தையும் அகதிப் பெருக்கத்தையும் கொண்டது. இது இறுதி யுத்தமல்லவா! எனவே அதற்குத் தகுந்த மாதிரியே அழிவும் துயரமும். இதில் வேடிக்கை என்னவென்றால் இந்த யுத்தத்தை இறுதி யுத்தம் எனப் புலிகளும் சொன்னார்கள். அரசும் சொன்னது. எப்படியோ இறுதி யுத்தம் முடிந்துவிட்டது. ஆனால் தமிழ் மக்களின் அகதி வாழ்வு முடியவில்லை. அரசியல் பிரச்சினைக்கும் தீர்வு இல்லை.

2006 ஒகஸ்டு 13இல் யுத்தம் தொடங்கியபோது வன்னிக் குள்ளேயே சனங்கள் இடம்பெயர்ந்தார்கள். ஆனால் இராணுவம் வேகமாக முன்னேறிப் பெரும்பகுதியை ஆக்கிரமித்துக்கொண்ட போது – குறிப்பாகக் கிளிநொச்சியின் வீழ்ச்சிக்குப் பிறகு – சனங்கள் ஈழப் போராட்டத்தில் முழுதாகவே நம்பிக்கை இழக்கத் தொடங்கினர். இதனால் அவர்கள் இராணுவத்திடம் செல்ல ஆரம்பித்தனர். முதலாவது பெரிய சனத்தொகையொன்று சனவரி 2009இல் இராணுவத்திடம் சென்றது. அப்போது இராணுவம் ஆனையிரவைக் கைப்பற்றிச் சுண்டிக்குளம் என்ற வடகிழக்குக் கடற்கரைவரை நகர்ந்திருந்தது. இதைத்

தொடர்ந்து இராணுவத்திடம் செல்வோரின் தொகை அதிகரித்தது. புலிகளின் கட்டாய ஆட்சேர்ப்பு மற்றும் ஏனைய நடவடிக்கைகளால் நொந்தும் சலிப்புற்றும் கோபமடைந்தும் வெறுப்புற்றும் இருந்தவர்கள் இராணு வத்திடம் போய்க்கொண் டிருந்தனர். ஆனால் அப்படி இராணுவத்திடம் அவர்கள் செல்வது என்பது சாதாரணமானதல்ல. மிகவும் உக்கிரமாக யுத்தம் நடந்துகொண்டிருக்கும் போது உயிரைத் துச்சமெனக் கருதிக் கொண்டே இந்த இடமாற்றத்தை – இராணுவத்திடம் செல்வதை அவர்கள் செய்ய வேணும்.

முழு மரணப்பொறிக்குள் வீழும் செயல் இது. ஆனால் சனங்களுக்கு வேறு வழியில்லையே. இவ்வாறு இராணுவத் திடம் சென்ற மக்களைத் தம்மிடம் சரணடையும் மக்கள் என அரசாங்கம் அழைத்தது. போராட்டத்தைக் காட்டிக்கொடுக் கும் துரோகிகள் என்றனர் புலிகள். சனங்களுக்கோ இது பற்றியெல்லாம் எந்த அக்கறையும் இல்லை. அவர்களைப் பொறுத்தவரையில் உயிர் தப்ப வேண்டும். எனவே புலிகளின் தடையைப் பற்றி அவர்கள் சிந்திக்கவில்லை. அந்த மரணப் பொறியைக் கூட அவர்கள் பெரிதாக அலட்டிக் கொள்ள வில்லை. ஆனால் ஒன்று இராணுவத்திடம் தாமாகச் செல்வதால் தங்களுக்கு ஒரு புதிய வாழ்க்கை கிடைக்கும், இனியாவது நிம்மதியாக வாழலாம் என்று நினைத்தார்கள்.

வன்னிக் கிழக்கை இராணுவம் முழுதாகக் கைப்பற்றத் தொடங்கும்போது இந்த அகதிகள் அதிகளவில் இராணுவத் திடம் சென்றனர். அதுவரையிலும் வன்னியில் 80,000 மக்களே இருக்கின்றனர் என்று சொல்லிவந்த கொழும்பு அரசுக்கு அங்கிருந்து வந்துகொண்டிருக்கும் சனத்தொகை அதிர்ச்சியையும் சங்கடத்தையும் கொடுத்தது. 17, 18, 19, 20, 21, 22 ஏப்ரல் 2009இல் தான் மிகக் கூடுதலான மக்கள் (ஒரு லட்சத்துக்கும் அதிகமானவர்கள்) இராணுவத்திடம் சென்றனர். இந்த மக்களை மீட்கும் நடவடிக்கையையே அரசாங்கம் செய்வதாகச் சொல்லப் பட்டது. அதாவது இந்த இராணுவ நடவடிக்கையை 'மனித நேய நடவடிக்கை' என்றே சிறிலங்கா அரசாங்கம் கூறியது. இப்படி இராணுவத்திடம் சென்ற மக்கள் இரண்டு வகையினர். ஒருசாரார் களப்பு வழியாக, சிறிய நீர்ப்பகுதி, சேற்றுப்பகுதி ஊருக்குள்ளாலும் காட்டு வழிகளினாலும் செத்தவர் போக மிஞ்சியவர்கள், காயப்பட்டவர்கள் என்போர். அடுத்தவகை யினர், கடல்வழியாகப் படகுகளில் சென்றோர். இவர்களில் படகுகளில் சென்றவர்களில் ஒரு தொகுதியினர் யாழ்ப்பாணம் சென்றனர். ஏனையோர் திருகோணமலைக்கு அருகில் உள்ள புல்மோட்டைக்குச் சென்றனர். யாழ்ப்பாணம் சென்றவர்கள் அங்கே பத்து வகையான இடங்களில் தங்கவைக்கப்பட்டனர்.

யாழ்ப்பாணத்துக்குச் சென்ற அகதிகளின் தொகை 11,719 என்று அரசப் புள்ளிவிவரம் சொல்கிறது. ஏனையோரில் 6,000 பேர் வரையில் புல்மோட்டையில் உள்ளனர். மிச்சமுள்ள இரண்டு லட்சத்து எண் பதினாயிரத்துக்கு மேற்பட்டோர் வவுனியாவில் தங்கவைக்கப்பட்டுள்ளனர். சனவரி 15 தொடக்கம் மே 20ஆம் திகதிக்குள் இவ்வளவு அகதிகள் இராணுவத்தின் வசமாயினர்.

2

யுத்தக் களத்திலிருந்து உருவாகும் ஒரு அகதி எப்படி இருப்பார்? யுத்தம் எல்லாவற்றையும் தின்றுவிடுவது. எனவே, உயிரை மட்டும் எப்படியோ காப்பாற்றிக்கொண்டு அல்லது தக்கவைத்துக்கொண்டு 'தப்பினோம், அதுவே புண்ணியம்' என்று ஓடிச் சரணடைந்தவர்கள். உடுத்த உடையைத் தவிர வேறு வேறெதுவும் இல்லாமல், எதையும் எடுத்துச்செல்ல முடியாமல் முகாம்களுக்கு வந்தவர்கள். இவர்கள் வெள்ளப் பாதிப்பினாலோ புயலின் தாக்கத்தினாலோ அகதியானவர் களல்ல. இரத்தம், தீ, காயம், வலி என்ற ஏராளமான வதை களிலிருந்து, மரணப்பொறிகளிலிருந்து தப்பியவர்கள்; தப்ப முனைந்தவர்கள். அப்படி வந்த மக்கள் முதலில் பள்ளிக் கட்டடங்களிலும் அரச விடுதிகளிலும் பொதுமண்டபங் களிலும் தங்கவைக்கப்பட்டார்கள்.

இதற்குள் முள்ளிவாய்க்காலின் வீழ்ச்சியோடு அழைத்து வரப்பட்ட மக்களின் நிலை வேறானது. அவர்கள் ஆண்கள், பெண்கள், இளவயதினர் எனத் தரம் பிரிக்கப்பட்டனர். புலி களின் உறுப்பினர் என்று அடையாளம் தெரிந்தோர், சந்தேகத் துக்கிடமானோர் என்ற பிரிப்புத்தனி. அநேகமாக ஏப்ரல் 18, 19, 20, 21 தொடக்கம் மே 20 வரையான முக்கிய அகதிச் சரணடைவுகளில் இந்த மாதிரியே சனங்கள் தரம் பிரிக்கப் பட்டனர். இதனால் குடும்பங்கள் பிரிக்கப்பட்டன. உறவுகளை இழந்த நிலையில் இந்தப் பிரிப்பு வேறு அவர்களைத் தாக்கியது. எனினும் படைத்தரப்பின் நடவடிக்கை என்பதால் யாரும் இது பற்றி மாற்று நடவடிக்கை எடுக்க முடியவில்லை. சிவில் அதிகாரிகள் வந்த மக்களைப் பதிவுசெய்து முகாம்களுக்கு அனுப்பிக்கொண்டேயிருந்தனர். எதிர்பாராத அளவில் குவிந்து கொண்டிருந்த அகதிகளைப் பராமரிக்கக்கூடிய சிறு ஏற்பாடு தானும் அரசாங்கத்திடம் இருக்கவில்லை. இதைவிடப் பாதுகாப்பு ஏற்பாடு, சந்தேகம் என்ற காரணங்களிலான இறுக்கமான நடைமுறை. இவற்றால் சனங்கள் மிகவும் கஷ்டப்பட்டார்கள். பஸ் வண்டிகளில் இருந்து மூன்று நாட்களாக இறக்கப்படாமலே கொளுத்தும் 'கத்திரி வெயிலில்' அவர்கள் அடைத்து வைக்கப்

பட்டனர். இதனால் பெருமளவு குழந்தைகளும் முதியவர்களும் கர்ப்பவதிகளும் கடுமையாகப் பாதிக்கப்பட்டனர். சனங்களின் இந்த அவல நிலை குறித்து இலங்கைத் தீவின் எந்த ஜனநாயக அரசியல்வாதியும் குரல் கொடுக்கவில்லை. இந்த மாதிரி அவலம் இலங்கைக்குப் புதிதல்லதான்.

யாழ்ப்பாணத்திலிருந்து 1990இல் முஸ்லிம்கள் புலிகளால் வெளியேற்றப்பட்டபோது, தென்னிலங்கையிலிருந்து 1956, 1977, 1983ஆம் ஆண்டுகளில் தமிழர்கள் விரட்டப்பட்ட போது, புலிகளால் தமிழ் மக்கள் யாழ் நகரில் இருந்து (வலிகாமம் இடப்பெயர்வு) 1995இல் வெளி யேற்றப்பட்டபோது, மூதூர் யுத்தத்தில் 2006இல் முஸ்லிம்கள் அகதியானபோது என ஏகப் பட்ட சம்பவங்கள் நடந்துள்ளன. ஆனாலும் இந்த அகதி களின் கதை வேறானது. இவர்கள் மிகக் கொடுமையான யுத்தக் களத்திலிருந்து அகதியானவர்கள். வவுனியாவில் நிரம்பிய இந்த அகதிகளுக்குக் குடிநீர், சாப்பாடு, மலசலக்கூட வசதியே இல்லாமலிருந்தது. சாப்பாட்டுப் பொதிகளை வீசும்போது அதைப் பெறுவதற்காக முண்டியடித்துச் செத்த கதையெல்லாம் உண்டு.

அகதிகளுக்கான முதற்கட்டப் பதிவுகள் நடந்த பின்னர் அவர்கள் முகாம்களுக்கு இடமாற்றப்பட்டனர். பல பள்ளிகள், பொதுக்கட்டடங்கள் எல்லாவற்றிலும் நிரம்பியிருக்கும் அகதிகள் போக மிகுதி ஒன்றரை லட்சத்துக்கும் மேலானவர்கள் கதிர்காமர், அருணாசலம், இராமநாதன், ஆனந்தக் குமாரசாமி என்னும் பெரும் முகாம்களுக்கு அனுப்பப்பட்டனர். இந்த முகாம்களின் பெயரைச் சற்று நீங்கள் அறிந்திருக்க வேண்டும். கதிர்காமர் முன்னாள் வெளிவிவகார அமைச்சராக இருந்து புலிகளால் சுட்டுக் கொல்லப்பட்டவர். அருணாசலமும் இராம நாதனும் இலங்கையின் அரசியல் வரலாற்றில் பிரிட்டீஷார் காலத்தில் புகழோடு விளங்கிய சேர்பொன். இராமநாதன், சேர்பொன். அருணாசலம் என்னும் தமிழ்த் தலைவர்கள். (இருவரும் சகோதரர்கள்) அடுத்தது கலாயோகி ஆனந்தக் குமாரசாமி என்னும் கலை விற்பன்னர். இவர்களின் பெயரில் அரசாங்கத்தினால் அமைக்கப்பட்ட இந்தக் கிராமங்கள் 'நிவாரணக் கிராமங்கள், நலன்புரி நிலையங்கள்' என்றே கூறப் படுகின்றன. ஆனால் உண்மையில் இவை தடுப்பு முகாம்களே!

இன்று 'மெனிக்பாம்' எனச் சொன்னால் உலகின் பெரும் பாலானவர்களுக்கு வவுனியா அகதிமுகாம் அல்லது தமிழ் மக்களின் தடுப்பு முகாம் என்று தெரியும். ஒன்றரை லட்சத் துக்கும் கூடுதலானவர்கள் வெளியுலகத்திலிருந்து முற்றாகத் தடுக்கப்பட்டு, தனிமைப்படுத்தப்பட்டு வைக்கப்பட்டிருக்கும் மிகப் பிரம்மாண்டமான முகாம் இது. மனித அவலம் எல்லை

மீறியிருக்கும் இந்த முகாமின் கதையும் இந்த முகாம்களில் கண்ணீரும் கவலையுமாக வாழும் மக்களின் கதையும் சாதாரண மானவையல்ல.

எதற்காகத் தாம் இவ்வாறு தடுத்து வைக்கப்பட்டிருக்கிறோம் என்று இவர்களுக்குத் தெரியாது. எப்போது நாம் விடுவிக்கப் படுவோம் என்று தெரியாது. யார் தம்மை மீட்பார்கள் என்று தெரியாது. வெளியே விட்டால் எப்படி, எங்கே சென்று வாழ்வது என்று தெரியாது. இருக்கும் நாட்களில், முகாம்களில் அடுத்து என்னவெல்லாம் நடக்கும் என்று தெரியாது. இதைவிடத் தங்கள் குடும்பத்திலும் உறவிலும் யார் தப்பியிருக்கிறார்கள்? அவர்கள் எங்கே, எப்படி இருக்கிறார்கள்? எல்லோரும் மறு படியும் எப்போது ஒன்றுசேர்வது? யாருக்குக் கையில்லை, யாருக்குக் காது இல்லை, யார் பார்வை இழக்காமலிருக்கிறார் கள்? என எதுவும் தெரியாமல் ஆயிரக்கணக்கானோர் இருக் கின்றனர். இவர்களுக்கான ஒரு சிறு பதிலை, ஆறுதலை, நம்பிக்கையைத் தரக்கூடியவராக எவருமேயில்லை; எதுவுமே யில்லை.

வவுனியாவிலிருந்து தென்மேற்கே அமைந்துள்ள செட்டி குளம் பகுதியிலேயே இந்தப் பிரமாண்டமான முகாம் உள்ளது. வவுனியா மாவட்டத்தின் மொத்த சனத்தொகையை விட அங்கே இருக்கும் அகதிகளின் தொகை அதிகம். பொதுவாக வவுனியா இப்போது அகதிகளின் நகரமும் புறநகரமுமாகவே உள்ளது. கோடைகாலத்தில் குடிநீருக்கே தட்டுப்பாடாக இருக்கும் இந்த நகரத்தில் மேலதிக மக்களை இவ்வளவு தொகையாக வைத்துப் பராமரிக்க எந்த ஏற்பாடுகளும் இல்லை. எந்த வசதிகளும் கிடையாது. இந்த நிலையில் மேலும் இரண்டரை லட்சம் மக்களைக் கொண்டுவந்து இறக்கினால் என்ன செய்ய முடியும் என்று கேட்கிறார்கள் அரச உயரதிகாரிகள். ஆனால் தீர்மானம் எடுக்கும் அதிகாரம் சிவில் அதிகாரிகளுக்கு அறவே கிடையாது. அகதிகளைப் பொறுத்த எல்லா வகையான தீர் மானங்களும் நடவடிக்கைகளும் இராணுவத்துக்குட்பட்டன வாகவே இருக்கின்றன. எனவேதான் தொண்டு நிறுவனங்களின் பணி தொடர்பாகவும் ஏகப்பட்ட சர்ச்சைகளும் பிரச்சினைகளும் தொடர்ந்தபடியுள்ளன. சர்வதேசத் தொண்டு நிறுவனங்கள் என்றாலே இலங்கை அரசுக்குப் பெரும் தலையிடிதான். அதை விட இராணுவத்துக்கு இந்த நிறுவனங்களை அறவே பிடிக்காது.

வவுனியாவில் இருக்கும் அகதிகளைப் பராமரிப்பதற்கு அரசாங்கத்திடம் எந்த உருப்படியான திட்டமும் இல்லை. ஏன் இந்த அகதிகள் தொடர்பாக எந்தத் திட்டமும் அரசாங்கத் திடம் இருப்பதாகத் தெரியவில்லை. சந்தேகப்படுவது, பழி வாங்குவது என்ற விவகாரங்களைத் தவிர.

ஏனென்றால், அகதிகள் தொகையாக வரத்தொடங்கிய போதெல்லாம் அவர்களுக்கான உணவு, குடிநீர், பொதுச் சுகாதாரம், மருத்துவம், தங்குமிடம், அவசரத் தேவைகளுக்கான உதவிகள் என்பவற்றையே செய்ய முடியாமல் திணறியது அரசு. இலங்கையின் ஊடகங்கள் பலவற்றிலும் இந்த விடயம் சுட்டிக் காட்டப்பட்டது. ஆனாலும் இந்த விடயம் குறித்து அரசாங்கம் எந்தக் கவனத்தையும் கொண்டதாகத் தெரிய வில்லை. அப்படி அது அக்கறையெடுத்திருந்தால் பின்னர் வந்த அகதிகள் ஓரளவுக்கேனும் சீரான முறையில் பராமரிக்கப் பட்டி ருப்பார்களல்லவா! அதுமட்டுமல்ல, இப்போது முகாம் களிலுள்ள அகதிகளில் 5 மாதத்தைக் கடந்தவர்கள் முதல் மூன்று மாதங்கள் நிறைவானவர்கள்வரை இருக்கின்றனர். முகாம்களின் அடிப்படைப் பிரச்சினைகள், தேவைகள்கூடச் சீர்செய்யப்படவில்லையே என எந்தத் தேவைக்கும் யாரிடமும் முறையிட முடியாது. அப்படிக் கண்டுபிடித்து யாரிடமாவது முறையிட்டாலும் எந்தப் பலனும் கிடையாது. அப்படியொரு அமைப்பு முறை இந்த முகாம்களில் உருவாக்கப்பட்டுள்ளது. இப்போது உணவுக்கே நெருக்கடி நிலை உருவாகியுள்ளது. தொண்டு நிறுவனங்கள் எல்லாவற்றுக்கும் பின்னடிக்கின்றன.

ஐ.நா. சாசனத்தில் வரையறுத்துக் குறிப்பிடப்பட்டிருக்கும் எந்த உரிமைகளும் இந்த அகதிகளுக்கு வழங்கப்படவில்லை. இவர்கள் விசாரணையில்லாத அரசியல் கைதிகளாகவே தண்டனையை அனுபவித்துக்கொண்டிருக்கின்றனர். புலிகளின் கட்டுப்பாட்டுப் பகுதியில் இருந்து வந்த ஒரே காரணத்துக்காக இவ்வாறு இவர்கள் பழிவாங்கப்படுகின்றனர்.

இலங்கை அரசியலில் பொதுவாக மனித உரிமைகள் அச்சுறுத்தலுக்குள்ளான நிலைமையே இன்றும் உள்ளது. ஊடகச் சுதந்திரம், சிறுவர் உரிமைகள், மனித உரிமைகள், அரசியல் உரிமைகளுக்கான போராட்டங்கள் வெளிப்படையாகவும் தொடர்ச்சியாகவும் நடந்துவருகின்றது. அவசர காலச்சட்டம் 20 ஆண்டுகளுக்கும் மேலாகத் தொடரப்படும் நாடு இலங்கை. ‘தேசியப் பாதுகாப்பு’ என்பது முதன்மையாக்கப்பட்டு அதன் பேரால் எல்லாவகையான கேள்விகளும் நியாயமான கோரிக் கைகளும் பின்தள்ளப்பட்டுவிட்ட சூழல். இந்தப் பின்னணியில் புலிகளின் கட்டுப்பாட்டுப் பகுதியிலிருந்து வந்த மக்கள் சந்தேகத் துக்குரியவர்களாகவே பார்க்கப்படுகின்றனர். இதற்கு நல்ல உதாரணங்கள் சிலவுண்டு.

1. இந்த மக்களுக்கும் (அகதிகளுக்கும்) பிறருக்கும் இடையில் எந்தத் தொடர்பும் கிடையாது. எல்லாமே தடுக்கப்பட்டுள்ளன. யாரும் இவர்களை வந்து சந்தித்துப் பேச முடியாது. இவர்களும் வைத்தியத் தேவை தவிர வெளியே எந்தக் காரணத்தைக் கொண்டும் செல்ல முடியாது.

2. முட்கம்பி வேலி, மண் அணைகள், தடுப்பு வேலிகள் என்பவற்றுக்குள்ளேயே இவர்கள் தடுத்துவைக்கப்பட்டுள்ளனர். சுற்றிவர மின்சார விளக்குகள் பொருத்தப்பட்ட வெளிச்ச வேலி வேறு. காவல் கடமையில் தொடர்ச்சியாக நிறுத்தப்பட்டிருக்கும் இராணுவத்தினர்.

3. மட்டுப்படுத்தப்பட்ட அளவிலான தொலைபேசித் தொடர்பு. மற்றும்படி வெளியுலக ஊடகத் தொடர்புகள் கிடையாது. ஊடக வியலாளர்களுக்கு அனுமதி கிடையாது.

4. தொடர்ச்சியான பதிவுகள் – தரவுகளை மீள் மதிப்பீடு செய்யும் வகையிலும் உளவியல் நெருக்கடியை ஏற்படுத்தும் வகையிலுமாகத் தொடர்ச்சியாகத் தரப்பு மாறித் தரப்பு என மேற்கொள்ளப்படும் பதிவுகள்.

5. கைதிகளுக்கு வழங்கப்படுவதைப் போலவே உணவு வழங்கப்படுகிறது. பொதுச்சமையல். ஆயிரத்துக்கு மேற்பட்ட குடும்பங்களுக்கு ஒரு சமையல் எனக் குழுக்குழுவாகப் பிரிக்கப்பட்டுச் சமையல் நடக்கிறது. சத்துள்ள உணவு கிடையாது. ‘மணி அடித்தால் சோறு’ என்பார்களே அதுபோலவே இங்கும் மணி அடிக்கும்போது சாப்பாட்டுத் தட்டுடன் வரிசையில் அணிவகுத்துக் காத்திருக்கின்றனர் சனங்கள். குழந்தைகள், கர்ப்பிணிகள், குழந்தையைப் பிரசவித்த தாய்மார், முதியோர், நோயாளிகள் என எந்த வேறுபாடுகளும் இல்லாத பொதுச் சமையல்.

6. தவிர, தங்குமிடத்தில் உள்ள வசதிக் குறைபாடுகள் மனித வாழ்க்கையில் எந்தவகையிலும் சமாளித்துக்கொள்ள முடியாதவை. தொழுவங்களில் என்னதானிருக்கும்? U.N.H.C.R. மூலம் வழங்கப்பட்டிருக்கும் கூடாரங்களில் மழைக்கும் வாழ முடியாது. வெயிலுக்கும் சமாளிக்க முடியாது. அதைவிட இந்த முகாம்கள் அமைக்கப்பட்டுள்ள இடம் புதிதாகக் காடு வெட்டி உருவாக்கப்பட்ட பிரதேசம். ஏற்கனவே நீர் வசதி குறைவான இடம். பிற சமூகங்களிடமிருந்து தனிமைப்படுத்துவதற்காக இவ்வாறு திட்டமிட்டுப் புதிய பகுதியில் முகாம்கள் அமைக்கப்பட்டுள்ளன. இதனால் கட்டுமான வசதிகள், அடிப்படை வசதிகள் இங்கே இல்லை. ஸ்ராலின் காலத்தில் சைபீரியாவில் கைதிகளையும் சந்தேகத்துக்குரியவர்களையும் வைத்திருந்ததைப் போலவே இங்கும்.

கொளுத்தும் வெயிலில் ஒரு பொட்டு நிழல் இல்லாமல் தத்தளிக்கின்றனர் எல்லோரும். இப்போது மழையில் முழு இடமும் வெள்ளக் காடாகிவிட்டது. சேறும் சகதியுமாகவே எல்லாம் மாறிவிட்டன. இவ்வளவுக்கும் பருவ மழை இன்னும் தொடங்கவில்லை. கோடை மழைக்கே இப்படியென்றால்

மாரியில் நிலைமை எப்படி யிருக்கும்? மலசலக்கூடம், குடிநீர் வழங்கிகள் எல்லாம் ஒன்றாகி விட்டன. தொற்றுநோய் அபாயம் மிகப் பயங்கரமாகச் சூழ்ந்துள்ளது. ஆனால் இந்த மக்களை இப்போதைக்கு மீள்குடியேற்றம் செய்ய முடியாது என்று இலங்கைப் பிரதமர் ரட்ணசிறி விக்கிரம நாயக்க உட்படப் பாதுகாப்பு அமைச்சின் செயலாளர் முதல் சேனாதிபதியின் சகோதரனுமான கோத்தபாய ராஜபக்சே, முன்னாள் இராணுவத் தளபதியும் இப்போதைய முப்படைகளின் அதிகாரியுமான சரத்பொன் சேகாவரை சொல்லிக்கொண்டிருக்கின்றனர்.

மூன்று மாதங்களுக்கும் மேலாகத் தடுத்துவைக்கப்பட்டிருக்கும் இந்த மக்கள் உண்மையில் கைதிகள் போலவே நடத்தப்படுகின்றனர். சமையல், துப்புரவுப் பணிகள் என்று தொடங்கி இராணுவத்தினரால் கட்டளையிடப்படும் அத்தனை வேலைகளையும் செய்தாக வேண்டும். 'உடனே, உடனடியாக' என்ற உத்தரவு வேறு. ஆனால் இந்த மக்கள்மீதான எந்த நேரடி வன்முறையும் பாலியல் சேட்டைகளும் கிடையாது. மகிந்த ராஜபக்சேவின் காலத்தில் இராணுவம் பல நிலைகளிலும் சீராக்கி ஒழுங்கமைக்கப்பட்டுள்ளது என்று ஒரு நண்பர் சொன்னதைப் போலக் கட்டுப்பாடு, ஒழுக்கம் என்பனவற்றில் படைத் தரப்பு இறுக்கமாகவே உள்ளது. இதுவரையில் இந்த மூன்று லட்சம் வரையான அகதிகளிடத்திலும் இவ்வாறான குற்றச்சாட்டுகள் வரவில்லை. மற்றபடி இராணுவமும் இராணுவப் புலனாய்வுப் பிரிவுமே இந்த முகாம்களை நிர்வகிக்கின்றன. ஒப்புக்கு சிவில் அதிகாரிகள் நியமிக்கப்பட்டிருந்தாலும் அவர்களிடம் எந்த அதிகாரமும் கிடையாது.

தொண்டு நிறுவனங்களுக்கு வழங்கப்பட்டிருக்கும் அனுமதியும் மட்டுப்படுத்தப்பட்ட அளவிலானதே. இதில் இரண்டு வகையுண்டு. ஒன்று சர்வதேசத் தொண்டு அமைப்புகள். மற்றது உள்ளூர்த் தொண்டு அமைப்புகள். எந்தத் தொண்டு அமைப்புகளும் தங்கித் தமது பணிகளைச் செய்ய முடியாது. எந்தத் தொண்டு அமைப்புகளின் பிரதிநிதிகளும் இந்த அகதிகளுடன் பேசுவதில்லை. அப்படிப் பேசிக் கொள்வதற்கு அவர்களுக்கு அனுமதியும் கிடையாது. தவிரவும், சிலவேளை இந்த மக்கள் தாமாக முன்வந்து ஏதாவது தமது தேவைகளைப் பற்றியோ தமது உணர்வுகளைப் பற்றியோ கதைக்க முற்பட்டால் வேண்டாம் சாமி, ஆளைவிட்டால் போதும் என்று ஓடிவிடுகிறார்கள். தொண்டு நிறுவனங்களில் வேலை செய்யும் தமிழ் ஊழியர்களே இதில் கூடுதலாகப் பயப்படுகிறார்கள். இதற்கு இரண்டு காரணங்கள் உண்டு. பொதுவாகத் தொண்டு அமைப்பின் ஆட்கள் ஏன் இந்தச் சனங்களோடு கதைப்பதில்லையென்றால், அவ்வாறு தொடர்புகொண்டால் அது அரசியல் விவகார

மாகி, நாம் இப்போது செய்துவரும் தொண்டுகளையும் செய்ய முடியாமல் போய்விடும்; அரசு அனுமதியை மறுத்துவிடும் என்ற காரணம். அடுத்தது, உள்ளூர் ஆட்கள் குறிப்பாகத் தமிழர்கள் ஏன் கதைக்கத் தயங்குகிறார்கள் என்றால், வன்னி யிலிருந்து வந்தவர்கள் இவர்கள் என்பதால், இவர்கள் புலி களாகவோ புலிகளுடன் தொடர்புள்ளவர்களாகவோ இருக்க லாம் அல்லது அப்படி அரசாங்கத்தால் சந்தேகிக்கப் படலாம். இவர்களுடன் கதைத்து எதற்காகத் தமது வேலையை இழக்க வேண்டும். வீண் சிக்கல்களில் ஏன் மாட்டிக்கொள்ள வேண்டும் என்ற அச்சம்.

இது வவுனியா அகதி முகாம்களில் மட்டுமல்ல, யாழ்ப்பண முகாம்களிலும்தான். முகாம்களுக்கு வெளியிலும் சனங்கள் இந்த மக்களோடு கதைப்பதற்கும் பழகுவதற்கும் தயங்குகிறார்கள். சிலர் மிகுந்த அனுதாபத்தோடும் கருணையோடும் அன்போடும் பழகுவதும் உதவுவதும் உண்டு. குறிப்பாக மருத்துவமனை களில் இந்தமாதிரி உதவுகிறார்கள். மருத்துவர்களும் தாதிகளும் பிற ஊழியர்களும் மிகவும் இரக்கமாகவும் உதவியாகவும் நடந்துகொள்கிறார்கள். எல்லோருக்கும் தனி நாடு வேணும், தமிழ்த் தேசியம் வேணும். போராட்டம் வேணும். அதற்கான போரும் தேவை. ஆனால் அதிலே பாதிக்கப்பட்ட மக்களுடன் தமக்குத் தொடர்பு இருக்கக் கூடாது. உதவுவதாகவும் தெரியக் கூடாது. இதுதான் உண்மைநிலை. இந்த மனப்பாங்குதான் தமிழ் அரசியலின் பின்னடைவுக்கும் இந்த மக்கள் இப்படித் துன்பப்படுவதற்கும் காரணமானது.

இதுவரையில் இந்த மக்களை வந்து பார்வையிடுவதற்குத் தமிழ்த் தேசியக் கூட்டமைப்பின் 22 நாடாளுமன்ற உறுப்பினர் களில் ஒருவர்கூட முன்வரவில்லை. அரசாங்கம் தம்மை அனு மதிக்கவில்லை என்கிறார்கள் அவர்கள். ஆனால் தனிப்பட்ட தொரு உரையாடலின்போது இந்த நாடாளுமன்ற உறுப்பினர் களில் சிலர் சொன்னார்கள், 'வேண்டுமென்றால் நீங்கள் இந்த முகாம்களுக்குச் சென்று மக்களைச் சந்திக்கலாம்' என்று ஜனாதிபதி தம்மிடம் தெரிவித்ததாக. ஆனால் கட்சியின் நிலைப்பாடு வேறாக இருப்பதால் தம்மால் தனியே முடிவெடுக்க முடியாமலிருக்கிறோம் என்று. இதைவிடவும் இன்னொரு விசயத்தையும் இங்கு நாம் நோக்க வேண்டும். ஒரு நண்பர் சொன்னதைப் போல, 'இந்தியா தம்மையே தமிழ் மக்களின் பிரதிநிதிகளாகக் கருதித் தீர்வுத் திட்டம் குறித்துப் பேசிக் கொண்டிருக்கிறது என்று இவர்கள் சொல்வது உண்மையென் றால், முதலில் அகதி முகாம்களுக்கு நேரில் சென்று மக்களைப் பார்த்து ஆறுதல் கூறுவதற்கும் உதவுவதற்கும் எதற்காக இவர்கள் இந்தியாவின் உதவியை நாடவில்லை? இந்தியா ஏன் இவர்களுக்

கான அனுமதியை இலங்கை அரசிடம் பெற்றுக் கொடுக்க வில்லை?' என்பது

இந்த மக்களின் நிவாரணப் பணிகளுக்காகவும் மீள் குடியேற் றத்துக்காகவும் சர்வதேச நாடுகளும் நாணய நிதியமும் பெருமளவு நிதியை இலங்கை அரசுக்குக் கொடுத்து வருகின்றன. இந்தியா கூட 500 கோடி ரூபாயை ஒதுக்கியுள்ளது. ஆனால் இங்கே நிவாரணப் பணிகள் செம்மையாக நடக்கவில்லை. உழைப்பு, வருமானம் எதுவுமில்லாமல் இருக்கும் இந்த மக்களுக்கு சிறைச் சாலையில் வழங்கப்படும் உணவைப் போல வழங்கப்படும் உணவைத் தவிர வேறு எதுவும் இல்லாதபோது இவர்களால் எப்படி வாழ முடியும்? குழந்தைகள், சிறுவர்களுக்கான தேவைகள் பிரத்தியேகமானவை. அதேபோலக் கர்ப்பிணிகள், நோயாளிகள், முதியோரின் தேவைகளும். வன்னியில், யுத்தத்தின்போது சகலத் தையும் இழந்து, அங்கே வாழ்வதற்கும் சாப்பிடுவதற்கும் வழியற் றிருந்த மக்கள் எந்த வகையிலும் ஆறுதல்படுத்தப்படவில்லை. சிறு அளவிலேனும் மீள்நிலைப்படுத்தப்படவில்லை. இதற்கிடை யில் உணவு, குடிநீர், மருத்துவம், மலசலக்கூட வசதி போன்ற பொதுச் சுகாதார நடவடிக்கைகளை மேற்கொண்டு வரும் *WFP* (உலக உணவுத் திட்டம்) *UNHCR* (அகதிகளுக்கான ஐக்கிய நாடுகள் அமைப்பு) *ICRC, Care, Forute, Oxfam, NRC, DRC* போன்ற சர்வதேச அமைப்புகளுடனும் அரசாங்கம் அடிக்கடி முரண் பட்டுக்கொள்கிறது. இவற்றின் பணிகளுக்குக்கூடப் பல கட்டுப் பாடுகளும் விதிமுறைகளும் விதிக்கப்பட்டுள்ளன.

முகாம்களின் நிலைமையோ மாட்டுத் தொழுவங்களையும் விட மோசமாக உள்ளது. சனங்களோ ஒட்டியுலர்ந்து எலும்பும் தோலும் என்று சொல்வார்களே அப்படி இருக்கிறார்கள். ஆதிவாசிகள், வேடுவர்கள்போலப் பரட்டைத்தலை, தாடி, அழுக்கு என்று பார்ப்பதற்கே சகிக்க முடியாத தோற்றத் திலுள்ளனர். இவ்வளவுக்கும் இவர்கள் ஒருபோதும் இப்படி வாழ்ந்ததில்லை. முகத்தில் தீராத கவலை. எதிர்காலம் பற்றிய சிறு நம்பிக்கைகூட இந்தக் கண்களிடம் இல்லை. எல்லாவற்றா லும் எல்லோராலும் வஞ்சிக்கப்பட்டதாகவே, கைவிடப்பட்ட தாகவே இவர்கள் தங்களைக் கருதுகின்றார்கள். ஏனெனில் ஜப்பானியத் தூதுவர் யஸாஸி அகாஸி, பிரித்தானிய வெளி விவகார அமைச்சர் மிலிபான், பிரெஞ்சுத் தூதுவர், அமெரிக்க வெளியுறவுத் துறை உதவி அதிகாரி, ஐ.நா.வின் செயலர் பாங்கி மூன் எனப் பலர் இந்த முகாம்களுக்கு வந்து சென்ற பின்னரும் நிலைமையில் எந்தக் குறிப்பிடும்படியான முன்னேற்றமும் ஏற்படவில்லை.

அதேபோல, மீள்குடியேற்றம் பற்றிச் சர்வதேச அமைப்புகள் மனித உரிமையாளர்கள், சர்வதேச நாடுகள் எனப் பலதரப்பும்

வலியுறுத்தி வருகின்றபோதும் அது பற்றி அரசாங்கம் சிந்திப்ப தாகத் தெரியவில்லை. புலிகளிடமிருந்து இந்த மக்களைத் தாம் மீட்டுள்ளதாகக் கூறும் அரசாங்கத்தின் ஜனாதிபதியோ பிரதமரோ இந்த மக்களை ஒரு தடவையேனும் நேரில் சென்று பார்வையிடவில்லை. அவர்களிடம் உரையாடவும் இல்லை. புலிகளால் தடுக்கப்பட்ட மக்கள் கட்டாயமாகப் பயிற்சிக் குள்ளாக்கப்பட்டுப் போர் நடவடிக்கைகளில் பலவந்தமாக ஈடுபடுத்தப்பட்ட மக்கள், அப்பாவிகள் என்று கடந்த மூன்று மாதங்களுக்கு முன்னர் கூறிப் பெரும் பரப்புரை செய்த அரசாங்கம் இப்போது இவர்களைக் குற்றவாளிகளாகவும் தீண்டத்தகாதவர்களாகவும் தண்டனைக்குரியவர்களாகவும் பார்க்கின்றது. அதனாலேயே இந்தத் தண்டனைகள், இந்தத் தனிமைப்படுத்தல்கள், இந்தச் சிறைவைப்பு, இந்த வஞ்சனை எல்லாம்.

சர்வதேச அமைப்புகளின் உதவிப் பணிகள் தற்காலிகமான ஏற்பாட்டைக் கொண்டவை. மூன்று அல்லது ஐந்து மாதங் களுக்குரிய வகையிலானவை. ஏனென்றால் இந்தக் காலப் பகுதிக்குள் மக்கள் மீள்குடியேற்றம் செய்யப்பட வேண்டும். ஆகவேதான், அதை விரைவுபடுத்துவதற்காகத்தான் இவ்வளவு காலத்துக்கான ஏற்பாடுகள் என்கின்றனர் தொண்டு அமைப் பினர். ஆனால் அரசாங்கமோ மீள்குடியேற்றம் பற்றிய பேச்சை எடுக்க விரும்பவேயில்லை. சர்வதேச நெருக்குவாரங்களைச் சமாளிப்பதற்காக 180 நாள் திட்டத்தில் மீள்குடியேற்றம் நடக்கும் என்று ஜனாதிபதி மகிந்த ராஜபக்சே சொல்லியிருக்கிறார். கண்ணிவெடிகள் அகற்றப்படுவதில் இன்னும் பெரிய தடைகள் உள்ளதாகவும் புலிகளின் ஆயுதக் கிடங்குகளை முழுமையாகத் துப்புரவுசெய்யும்வரையில் மீள் குடியேற்றத்துக்குச் சாத்திய மில்லை என்றும் பாதுகாப்புத் தரப்பினரும் அமைச்சர்களும் சொல்கிறார்கள். இலங்கையைப் பொறுத்து இப்போது பாதுகாப்புத் தரப்பே சகலத்தையும் தீர்மானிக்கும் ஆற்றலோடு இருக்கின்றது. தேசியப் பாதுகாப்பு என்பதன் பேரால் பாது காப்புத் தரப்பு முழுமையாக அதிகாரத்தைச் சுவீகாரம் பண்ணி வைத்திருக்கின்றது. ஜனாதிபதிக்குச் சமதையாக இன்னும் இரண்டு பேர் இருக்கின்றனர். ஒருவர் கோத்தபாய ராசபக்சே மற்றவர் பஸில் ராஜபக்சே. இந்த இருவரும் ஜனாதிபதியின் சகோதரர்கள். பாதுகாப்பு விவகாரங்களுடன் சம்பந்தப்பட்டி ருப்பவர்கள்.

மீள்குடியேற்றம் பற்றிய தெளிவான சித்திரம் அரசிடம் இல்லை என்பதற்குப் போதுமான ஆதாரம், இந்த முரண் பட்ட கருத்துகள் மட்டுமல்ல இன்னும் ஒருமாதமேயுள்ள நிலையில் அதைச் சாத்தியப்படுத்த முடியாது என்பதும். உண்மை

யில் கண்ணிவெடிகள் இல்லாத பகுதிகளாகவும் அழிவுகள், சேதங்கள் குறைந்த பகுதிகளாகவும் அடையாளம் காட்டப் பட்டுள்ள பிரதேசங் களிலாவது இந்த மக்களை அரசாங்கம் குடியமர்த்தலாம். ஆனால் அதற்கு அது மறுப்புத் தெரிவித்தே வருகிறது. இப்போது யாழ் மாவட்டத்தைச் சேர்ந்தவர்கள் என்று கூறப்படும் படைக்கட்டுப்பாட்டுப் பகுதிக்குள் நிரந்தர முகவரியைக் கொண்ட ஒரு தொகுதியினர் விடு விக்கப்பட்டிருக் கிறார்கள். இவர்கள் விடுவிக்கப்பட்டபோது எந்தச் சிறு உதவியும் அரசாங்கத்தால் செய்யப்படவில்லை. வெறுங்கையுடன் இந்த மக்கள் அனுப்பப்பட்டார்கள். இவர்கள் எங்கே செல்வது? இவர்களுக்குச் சொந்த வீடு இருக்கிறதா? தொழில் வாய்ப்பு களை எப்படி ஏற்படுத்திக்கொள்வது? வருமானம் என்ன? என எதைப் பற்றியும் சிந்திக்காமல் இந்த மக்கள் விடுவிக்கப் பட்டிருக்கிறார்கள். நிவாரண வசதிகள் கூட இன்னும் வழங்கப் படவில்லை. இந்தத் தடுப்பு முகாம்களிலிருந்து தப்பினால்போதும் என்ற தவிப்புடன் இருந்ததால் 'தப்பினோம் பிழைத்தோம்' என்று மக்கள் வெளியேறினார்கள். ஆனால் யுத்தத்தினால் முழுதாகப் பாதிக்கப்பட்டு நிர்க்கதியான இந்த மக்களை இப்படி வெளியே அனுப்பியது மகா கொடுமை. இதுபற்றி எந்த அரசியல் கட்சியும் எந்த அபிப்பிராயமும் சொல்லவில்லை. இந்த மக்களின் விடுவிப்பை அரசாங்கம் மிகப் பிரமாண்ட மாகச் செய்து தன்னை விளம்பரப்படுத்திக்கொண்டது.

வெளியே சென்றவர்கள் மொத்தம் நான்காயிரத்துக்கு உட்பட்டவர்களே. மிகுதி மூன்று லட்சம்பேர் முகாம்களில்தான். தற்காலிக ஏற்பாடுகளின் மூலம் இந்த மக்களின் தேவைகள் நிறைவேற்றப்படவில்லை. தொண்டு நிறுவனங்கள் ஒரு திசையிலும் அரசாங்கம் இன்னொரு திசையிலுமாக நிற்கின்றன. பாதிக்கப்படுவது மக்கள்தான். இது பற்றிச் சில தொண்டு அமைப்புகளின் பிரதிநிதிகளுடன் வலிந்து பேச முற்படும்போது அவர்கள் அதிகாரத்தோடு பொறுப்பற்ற பதில்களையே சொல் கிறார்கள். 'இதற்குமேல் எதையும் நம்மால் செய்ய முடியாது, மேலிடத்து உத்தரவு' என்கிறார்கள்.

யுத்தம் முடிந்துவிட்டதாகச் சொல்லப்பட்டாலும் எம்மைப் பொறுத்தவரை அது தொடர்வதாகவே கொள்ள முடியும். குண்டு வீச்சில்லை, துப்பாக்கி வேட்டுகள் இல்லை, மரணம் இல்லை, மற்றபடி அத்தனை துன்பங்களும் வலிகளும் துயரங் களும் அலைச்சல்களும் உண்டு. இன்னும் இந்தச் சனங்கள் எந்த வன்முறையிலிருந்தும் மீளவில்லை. எந்த வலியிலிருந்தும் விடுபடவில்லை. யாராவது வந்து இந்த முகாம்களைப் பார்த் தால் புரியும். இந்தக் கூடாரங்கள் மனிதர்கள் வாழத் தகுதி யுடையனவா என்று. இந்த மக்கள் மனிதர்களா என்று. அப்படி

மனிதர்களுக்குரிய சாயல் ஏதும் இவர்களிடம் உண்டா என்று. முழு உலகத்தினாலும் வஞ்சிக்கப்பட்டு, எல்லாவகையான அரசியலுக்கும் பலியாடப்பட்ட பின்னர் நிர்க்கதியான நிலையில் தண்டனைக் கைதிகளாக்கப்பட்டிருக்கும் இவர்கள் இன்றைய உலகின் மனசாட்சி எவ்வளவு சொத்தையும் நஞ் சூறியதுமாக இருக்கிறது என்பதற்கு நல்ல சாட்சி.

யுத்தம் நடந்தபோது அதிலிருந்து மீண்டுகொள்வதற்காக இவர்கள் சர்வதேசச் சமூகத்தின் ஆதரவை எதிர்பார்த்தார்கள். ஏன் இந்தியாவின் ஆதரவைக்கூட முழுதாக எதிர்பார்த்து நம்பியிருந்தார்கள். யுத்த நிறுத்தம் வரும் என்று பார்த்தது மட்டுமல்ல, ஒரு கட்டத்தில் யுத்தத்தில் ஈடுபட்ட இரண்டு தரப்பினரிடமிருந்தும் பாதுகாப்பாகத் தாம் வெளியேறுவதற்கோ அல்லது மூன்றாவது தரப்பின் மத்தியஸ்தம் – கண்காணிப் புடன் ஒரு பாதுகாப்பு வலயத்தில் இருப்பதற்கோ சர்வதேசச் சமூகத்தினதும் இந்தியாவினதும் ஏற்பாடுகள் கிடைக்கும் என்று எதிர்பார்த்தனர். ஆனால் அப்போது எதுவுமே இவர் களுக்குச் சாதகமாகக் கிடைக்கவில்லை. இப்போதாவது சர்வ தேசச் சமூகத்தினதும் இந்தியாவினதும் அனுசரணையும் ஆதரவும் கிடைக்கக் கூடும் என்று எதிர்பார்க்கப்படுகிறது. ஆனால் இந்த எதிர்பார்ப்பு குறைந்த சதவீதத்தினரிடமே உள்ளது என்பதையும் இங்கே குறிப்பிட வேண்டும். ஏனெனில் கடந்த சந்தர்ப்பங்களில் அப்படி இந்தத் தரப்புகளிடம் நம்பிக்கை வைத்து ஏமாந்து விட்டனர் இவர்கள். புலிகளை அழிப்பதற்கு முழு உலகமும் ஓரணியில் திரண்டு நிற்கின்றது என்பதும் யுத்தத்தை நடத்துவதே இவர்கள் எல்லோரும்தான் என்பதை யும் ஒரு கட்டத்தில் நன்றாகப் புரிந்துகொண்டனர். ஆனாலும் மக்களை எப்படியாவது பாதுகாப்பதற்கான ஏற்பாடுகளை இவை செய்யக்கூடும் என எதிர்பார்த்திருந்தனர். ஆனால், நடைமுறை நிகழ்ச்சிகள் உலக அரசியல் என்ன, எப்படியானது, எதன்பாற்பட்டது, எதற்கானது, யாருக்கானது என்பதை இவர் களில் பெரும்பாலானோர் புரிந்துகொண்டனர். அந்த அனு பவமே இவர்களில் அநேகரிடம் பல புரிதல்களை ஏற்படுத்தி யுள்ளது. அனுபவத்தைவிடவும் சிறந்த பாடங்கள் வேறில்லை என்பார்கள். எனவேதான் இந்தியா குறித்தும் பிற சர்வதேச மனித உரிமை அமைப்புகள், மேற்கு நாடுகள் குறித்தும் தமிழ்த் தேசியம் குறித்தும் இவர்கள் அவநம்பிக்கை கொண்டுள்ளனர்.

இந்த முகாம்களின் நிலைமையை மேம்படுத்துவதற்காக இதுவரையில் வெளியுலகத்தினால் எந்த உருப்படியான காரியத் தையும் செய்ய முடியவில்லை. சிறுவர் உரிமைகள், பெண்ணுரி மைகள், மனித உரிமைகள், அகதிகளுக்கான உரிமைகள் என எவ்வளவோ விசயங்களைச் சாசனப்படுத்தியிருக்கும் இந்த

மாண்புடைய உலகத்தினால் இந்த அகதிக்கைதிகள் விடயத்தில் எதையும் செய்ய முடியவில்லை. மீள்குடியேற்றத்தை வலியுறுத்துகின்றன அமெரிக்காவும் இந்தியாவும் யப்பானும் இன்னும் பல நாடுகளும். அதேபோல பல அமைப்புகளும். ஆனால் இவை வெளியே இவ்வாறு கோரிக்கைகளை விடுக்கின்றனவே தவிர, உருப்படியான நடவடிக்கைகளில் ஈடுபடவேயில்லை. அதிகம் ஏன்? யுத்தத்தின்போது அல்லது இப்போது அகதிமுகாம்களில் மக்கள் துயரப்படும் இந்த நிலையிலே இந்திய மத்திய மாநில அரசுகளின் பிரதிநிதிகள், பிரதானிகள் யாரும் வந்து எந்த நடவடிக்கையையும் துரிதப்படுத்த முயலவில்லை. பதிலாக எல்லோரும் அரசாங்கத்துக்கு அன்பாணைகளைச் செல்லமாக விடுக்கின்றனர். சிறிலங்கா அரசாங்கமோ வன்னியிலிருந்து வந்த அனைவரையும் புலிகள், புலிகளுடன் இருந்தோர், புலிகளுக்கு ஆதரவளித்தோர் என்றே பார்க்கிறது. அதனால் இவர்களை வெளியே நடமாட அனுமதிப்பது ஆபத்தானது என்று சொல்கிறது. இதே வேளை மீள்குடியேற்றம் நடைபெறும் என்று கதைப்பதும் நடக்கிறது. ஏற்கனவே விடுவிக்கப்பட்ட 4000 வரையான மக்கள் யாழ் – வவுனியா மாநகரசபை சீதர்சன் பிரட்சம நடவடிக்கைகளுக்காகவே என்றே தோன்றுகிறது. எனவே எந்த வகையிலும் இந்த மக்களின் மீட்சிக்கு யாரும் உதவுவதாக இல்லை. மெய்யாக நடந்துகொள்வதாகவும் இல்லை.

தமிழகத்திலும் புலம்பெயர் நாடுகளிலுமுள்ள தமிழர்கள் மற்றும் தமிழ் அமைப்புகள்கூட இந்த பாதிக்கப்பட்ட மக்களைப் பற்றிச் சிறிய அளவுக்கேனும் நடைமுறைச் சாத்தியமான அளவில் உதவுவதற்குச் சிந்திப்பதாக இல்லை. இங்கே முகாம்களிலிருந்து நாம் அறிகின்ற அளவுக்குத் தமிழக அரசோ தமிழக மக்களோ தமிழக அமைப்புகளோ புலம்பெயர் மக்களோ அமைப்புகளோ புத்திபூர்வமாகச் சிந்திப்பதாகவும் செயல்படுவதாகவும் இல்லை. அவர்கள் இன்றும் தினவெடுக்கும் தமிழ்த் தேசியம் பற்றி – அந்தச் சொத்தை அரசியல் பற்றியே கதைக்கிறார்கள்; கதைவிடுகிறார்கள். தமிழ்த் தேசியம் என்பதை இங்கே நாம் எப்படி விமர்சிக்கிறோம் என்பது கவனத்திற்குரியது. நமது தமிழ்த் தேசியம் என்பது உண்மையில் தலிபான்களின் சிந்தனைக்கு ஒப்பானதாகவே உள்ளது. அதில் பன்மைத்துவத்துக்கு இடமில்லை. ஜனநாயகத்துக்கும் விமர்சனத்துக்கும் இடமில்லை. அது 'இனமானம்' என்று இனவாதம் நிரம்பியதாகவே உள்ளது. இந்தக் குறைபாட்டால்தான் அரசியல்ரீதியாக எந்த வெற்றிப் புள்ளிகளையும் தொட முடியவில்லை. வெறும் உணர்ச்சிப் பெருக்கில் முஷ்டியை முறுக்கிக் குத்தலாம்; தொண்டை கிழியக்கத்தலாம். பிறரை வசைபாடலாம், திட்டலாம். அவ்வளவுதான் செய்ய முடியும். ஆனால் இந்தத் தரப்புகளின் ஆவேசப் பேச்சுகளும் விவேகமற்ற நடவடிக்கை

களும் எங்களையல்லவா சிறைப்படுத்துகின்றன. வன்னியில் – புலிகளின் பிடியிலிருந்தபோதும் நாங்களே துன்பப்பட வேண்டி யிருந்தது. இப்போது அரசின் பிடியில் இருக்கும் போதும் நாமே துன்பப்படுகின்றோம்.

புதுமாத்தளன், வலைஞர் மடம், முள்ளிவாய்க்கால் பகுதி யிலிருந்து வெளியேற முடியாமல் தத்தளித்ததைப் போல, அவலப்பட்டதைப் போலவே இங்கும் நாம் வெளியேறும் வழியில்லாமலிருக்கிறோம். அங்கே உயிருக்கு உத்திரவாத மில்லாத சூழல். சாப்பாட்டுக்குக் கெதியில்லை. ஆனால் இங்கே அதற்கெல்லாம் பிரச்சினையில்லை. ஏனையவையே – வாழும் உரிமை – நடமாடும் சுதந்திரம் இங்கே பிரச்சினை.

உண்மையில் எங்கள் பிரச்சினையில் தனியே இலங்கை அரசாங்கம் மட்டும் சம்மந்தப்பட்டிருக்கவில்லை. எங்களின் துன்பங்களுக்குப் பரிகாரமாக ஏதோ நன்மை செய்கின்றோம் என்று நினைத்துக்கொண்டு எதிர்மாறான விளைவுகளை உருவாக்கும் 'தமிழீழக் கனவு'வாதிகள் கொஞ்சம் அமைதியாக இருந்தால்போதும். இதை மன்றாட்டமாகவும் உருக்கமாகவும் கேட்கின்றோம். யதார்த்த நிலை புரியாமல் வெளியுலகில் நடத்தப்படும் இந்த மாதிரி நடவடிக்கைகளும் எடுக்கப்படும் தீர்மானங்களும் விடப்படும் அறிக்கைகளும் இந்த மூன்று லட்சம் மக்களின் கழுத்திலேயே சுருக்காக விழுகின்றன.

ஏற்கனவே தமிழ் அரசியல் தீர்மானங்கள் பிழைத்துவிட்டன. அவற்றின் விளைவுகளை இப்போதும் அறுவடை செய்துகொண் டிருக்கிறோம். இதற்குள் மீண்டும் பிழையான அணுகுமுறை களும் நடவடிக்கைகளுமா? அதற்கு வன்னி மக்கள்தான் வாய்த் தார்களா? பிரபாகரன்மீதான கோபத்திற்கும் புலிகள் மேலான அச்சத்திற்குமாக இந்தச் சனங்களை இலங்கை அரசு இப்படி வைத்திருக்கிறது என்பதை வேண்டுமானால் உலகத்துக்கும் இலங்கை அரசுக்கும் தெளிவுபடுத்தலாம். எதுவாயினும் முதலில் இந்தச் சனங்களை விடுவிப்பதற்கான உபாயங்கள் குறித்தே சகலமும் சிந்திக்க வேண்டும். எதிர்ப்பு அரசியல் இப்போ தைக்குச் சாத்தியமில்லை.

22 நாடாளுமன்ற உறுப்பினர்களின் அரசியல் பெறுமானம், புலம் பெயர் மக்களின் ஆதரவு, தமிழக மக்களின் எழுச்சி, விடுதலைப் புலிகளின் போர், அதற்கான ஆயுதங்கள், படை யணிகள் எல்லாமிருந்தும் சிறிலங்கா அரசாங்கத்தை வெல்ல முடியவில்லை. இப்போது எல்லோரும் வெறுங்கையுடன் நிற்கிறோம். இந்த நிலையில் வெறும் வாய்ப் பேச்சும் வெற்று அறிக்கைகளும் இந்த மக்களை மேலும் நெருக்கடி நிலைக்கே கொண்டு போகும். ஆகவே, புத்திபூர்வமான சிந்தனையும் செயல்பாடுமே முக்கியமாகும்.

தோற்கடிக்கப்பட்ட மக்களாக, வாழக் கடினமான மக்களாக (வாழ்வதற்குக் கதியற்றவர்களாக) நிலை குலைந்திருக்கும் இந்த மக்கள் இன்று உலகத்தின் நவீன இரும்புத் திரைக்குள் மறைக்கப் பட்டிருக்கிறார்கள். எதற்காக இப்படியெல்லாம் நாம் பழிவாங்கப் படுகிறோம், எதற்காக இந்தப் பலியிடல்கள்? யாருக்காவது இது பற்றித் தெரிந்தால் சொல்லுங்கள். ஒரு வழி சொல்லுங்கள்.

இந்த உலகத்தில் எத்தனையோ சாலைகள் உண்டு? ஆனால் ஒரு தெருவிலும் நடப்பதற்கு எங்களுக்கு அனுமதியில்லை. இந்தப் பூமியெங்கும் ஏராளம் உறவுகளும் உரித்தாளர்களும் உள்ளனர். யாரோடும் நாம் சொந்தங்கொண்டாட வழியில்லை. சூரியன் வருகிறது, போகிறது. இரவும் பகலும் வந்துபோகின்றன. ஆனால் நாளோ திகதியோ எமக்குத் தெரிவதில்லை. எல்லா வாசல்களும் மூடப்பட்டு எல்லாத் தொடர்புகளும் துண்டிக்கப் பட்ட தகவல் யுகத்தின் மனிதர் நாம். வன்னி அகதிக்கு இந்த உலகில் என்னதான் இருக்கிறது?

இதழ் 118, அக்டோபர் 2009

நலன்புரி முகாம்கள்

"புல்மோட்டைப் பகுதியில் அதிகளவில் வெள்ளைக் காகங்கள் பறக்கின்றன"

தொகுப்பு: அநாமதேயன்

ரமேஷ் குலநாயகத்துடன் ஒரு நேர்காணல்

உறவைத் தேடி – கடிதங்கள்

'ரமேஷ் குலநாயகம்' இளந்தலைமுறையைச் சேர்ந்த சமகால அரசியல் பகுப்பாய்வாளர். யாழ் பல்கலைக் கலைக்கழகத்தில் அரசியல் விஞ்ஞானத்தைச் சிறப்புப் பாடமாகக் கற்றுத் தன் உயர்கல்வியை முடித்தவர். அண்மைக் காலம்வரை ஓர் அரசுச் சார்பற்ற அமைப்பில் பணியாற்றிவந்ததுடன் வவுனியாவிலுள்ள நலன்புரி நிலையங்களுக்கும் சென்று நிலைமைகளை அவதானித்து வெளியுலகுக்குத் தெரியப்படுத்திவந்தார். இதனால் தற்போது அரசாங்கப் புலனாய்வுப் பிரிவினரால் தேடப் பட்டுவருகிறார். இந்நேர்காணல் 'ரமேஷ் குலநாயகம்' தேடப்படுவதற்குச் சில நாள்கள் முன்பாகத் தொலைபேசி வழியாகப் பதிவுசெய்யப்பட்டது. இப்போது 'ரமேஷ் குலநாயகம்' எங்கிருக்கிறார் என்பது தெரியவில்லை.

♦ ♦ ♦

புல்மோட்டைப் பகுதியில் அமைக்கப்பட்டிருக்கும் நலன்புரி முகாமொன்றிலுள்ள பெண்களைப் படையினர் விபச்சாரத் தொழிலில் ஈடுபடுத்திவருவதாக *'The Australian'* இதழில் வெளியாகியுள்ள செய்தி தொடர்பாக உங்கள் கருத்து என்ன?

நான் 'வெரித்தாஸ்' வானொலிச் செய்தியின் வாயிலாகவே இதை அறிந்தேன். இச்செய்தி குறித்த இருபக்க அரசியல் பகுப்பாய்வு அவசியம் என்றுணர்கிறேன். பொதுவாக 'வெரித் தாஸ்' வானொலி புலிகளுக்குச் சார்பானது. இந்த அடிப்படை யில் வைத்துப் பார்க்கும்போது இலங்கையரசுடனான வலுவான கருத்துமோதலுக்கான முன்னேற்பாடாகவும் நோக்கப்படலாம். இச்செய்தியை *'The Australian'* இதழுக்கு வழங்கியவர் புல் மோட்டைப் பகுதி நலன்புரிமுகாமில் பணியாற்றும் உதவிப் பணியாளரெனத் தெரியவந்துள்ளது. குறித்த நலன்புரிமுகா மிலுள்ள பெண்கள் பலவந்தமாக விபச்சாரத் தொழிலில் ஈடுபடுத்தப்பட்டு வருவதை, குறித்த உதவிப் பணியாளர்தான் அரசாங்கத்தின் சிரேட்ட அதிகாரிகளின் கவனத்திற்குக் கொண்டு வந்திருந்ததாகவும் ஆனால் இதுவரை எந்த நடவடிக் கையும் எடுக்கப்படவில்லையென்றும் தெரிவித்துள்ளார்.

அதேநேரம் இது குறித்து அரசின் வெளிவிவகாரங் களுக்கான செயலாளர் பாலிதகோஹன கருத்துத் தெரிவிக்கும் போது, 'இது ஒரு குப்பைக் கதையாகும். எனினும் இதுகுறித்து விசாரணை நடாத்த வேண்டிய கடப்பாடு அரசாங்கத்துக்கு இருக்கிறது. விரைவில் விசாரணை நடத்துவோம். என்றாலும் ஒரு விடயத்தை மீளவும் வலியுறுத்த விரும்புகிறேன். நாங்கள் யுத்தத்தில் வெற்றியடைந்தவர்கள். நாங்கள் விரும்பியிருந்தால் ஒவ்வொரு பெண்ணையும் வல்லுறவுக்குட்படுத்தியிருக்க முடியும். ஆனால் நாங்கள் எந்தவொரு பெண்ணையும் வல்லுற வுக்குட்படுத்தவில்லை. தனிப்பட்டவர்கள் ஏதோ ஒரு வழியில் துரிதமாகச் சம்பாதிக்க விரும்பக்கூடும். ஆனால் கூடாரங்கள் மிகவும் நெருக்கமாக அருகருகேயுள்ளன. அயலிலுள்ளவர் களுக்குத் தெரியாமல் எதனையும் செய்ய முடியாது என்பதை ஞாபகத்தில் வைத்துக் கொள்ளுங்கள். இத்தகைய நடவடிக்கை இடம்பெற்றால் சகலருக்கும் இது குறித்துத் தெரியவரும்' என *01.07.09* அன்று இரவு *'The Australian'* இதழுக்குக் கூறியுள்ளார்.

வெளிவிவகாரச் செயலாளரின் கருத்து திமிர்த்தனமான தும் மிக மோசமானதும் அநாகரிகமானதுமாகும். மேலும் இலங்கை அரசப் படை எந்தளவுக்கு ஒழுக்கமானதென்பதற்குக் கோணேஸ்வரியை வல்லுறவுக்குட்படுத்திய பின்னர் பிறப்புறுப் பினுள் கைக்குண்டைப் புகுத்தி வெடிக்கவைத்துச் சிதறடித்தது போன்ற அநேக வரலாற்று நிகழ்வுகள் சான்றாகவுள்ளன. ஏற்கெனவே இம்முகாம்களிலுள்ள பெண்களுக்குக் கருத்தடை ஊசிகள் ஏற்றப்பட்டுவருவதாகச் செய்திகள் கசிந்துள்ளன. இதுபோன்று பெண்கள் விபச்சாரத்தில் பலவந்தமாக ஈடுபடுத்தப் படுவதற்கான சாத்தியம் மிக அதிகமாகக் காணப்படுவதாகவே

நம்புகிறேன். எனினும் மகிந்த அரசு கடுமையான செய்தித் தணிக்கையைத் தொடர்ந்தும் தனக்குச் சாதகமாக நடைமுறைப் படுத்தி வருவதால், 'புல்மோட்டைப் பகுதியில் அதிகளவில் வெள்ளைக் காகங்கள் பறக்கின்றன' என அரசின் வெளிவிவ காரச் செயலாளர் சொன்னாலும் அதை வாய்மூடிக் கேட்டுத் தலையாட்டிக்கொண்டிருப்பதைத் தவிர மக்களுக்கு இப்போது வேறு வழியேதுமில்லை.

உங்களது அவதானிப்பில் நலன்புரி முகாம்களின் நிலைமை எப்படியுள்ளது?

மிக மோசமாக உள்ளது. வவுனியா நலன்புரி முகாம்களை நேரடியாக அவதானித்தவன் என்னும் வகையில் எனது உடனடி யான பதில் இதுதான். பத்துக் கிலோ மீற்றர்கள் நீளத்திற்கு இம்முகாம்கள் அமைக்கப்பட்டுள்ளன. சுற்றி வர முட்கம்பி வேலிகள் அமைத்துப் படையினர் காவல்காத்து வருகின்றனர். எளிதில் யாரும் உள்நுழையவோ வெளியேறவோ முடியாது. சர்வதேசச் செஞ்சிலுவைச் சங்க ஊழியர்களும் என்னைப் போன்ற தொண்டு நிறுவன ஊழியர்களும் மட்டுப்படுத்தப்பட்ட அளவிலேயே உள்நுழைய அனுமதிக்கப்படுகின்றனர். ஆனால் புளொட், ஈபிடிபி போன்ற ஆயுதக் குழுக்கள் மாத்திரம் சுதந்திரமாக எவ்வேளையிலும் உள்நுழைய முடியும். இவ்வாயுதக் குழுக்கள் (பிள்ளையான் அல்லது சிவநேசதுரை சந்திரகாந் தனின் தமிழ் மக்கள் விடுதலைப் புலிகள் உட்பட) தமது அமைப்பிற்கு ஆட்சேர்ப்பதற்காக நலன்புரி நிலையங்களிலுள்ள சிறார்களைக் கடத்திச் செல்வதாக ஒரு செய்தி வெளியாகி யிருத்தலையும் இங்கே நினைவுகூர விரும்புகிறேன்.

நலன்புரி முகாம்கள் என்றும் பெயரில் இங்கே ஒடுக்க மான கூடாரங்களை அமைத்து ஒரு கூடாரத்தினுள் ஆகக் குறைந்தது முப்பதுபேர்வரை அடைக்கப்பட்டுள்ளனர். அநேக மானோர் வாந்திபேதி, மலேரியா, கொப்புளிப்பான் (அம்மை நோய்) போன்ற தொற்று வியாதிகளுக்குள்ளாகியிருப்பதை அவதானிக்க முடிந்தது. குடிநீர் வசதியோ மலசலக்கூட வசதியோ போதுமானதாக இல்லை. இங்கே காணப்படும் மலசலக்கூடங் களோ பாவனைக்கு உகந்தவையாகவும் இல்லை. மலங்கழிக்காம லிருப்பதற்காகவே பட்டினியிருப்போரையும் காணக் கூடியதாக இருந்தது. கடந்த ஒரு மாத காலத்தில் இம்முகாம்களைச் சேர்ந்த 34 பேர் பரிதாபகரமாக இறந்துள்ளனர். இவர்களில் 17 பேர்வரை இளஞ்சிறார்கள் என்பது குறிப்பிடத்தக்கது. முதியோரும் அதிகளவில் மரணமடைந்து வருகின்றனர். இங்கே இன்னொரு பரிதாபகரமான நிகழ்வைக் குறிப்பிட்டாக வேண்டும். இம்முகாம்கள் அமைக்கப்பட்டு மக்கள் திணிக்கப்

பட்ட ஆரம்ப நாள்களில் அவர்களுக்குக் குடிதண்ணீர் வழங்கப் படவில்லை. அவர்கள் உவர் நீரைக் குடித்தே தாகந் தீர்த்து வந்திருந்த நிலையில் ஒரு நாள் முகாம்களுக்குக் குடிதண்ணீர் கொண்டுவரப்பட்டபோது அளவுக்கதிகமாகக் குடிநீர் அருந்தி 16 பேர் அந்த இடத்திலேயே விழுந்து இறந்துள்ளனர். மேலும் நாளுக்கு நாள் இம்முகாம்களில் மரணமடைவோர் எண்ணிக்கை அதிகரிப்பதால் கேள்விப்பத்திர அடிப்படையில் (டென்டர்) பத்திரிகைகளில் விளம்பரப்படுத்திப் பிரேதங்களை அடக்கம் செய்யும் நடைமுறை ஆரம்பிக்கப்பட்டுள்ளது.

'ஒரு கூடாரத்தினுள் 30 பேர்வரை அடைக்கப்பட்டுள்ளதாக நான் கூறியதிலிருந்து குடும்பங்குடும்பமாக ஒவ்வொரு கூடாரத் தினுள்ளும் அடைக்கப்பட்டிருப்பதாகச் சிலவேளை நீங்கள் கருதலாம். உண்மையில் நிலைமை எதிர்மாறானது, ஒரு குடும்பத் தில் தாய், தந்தை, மகன், மகள் என நான்கு பேர் இருந்தால் தாய் ஒரு கூடாரத்திலும் தந்தை இன்னொரு கூடாரத்திலும் மகனும் மகளும் வெவ்வேறு கூடாரங்களிலும் அடைக்கப்பட்டி ருக்கும் நிலைதான் இங்குள்ளது. அத்தோடு ஒரு குடும்ப அங்கத்தவருக்கு மற்றவர் எங்கே அடைக்கப்பட்டிருக்கிறார் என்பதும் தெரியாது. இது தவிரப் புலி உறுப்பினர்களெனச் சந்தேகிக்கப்படும் ஆண், பெண் இரு பாலாரும் இம்முகாம் களிலிருந்து உரிய முறையில் ஆவணப்படுத்தப்படாமல் கைதுசெய்யப்பட்டு அகற்றப்படுவதுடன் கைது குறித்த எந்த வொரு அறிவித்தலும் பெற்றோருக்கோ பாதுகாவலருக்கோ வழங்கப்படுவதுமில்லை.

உண்மையில் இந்த நலன்புரி முகாம்கள் ஹிட்லரின் சித்திர வதைக் கூடங்களுக்கு ஒப்பானவை. இங்கே வெளியுலகு அறியாத வகையில் மெதுமெதுவாக ஓர் இனப்படுகொலை நிகழ்ந்து கொண்டிருக்கிறது.

ஆனால் புனர்வாழ்வு முகாம்களிலுள்ள முன்னைநாள் புலி உறுப்பினர்களென அடையாளப்படுத்தப்பட்டுள்ளவர்களில் சில பெண் பிள்ளைகளை அண்மையில் பிபிசி தமிழோசைச் செய்தியாளர் பேட்டி கண்டபோது, அப்பிள்ளைகள் இப்போது தாங்கள் எல்லா விதத்திலும் சந்தோசமாகவும் சுதந்திரமாகவும் இருப்பதுடன் புனர்வாழ்வு முகாமின் பொறுப்பதிகாரிகள் தங்களைக் கௌரவமான முறையில் நடத்துவதாகவும் குறிப் பிட்டுள்ளனரே?

இந்தப் பெண்பிள்ளைகள் யாருடைய கட்டுப்பாட்டில் இப்போது உள்ளனர் என்பதை நீங்கள் முக்கியமாகக் கவனிக்க வேண்டும். இராணுவத்தினரின் முழுக்கட்டுப்பாட்டுக்குள் எப்

போதும் பாலியல்ரீதியான அச்சுறுத்தலுக்குள்ளாகி வாழ்ந்து கொண்டிருக்கும் இப்பெண் பிள்ளைகள் ஊடகங்களின் கேள்வி களுக்கு எவ்வாறு பதிலளிக்க வேண்டுமென்பதைச் சித்திர வதைப்படுத்தலுடன் இராணுவப் புலனாய்வுப் பிரிவு நன்கு பயிற்றுவித்த பின்பே இவர்கள் ஊடகங்களின் கேள்விகளுக்குப் பதிலளிக்கின்றனர். இதுதான் மோசமான ஆக்கிரமிப்பு அரசி யலின் சூத்திரம். நாங்கள் சமகால அரசியலைப் பகுப்பாய்வு செய்யும்போது, ஊடகங்களுக்கு நிர்ப்பந்தத்தின் பேரில் பதிலளிப் பவர்களின் குரலுக்கு எதிர்மறையான அர்த்தத்தை வழங்குவது தொடர்ந்தும் பல விடயங்களைத் தெளிவாக உணர்ந்துகொள் வதற்கு வசதியளிக்கும்.

போர் நடைபெற்ற காலப்பகுதியில் முல்லைத்தீவில் பணி யாற்றிய சண்முகராஜா உள்ளிட்ட நான்கு மருத்துவர்களும் வவுனியாவுக்கு இடம்பெயர்ந்தபோது, அரசால் கைதுசெய்யப் பட்டு அண்மையில் ஊடகவியலாளர் முன்னிலையில் கருத்துத் தெரிவிக்க அழைத்துவரப்பட்டு நிகழ்த்தப்பட்ட நேர்காண லுக்கும் இந்தப் பதில் பொருந்தும் எனக் கருதலாமா?

நிச்சயமாக. இந்தவகையிலான நேர்காணல் ஒவ்வொன்றுக் கும் எனது முன்னைய பதில் பொருந்தும். இந்த மருத்துவர் களின் நேர்காணல் நன்கு திட்டமிடப்பட்ட ஒரு நிகழ்வு. ஊடகவியலாளர் முன்னிலையில் கருத்துத் தெரிவிக்கவென இம்மருத்துவர்கள் அழைத்து வரப்படுவதற்கு முன்பாக 'ஹிந்து' இதழில் வெளியாகியிருந்த சனாதிபதி மகிந்த ராஜபக்சேவின் செவ்வியை நீங்கள் வாசித்திருந்தால் தெரிந்திருக்கும். அவர் அந்நேர்காணலில் ஓரிடத்தில் கூறியிருந்தார். 'யுத்தவலயத்தில் பணியாற்றிய மருத்துவர்களை மக்கள் முன்னிலையில் விளக்க மளிக்க வைத்துவிட்டால், அங்கே உண்மையில் என்ன நடந்தது என்பது தெளிவாகிவிடும்' அவரது இக்கூற்றை வைத்தே ஒரு சில தினங்களில் இம்மருத்துவர்கள் ஊடகங்களுக்குக் கருத்துத் தெரிவிக்க அனுமதிக்கப்படுவார்களென எதிர்பார்த்தேன். அது நடந்துவிட்டது. இத்தருணத்தில் மருத்துவர் சண்முக ராஜா தெரிவித்த கருத்துகளையும் இங்கே பதிவுசெய்வது முக்கியமானதெனக் கருதுகிறேன்.

'நானும் என்னுடனிருந்த மூன்று மருத்துவர்களும் மே மாதம் பதினைந்தாம் திகதிக்குப் பின்னர் வன்னியில் பணி யாற்ற முடியாத நிலை உருவாகியது. அந்நிலையில் நாங்கள் மாவட்டச் செயலருக்கும் இராணுவத் தரப்பினருக்கும் எம்மை மீட்குமாறு தகவல் அனுப்பினோம். வெள்ளைக் கொடியுடன் இருந்த எம்மை இராணுவத்தினர் பதினைந்தாம் திகதி (மே)

பிற்பகல் 2 மணிக்கு மீட்க வந்தனர். எம்முடன் வைத்தியசாலையில் இருந்த காயமடைந் தவர்களையும் மீட்டுக் கொண்டு வந்தனர். அதன் பின்னர்தான் நாங்கள் விசாரணைக்கு அழைத்துச் செல்லப்பட்டோம். வெகுவிரைவில் நாங்கள் விசாரணை முடிவடைந்து வெளியே வருவோம். வன்னியில் நாம் பணியாற்றியது தொடர்பில் எமது சேவையை அரசாங்கம் பாராட்டியுள்ளது.'

மருத்துவர் சண்முகராஜாவின் இக்கருத்தை வன்னியில் யுத்தம் உச்சமடைத்த காலத்தில் ஊடகங்களில் வெளியான செய்திகளோடு பொருத்திப் பார்த்தால் ஒரு தெளிவான முரண்பாட்டை அவதானிக்க முடியும். யுத்தம் உக்கிரமடைந் திருந்த நாள்களில் புலிகளின் கட்டுப்பாட்டுப் பிரதேசத்திலிருந்து மக்களோடு மக்களாக இம்மருத்துவர்களும் வெளியேறிச் சென்றபோது, ஓமந்தைப் பகுதியில் வைத்து இவர்களைப் படைத்தரப்பினர் கைதுசெய்திருந்ததாகவே முதலில் செய்தி வெளியானது. ஆனால் இப்போது சண்முகராஜா படைத்தரப் பினர் தங்களை வந்து மீட்டதாகக் கூறியிருக்கிறார். மேலும் அவர் 'நாங்கள் வன்னியில் பணியாற்றிக் கொண்டிருந்தபோது விடுதலைப்புலிகள் எம்மை ஊடகங்களுக்குச் செவ்வியளிக்கும் போது இறந்தவர்கள், காயமுற்றோரது எண்ணிக்கையைப் பல மடங்கு அதிக மாகக் கூறுமாறு நிர்ப்பந்தித்தனர். அப்போ திருந்த சூழலில் இறந்தவர்கள், காயமுற்றோரது எண்ணிக்கை தொடர்பாக ஊடகங்களுக்குப் பொய்யான தகவல்களை வழங்குவதைத் தவிர வேறுவழியில்லை. அந்த நேரத்தில் நாங்கள் உண்மையைச் சொல்ல முடியாத ஒரு சூழ்நிலையில் இருந்தோம். அங்கிருந்த மக்களுக்குச் சிகிச்சையளித்தல் உள்ளி' ' பல பிரச்சினைகளுக்கு முகங்கொடுத்தோம். இதைவிட விடுதலைப் புலி உறுப்பினர்களுக்கும் சிகிச்சையளித்தோம். இவையெல்லாம் தவிர்க்க முடியாதவை. யாரங்கிருந்திருந்தாலும் இதைத்தான் செய்திருப்பார்கள். ஆனால் இப்போதுதான் உண்மையான நிலைப்பாட்டைக் கூறச் சந்தர்ப்பம் கிடைத்திருக்கிறது. நாங்களாகவே இவ்வாறானதொரு சந்திப்பிற்குக் கூட்டு அனுமதியைப் பெற்றோம். இலங்கையரசு இச்சந்திப்பிற்கு ஒருபோதும் எங்களைக் கேட்கவில்லை. கடைசி ஒரு மாத காலத்தில் வன்னியில் 1,000 தொடக்கம் 1,500பேர்வரையில் இறந்துள்ளனர் என்பதும் 350 தொடக்கம் 400 பேர்வரையில் காயமடைந்து உள்ளனர் என்பதுமே உண்மையான தகவலாகும்' எனக் கூறியிருக்கிறார். அவர் என்னதான் கூறியிருந்தாலும் இச்சந்திப்பில் 'நீங்கள் வன்னிப் பகுதியிலிருந்தபோது விடுதலைப் புலிகள் நிர்ப்பந்தித்ததால் பொய்யான தகவல்களை வழங்கியதாகக்

கூறுகிறீர்கள். இப்பொழுது அரசின் கட்டுப்பாட்டில் இருந்து கொண்டு இத்தகவல் களைச் சொல்கிறீர்கள். எனவே நீங்கள் இப்பொழுது சொல்வதை மட்டும் உண்மை என எப்படி நம்புவது?' என ஊடகவியலாளரால் எழுப்பப்பட்ட கேள்வி முக்கியமானது.

இம்மருத்துவர்கள் தங்களைத் தடுப்புக்காவலில் வைத்துள்ள கொழும்புப் புலனாய்வு அலுவலகத்தில் தமக்குத் தனி அறை, கட்டில்கள் என வசதிகள் செய்துதரப் பட்டுள்ளதாகவும் வெகுவிரைவில் தாங்கள் விசாரணை முடிந்து பணிக்குத் திரும்புவோமென எதிர்பார்ப்பதாகவும் கூறியுள்ளனரே?

கொழும்புக் குற்றப்புலனாய்வுப் பிரிவுக்கு விசாரணைக் கென அழைத்துச்செல்லப்படுகின்ற எந்தவொரு நபரும் அங்குள்ள பொறுப்பதிகாரிகளால் எந்தளவிற்குக் கௌரவமாக வும் மனிதாபிமானத்துடனும் நடத்தப்படுவாரென்பதை இந்த மருத்துவர்கள் கூறித்தான் நாம் தெரிந்துகொள்ள வேண்டுமென்ற அவசியமில்லை. மேலும் இவர்கள்மீதான விசாரணை வெகு விரைவில் முடிவடைந்து பணிக்குத் திரும்புவது அரசுக்கு உவப்பான செயல்பாடாக இருக்காது. சிலவேளைகளில் இவர்கள் மீதான விசாரணை முடிவுக்குவந்து பணிக்குத் திரும்பும் நிலை வந்தாலும் அரசின் முழுக்கண்காணிப்புடனே யே அது நடைபெறும். தவிரவும் மகிந்த அரசு ஆட்சியிலிருக்கும் வரை இவர்கள் நாட்டைவிட்டு வெளியேறவும் முடியாது.

வவுனியா நலன்புரி முகாம்கள் அமைந்துள்ள பகுதிகளில் விடுதலைப்புலிகளுக்கு ஆதரவு தெரிவிக்கும் சுவரொட்டிகள் ஒட்டப்பட்டிருப்பதாகச் செய்திகள் வெளியாகியுள்ளனவே?

சுவரொட்டிகள் ஒட்டப்பட்டிருந்தது உண்மைதான். அவை யாரால் ஒட்டப்பட்டன என்பதுதான் முக்கியமானது. நலன்புரி முகாம்களிலுள்ளவர்களில் எவரும் ஒட்டியிருக்கச் சாத்திய மில்லை. ஏனெனில் இரவு பகலாக ஆயுதமேந்திய படையினர் நலன்புரி முகாம் பகுதியைச் சுற்றிவளைத்து நின்றுகொண்டிருக் கின்றனர். இதனால் வெளியிலிருந்து ஒடுக்கிவிடலாமல்லவா? மாறாக நலன்புரி முகாமிலுள்ளவர்களோ வெளியாரோ படை யினருக்குத் தெரியாமல் இச்சுவரொட்டியை ஒட்டியிருந்தால் அரசின் பாதுகாப்பு நடவடிக்கை குறித்த பலவீனத்தையே அது வெளிப்படுத்துவதாக அமையும். ஆனால் நான் நேரடியாக அவதானித்ததிலிருந்து சொல்கிறேன் இம்முகாம்களைச் சுற்றியுள்ள பாதுகாப்பு ஏற்பாடுகள் மிகவும் வலுவானவை.

பயங்கரவாதத்தை முற்றாக ஒழித்துவிட்டதாக மகிந்த ராஜ பக்சே கூறிக்கொண்டிருக்கிறார். இந்நிலையில் இராணுவத்

திற்கு ஆட்சேர்க்கும் ஏற்பாடுகளை மேற்கொள்ள வேண்டிய தேவை என்ன?

சாமுவேல் பெக்கற்றின் அபத்த நாடகங்களை விஞ்சிய ஒரு மாபெரும் அபத்த நாடகத்தை மகிந்த ராஜபக்சே தனதருமைச் சகோதரர்கள் கொட்டபாய, பசில் மற்றும் ஹெகலிய ரம்புக் வெல்ல ஆகியோருடன் இணைந்து அரங்கேற்றி வருகிறார். சாதாரணமாக ஒரு நாட்டில் போர் முடிவுக்குவந்து விட்டால் படையினர் அபிவிருத்தி வேலைத் திட்டங்களுக்கு அனுப்பப்படுவர். இயல்பு வாழ்க்கைக்கான அனைத்து நடவடிக் கைகளும் முன்னெடுக்கப்படும்; பொதுமக்களைப் பாதிக்கக் கூடிய தடைச் சட்டங்கள் அனைத்தும் நீக்கப்படும். ஆனால் இங்கே என்ன நடைபெற்றுக்கொண்டிருக்கிறது? மிக மோச மானதும் பயங்கரமானதுமானதொரு நிலைமையை அரசு மீளவும் உருவாக்க எத்தனிக்கிறது. பயங்கரவாதத்தை ஒழித்து விட்டதாகக் கூறிக்கொண்டே ஒரு இலட்சம் பேரைப் படையில் சேர்த்துக்கொள்வதற்கான அறிவித்தலை மகிந்த ராஜபக்சே விடுத்துள்ளார். நாட்டில் இயல்பு நிலை ஏற்பட்டுவருவதாக மகிந்த கூறிவந்தாலும் அவசரகாலச் சட்டம் தொடர்ந்தும் நீடிக்கப்பட்டுவருகிறது. இராணுவத்தில் புதிய பதவிகள் உருவாக்கப்பட்டு அக்கட்டமைப்பில் மாற்றங்கள் செய்யப்படு கின்றன. புதிதாக ஆயுதங்களும் கடற்படைக்கான தளவாடங் களும் கொள்வனவு செய்யப்படுகின்றன. நாட்டைத் தொடர்ந் தும் இராணுவப் பொறிமுறைக்குள் வைத்திருப்பதற்கான ஒரு முயற்சியாகவே அரசின் இத்தகைய நடவடிக்கை அமைந்திருப்ப தாகத் தோன்றுகிறது.

கடந்த 30 ஆண்டுகாலப் போரில் எந்தவொரு சிங்கள ஆட்சி யாளரும் படைத்துறைக் கட்டமைப்பிலோ பதவி நிலைகளிலோ மேற்கொண்டிராத மாற்றங்களையும் கையளித்திராத அதிகாரத் தையும் போர் முடிவுக்கு வந்துள்ள நிலையில் மகிந்த ராஜபக்சே தொடர்ச்சியாக மேற்கொண்டுவருவதானது அநேகரைக் குழப்பத் திலும் திகைப்பிலும் ஆழ்த்தியுள்ள நிலையில் மகிந்த ராஜபக்சே யுத்தகாலங்களில் கடற்படைக்கிருந்த சகல அதிகாரங்களையும் 'கரையோரக் காவல் திணைக்களம்' என்ற அமைப்புக்கு இப்போது வழங்கியுள்ளார். இச்செயற்பாட்டால் முன்னைய காலங்களில் கடற்படையால் தடுத்து நிறுத்த முடியாது போயிருந்த போதைப்பொருள் கடத்தல் மற்றும் சட்டவிரோதமான வெளி நாட்டுப் பயணம், பயங்கரவாத ஊடுருவல் என்பவற்றை இக்'கரையோரக் காவல் திணைக் களத்'தால் தடுத்து நிறுத்தி விட முடியுமா?

இது பற்றிய ஒரு விரிவான ஆய்வை மேற்கொள்ள வேண்டிய தேவை நமக்குள்ளது. சர்வதேசரீதியாகப் பார்க்கும்

போது, அமெரிக்கா, பிரித்தானியா, இந்தியா உள்ளிட்ட பல நாடுகளிலும் இத்தகைய கரையோரக் காவல் பிரிவின் நடவடிக் கைகள் பெருமளவில் மேற்கொள்ளப்பட்டுவருவதை அவதானிக்க லாம். குறிப்பாக இந்தியக் கரையோரக் காவல் பிரிவானது 5000 ஊழியர்களையும் 600 அதிகாரிகளையும் கொண்டுள்ள போதிலும் அங்கே நடைபெற்றுவரும் சட்டவிரோதமான எந்தவொரு நடவடிக்கையையும் – பயங்கரவாத ஊடுருவல், தாக்குதல் உட்பட – எதையும் தடுத்துநிறுத்த முடியவில்லை எனும்போது இலங்கையின் கரையோரக் காவல் திணைக் களத்தால் மட்டும் இங்கே நடைபெற்றுவரும் சட்டவிரோதமான நடவடிக்கைகளைத் தடுத்து நிறுத்திவிட முடியுமென எண்ணத் தோன்றவில்லை. தவிரவும் மிக அண்மைக் காலம்வரை இலங் கைக் கடற்பகுதி புலிகளின் ஆதிக்கத்திற்கு உட்பட்டே இருந்து வந்துள்ளது. தற்போது இலங்கையின் கடற்பரப்பு அரசாங்கத் தின் பூரணக் கட்டுப்பாட்டில் வந்துள்ளபோதிலும் அக்கடற்பகுதி யில் குற்றச்செயல்கள் குறைந்துவிடவில்லை. குறிப்பாக, சிலாபம் முதல் நீர்க்கொழும்புவரையான கடற்பரப்பில் போதைப் பொருள் கடத்தல், வெளிநாடுகளுக்கான சட்ட விரோதப் பிரயாணம், வெளிநாடுகளிலிருந்தான சட்ட விரோதப் பொருள் களின் இறக்குமதி முதலான பல்வேறு குற்றச் செயல்களும் அரசின் பாதுகாப்புத் தரப்பினரின் ஆதரவுடனேயே நடை பெற்றுவருகின்றன. இன்னொரு முக்கியமான விடயம் என்ன வென்றால் நீர்க்கொழும்பு, சிலாபம் ஆகிய பகுதிகளில் மீன் பிடிக்குப் பெயர்பெற்ற பல்வேறு இடங்களில் சிங்களக் குடியேற்றங்கள் மேற்கொள்ளப்படவுள்ளதாகவும் நம்பத்தகுந்த செய்திகள் வெளியாகியுள்ளன. இந்நிலையில் கடற்படையின் சகல அதிகாரங்களும் கரையோரக் காவல் திணைக்களத்திற்கு வழங்கப்பட்டுள்ளமை கடற்பரப்பில் நிகழும் சட்டவிரோதமான நடவடிக்கைகளைக் தடுத்து நிறுத்துவதற்காக மட்டும் எனக் கருதிவிட முடியாது.

பாதாள உலகத் தலைவர்களையும் கடத்தல்காரர்களையும் சுதந்திர இலங்கையிலிருந்து முற்றாக அழித்தொழிக்க உறுதி பூண்டுள்ளதாக மகிந்த ராஜபக்சே பிரகடனப்படுத்தியுள்ள நிலையில் அதை உறுதிப்படுத்துவதுபோல் கடந்த சில தினங் களுக்குள் குறிப்பாக, யூலை ஏழாம் திகதி புறக்கோட்டைப் பழைய சோனகத் தெருப்பகுதியில் கண்கள், கைகள் கட்டப் பட்ட நிலையில் சூட்டுக் காயங்களுடன் சடலமொன்றை மீட்ட பொலிஸார் அச்சடலம் கொழும்பு மாளிகாவத்தையைச் சேர்ந்த ஆனுமால் இம்தியாஸ் என்ற மொகமட் ஹசன் (வயது39) என்ற பாதாள உலகத் தலைவருடையது எனவும்

இதேபோலத் தலையிலும் நெஞ்சிலும் சூட்டுக் காயங்களுடன் காணப்பட்ட இன்னுமொரு சடலத்தைக் கொழும்பு மாளிகாவத்த கெத்தராம விளையாட்டு மைதானத்துக்குப் பின்புறமாகவுள்ள பாலத்துக்கருகில் மீட்ட பொலிஸார் அச்சடலம் திகைபசர் எனும் மொஹமட் நிஸ்தார் (வயது 40) எனும் பாதாள உலகக் கும்பலைச் சேர்ந்தவர் எனவும் உறுதிப்படுத்தியுள்ளனர். இந்நபர்கள் அடையாளந் தெரியாத நபர்களால் சுட்டுக்கொல்லப்பட்டதாகவும் நீண்ட காலமாகப் பல்வேறு குற்றச் செயல்கள் தொடர்பில் தம்மால் தேடப்பட்டு வந்தவர்கள் எனவும் பொலிஸ் ஊடகப் பேச்சாளரும் சிரேட்ட பொலிஸ் அத்தியேட்சகருமான ரஞ்சித் குணசேகர தெரிவித்துள்ளார். இத்தகைய பாதாள உலகத்தவரை அழித்தொழிக்கும் நடவடிக்கை தொடர்பாகத் தற்போது கூட்டுப்படைகளின் தலைமை அதிகாரியாகப் பதவியேற்றுள்ள சரத் பொன்சேகா 'விடுதலைப் புலிகளையும் பிரபாகரனையும் மூன்று வருடங்களுக்குள் அழித்தொழித்த எமக்குப் பாதாளக் குழுக்கள் ஒரு பெரிய விடயமல்ல. அவர்களை மிகக் குறுகிய காலத்திற்குள் இல்லாதொழிப்போம்' எனக் கருத்துத் தெரிவித்துள்ளார். இப்பாதாளக் குழுக்களை அழித்தொழிக்கும் நடவடிக்கை வெற்றியளிக்குமென நீங்கள் கருதுகிறீர்களா?

விடுதலைப்புலிகளையும் பிரபாகரனையும் 3 வருடங்களுக்குள் அழித்தொழித்ததென்பது பாதாளக் குழுக்களை அழிப்பதைவிட மிக எளிமையானதொன்று. ஏனெனில் புலிகளுக்கு எந்தவொரு சிங்கள அரசியல்வாதியினதும் ஆதரவு இருந்ததில்லை. தவிரவும் பிரபாகரனோ விடுதலைப்புலிகளோ சிங்கள அரசியல்வாதிகளின் கையாள்களாகச் செயல்பட்டதுமில்லை.

ஆனால் பாதாளக் குழுக்களின் சரித்திரம் என்பது வேறு. இக்குழுக்கள் சிங்கள அரசியல்வாதி எவரோ ஒருவரின் சுய இலாபங்களுக்காகக் கையாள்களாகத் தொழிற்பட்டு வருகின்றன. இக்குழுக்களுக்கு அரசியல்வாதிகளின் ஆதரவும் பாதுகாப்பும்தான் எப்போதும் பக்கபலமாக உள்ளவை. இதுதவிர மெர்வின் சில்வா போன்றவர்கள் ஆளுங்கட்சியில் அமைச்சுப் பதவி வகிக்கும் அதே நேரம் பாதாளக் குழுக்களின் தலைவர்களாகவும் இயங்கிவந்ததை உலகே அறியும். மேலும் மகிந்த ராஜபக்சே தனது சட்ட விரோதமான நடவடிக்கைகளை நிறைவேற்றவெனச் சில பாதாளக் குழுக்களை வைத்திருக்கிறார் என்பதையும் இங்கே குறிப்பிட விரும்புகிறேன். நீங்கள் அடையாளந்தெரியாத நபர்களால் சுட்டுக்கொல்லப்பட்டதாகக் குறிப்பிடும் பாதாள உலகைச் சேர்ந்த இருவரும் ஆளுங்

கட்சிக்கு உவப்பில்லாத செயல்களைச் செய்ததால் சுட்டுக் கொல்லப்பட்டிருக்கலாம். மேலும் இவர்களின் மரணத்துக்கு அரசு நேரடியாகப் பொறுப்பேற்கவில்லை. அடையாளந்தெரியாத நபர்களால் சுட்டுக்கொல்லப்பட்டதாகக் கூறுகிறது. அவ்வா றெனில் அரசின் கட்டுப்பாட்டுக்கு அப்பாற்பட்ட ஒரு குழுவால் தான் இச்சூட்டுச் சம்பவங்கள் நிகழ்த்தப்பட்டிருக்க வேண்டும். இப்போதுள்ள அரசியல் சூழ்நிலையில் அரசின் கட்டுப் பாட்டுக்கு அப்பாற்பட்டு இயங்கும் குழு என்பது அரசின் அமோக ஆதரவுடனும் பாதுகாப்புடனும் இயங்கும் பாதாளக் குழுவாகவே இருக்கும். இந்நிலையில் சரத் பொன்சேகாவின் அபத்தம் மிகுந்த வாய்ச்சவடால் நகைப்பிற்குரியதன்றி வேறல்ல. பாதாளக் குழுக்களை முற்றாக அழித்தொழிக்க வேண்டுமெனில் முதற்கட்ட நடவடிக்கையாக மகிந்த ராஜபக்சேவைக் கைது செய்து சிறையிட வேண்டும். இது சாத்தியமாகுமா சொல் லுங்கள் ?

விடுதலைப்புலிகளின் அரசியல் ஆய்வாளர் மு. திருநாவுக்கரசு ஜூனியர் விகடன் இதழுக்கு வழங்கியுள்ள செவ்வியை வாசித் தீர்களா ?

வாசித்தேன். மு. திருநாவுக்கரசு ஒரு தூரநோக்கற்ற பலவீன மான அரசியல் ஆய்வாளர் என்பது இந்தச் செவ்வியிலும் தெளிவாகத் தெரிகின்றது. புலிகளின் தலைவர் இறுதிவரை அமெரிக்காவைத் தமது விவகாரத்தில் தலையிடுமென நம்பி யிருந்தார் எனத் திருநாவுக்கரசு கூறுகிறார். அத்தோடு தலைவர் பிரபாகரன் தூரநோக்கும் தீர்க்கதரிசனமும் கொண்ட போராளி என்றும் குறிப்பிடுகிறார். திருநாவுக்கரசுவின் முன்னுக்குப்பின் முரணான கருத்துகள் சலிப்பைத் தருகின்றன. நீங்களே சொல் லுங்கள் தூரநோக்கும் தீர்க்கதரிசனமும் கொண்ட எந்தவொரு போராளியும் அமெரிக்காவை நம்புவானா? முள்ளிவாய்க்கால் பகுதியில் எண்ணெய் வளம் இல்லாதபோது பிரபாகரன்மீது அமெரிக்காவுக்கு அப்படியென்ன அக்கறை வந்துவிடப்போ கிறது? உண்மையில் பிரபாகரன் தூரநோக்கும் தீர்க்கதரிசனமும் கொண்ட தலைவனாக இருந்திருந்தால் கருணா அம்மான் பிரிந்து சென்ற போதாவது அரசியல் நீரோட்டத்தில் கலந்திருப் பார். புலிகள் மீண்டெழ முடியாத ஒரு மோசமான பின்னடை வைச் சந்தித்துள்ள இந்நிலையிலும் பிரபாகரனின் படிமத்தை உடைந்துவிடாமல் பார்த்துக்கொள்வதிலேயே மு. திருநாவுக்கரசு கவனஞ்செலுத்தியிருப்பது நகைப் பிற்குரியதும் வேதனை தருவது மாயிருக்கிறது. பெண்களைப் போராட்டத்தில் இணைக்கக் கூடாது என்ற வலுவான கொள்கையைத் தொடக்க காலத்தில் பிரபாகரன் கொண்டிருந்தார். இதனாலேயே உமா மகேஸ் வரனுடன் (முகுந்தன்) அவருக்கு முரண்பாடு வலுத்துப் பிளவு

ஏற்பட்டது. பின்னர் யாழ்ப் பல்கலைக் கழகத்தில் உண்ணா விரதமிருந்த மருத்துவ பீட மாணவியரைக் கடத்திச்சென்று அவர்களுள் மிக அழகானவராயிருந்த மதிவதனியைக் கண்டு மயங்கிய பிரபாகரன் அப்பெண்ணைத் திருமணம் புரிந்து கொண்டபோது சுயநலத்திற்காகக் கொள்கையை மாற்றிக்கொண் டார். அப்போதே சுயசிந்தனையுள்ள தமிழர்களின் நோக்கில் பிரபாகரனுக்குரிய 'தமிழினத் தலைவன்' என்ற படிமம் நொறுங்கிப்போய்விட்டது.

பின்னாள்களில் தனது *Image*ஐக் கட்டி வளர்க்க, அன்ரன் பாலசிங்கம், லோறன்ஸ்திலகர், மு. திருநாவுக்கரசு, காசிஆனந்தன், புதுவை இரத்தினதுரை, நிலாந்தன் போன்றோரைப் பிரபாகரன் பயன்படுத்தி வந்தார் என்பதையும் குறிப்பிட விரும்புகிறேன். 2002 காலப் பகுதியில் புரிந்துணர்வு ஒப்பந்தம் கைச்சாத்தான திலிருந்து பிரபாகரன் தனது *Image*ஐ ஒரு *High level*இல் வைத் திருக்க வேண்டியவரானார். இதற்காக மு. திருநாவுக்கரசு போன்றோருக்கு முக்காலமும் உணர்ந்த அரசியல் ஆய்வாளர் என்ற *Image*ஐக் கட்டியெழுப்ப வேண்டிய தேவை புலிகளுக்கு இருந்தது. இதுதான் திருநாவுக்கரசு ஓர் அரசியல் ஆய்வாள ராகத் தோற்றம் பெற்ற வரலாறு. மற்றபடி இவருக்கு அரசியல் தொடர்பில் எந்தவொரு தூரநோக்கோ பன்முகப் பார்வையோ கிடையாது என்பதை நான் அருகிருந்து தெளிவாக உணர்ந்தவன்.

எடுத்துக்காட்டாக, உங்களுக்கு ஒரு சம்பவத்தைக் குறிப்பிட விரும்புகிறேன். 1995 ஒக்ரோபர் காலப் பகுதியில் வலிகாமத் திலிருந்து இடம்பெயர்ந்து சாவகச்சேரி மட்டுவிலில் உள்ள நண்பரொருவரின் வீட்டில் தங்கியிருந்தோம். எங்களுடன் மு. திருநாவுக்கரசு, நிலாந்தன், கருணாகரன் போன்றோரும் தங்கியிருந்தனர். ஒரு நாள் மாலை யாழ்நகரை இராணுவம் முழுமையாகக் கைப்பற்றிவிட்ட நிலையில் நாங்கள் அதைப் பற்றிக் கூடியிருந்து கதைத்துக்கொண்டிருந்தோம். அப்போது ஒரு நண்பர் (பெயர் நினைவிலில்லை) இராணுவத்தின் அடுத்த கட்ட நகர்வு சாவகச்சேரி நோக்கியதாக இருக்குமென்றும் அந்நகர்வு நவக்கிரி, புத்தூர் வழியாகத்தான் நிகழுமென்றும் சொன்னார். அப்போது அங்கிருந்த திருநாவுக்கரசு ஒருபோதும் இராணுவம் நவக்கிரி, புத்தூர் வழியாக முன்னேறும் சாத்திய மில்லையென்றும் முன்னேறினால் புலிகளின் உக்கிரமான தாக்குதலுக்கு முகங்கொடுக்க வேண்டுமென்றும் அதனால் இராணுவத் தரப்பில் பலத்த இழப்பு நேருமென்றும் அரசாங்கம் அதை ஒருபோதும் விரும்பாதென்றும் சொன்னார்.

ஆனால் கடைசியில் நடந்தது என்ன? எவ்வித இழப்பு மின்றிப் படையினர் நவக்கிரி, புத்தூர் வழியாகத்தான்

முன்னேறிச் சாவகச்சேரி நகரைக் கைப்பற்றினர். மு. திருநாவுக் கரசுவின் அரசியல் பகுப்பாய்வும் தீர்க்கதரிசனமும் இந்தள விற்குப் பலவீனமாக இருந்தன. மேலும் விடுதலைப்புலிகள் சர்வதேச மட்டத்திலான ஒரு *Image*ஐத் தமக்கு ஏற்படுத்திக் கொள்ளத் திருநாவுக்கரசு போன்றோரையே பெரிதும் நம்பிருந் தனர். இதனால் புலிகளின் மிகச் சிறிய இராணுவ வெற்றியை யும் ஒரு பலூன்போல ஊதிப் பெருக்கச்செய்து அவ்வியக்கத்தைப் பற்றிய ஒரு மாயத்தோற்றத்தை ஏற்படுத்தவும் அவ்வியக்கம் சந்தித்த மோசமான பின்னடைவுகள், தோல்விகளைத் 'தந்திரோ பாயப் பின் நகர்வு' என நியாயப்படுத்தவும் திருநாவுக்கரசு போன்றோர் பலவீனமானதொரு அரசியல் பகுப்பாய்வை மேற்கொள்ள வேண்டியவர்களாக இருந்தனர். ஆதலால் புலிகள் இயக்கம் தமது நிலைப்பாடுகள் பற்றிய சுயமதிப்பீடொன்றை மேற்கொள்ள எந்தவொரு சந்தர்ப்பமும் கிட்டவில்லை. தற்போதைய மிக மோசமான புலிகள் இயக்கத்தின் பின்னடை விற்கு மூலகாரணம் இதுதான்.

அண்மையில் நிலாந்தன், கருணாகரன் போன்றோருடன் உரையாடச் சந்தர்ப்பம் கிடைத்தது. இதுவரை காலமும் தவறான பாதையொன்றில் சென்றுகொண்டிருந்ததாகவும் தூரநோக்கற்ற தலைவனால் ஓர் உரிமைப் போராட்டம் மீண்டெழ முடியாத மோசமான பின்னடைவைச் சந்தித்திருப்பதாகவும் அவர்கள் என்னிடம் சொன்னார்கள். இது காலங்கடந்த ஞானம்தான் என்றாலும் தம்நிலையுணர்ந்து விட்டார்கள். ஆனால் திருநாவுக் கரசு காலங்கடந்தும் ஞானம் பெறவில்லை. பரபரப்புக்காக ஜுனியர் விகடன் திருநாவுக்கரசுவைப் பேட்டி கண்டுள்ளது. அவர்கள் எதிர்பார்த்திருந்த விதத்தில் திருநாவுக்கரசு பேட்டி யளித்துள்ளார் அவ்வளவுதான்.

♦ ♦ ♦

தலைநகர் கொழும்பிலிருந்து வெளியாகும் *வீரகேசரி*யின் சகோதர வாரப் பத்திரிகையான *மித்திரன் வாரமலர்* நடுப்பக்க சினிமா மற்றும் கிசுகிசுக்கள், துப்பறியும் தொடர்கதைகள், மூன்றாந்தரப் பாலியல் தகவல்கள், சமையல் குறிப்புகள், அழகுக் குறிப்புகள் எனப் 'பல்சுவை' அம்சங்களுடன் தென்னிந் தியச் சினிமா நட்சத்திரங்களின் 'திருவுரு' வங்களை முகப்பில் தாங்கி கடந்த 50 ஆண்டுளுக்கு மேலாக வெளிவரும் மூன்றாந் தரப் பத்திரிகையாக இருப்பினும் கடந்த சில வாரங்களாக 'உறவைத் தேடி' எனும் பகுதி மூலமாக இலங்கையிலிருந்து வெளியாகும் எந்தவொரு தமிழ்ப் பத்திரிகையும் செய்யத் தயங்கும் ஒரு மனிதாபிமானச் செயல்பாட்டை முன்னெடுத் துள்ளது. வன்னிப் பெருநிலப் பரப்பிலிருந்து இடம்பெயர்ந்து

புனர்வாழ்வு முகாம்களில் தங்கியுள்ள மக்களின் உணர்வுகளைப் பிரதிபலிக்குமோர் ஆவணப் பதிவாக அம்மக்களால் எழுதப் படும் கடிதங்களை 'உறவைத் தேடி' எனும் பகுதி மூலம் தொடர்ந்து பிரசுரித்துவருகின்றது. உண்மையில் இச்செயல்பாடு பாராட்டுக்குரியதாகும். அப்பகுதியில் இடம்பெற்ற சில கடிதங் களை இங்கே தந்துள்ளேன்.

♦ ♦ ♦

உறவைத் தேடி

உற்றார், உறவினர், நண்பர்கள் என உறவுகளைப் பிரிந் திருக்கும் உறவுகளின் உணர்வுகளை வெளிப்படுத்தும் களம் இது! உங்கள் மனக் கொந்தளிப்பின் வடிகாலாகவும் உறவுகள் ஒன்றுசேரக் கைகொடுக்கும் களமாகவும் "உறவைத் தேடி" அமையும்.

'உறவைத் தேடி' ***மித்திரன் வாரமலர்,***
தபால் பெட்டி இல: 160, கொழும்பு,

ஜூன் 28, 2009 அன்று வெளியிடப்பட்ட கடிதம்

என் உயிர் எங்கே? அவள் வேண்டும்!

சின்ன வயதிலிருந்த தெரியும் என் ம. ரயிதாவை அவளைக் காணாது மனம் துடிக்கின்றது. எப்போது அவளைக் காண்பே னென்று பதைபதைக்கிறேன். அவள் அம்மாவும் தம்பியும் காயப்பட்டுக் கப்பலில் வந்து முகாமில் இருக்கின்றார்கள். ஆனால் அவளையும் அப்பாவையும் அவரின் அம்மா தேடு கிறார்கள். அவளை என் விழிகள் ஒவ்வொரு முகமாய்த் தேடு கிறது. அவள் இன்னும் என் கண்ணில் படவில்லை. மகேஸ்வரன், ரயிதாவைக் கண்டவர்கள் அறியத்தரவும். மித்திரனைப் பார்ப் பவர்கள் அவளைத் தெரிந்தால் சொல்லவும், கடிதம் போடவும். என் ரயிதாவிடம் பேசணும்போல இருக்கு! கடைசியாக அவளைச் சுகத்திரபுரத்தில் கண்டேன். இந்த இடப் பெயர்வு காரணமாக என் அன்பு தேவதையைக் காண முடியவில்லை. என் உயிருக்கு என்ன நடந்தது என்று ஒன்றும் புரியவில்லை. எப்படியெப்படி எல்லாமோ கனவுகண்டுகொண்டு இருந்தோம். இப்படி ஆகிவிட்டது. அவளை என் மனம் தேடுகின்றது. பள்ளி வாழ்க்கையை மறக்க முடியுமா? நானும் அவளும் பழகிய நாட்களை வார்த்தைகளால் சொல்ல முடியாது. அவளின் பேச்சைக் கேட்கணும் போல இருக்கு. அவள் எங்கு இருந்தாலும் மித்திரன் வாரமலருக்குக் கடிதம் போடவும். என் நண்பியை மறக்க முடியவில்லை. நான் நலம் நீ நலமா? வரவை எதிர்

பார்த்துக் காத்து இருக்கின்றேன். என் உயிரே அவளின் தொடர்புக்காகக் காத்திருக்கிறது.

எனது பிரண்ட் ஆருந்திரனையும் என் விழி தேடுகின்றது.

டா. அஜந்தன்
அருணாச்சலம் 111 முகாம்
மெனிக் முகாம், வவுனியா.

ஜூலை 26, 2009 அன்று வெளியிடப்பட்ட கடிதங்கள்

மெல்லிய உடல், பிட்டி நெற்றி, ஒற்றைச் சுழி கொண்ட ஒன்றரை வயது மகனைக் கண்டீர்களா?

20.04.2009 அன்று புதுமாத்தளன் வைத்திய சாலையின் அருகில் செல்லில் படுகாயம் அடைந்த ஞா. செல்வமணி ஆகிய நான், படுகாயத்தின் வேதனையில் இருந்த வேளை, வீதியால் வந்துகொண்டிருந்த பொதுமக்கள் என்னையும் எனது ஒன்றரை வயது மகன் ஞா. தஜீவனையும் காப்பாற்றி, காயத்திற்குத் துணியினால் கட்டுப்போட்டு, வீல்செயாரில் ஏற்றிக் கொண்டுபோய், புதுமாத்தளன் கடற்பரப்பில் விட்டுவிட்டு, துவாயினால் சுற்றிவைத்திருந்த மகன் ஞா. தஜீவனைக் காப்பாற்றும் நோக்கத்துடன் கொண்டு சென்று விட்டனர்.

என் பிள்ளையைக் காப்பாற்றியவர் பெயர், விவரம் எனக்குத் தெரியாது. நான் மரணத்தின் வாசலில் இருந்தமையால் என் பிள்ளையைக் கொண்டு சென்றிருந்தனர். என்னால் என் பிள்ளையைப் பிரிந்து வாழ முடியவில்லை. எழுந்து நடக்க முடியாத நிலையிலும் என் பிள்ளை எங்கேயாவது கண்ணுக்கு எத்துப்படுகிறானா என எதிர்பார்த்து, ஏலாக்காலுடன் நடந்து அலைகிறேன். என் ஒன்றரை வயது மகன் ஞா. தஜீவனைக் காப்பாற்றி, பராமரிப்பவர்கள் தாயாரிடம் ஒப்படைக்குமாறு மனவேதனைமேல் வேதனையாகக் கேட்கிறேன்.

கை மாறிய என் பிள்ளையின் விபரம்:

மெல்லிய உடல், சிறியவாய், சிறிய கண், காது, மூக்கு, சிறுமுகம்; பிட்டி நெற்றி, ஒற்றைச் சுழி; இவரது வலது அல்லது இடது முழங்காலின் கீழ்ப் பழைய சிறுகாய அடையாளம் சாதுவாக உள்ளது.

எனது பிள்ளை கடைசியாக என்னிடம் இருந்து, துவாயினால் சுற்றியபடி கை மாறியது. எனக்கு, என் அருமை மைந்தனை நினைத்து இரவு, பகல், நித்திரை, சாப்பாடு இன்றி,

நிம்மதி இல்லாத வாழ்வு தனிமையில் வாழ்கிறேன். என் பிள்ளையைப் பெற்று தராவிட்டால், நான் தனியாக வாழ்ந்து என்ன பயன்? எனக்கு ஒரு மூலையில் அடித்து, தற்கொலை செய்யத் தோன்றும்.

நான் ஐந்து பேருடன் இருந்து, தற்போது நாட்டின் தனி மரம்போல் ஆகிவிட்டேன். என் பிள்ளையைப் பராமரிக்கும் அந்தப் பொதுசனத்தின் உதவியால் என் பிள்ளையைப் படைத்த வன்தான் மீண்டும் தாய், பிள்ளையுடன் சேர்த்துவைக்க வேண்டும் எனப் பிரார்த்தனை செய்கிறேன். என் பிள்ளையை எங்கேயாவது கண்டுபிடித்துத் தருமாறு கேட்டுக்கொள்கிறேன்.

ஞா. செல்வமணி ஆகிய என்னுடைய தாயார் நா. சிவக் கொழுந்து செல் விழுந்து காயம் இல்லை; ஆனால் மயக்கத் தில் இருந்து வைத்தியசாலை கொண்டுவந்ததாக அறிந்தேன். எந்த வைத்தியசாலையில் என்றும் தெரியாது. விபரம் தெரிந்த வர்கள் தயவுசெய்து அறியத் தரவும்.

ஞா. செல்வமணி
எஸ். 3/10 நலன்புரி நிலையம்
ஆனந்த குமாரசாமி முகாம், வவுனியா

தங்கையைத் தேடி . . .

எனது சொந்த இடம் இத்தாவில், பளை. தற்காலிக இடம் புளியம் பொக்கணை சந்தி, பெரியகுளம். எனது தங்கை இராஜன் புவனேஸ்வரி. இவர்16.05.2009 அன்று முள்ளிவாய்க் கால் பகுதியில் காயப்பட்டு, வட்டுவாகல் பகுதியில் வைத்து இராணுவத்தால் வைத்தியசாலைக்கு ஏற்றிச் செல்லப்பட்டார். பின்பு எங்கு நிற்கின்றார் என எதுவும் தெரியவில்லை. இவரைக் கண்டவர்கள் அல்லது எங்களைத் தெரிந்தவர்கள் இந்த விலாசம் ஊடாகத் தொடர்புகொள்ளவும்.

இராஜன் ராஜ்குமார்
ஆனந்த குமாரசாமி முகாம்
வீட்டிலக்கம் 77/5, வலயம்09, செட்டிகுளம்.

மகன் சாரங்கன் இறந்தது கணவனுக்குத் தெரியாது

என் கணவரின் பெயர் சிவன் விமலரூபன். வயது 24, சொந்த முகவரி மாமூலை, முள்ளியவளை. இவரை முள்ளி வாய்க்காலில் தவறவிட்டுவிட்டோம். இன்று வரைக்கும் ஒரு தகவலும் அறியவில்லை. சிலர் இவரைக் காயமடைந்த நிலையில் கண்டதாகவும் சொன்னார்கள். நான் எல்லா இடங்களிலும்

விசாரித்தும் அறிவித்தும் ஒரு தகவலும் கிடைக்கவில்லை. அத்தோடு எங்களது ஒன்றரை வயதுக் குழந்தை வி. சாரங்கனும் மாத்தளன் வைத்தியசாலையில் நோய் காரணமாக இறந்து விட்டார். பிள்ளை இறந்ததுகூட என் கணவருக்குத் தெரியாது. இதனால் நான் மிகவும் துன்பப்படுகிறேன். எனது நிலையை உணர்ந்து, என் கணவரின் தகவல் தெரிந்தவர்கள் எனது விலாசத்திற்கு அறியத் தருவார்களென நம்புகிறேன்.

விமலரூபன் யூக்கிருஷா

வீட்டு இலக்கம். 936

வலயம் 11, இராமநாதன் நலன்புரி நிலையம்

செட்டிகுளம்.

மகள் தர்சினி முகாமிலா? வைத்தியசாலையிலா?

கிளிநொச்சி அம்பாள்குளத்தில் வசித்துவந்தோம். போர் அனர்த்தம் காரணமாக இடம்பெயர்ந்து, கடைசியாக முள்ளிவாய்க்கால் எனும் இடத்தில் இருந்தோம். பின்னர் அங்கு இருக்க முடியாத அளவிற்குக் குண்டுகளும் ரவைகளும் அகோரமாக வந்தமையால் 17.05.2009 அன்று அனைவரும் வவுனியாவுக்கு செல்வதற்காக வட்டுவாகலூடாக, இராணு வத்தின் கட்டுப்பாட்டிற்குள் வரும்போது, எனது மூத்த மகளான திருமதி சிவதர்சினி பரமேஸ்வரனும் அவளுடைய ஒன்றரை வயதுப் பெண் குழந்தையான பரமேஸ்வரன் நிசாந்தி ஆகிய இருவரையும் 17.05.2009 அன்றே பி.ப 2 மணியளவில் சனநெரிசல் காரணமாக மாறவிட்டு விட்டோம்.

அவ்விடத்தில் தேடிப் பார்த்தோம்; காணவில்லை. எப்படி யும் வவுனியாவுக்குத்தானே வருவாள் என்ற எண்ணத்தில், நாங்களும் வவுனியாவுக்கு வந்து சேர்ந்தோம். எனது மகளும் பேத்தியும் எந்த முகாமில் உள்ளார்களென்று தெரியாமல் தேடிக்கொண்டிருந்தோம். தற்சமயம் பேத்தி மட்டும் எமக் கருகில் உள்ள முகாமில் யாரோ ஒரு குடும்பத்தோடு இருப்ப தாகத் தகவல் கிடைத்துள்ளது. குழந்தையை எங்களுடையதுதான் என்று உறுதிப்படுத்துவதற்காக நேரில் சென்று பார்த்தோம். அது எங்ளுடைய குழந்தைதான். அக்குடும்பம் வட்டுவாகலூடாக வரும்போது குழந்தை மட்டும் அழுதுகொண்டிருந்ததாகவும் தாங்கள் தூக்கிகொண்டு வந்ததாகவும் அவர்கள் தெரிவித் தார்கள். குழந்தை தற்போது எங்களுடன் இருக்கின்றது. எனது பேத்தி தாயிடம் இருந்து எப்படி பிரிந்தது என்று தெரியாம லுள்ளது. எனது மகளுக்கு என்ன நடந்தது? அல்லது வரும்போது ஏதாவது வருத்தம் காரணமாக எங்கேயனும் வைத்தியசாலை

யில் இருக்கின்றாளோ? இன்னமும் தேடிக்கொண்டுதான் இருக்கின்றோம்.

எனது மகளுடைய கணவன் இங்கில்லை. அவர் இந்தியா வில்தான் இருக்கிறார். எனது மகளும் இந்தியாவில்தான் வசித்து வந்தாள். நாங்கள் கிளிநொச்சியில் இருக்கும்போது எங்களை பார்ப்பதற்காக 02.01.2008ஆம் ஆண்டு கிளிநொச்சிக்கு வந்தாள். போர்ச் சூழல் காரணமாக இவளால் இந்தியாவிற்கு மீண்டும் திரும்பிச் செல்ல முடியாமல் எங்களுடனேயே இருந்து போரினால் சொல்ல முடியாத துயரங்களையெல்லாம் அனு பவித்து வந்தாள்.

இப்பவும் எங்களையும் குழந்தையையும் பிரிந்து எங்கிருந்து தவித்துக்கொண்டிருக்கிறாளோ தெரியவில்லை. அவள் எங்கிருந் தாலும் எங்களுடன் வந்து சேர்வாள் என்ற நம்பிக்கையில் எதிர்பார்த்துக்கொண்டிருக்கிறோம். எனது மகள் பற்றிய தகவல் தெரிந்தவர்கள் அல்லது கண்டவர்கள் எமக்குத் தெரியப்படுத் துமாறு கேட்டுக்கொள்கிறோம்.

சிவபாதம் பார்வதி
இல.எஸ். 4/21
ஆனந்த குமாரசுவாமி நலன்புரி நிலையம்
செட்டிகுளம்

♦ ♦ ♦

சுதந்திர இலங்கையும் ஊடகத் தணிக்கையும்

முன்னொருபோதுமில்லாத வகையில் இப்போது 'சுதந்திர இலங்கை'யில் வன்மையான ஊடகத் தணிக்கை நடைமுறைப் படுத்தப்பட்டு வருகிறது. பூபாலசிங்கம் புத்தகசாலை உரிமை யாளர் பூ. ஸ்ரீதரசிங், புலிகளின் தலைவர் வே. பிராபகரனின் படத்தை முகப்பில் தாங்கி வெளிவந்த *ஆனந்தவிகடன்* இதழை விமானமூலமாக யாழ்ப்பாணத்திற்கு அனுப்பிவைக்க ஏற்பாடு செய்தபோது, அரசப் புலனாய்வுப் பிரிவினரால் கைதுசெய்யப் பட்டு சில நாள்களில் விடுவிக்கப் பட்டார். இச்சம்பவத்தின் பின் தமிழகத்திலிருந்து 'சுதந்திர இலங்கை'க்கு அனுப்பப்படும் எல்லா இதழ்களிலுமே மோசமான தணிக்கை மேற்கொள்ளப்படு கிறது. இதிலும் 'காலச்சுவடு' இதழ் ஏப்ரல் மாதத்தின் பின்னர் கொழும்பிற்கு வரவேயில்லை. இப்போது யாழ்ப்பாணத்திற்கு விற்பனைக்காக வந்திருக்கும் சில சிற்றிதழ்களில் அநேகமான பக்கங்கள் கிழிக்கப்பட்டுள்ளன. இதுபற்றி விற்பனை முகவர் களிடம் கேட்டபோது, கொழும்பு சுங்கப் பகுதியில் வைத்தே இப்பக்கங்கள் கிழிக்கப்படுவதாகக் கூறுகின்றனர். கிழிக்கப் பட்ட பக்கங்களின் விபரம் கீழ்வருமாறு:

உயிர்மை ஜூலை 2009 63–64

உயிர்எழுத்து ஜூலை 2009 21–22

அம்ருதா ஜூலை 2009 01–04

யுகமாயினி ஜூலை 2009 95–104

பிரபாகரனின் சடலத்தை முகப்பில் தாங்கி வெளி வந்த ஜூன் மாத 'சுகன்' இதழும் கொழும்பிற்கு வரவில்லை.

இதழ் 118, அக்டோபர் 2009

“தமிழருக்கு எதை, எப்போது கொடுக்க வேண்டுமென்பது எனக்குத் தெரியும்”

அநாமதேயன் குறிப்புகள்

குறிப்பு(1)

வன்னியில் இறுதிக்கட்டப் போர் நடந்துகொண்டிருந்தபோது விடுதலைப்புலிகளிடமிருந்து தப்பித்து அரச கட்டுப்பாட்டுப் பகுதிக்கு வந்து சேர்ந்த சுமார் மூன்று இலட்சம் மக்கள் அரசினாலமைக்கப்பட்ட 33 நலன்புரிமுகாம்களில் தங்கவைக்கப்பட்டுள்ள நிலையில் அண்மையில் பெய்து ஓய்ந்த மழை அவர்களின் வாழ்க்கை நிலையை மேலும் மோசமாக்கியுள்ளது. வடகீழ்ப்பருவப் பெயர்ச்சி மழை பொழியத் தொடங்கினால் வெள்ளம் தேங்கி நிற்கக்கூடிய தாழ் நிலப் பகுதியிலேயே இத்தகைய நலன் புரிமுகாம்கள் அமைக்கப்பட்டுள்ளன. ஏற்கனவே பருவமழை ஆரம்பித்ததால் இம்முகாம்களில் மக்கள் தங்கியிருக்கவியலாதென்றும் சுகாதாரம் மோசமாகவுள்ள இச்சூழல் மழைக்காலத்தில் தொற்று நோய் பரவும் அபாயத்தைத் தோற்றுவிக்குமென்றும் சில அரச சார்பற்ற அமைப்புகள் எச்சரிக்கை விடுத்திருந்தன. வழமை போல் மஹிந்த அரசு இதையும் பொருட்படுத்தவில்லை. இப்போது இந்நலன் புரிமுகாம்கள் தண்ணீரில் மிதக்கின்றன. அநேகமான பகுதிகளில் இடுப்பளவிற்கு நீர்மட்டமுயர்ந்துள்ளது. இந்நிலையில் ஆழங்குறைந்தவகையில் தோண்டப்பட்டுத் தற்காலிகமாக அமைக்கப்பட்ட மலக் குழிகள் சிதைந்து கழிவுகள் மேலோங்கி மிதக்கின்றன. இதனால் நலன்புரி முகாமில் வசிக்கும் மக்கள் சுகாதாரச் சீர்கேட்டிற்கும் தொற்றுநோய் அபாயத்திற்கும் முகங்

கொடுக்க வேண்டியுள்ளது. வெள்ளம் வடியும்வரையாவது இப்பகுதிகளை விட்டு வெளியேறி உயரமான பகுதிகளில் தங்கியிருக்கவும் முகாம்களைச் சுற்றிக் கடமையிலீடுபட்டிருக் கும் படையினர் அனுமதி வழங்காத நிலையில் இரவில் உறங்குவதுகூடச் சாத்தியமின்றிப் போயுள்ளது. மேலும் சமை யலுக்கு வழங்கப்பட்டிருந்த விறகும் மழையில் நனைந்திருப்ப தால் சமைத்து உண்பதற்கும் வழியில்லை. இதுதவிர நலன்புரி முகாம்களுக்கான போக்குவரத்துப்பாதையும் சேறாகியிருப்பதால் வாகனங்கள் இப்பாதை வழியே செல்லமுடியாத நிலையில் வாகன மூலமாக நலன்புரிமுகாம்களுக்கு விநியோகிக்கப்பட்டு வந்த தூயகுடிநீர் கிடைக்கும் சாத்தியமுமின்றி மக்கள் பெரும வதிக்குள்ளாகியுள்ளனர்.

விடுதலைப்புலிகளை முற்றாக அழித்துப் பயங்கரவாதத்திற் கெதிரான போரை முடிவுக்குக் கொண்டு வந்துவிட்டோம் எனத் தொடர்ந்து வீரமுழக்கமிட்டுவரும் பேரினவாத அரசானது, நலன்புரிமுகாம்களில் அடைத்துவைத்திருக்கும் அப்பாவித் தமிழ் மக்களுக்கான எந்தவொரு அடிப்படை வசதியையும் ஏற்படுத்திக் கொடுத்திருக்கவில்லை. இது பற்றிய தீவிர அக்கறை மஹிந்த அரசிடமில்லையென்பது மட்டுமல்ல அதற்கான நிதிப்பலமும் இல்லையென்றுதான் சொல்ல வேண்டும்.

இந்நலன்புரிமுகாம்களிலுள்ள மக்களை மீளக்குடியமர்த்து வதற்கான எந்தவொரு நடவடிக்கையையும் மஹிந்த அரசு முன்னெடுத்திராத நிலையில் மக்களுக்குத் தேவையான கூடாரங் கள், சமையல் பாத்திரங்கள் போன்றவற்றை ஐக்கிய நாடுகள் சபையின் அகதிகளுக்கான அமைப்பே விநியோகித்து வருகிறது.

இம்மக்களுக்கான உணவுப் பொருட்கள் உலக உணவுத் திட்டத்தின் கீழ் விநியோகிக்கப்படுகிறது. எனினும் இவ்விநி யோகம் நேரடியாக இடம்பெறுவதில்லை. இராணுவத்தின் மூலமாகவே விநியோகிக்கப்பட்டு வருகிறது. அதாவது நேரடி விநியோகத்திற்கு இராணுவம் அனுமதிப்பதில்லை. இவ்வாறான உணவு விநியோகத் திட்டத்திற்கும் சர்வதேசமட்டத்திலிருந்து போதுமான நிதி கிடைக்காத நிலையில் விநியோகிக்கப்பட்டு வரும் உணவுப் பொருட்களின் அளவை ஐம்பது சதவிகிதம் குறைத்துள்ளதாக உலக உணவுத்திட்ட அமைப்பானது தெரிவித் துள்ளமை குறிப்பிடத்தக்கது. இந்நிலையில் மஹிந்த அரசானது ‘புனர்வாழ்வு முகாம்களிலுள்ள மக்களின் அவலநிலைக்கு ஐக்கிய நாடுகள் சபைதான் காரணம்’ எனக் குற்றம் சாட்டி யுள்ளமை நகைப்புக்குரியது. அதேநேரம் கோத்தபாய ராஜபக்ஷ சொல்லியிருப்பதைக் கேளுங்கள். ‘தமிழர்கள் எங்களது மக்கள். அவர்களை எப்படிப் பாதுகாப்பதென எங்களுக்குத் தெரியும். அவர்கள் வாழ்ந்த இடங்களில் இப்போதே மீளக்குடியமர்த்த

முற்பட்டால் அங்கே புதைத்துவைக்கப் பட்டிருக்கும் கண்ணி வெடிகளில் சிக்கி அவர்கள் உயிரிழக்க நேர்ந்தால் யார் பதில் கூறுவது? நாங்கள்தானே? தவிரவும் அவர்களிடையே தந்திர மாகப் பதுங்கியுள்ள புலிப்பயங்கரவாதிகளைத் தேடிக் கண்டு பிடித்துக் கைதுசெய்யும்வரை மீளக்குடியமர்த்துவது பற்றிச் சிந்திக்க முடியாது. அவர்களை இப்போதே வெளியில் விட்டால் வன்னிக்காடுகளுக்குள் புதைத்துவைத்திருக்கும் ஆயுதங்களைத் தோண்டி எடுத்து மீண்டும் போரைத் தொடக்கிவிடுவார்கள்.' தமிழர்கள்பால் கோத்தபாய போன்றோர் எந்தளவுக்குக் கருணை யும் இரக்கமும் கொண்டுள்ளார்கள் என்பதற்கு இதுவே தக்க சான்றல்லவா? அன்பிற்குமுண்டோ அடைக்கும் தாழ்?

'விடுதலைப்புலிகளை முற்றாக ஒழித்துவிட்டோம். புலிகளின் பிடியிலிருந்து தமிழ் மக்களை மீட்டுவிட்டோம்' என அரசின் படைத்துறைத் தளபதி சரத்பொன்சேகா வீரமுழக்கமிட்டார். ஆனால் திரும்பவும் அரசாங்கம் புலிகளைத் தேடிக்கொண்டிருக் கிறது. இங்கே இன்னொரு முக்கியமான பதிவை மேற்கொள்ள வேண்டும். முகாம்களில் அடைத்து வைக்கப்பட்டிருந்த மக்களில் 24,000 பேர் வரையான இளம் வயதினரைத் தனித்தொகுதி யாகப் பிரித்து, புலிகள் இயக்கத்தைச் சேர்ந்தோர் என முத்திரை யிட்டுச் சித்திரவதைக்குட்படுத்தி வருவதாகவும் அப்பகுதிக்கு வெளியார் எவரும் நுழைய முடியாதபடி பலத்த பாதுகாப்பு ஏற்படுத்தப்பட்டுள்ளதாகவும் தெரியவந்துள்ளது. இதைத் தவிர மேலும் 3,000 அளவிலான பெண்கள் அவர்களது குடும்பத் திலிருந்து பிரித்துத் தனியாக அழைத்துச் செல்லப்பட்டுள்ளன ரென்றும் அவர்களுக்கு நேர்ந்த தென்னவென்பதை இதுவரை அறிய முடியவில்லையென்றும் அங்கிருந்து கிடைக்கும் தகவல்கள் தெரிவிக்கின்றன. அண்மையில் இந்நலன்புரி முகாம்களிலிருந்து 50,000 பேர்வரை காணாமல் போயிருப்பதாகத் தகவல்கள் கசியத் தொடங்கியிருக்கும் நிலையில் அரசாங்கமானது ஆரம்பக் கணக்கெடுப்பில் தவறுகள் நேர்ந்திருக்கலாமென்றும் காணாமல் போனவர்கள் பற்றிய தகவல் பொய்யானது என்றும் அப்படிக் காணாமல் போயிருந்தால் சம்பந்தப்பட்ட தரப்பினர் தப்பித்துச் சென்றிருக்கக் கூடுமென்றும் அறிக்கையொன்றை வெளி யிட்டுள்ளது. மேலும் புலிகளுடன் நேரடித் தொடர்புடையோர் படையினருக்குப் பெருந்தொகைப் பணம் கொடுத்து முகாம் களிலிருந்து வெளியேறி அரச பாதுகாப்புடன் கொழும்பிற்குச் செல்வதாகவும் கூறப்படுகிறது. அண்மையில் பிரபாகரனுக்கு வைத்தியம்செய்த ஆண் தாதியொருவர் இவ்வாறு வெளியேறிச் சென்று கொழும்பில் கைதானதும் குறிப்பிடத்தக்கது.

போர் முடிவுக்கு வந்துவிட்டதெனக் கூறப்படும் நிலையில் அப்பகுதிகளுக்கு எந்தவொரு ஊடக அமைப்பையும் அரசாங்க

மானது சென்றுவர அனுமதிக்கவில்லையென்பதை அம்னெஸ்டி மட்டுந்தான் கண்டனம் செய்துள்ளது. சர்வதேச அமைப்புகள் இது போன்ற மஹிந்த அரசின் நியாயமற்ற நடவடிக்கை களுக்கான தமது கண்டனத்தைத் தெரிவிக்கத் தவறி மௌனம் சாதித்து வருகின்றன. இந்நலன்புரிமுகாம்கள் தொடர்பான விவகாரத்திலும் இந்த மௌனம் தொடர்ந்தால் அங்கே தங்க வைக்கப்பட்டுள்ள மக்கள் சுகாதாரச் சீர்கேடுகளின் விளைவாகத் தொற்றுநோய்த் தாக்கத்திற்குள்ளாகிச் செத்துமடிவதைத் தவிர்க்க முடியாது போய்விடும்.

குறிப்பு (2)

கடந்த ஓகஸ்ற் மாதம் எட்டாந் திகதி நடந்து முடிந்த யாழ் மாநகர சபை, வவுனியா நகர சபைகளுக்கான தேர்தல் முடிவுகள் தமிழ் மக்களினது நிலைப்பாட்டையும் எதிர்பார்ப்பை யும் மிகத் தெளிவாகக் காட்டுவதோடு மஹிந்த அரசை அதிர்ச்சிக் குள்ளாக்கியிருப்பதையும் அறிய முடிகின்றது. எதிர்பார்க்கப்பட்ட முடிவுகளுக்கு மாறாக இத்தேர்தல் முடிவுகள் அமைந்திருப்ப தோடு அற்பசொற்ப சலுகைகளுக்கோ அன்றி. அச்சுறுத்தல் களுக்கோ பணிந்துவிடமாட்டோம் என்பதைத் தொடர்பு பட்ட கட்சியினருக்குத் தமிழ் மக்கள் உணர்த்தியுள்ளனர்.

யாழ் மாநகர சபைத் தேர்தலில் ஆளும் கட்சியான ஐக்கிய மக்கள் சுதந்திரக் கூட்டமைப்பின் சார்பில் வெற்றிலைச் சின்னத்தில் களமிறங்கிய ஈபிடிபி கட்சியின் செயலாளரும் அமைச்சருமான டக்ளஸ் தேவானந்தா இத்தேர்தல் முடிவுகள் குறித்துக் கருத்து வெளியிட்டபோது, 'யாழ் மாநகர சபைத் தேர்தலில் தோல்வியையும் வவுனியா நகர சபைத் தேர்தலில் படுதோல்வியையும் சந்தித்துள்ளோம்' எனப் பகிரங்கமாகக் கூறியுள்ளார். யாழ் மாநகர சபைத் தேர்தலில் டக்ளஸ் தேவானந் தாவின் கட்சியைச் சேர்ந்த ஒன்பது உறுப்பினர்கள் தெரிவு செய்யப்பட்டிருந்தபோதிலும் இத்தேர்தலில் அவரது கட்சி யிலிருந்து 20 உறுப்பினர்கள் போட்டியிட்டனர். 17 ஆசனங் களைக் கைப்பற்றலாமென டக்ளஸ் கனவு கண்டிருந்தார். வவுனியா நகரசபைத் தேர்தலைப் பொறுத்தவரை ஜனநாயக மக்கள் விடுதலை முன்னணி (புளொட்)யின் தலைவர் தர்ம லிங்கம் சித்தார்த்தன் – இவர் டி. சிவராம் (தராக்கி) என்ற அரசியலாய்வாளரின் கொலைச் சம்பவத்துடன் நேரடித் தொடர் புள்ளவரெனச் சந்தேகிக்கப்பட்டு வருபவர் – கருத்துத் தெரி விக்கும்போது, 'இதுவரை எம்வசமிருந்த வவுனியா நகரசபை யைத் தமிழ்த் தேசியக் கூட்டமைப்புக் கைப்பற்றியுள்ளது. புலிகள்மீது அனுதாபங் கொண்டிருப்போர் புலிச்சார்புக் கட்சியான தமிழ்த் தேசியக் கூட்டமைப்பிற்கு வாக்களித்து

வெற்றிபெறச் செய்துள்ளனர்' என அங்கலாய்த்துள்ளார். தவிரவும் 'வவுனியா நகரசபைத் தேர்தலில் எமது கட்சியே வெற்றியீட்டுமென எதிர்பார்த்திருந்தோம். எனினும் வாக்குப் பதிவு நடைபெற்ற தினத்தன்று பிற்பகல் ஒருமணிக்குப் பின்னர் இடம்பெற்ற சம்பவங்கள் எமது வெற்றிக்குப் பாதகமாக அமைந்து விட்டிருந்தன. அதாவது எங்களுக்கான வாக்குவங்கிகள் உள்ள இடங்களில் ஆளுங்கட்சியுடன் இணைந்து போட்டியிடுகின்ற தமிழ்க் கட்சிகள் காவல் துறையினருடன் வந்து மக்களை மிரட்டி வாக்களிக்காமல் செய்துவிட்டார்கள். இதனால் எங்களுக் கான *1,000* வாக்குகளை இழந்துவிட்டோம். எனவேதான் தமிழ்த் தேசியக் கூட்டமைப்பிடம் *143* வாக்குகளால் தோற்றோம். இல்லாவிடின் ஆறு ஆசனங்களைப் பெற்று வவுனியா நகரசபை யைக் கைப்பற்றியிருப்போம்?, எனவும் சித்தார்த்தன் அறிக்கை விடுத்துள்ளார். இத்தருணத்தில்,

'வவுனியாவில் புளொட் இயக்கம் ஆயுதக் குழுவாகச் செயற்பட்டுவருவதனால் அங்கே சுதந்திரமான தேர்தலை நடத்தும் சாத்தியமில்லை. மக்கள் வாய்திறக்க முடியாத நிலை மையே அங்கே காணப்படுகிறது. இதையும் மீறி மக்கள் வாய் திறந்தால் எத்திசையிலிருந்து துப்பாக்கிக் குண்டு வருமோ என்ற பீதியுடனேயே காணப்படுகின்றனர். இது குறித்து நாங்கள் காவல் துறையினரிடம் முறையிட்டபோதும் எந்தவொரு நடவடிக்கையும் எடுக்கப்படவில்லை' என ஐக்கிய தேசியக் கட்சி நாடாளுமன்ற உறுப்பினர் தயாசிறிஜயசேகர இத்தேர்தல் நடைபெறுவதற்கு இரு நாள்களுக்கு முன்னர் நாடாளுமன்றத் தில் இடம்பெற்ற அவசர காலச் சட்டத்தை மேலும் நீடிப் பதற்கான விவாதத்தில் தெரிவித்திருந்தமை குறிப்பிடத்தக்கது. தர்மலிங்கம் சித்தார்த்தன் சொல்வதைப்போல, மக்கள் மிரட்டப் பட்டிருந்தால் வவுனியாவில் அரச சார்புடைய தமிழ்க் கட்சி தான் நகரசபையைக் கைப்பற்றியிருக்க வேண்டும்? ஆனால் அரசுடன் எந்தவிதத்திலும் சார்பில்லாத தமிழ்த் தேசியக் கூட்டமைப்பு நகரசபையைக் கைப்பற்றியுள்ளது. தவிரவும் சித்தார்த்தன் சொல்வதை வைத்துப்பார்த்தால் அரச சார்புடைய தமிழ்க் கட்சிகள் காவல் துறையினருடன் சேர்ந்து புளொட் இயக்கத்திற்கு மக்களை வாக்களிக்கவிடாமல் தடுத்துத் தமிழ்த் தேசியக் கூட்டமைப்பிற்கு வாக்களிக்கச் செய்திருப்பதாகவும் கருதலாம். வவுனியா நகரத்தைத் தனது ஆதிக்கத்தில் வைத் திருக்கும் புளொட் அமைப்பிற்கே அரசாங்க சார்புக் கட்சிகளும் காவல் துறையும் சேர்ந்து நெருக்கடியையும் அச்சுறுத்தலையும் ஏற்படுத்தியிருப்பதாக சித்தார்த்தன் கூறுகிறார். அவ்வாறெனில் எந்தவொரு செல்வாக்கையோ ஆதிக்கத்தையோ கொண்டிராத தமிழ்த் தேசியக் கூட்டமைப்பு வவுனியாவில் தேர்தல் காலத்தில்

எந்தளவிற்கு அச்சுறுத்தல்கள், நெருக்கடிகளை எதிர்நோக்கி யிருக்குமென்பது உய்த்துணரப்பட வேண்டியதொன்று.

யாழ் மாநகர சபையைப் பொறுத்தவரையில் 1975 காலப் பகுதியில் ஸ்ரீலங்கா சுதந்திரக் கட்சியின் யாழ் மாவட்ட அமைப்பாளராகவும் அதன் மேயராகவுமிருந்த அல்பிரட் துரையப்பா 27.07.1975 அன்று சுட்டுக் கொல்லப்பட்ட பின்னர், 1998 காலப் பகுதியில் யாழ்ப்பாணம் இராணுவக் கட்டுப் பாட்டுக்குள் வந்தபின்னர் சரோஜினி யோகேஸ்வரன் யாழ் மாநகர சபை மேயராக நியமிக்கப்பட்டார் (தேர்தல் நடை பெறவில்லை). 1998 மே 17 அன்று சரோஜினி யோகேஸ்வரன் அவரது வீட்டில்வைத்து சங்கிலியன் படை என்ற அமைப்பால் சுட்டுக்கொல்லப்பட்ட பின்னர் பி. சிவபாலன் யாழ் மாநகர சபை மேயராக நியமிக்கப்பட்டார் (தேர்தல் நடைபெறவில்லை). 1998 செப்ரெம்பர் 11 அன்று யாழ் நகரசபை மண்டபத்தில் நடைபெற்ற குண்டுவெடிப்பில் கொல்லப்பட்டதையடுத்து என். ரவிராஜ் யாழ் மாநகர சபை மேயராக நியமிக்கப்பட்டார். பின்பு தமிழ்த் தேசியக் கூட்டமைப்பின் சார்பாகப் பொதுத் தேர்தலில் போட்டியிட்டு நாடாளுமன்ற உறுப்பினராகத் தெரிவானதையடுத்து யாழ் மாநகர சபை மேயராகச் செல்வன் கந்தையன் நியமிக்கப்பட்டார். அவர் பதவிவகித்த காலத்திலேயே யாழ் மாநகரசபை கலைக்கப்பட்டதுடன் விசேட ஆணை யாளருடைய அதிகாரத்தின் கீழ்க்கொண்டுவரப்பட்டது. இதன் பின்னர் 11 வருடங்கள் கழித்து கடந்த ஓகஸ்ற் மாதம் எட்டாந்திகதி யாழ் மாநகர சபைத் தேர்தல் நடைபெற்றுள்ளது. அதேநேரம் அல்பிரட் துரையப்பா சுட்டுக்கொல்லப்பட்டு 34 வருடங்களுக்குப் பின் இப்போதுதான் ஐக்கிய மக்கள் சுதந்திரக் கூட்டமைப்பு 13 ஆசனங்களைப் பெற்று யாழ் மாநகர சபையைக் கைப்பற்றியுள்ளது.

அண்மைக்காலங்களில் தனது மிக மோசமான மனித உரிமை மீறல் நடவடிக்கைகளால் சருவதேசரீதியாக வெறுப்பைச் சம்பாதித்திருக்கும் மஹிந்த அரசானது யாழ் மாநகர சபைத் தேர்தல் தொடர்பான பிரச்சார நடவடிக்கைகளின்போது வன்முறைகளைத் தவிர்த்து நிதானமாகச் செயற்பட்டது. சருவ தேசத்தினதும் யாழ்ப்பாணத் தமிழ் மக்களினதும் அபிமானத் தைப் பெற்றுக் கொள்ளும் நோக்கில் தந்திரோபாய நகர்வுகளில் கவனஞ்செலுத்தியது. இதன்விளைவாகத் தேர்தலுக்கான நாள் உத்தியோகபூர்வமாக அறிவிக்கப்பட்டதும் யாழ்ப்பாணம் எத்திசையிலிருக்கிறது என்பதை முன்பின் அறிந்திராத சிங்கள அமைச்சர்கள் யாழ்ப்பாணத்தை நோக்கிக் கூட்டங்கூட்டமாகப் படையெடுத்த அதிசயம் நிகழ்ந்தது. யாழ்ப்பாணத்தைச் சுவர்க்க பூமியாக்கப்போவதாக இவ்வமைச்சர்கள் தேர்தல் வாக்குறு

திகளை அள்ளிவீசினர். ஏ–9 நெடுஞ்சாலை போக்குவரத்துக் கெனத் திறக்கப்பட்டது. மீன்பிடிதொடர்பான தடைகள் நீக்கப்பட்டு ஆழ்கடலில் மீன்பிடிக்க அனுமதி வழங்கப்பட்டது. தென்னிலங்கையிலிருந்து யாழ்ப்பாணத்திற்குப் பொருட்கள் தாராளமாக எடுத்துவரப்பட்டன. ஊரடங்குச் சட்டம் இரவு வேளையில் *9:00* மணிக்கு அமல் செய்யப்பட்ட நிலைமாறி *11:00* மணிக்கு அமலுக்கு வருவதாக அறிவிக்கப்பட்டது. யாழ்ப்பாண மக்கள் ஆகக்குறைந்த விலையில் அத்தியாவசியப் பொருட்களைக் கொள்வனவு செய்ய வசதியாக கஸ்தூரியார் வீதியில் 'சதோச' எனும் அரச விற்பனை நிலையக் கிளை திறக்கப்பட்டது. வவுனியா நலன்புரிநிலையங்களில் தங்கியிருந்த யாழ்ப்பாணத்தைச் சேர்ந்த ஒரு தொகுதி மக்கள் அழைத்து வரப்பட்டுப் பிரதேசச் செயலகங்களின் மூலமாக உறவினர் களிடம் கையளிக்கப்பட்டார்கள். மேலும் தடுத்துவைக்கப் பட்டுள்ளவர்களை விடுவிக்கப்போவதாக அறிவித்து விண்ணப்பப் படிவங்கள் விநியோகிக்கப்பட்டன. யாழ்ப்பாணத் துக்கு வருகைதந்த அமைச்சர்களில் ஒருவரான மஹிதானந்த அழுத்கமகே யாழ்ப்பாணத்துப் பெண்ணையே திருமணம் செய்யப்போவதாக இன்ப அதிர்ச்சியளித்தார். அரச சார்பு ஊடகங்கள் யாழ்ப்பாணம் சுவர்க்க பூமியாக மாறிவருவதாக வும் அங்கே 'வடக்கின் வசந்தம்' ஆரம்பித்து விட்டதாகவும் இயல்புவாழ்க்கை திரும்பிவிட்டதாகவும் யாழ்ப்பாண மக்கள் மஹிந்தவைத் தெய்வமாகப் போற்றுவதாகவும் பிரச்சாரத்தை முழுமூச்சாகப் பரப்பிக்கொண்டிருந்தன. தென்னிந்திய மற்றும் சிங்கள நடிகைகளோடு வந்த இசைக்குழு துரையப்பா ஸ்ரேடியத் தில் குத்தாட்டம் போட்டது. வீதிகள் புனரமைக்கப்பட்டன. புதிய தொழில் நிறுவனங்கள் திறந்துவைக்கப்பட்டன. யாழ்ப் பாணத்துக்கு வருகைதந்த அமைச்சர்கள் மக்களோடு மக்களாகச் சங்கமமாயினர். நல்லூர் கந்தசுவாமி கோயில் வீதியெங்கும் அமைச்சர்கள் வலம்வந்தனர். இந் நடவடிக்கைகள் மூலமாக ஆளுந்தரப்பு யாழ்ப்பாண மக்களிடம் மாநகர சபைத் தேர்தல் வெற்றிக்காகக் கையேந்திநின்றது.

வழமையாக ஒவ்வொரு தேர்தலிலும் வீணைச் சின்னத்தில் போட்டியிட்டுவந்த டக்ளஸ் தேவானந்தாவின் *EPDP* கட்சியை மஹிந்த அரசானது இம்முறை வீணைச் சின்னத்தில் போட்டி யிடுவதற்குத் தடைவிதித்து தனது வெற்றிலை சின்னத்திலேயே போட்டியிட அனுமதித்தது. (டக்ளஸ் தேவானந்தா இதற்கு எவ்வித ஆட்சேபணையும் தெரிவிக்கவில்லை. இப்போதுள்ள நிலையில் மஹிந்த ராஜபக்ஷ என்ன செய்யச் சொன்னாலும் டக்ளஸ் தேவானந்தா மறுப்பேதும் சொல்லாமல் செய்யக் கூடிய நிலையிலேயே இருக்கிறார். புலிகள் இருந்தவரைக்கும் மஹிந்தவுக்குப் புலி எதிர்ப்பு அரசியலை முன்னெடுப்பதில்

டக்ளஸ் தேவானந்தா பிரதான பங்குவகித்தார். புலிகளை முழுமையாக அழித்துவிட்ட நிலையில் இனிப் புலி எதிர்ப்பு அரசியலை முன்னெடுக்க வேண்டியதில்லை. எனவே டக்ளஸ் தேவானந்தா மஹிந்தவுக்கு இப்போது முக்கியமானவரல்ல. இதை டக்ளஸ் நன்குணர்ந்துள்ளார். அண்மையில் 'ஈழ மக்கள் ஜனநாயகக் கட்சி' *(EPDP)* என்பதிலுள்ள 'ஈழ' என்னும் சொல்லை நீக்க வேண்டுமென ஜனாதிபதி கேட்டுக்கொண்ட தற்கு டக்ளஸ் சிரித்த முகத்துடன் சம்மதித்திருந்தார் என்பதும் குறிப்பிடத்தக்கது). அத்தோடு மஹிந்த ராஜபக்ஷ 'ஹிந்து'விற்கு அளித்திருந்த பேட்டியில், 'தமிழருக்கு எதை, எப்போது கொடுக்க வேண்டுமென்பது எனக்குத் தெரியும். தமிழ்த் தேசியக் கூட்ட மைப்பு எதிர்பார்ப்பதை நிறைவேற்றுவது முடியாத காரியம். அடுத்துவரும் பொதுத்தேர்தலின் பின்புதான் நான் அரசியல் தீர்வு குறித்துச் சிந்திப்பேன்' எனக் குறிப்பிட்டிருந்தார். இவ்வாறு அவர் வெளியிட்டிருந்த கருத்து வெளிப்பாட்டின் பிரதிபலிப்பு யாழ் மாநகர சபைத் தேர்தலின் வாக்களிப்பில் தெரிந்தது. யாழ் மாநகர சபை எல்லைக்குட்பட்ட பிரதேசத்தில் 1,00,417 வாக்காளர் இருந்தனர். இதனடிப்படையில் 23 ஆசனங்களுக்குப் போட்டியிடும் ஏனைய கட்சிகளான இலங்கைத் தமிழரசுக் கட்சி, சுயேட்சைக் குழு–1 தமிழர் விடுதலைக் கூட்டணி, ஐக்கிய தேசியக் கட்சி, சுயேட்சைக் குழு– 02 ஆகியவற்றைக் காட்டிலும் மஹிந்தவின் ஐக்கிய மக்கள் சுதந்திரக் கூட்டமைப் பானது ஆகக்கூடுதலான ஆசனங்களைக் (17) கைப்பற்றலாமென எதிர்பார்த்திருந்தது. ஆனால் 22,280 வாக்காளர் மட்டுமே வாக்களித்தனர். (மீதமான 78,137 வாக்காளரும் இத் தேர்தலைப் புறக்கணித்திருந்தனர் என்பதை இங்கே கவனத்திற்கொள்வது அவசியம்). இவர்களில் 10,602 வாக்காளரே மஹிந்தவின் வெற்றிலைச் சின்னத்திற்கு வாக்களித்திருந்ததுடன் 8,008 வாக்காளர் இலங்கைத் தமிழரசுக் கட்சிக்கு வாக்களித்திருந்த மையும் குறிப்பிடத்தக்கது. இதனால் மஹிந்தவின் கட்சி 13 ஆசனங்களை மட்டுமே கைப்பற்ற முடிந்தது. இலங்கைத் தமிழரசுக் கட்சி எட்டு ஆசனங்களைக் கைப்பற்றி மஹிந்தவைத் திகைப்பிலாழ்த்தியது. பதிவுசெய்யப்பட்ட வாக்காளரில் 18 சதவிகிதமானோரே வாக்களித்திருந்தனர் என்ற அடிப்படையில் இத்தேர்தலானது யாழ்ப்பாண மக்களால் முற்றிலும் நிராகரிக்கப் பட்ட தேர்தலாகவே கருதப்படுகிறது. அதாவது இத்தேர்தலில் யாழ்ப்பாண மக்கள் அக்கறைகொண்டிருக்க வில்லையென்பதும் அரசின்மீது நம்பிக்கையிழந்துவிட்டனரென்பதையும் இவ்வாக் களிப்பு சதவிகிதமானது தெளிவாக எடுத்துக்காட்டியுள்ளது. பிறிதொருநோக்கில் வன்னியில் நிகழ்ந்த மனிதப் பேரவலம், மூன்று இலட்சம் சகோதர உறவுகள் நலன்புரிநிலையங்களில் நாளாந்தம் எதிர்கொள்ளும் அவலம், யாழ்ப்பாணத்தில் நிகழ்ந்த

படுகொலைகள், ஆள்கடத்தல், கப்பம்கோருதல் போன்ற பல்வேறு நெருக்கடிகளுக்கும் நேரடியாகவும் மறைமுகமாகவும் பெரும் பங்கு வகித்த மஹிந்த அரசின் மீது தமது நியாயமான எதிர்ப்பை வெளிப்படுத்தும் ஓர் அரிய வாய்ப்பாகவே யாழ்ப்பாண மக்கள் இம்மாநகர சபைத் தேர்தலைப் பயன்படுத்திக்கொண்டனர் எனலாம். மேலோட்டமாகப் பார்த்தால் நிர்ணயிக்கப்பட்ட 23 ஆசனங்களில் மஹிந்தவின் கட்சி 13 ஆசனங்களைப் பெற்று இம்மாநகர சபைத் தேர்தலில் வெற்றி பெற்றுள்ளதாகத் தோன்றிய போதும் வாக்களிப்பு சதவிகிதம் மற்றும் தமிழரசுக் கட்சிக்குக் கிடைத்துள்ள வாக்குகள் என்பவற்றுடன் ஒப்பிடும்போது, மஹிந்த அரசு உண்மையில் இத்தேர்தலில் தோல்வியையே சந்தித்துள்ளது. இத்தேர்தல் முடிவு குறித்துக் கருத்து வெளியிட்ட ஆளுங்கட்சியின் அமைச்சர் டலஸ் அழகப்பெருமா, 'யாழ் மாநகர சபைத் தேர்தலில் டக்ளஸ் தேவானந்தாவை வீணைச் சின்னத்தில் போட்டியிட அனுமதித்திருந்தால் இன்னும் கூடுதலான ஆசனங்களைக் கைப்பற்றியிருக்கலாம்' எனக் குறிப்பிட்டது யாழ்ப்பாண மக்கள் மஹிந்த அரசை ஏற்றுக்கொள்ளவில்லையென்பதன் வெளிப்பாடாகவே கொள்ளப்பட வேண்டும்.

வவுனியா நகர சபைக்கான தேர்தல் 1994 காலப்பகுதியில் தான் இறுதியாக நடைபெற்றிருந்தது. இத்தேர்தலில் ஜனநாயக மக்கள் விடுதலை முன்னணி (PLOT) போட்டியிட்டு ஏழு ஆசனங்களைக் கைப்பற்றி வெற்றியீட்டியது. இதிலிருந்து அண்மைக் காலம்வரை வவுனியா நகரம் PLOT அமைப்பினரின் முழு ஆதிக்கத்திலிருந்து வந்துள்ளது. கடந்த ஓகஸ்ற் மாதம் எட்டாந்திகதி நடைபெற்று முடிந்த தேர்தலில் தமிழ்த் தேசியக் கூட்டமைப்பானது ஐந்து ஆசனங்களைக் கைப்பற்றி வெற்றியீட்டியுள்ளதுடன் PLOT அமைப்பு மூன்று ஆசனங்களைப் பெற்றுத் தோல்வியடைந்துள்ளதுடன் மஹிந்தவின் ஐக்கிய மக்கள் சுதந்திரக் கூட்டமைப்பு இரண்டு ஆசனங்களை மட்டும் கைப்பற்றியுள்ளது. யாழ் மாநகர சபைத் தேர்தலிலும் வவுனியா நகரசபைத் தேர்தலிலும் போட்டியிட்ட ரணிலின் ஐக்கிய தேசியக் கட்சி எந்தவொரு ஆசனத்தையும் கைப்பற்றாமல் மோசமான தோல்வியைச் சந்தித்துள்ளமையும் இங்கே குறிப்பிட வேண்டியதாகும். 24,626 வாக்காளர் பதிவு செய்யப் பட்டிருந்த வவுனியா நகரசபைத் தேர்தலில் 12,850 பேர் மட்டுமே வாக்களித்திருந்தனர். இதில் 4,279 வாக்குகளைத் தமிழ்த் தேசியக் கூட்டமைப்பும் 4,136 வாக்குகளை புளொட் அமைப்பும் 3,045 வாக்குகளை மஹிந்தவின் கட்சியும் பெற்றி ருந்தன. இங்கே முக்கியமாகக் குறிப்பிட வேண்டிய விடயம் மஹிந்தவின் கட்சியானது இத்தேர்தல்களில் வெற்றிபெறு வதற்காகப் பாரிய அளவில் பிரச்சாரங்களை முன்னெடுத்

திருந்தது. ஆனால் தமிழ்த் தேசியக் கூட்டமைப்பானது யாழ்ப் பாணத்திலோ வவுனியாவிலோ பிரச்சார நடவடிக்கைகளை மேற்கொள்வதற்குரிய சூழல் இருந்திருக்கவில்லை. பெரும் அச்சுறுத்தல்களுக்கு மத்தியிலேயே இக்கட்சியானது தேர்தல் பிரச்சார நட வடிக்கைகளை மேற்கொள்ள வேண்டியிருந்தது. எனினும் இத்தேர்தல் முடிவுகள் மூலமாக வடக்கில் இயல்பு நிலை திரும்பிவிட்டதென்றும் தமிழ் மக்கள் பயங்கரவாதத்தை முற்றாக ஒழித்துவிட்டதால் எமக்குப் பேராதரவு நல்கியுள்ளார் களென்றும் வெளியுலகிற்குக் காட்டமுயன்ற மஹிந்த அரசானது இவ்விருதேர்தல் முடிவுகளாலும் திகைப்படைந்துள்ளது. வவுனியாவைப் பொறுத்தவரையில் புனர்வாழ்வு முகாம்களில் அடைத்து வைக்கப்பட்டுள்ள மூன்று லட்சம் மக்கள் தொடர் பாக மஹிந்த அரசு மேற்கொண்டுவரும் நடவடிக்கைகளாலும் மனிதாபிமானமற்ற செயற்பாடுகளாலும் வெறுப்பும் விரக்தி யுமடைந்துள்ள மக்களின் உணர்வு வெளிப்பாடாகவே அவர்கள் தமிழ்த் தேசியக் கூட்டமைப்பிற்கு வாக்களித்து வெற்றிபெறச் செய்துள்ளதைக் கருத வேண்டும். முன்னைய காலங்களில் தமிழ்த் தேசியக் கூட்டமைப்பு தேர்தல்களில் வெற்றியீட்டிய போது புலிகளின் மோசடியால் ஏற்பட்ட வெற்றியெனக் கூறிவந்த அரசானது இப்போது புலிகளை முற்றாக ஒழித்து விட்ட நிலையில் இவ்வெற்றிக்கு எக்காரணமும் கூற முடியாது விழிபிதுங்கி நிற்கிறது.

குறிப்பு (3)

அண்மையில் மஹிந்த அரசை நெருக்கடிக்குள்ளாக்கும் விதத்தில் சனல்–4 எனும் பிரித்தானியத் தொலைக்காட்சியால் சர்ச்சைக்குரிய ஒளிநாடாவொன்று ஒளிபரப்பப்பட்டுள்ளது. அவ்வொளிநாடாவில் கண்களும் கைகளும் கட்டப்பட்ட நிலையில் அம்மணமாக நபர் ஒருவர் இழுத்துவரப்பட்டு முதுகில் காலால் உதைத்து நிலத்தில் இருத்திவைத்து இராணுவச் சீருடையணிந்த ஒருவர் பின்தலையில் சுட்டுக்கொல்கிறான். அங்கே, மேலும் சில சடலங்கள் கண்களும் கைகளும் கட்டப் பட்ட நிலையில் சிதறிக்கிடக்கின்றன. ஒரு சடலம் மட்டும் வெள்ளைத்துணியால் மூடப்பட்டுள்ளது. அது பெண்ணொருத்தி யின் சடலமாயிருக்க வேண்டும். காட்சிகள் நகரும்போது ‘அடி’, ‘சுடு’ எனச் சிங்களத்தில் கத்துவதும் கேட்கிறது. கத்துபவரின் முகங்காட்டப்படவில்லை. இக்காட்சி சிங்களச் சிப்பாயி ஒருவரால் கைத் தொலைபேசியின் ஒளிப்படக் கருவிமூலம் 2009 ஜனவரி மாதத்தில் எடுக்கப்பட்டதாக உறுதிப்படுத்தப்படாத தகவல்கள் தெரிவிக்கின்றன. இவ்வொளிநாடாவானது சனல் – 4 தொலைக்காட்சி நிறுவனத்திற்கு அவ்வமைப்பின் வெளி விவகார நிருபரான *Jonathan Miller* என்பவரால் கையளிக்கப்

பட்டதாகத் தெரிவிக்கப்படுவதுடன் அவர் இவ்வொளிநாடா தனக்கு 'இலங்கையில் ஜனநாயகத்திற்கான பத்திரிகையாளர் அமைப்பு' என்ற இயக்கத்தைச் சார்ந்தவர்களால் கையளிக்கப் பட்டதென்றும் இவ்வியக்கம் பெர்லினில் இயங்கிவருவதாகவும் தெரிவித்துள்ளார்.

இவ்வொளிநாடா குறித்து இலங்கையில் வெளியுறவு அமைச்சர் ரோஹிதபோகெல்லாகம கருத்துத் தெரிவிக்கும் போது, 'இலங்கை அரசுக்கு அபகீர்த்தியை ஏற்படுத்துவதற்காகவே இத்திரிவுபடுத்தப்பட்ட ஒளிநாடா வெளியிடப்பட்டுள்ளது' எனக் குறிப்பிட்டுள்ளார். இதைப் போன்ற விடயங்கள் வெளி வரும் போதெல்லாம் மஹிந்த அரசு 'எமது படையினர் மனிதாபிமானமுள்ளவர்கள், எமது படையினர் ஒழுக்கமானவர் கள்' எனக் கீறல் விழுந்த இசைத்தட்டைப் போலத் திரும்பத் திரும்பச் சொல்லிக்கொண்டிருக்கிறது. இலங்கை ராணுவம் எந்தளவுக்கு மனிதாபிமானமுள்ளதும் ஒழுக்கமானதுமென் பதை கொக் கட்டிச் சோலைப் படுகொலைகள், மைலந் தனைப் படுகொலைகள், ரம்பாவைப் படுகொலைகள், செம் மணிப் படுகொலைகள் என அனந்தமாய் நீளும் வரலாற்றுத் துயரங்கள் எடுத்துக்காட்டிவந்துள்ளன. போரால் பாதிப்பிற் குள்ளான மக்களில் எவரும் அரச படையினரைத் தமது பாதுகாவலர்களாகக் கருதுவதில்லை. அரச படையினரும் பாதுகாவலர்களாக ஒருபோதும் நடந்துகொண்டதில்லை. இவ் வொளிநாடா தொடர்பில் ரோஹித போகெல்லாகம சொல்வதைப் போல, அரசுக்கு அபகீர்த்தியை ஏற்படுத்துவதற் காகவே இத்திரிவுபடுத்தப்பட்ட ஒளிநாடா வெளியிடப்பட்டிருந் தால் மஹிந்த அரசின் மோசமான மனித உரிமை மீறல்கள் குறித்துக் கேள்வியெழுப்பிவரும் சகலதரப்பினருக்கும் நம்பிக்கை யூட்டும் விதத்தில் இது திரிபுபடுத்தப்பட்ட ஒளிநாடா வென்பதை உடனடியாக நிரூபிக்க வேண்டிய கடப்பாடு மஹிந்தருக் குண்டு. இல்லாவிடின் மஹிந்தரின் சரிவுக்குக் காரணமாகும் விடயங்களில் இவ்வொளிநாடா முக்கியப் பங்குவகிக்கப் போவது மட்டும் உறுதியானது.

குறிப்பு (4)

1979 காலப்பகுதியில் நடைமுறைக்குக் கொண்டுவரப்பட்ட பயங்கரவாதத் தடைச் சட்டத்தின் கீழ்ப் பத்திரிகையாளர் ஜெயபிரகாஷ் சிற்றம்பலம் திஸ்ஸநாயகத்திற்கு இருபது வருடச் சிறைத் தண்டனையை வழங்கிக் கொழும்பு மேல் நீதிமன்றம் அண்மையில் தீர்ப்பளித்துள்ளமை, பத்திரிகைத் துறை வரலாற்றில் பயங்கரவாதத் தடைச் சட்டத்தின் கீழ்ப் பத்திரிகை யாளர் ஒருவர் தண்டனை பெறும் முதலாவது சம்பவமாகப்

பதிவாகியுள்ளது. 2008 மார்ச் மாதம் பயங்கரவாதத் தடைச் சட்டத்தின் கீழ்க் கைதாகிப் பயங்கரவாதத் தடுப்பு விசாரணைப் பிரிவினரால் தடுத்துவைக்கப்பட்டிருந்த பத்திரிகையாளர் யசிகரன் மற்றும் அவருடைய மனைவி வளர்மதி ஆகியோரைப் பார்க்கச் சென்றிருந்தபோதே திஸ்ஸநாயகம் கைதுசெய்யப் பட்டார். இவர்மீது

(1) வடக்கு கிழக்கு மாசிகை *(North Easthern Monthly)* என்ற சஞ்சிகையை வெளியிட்டு இனவாத உணர்வுகளைத் தூண்டியமை.

(2) இச்சஞ்சிகைக்கு நிதி சேகரித்துப் பயங்கரவாதத்தை வலுப்படுத்தியமை.

(3) அவசர காலச் சட்டவிதிகளை மீறிப் பயங்கரவாத அமைப்புகளுக்கு உதவியும் ஆதரவும் வழங்கியமை

ஆகிய மூன்று குற்றச்சாட்டுகளைச் சுமத்தி மஹிந்தவின் நீதித் துறையானது இந்'நியாயமான' தண்டனையை வழங்கிக் கௌரவித்துள்ளது.

திஸ்ஸநாயகம் கைதான காலப் பகுதியில் நடைபெற்ற விசாரணையின்போது, காவல் துறைக்கு அவரால் அளிக்கப் பட்டிருந்த வாக்கு மூலம் ஆதாரச் சான்றாக நீதிமன்றத்தில் அரச தரப்பினரால் சமர்ப்பிக்கப்பட்டபோது இவ்வாக்கு மூலம் சுய விருப்பில் வழங்கப்பட்டதல்ல என்பது எடுத்துக் காட்டப்பட்டு அதற்கான விசாரணைகளும் நடைபெற்றமை கவனிப்பிற்குரியது.

திஸ்ஸநாயகம் அளித்துள்ள வாக்குமூலத்தில், 'நான் புரிந் துணர்வு ஒப்பந்த காலத்தில் செய்தியாளர் என்ற வகையில் செய்தி சேகரிப்பதற்காகவே வடக்கு, கிழக்குப் பகுதிகளுக்குச் சென்றுள்ளேன். இதன்போது மதத் தலைவர்கள், அரச சார் பற்ற நிறுவனங்கள், தமிழீழ விடுதலைப் புலிகள், காணாமற் போனோரின் உறவினர்கள் எனப் பலதரப்பினரையும் சந்தித்துப் பேசியுள்ளேன். ஒரு காலகட்டத்தில் காணாமற்போனவர் களினது பெற்றோர் மற்றும் குடும்பத்தவர்களின் அமைப்புகளுக்கு உதவியும் ஆதரவும் நல்கினேன். அப்போது எதிர்க்கட்சியின் நாடாளுமன்ற உறுப்பினராக இருந்த இன்றைய ஜனாதிபதி மகிந்த ராஜபக்ஷவும் அவரது ஆலோசகர் வாசுதேவ நாணய்க் காரவும் காணாமல் போனோரின் பெற்றோர் மற்றும் குடும்பத் தவர்களின் அமைப்பில் சேர்ந்து இயங்கியதுடன் இவ்விரு வருமே அவ்வமைப்பிற்கு அரசியற் தலைமைத்துவத்தை வழங்கி யிருந்தனர்.

மீடியா *(Media)* என்ற அமைப்பின் மூலமாக மேற்கொள்ளப் பட்ட யுனிசெப் *(Unisef)* கருத்திட்டமொன்றில் *(Projet)*

பணியாற்றிய தருணம் விடுதலைப்புலிகள் *(LTTE)* மக்கள் விடுதலை முன்னணி *(JVP)*. இந்திய அமைதிப்படை *(IPKF)*, ஈழமக்கள் புரட்சிகர விடுதலை முன்னணி *(EPRLF)* மற்றும் துணை இராணுவக் குழுக்கள் மேற்கொண்டிருந்த மோசமான வன்செயல் நடவடிக்கைகளால் எண்ணற்ற பிள்ளைகள் அநாதை களாக்கப்பட்டிருப்பது எனக்குத் தெரியவந்தது. நான் வன்முறை யையும் பயங்கரவாதத்தையும் கருத்திற்கொள்ளும் ஒருவனல்ல. பயங்கரவாதத்திற்கும் அதனது சகல நடவடிக்கைகளுக்கும் எதிராகப் பேசி வருபவன். மனித உரிமை மீறலுக்குப் பலியானோரின் சார்பாக இருந்து அமைதிவழித் தீர்வுக்காகப் பாடுபட்டவன். செய்தியாளன் மற்றும் ஆய்வாளன் என்ற வகையில் முரண்பாடுகளுக்கு எந்த விதத்திலும் வேற்றுமை களுக்கு வழிவகுக்காத அமைதிவழித் தீர்வைத்தான் என்னால் முன்மொழிய முடியும்.

எனது தந்தையார் *1978* காலப் பகுதியில் தகவற் திணைக் களத்தில் பணிப்பாளராகவிருந்து ஓய்வுபெற்றவர். நான் கொழும் பில் பல்லினச் சூழலில் வளர்ந்ததால் தமிழர், சிங்களவர், முஸ்லிம், பறங்கியர் ஆகிய எல்லா இனத்தவருமே எனக்குப் பாடசாலை நண்பர்களாக இருந்தனர். பல்கலைக்கழகத்திலும் இத்தகைய நட்பு தொடர்ந்திருந்தது எனக் குறிப்பிட்டுள்ளார். திஸ்ஸ நாயகம் என்ற இப்பத்திரிகையாளர் கண்டி பேராதனைப் பல்கலைக் கழகத்தில் அரசியல் விஞ்ஞானம் பயின்று பட்டம் பெற்றவர். மார்க்கா *(Markka)* என்ற அமைப்புடன் இவர் இணைந்து பணியாற்றிய காலகட்டத்திலே இலங்கையில் காணாமற் போவோர் பற்றிய தகவல்களைச் சருவதேச மட்டத் திற்கும் சருவதேச மன்னிப்புச் சபைக்கும் எடுத்துச் செல்வதில் பெரும் பங்காற்றியுள்ளார். மார்க்கா அமைப்பிலிருந்து விலகிய பின்னர் இவர் மீடியா *(Media)* எனும் நிறுவனத்தில் இணைந்து யுனிசெப் கருத்திட்ட நிறைவேற்று அதிகாரியாகச் செயற் பட்டார். திஸ்ஸநாயகம் ஒரு பத்திரிகையாளராக மட்டுமன்றி மனித உரிமைப் போராளியாகவும் மனித உரிமைச் செயற் பாட்டாளராகவும் இயங்கி வந்துள்ளார்.

கொழும்பு மேல் நீதிமன்றம் திஸ்ஸநாயகத்திற்கு இருபது வருடக் கடூழியச் சிறைத் தண்டனையை வழங்கித் தீர்ப்பளித்த பின்பாக இரண்டு சருவதேச மட்டத்திலான விருதுகள் இவருக்கு அறிவிக்கப்பட்டுள்ளன. இதில் 'துணிச்சல்மிகு தார்மிகக் கோட் பாட்டு இதழியல் துறை'க்கான விருது, திஸ்ஸநாயகத்திற்கே முதன்முறையாக வழங்கப்படுவது குறிப்பிடத்தக்கது. பாரிஸைத் தளமாகக் கொண்டியங்கும் 'பத்திரிகை உரிமைகளுக்கான எல்லைகளற்ற நிருபர்கள், அமைப்'பின் ஏற்பாட்டில் வழங்கப் பட்ட இவ்விருது குறித்து அவ்வமைப்பின் செயலாளர் நாயகம்

ஜேன் பிரான் கொய்ஸ் ஜூலியெம் கருத்து வெளியிடும்போது, 'இவ்விருதை திஸ்ஸநாயகத்திற்கு வழங்குவதில் மகிழ்ச்சியடைகிறேன். உண்மையைக் கண்டறிவதில் உறுதிப்பாடும் அக்கறையும் கொண்ட திஸ்ஸநாயகம் போன்ற பத்திரிகையாளர்தான் நாட்டுக்குத் தேவை' எனக் குறிப்பிட்டுள்ளார். மற்றைய விருது பத்திரிகையாளரைப் பாதுகாக்கும் குழுவால் வழங்கப்பட்டுள்ள 2009 காலப்பகுதிக்கான சருவதேச பத்திரிகைச் சுதந்திரத்திற்கான விருதாகும். அமெரிக்க சனாதிபதி பராக் ஒபாமா கடந்த பத்திரிகைச் சுதந்திர தின உரையில் திஸ்ஸநாயகத்தின் செயற்பாடுகளைக் கோடிட்டுக் காட்டியிருந்தார்.

03.09.2009 அன்று நடைபெற்ற அமைச்சரவை முடிவுகளை அறிவிக்கும் ஊடகவியலாளர் மாநாட்டில் மஹிந்த ராஜபக்ஷ 'திஸ்ஸநாயகம் மீதான நீதிமன்றத் தீர்ப்பானது நீதித்துறையின் தீர்ப்பென்பதால் இதைக் கேள்விக்குட்படுத்த முடியாது. தவிரவும் திஸ்ஸநாயகம்மீதான விசாரணை குறித்த தகவல்கள் ஐரோப்பிய யூனியன் உட்பட உலக அமைப்புகளுக்கு அனுப்பப்படவுள்ளன' எனக் கூறியுள்ளார். அவர்மீதான நீதிமன்றத் தீர்ப்பானது இலங்கைக்குள் மட்டுமன்றி சருவ தேச மட்டத்திலும் அதிர்வை ஏற்படுத்தியுள்ளமையின் வெளிப்பாடாகவே மஹிந்த ராஜபக்ஷ இவ்வாறு கூற வேண்டியேற்பட்டுள்ளது.

குறிப்பு (5)

வவுனியா நலன்புரிமுகாம்களில் தங்கியுள்ள மக்களுக்கும் அரச படையினருக்குமிடையே 26.09.09 சனிக்கிழமை மாலை 5:30 மணியளவில் மோதல் சம்பவமொன்று நிகழ்ந்துள்ளதாகத் தெரியவந்துள்ளது. இராமநாதன் முகாமிலிருந்து மக்கள் சிலர் ஆனந்தகுமாரசுவாமி முகாமுக்குச் செல்ல எத்தனித்தபோது, அங்கே காவலுக்கு நின்ற அரச படையினர் அம்மக்கள்மீது துப்பாக்கியால் சுட்டபோது எட்டுவயதுச் சிறுமியுட்பட மூவர் காயமடைந்த நிலையில் செட்டிகுளம் மருத்துவமனையில் அனுமதிக்கப்பட்டுள்ளனர். இச்சம்பவம் குறித்து பி.பி.சி தமிழோசைக்கு செவ்வியளித்த இராணுவப் பேச்சாளர் உதய நாணயக்கார, 'அகதி முகாம் பகுதியில் மோதல்கள் எதுவும் நடைபெறவில்லை. சிலபேர் முதலாவது முகாமிலிருந்து இரண்டாவது முகாமுக்குத் தப்பிச் செல்ல முற்பட்டபோது படையினர் அவர்களைத் தடுத்தனர். இதனால் அங்கு மக்கள் ஒன்று திரண்டனர். பின்னர் படையினரை நோக்கிக் கற்களை வீசினர். எனவே, படையினர் தற்காப்புக்காகத் துப்பாக்கிப் பிரயோகம் செய்தனர். இதிலிருவர் காயமடைந்தனர். அவர்கள் சிகிச்சைக்காகத் தற்போது செட்டிக்குளம் வைத்தியசாலையில் அனுமதிக்கப் பட்டுள்ளனர். படையினரைத் தாக்குவதற்கு எத்தனித்த

19 பேர் கைதுசெய்யப்பட்டுள்ளனர். அவர்களை விசாரணைக் குட்படுத்தி வருகிறோம்' எனக் குறிப்பிட்டார். உண்மையில் நடைபெற்ற சம்பவத்திற்கான பின்னணியாதெனில் 17.09.09 திகதியிலிருந்து இலங்கையரசானது இம்முகாம்களிலுள்ள மக்களுக்கு வழங்கி வந்திருந்த சமைத்த உணவை முன்னறி வித்தல் ஏதுமின்றி நிறுத்திவிட்டது. உலக உணவுத் திட்டத்தால் *(World food Programme)* உலர் உணவுப் பொருட்கள் மட்டுமே இம்மக்களுக்குத் தற்போது வழங்கப்பட்டு வருவதால் அவ் வுணவுப் பொருட்களைச் சமைத்து உண்பதற்குத் தேவையான விறகை எடுத்து வருவதற்காகவே மக்கள் ஒரு முகாமிலிருந்து இன்னொரு முகாமுக்குச் செல்ல வேண்டிய தேவை ஏற்பட்டது. அவ்வாறே சென்ற மக்களைப் படையினர் தடுத்துநிறுத்த முற்பட்டபோது படையினருக்கும் மக்களுக்கு மிடையில் ஏற்பட்ட வாய்த்தர்க்கம் கைகலப்பாக மாறிப் படையினரால் மேற்கொள்ளப்பட்ட துப்பாக்கிச் சூட்டில் மூவர் காயமடைந் துள்ளனர். இவ்வாறான சம்பவங்களின் மூலம் மஹிந்த அரசு கற்றுக்கொள்ள வேண்டிய பாடமொன்றுண்டு. 2009 மே மாதம் வன்னியில் யுத்தம் உக்கிரமடைந்த வேளையில் புலிகளால் ஒடுக்கப்பட்டுக்கொண்டிருந்த தமிழ் மக்கள் சினந்தெழுந்து புலிகளையே ஓட ஓட அடித்து விரட்டியிருந்தனர். தமது ஏகப் பிரதிநிதிகளெனக் கொண்டாடிய புலிகளையே அம்மக்கள் அடித்து விரட்டத் துணிந்தார்கள் எனில் கடந்த மூன்று தசாப் தங்களுக்கு மேலாகத் தமிழினத்தை அடக்கியொடுக்கி வன்முறை யைக் கட்டவிழ்த்துவரும் சிங்களப் பேரினவாத அரசுக்கெதிராகத் தமிழ் மக்கள் பொங்கியெழுவது ஒன்றும் பெரிதல்ல. இப்போது முகாம்களிலுள்ள மக்கள் எல்லாமிழந்து நடைப் பிணங்களைப் போல் வாழ்ந்து கொண்டிருக்கின்றனர். அவர்களை இன்னு மின்னும் அரசானது ஒடுகக முற்படுமானால் அவர்கள் தமது உயிரைக்கூட ஒரு பொருட்டாகக் கருதமாட்டார்கள். அந்நிலை வரும்போது படையினர் ஏந்தியிருக்கும் துப்பாக்கிகளுக்கும் மக்கள் அஞ்ச மாட்டார்கள் என்பதுதான் இச்சம்பவத்திலிருந்து மஹிந்த அரசு கற்றுக்கொள்ள வேண்டிய பாடம்.

இதழ் 119, நவம்பர் 2009

விலங்குப் பண்ணையும் மாற்றுக் கருத்தாளர்களும்

மு. புஷ்பராஜன்

மாற்றுக் கருத்துகள் நவீனகால ஒற்றை ஒழுங்கிற்கு எதிரானவை, பன்முகத் தன்மை கொண்டவை, மைய நீரோட்டத்திலிருந்து முற்றிலும் மாறுபடும் தன்மை கொண்டவை, தடைகளற்ற கருத்து வெளியீட்டுச் சுதந்திரம், ஒவ்வொன்றின் பின்னாலுள்ள அரசியலை அம்பலப்படுத்துபவை, முற்போக்குக் குணாம்சங்கள் குடிகொண்டிருப்பவை, வரலாற்றுப் போக்கில் நிரந்தரப் புரட்சித்தன்மை கொண்டவை என்ற அடைமொழி களால் செழுமை சேர்க்கப்பட்டவை. ஆனால் நடை முறைத் தளத்தில் மயக்கங்களையும் முரண்பாடுகளை யும் கொண்டவர்களால் சிறைப்பிடிக்கப்பட்ட சொல்லாக மாற்றமடைந்துள்ளது என்ற கருத்தே மேலோங்கியுள்ளது. இதற்குப் புலம்பெயர் சூழலில் மாற்றுக் கருத்தாளர்கள் எனத் தம்மைத்தாமே அழைத்துக் கொள்பவர்களே நீர்வார்த்தும் நிறைபசளை அளித்தவர் களுமாவர். இவர்கள் பற்றிய அவதானங்களே இங்கே பதியப்படுகின்றது. இவை புலம்பெயர் சூழலுக்கும் அப்பால் உள்ள சிலரது தலைக்கும் பொருத்தமாக இருந்தால் யாதொன்றும் அறியேன் பராபரமே. இம் மாற்றுக் கருத்தாளர்களில் பெரும்பாலானோர் பின் நவீனத்துச் சிந்தனை ஒளிவட்டத்துடன், தலித்தியப் போர்வையால் தம்மைப் போர்த்திக்கொண்டவர்கள். இவர்களின் கொள்கைப் பிரகடனத்தின் ஒரு கூறாகவே இந்த மாற்றுக் கருத்து முன்வைக்கப்பட்டு, தம்மை மாற்றுக் கருத்தாளர்களாகத் தாமே பிரகடனப்படுத்திக் கொண்டார்கள். மையநிலை x விளிம்புநிலை, பெரும்

கதையாடல் X சிறுகதையாடல், அநீதிக்கு எதிராக உண்மைகளைப் பேசுதல் எனப் பல 'கதையாடல்கள்' முன்வைக்கப் பட்டன.

இவர்கள் ஈழ விடுதலைப் போராட்டத்தை எதிர்ப்பவர்கள். காரணம், அரசியல் சார்ந்து அல்ல. மாறாக விடுதலைப்புலிகள் அந்தப் போராட்டத்தை முன்னெடுத்தமையினாலேயே. இவர்களில் பெரும்பாலோர் விடுதலைப்புலிகளால் அழிக்கப்பட்ட மாற்று இயக்கங்களைச் சார்ந்தவர்களாகவோ அல்லது அவர்களால் தண்டிக்கப்பட்டு, அவர்கள் இயக்கத்திலிருந்து வெளியேறியவர்களாகவோ அவர்களால் தண்டிக்கப்பட்டவர்களின் உறவினர்களாகவோ அல்லது வெளியே வெளிப்படுத்த முடியாத சாதிய உள்நோக்குக் கொண்டவர்களாகவோ இருக்கலாம். அவர்கள்மீதுள்ள மாறாத பகையே இந்தப் போராட்ட எதிர்ப்பு நிலைக்கு வித்திட்டுள்ளது. இந்தப் பகைக்கு, இவர்கள் தமக்குரிய நியாயமான காரணங்களைக் கொண்டிருக்கலாம். விடுதலைப் புலிகள் சக இயக்கங்களை அழித்தவர்கள் என்ற குற்றச்சாட்டின் உண்மையோடு நாம் இன்னொன்றையும் கவனத்தில் கொள்ள வேண்டும். விடுதலைப்புலிகள் நிர்மூலமாக்கப்பட்டுள்ளதன் பின் அனைத்தையும் மீள்பரிசீலனைக்கு உள்ளாக்கும் அவசியம் உணரப்படும் இவ்வேளையில், விடுதலைப்புலிகள் மட்டுமல்ல, அனைத்துத் தரப்பினரின் செயற்பாடுகளும் மீள்பரிசீலனைக்கு உட்பட்டே ஆக வேண்டும். தமது சொந்தக் குரோதங்கள் சார்ந்து தமிழினத்தின் விடுதலையில் பகைத்துக்கொள்ளுதலும் இந்தப் பகையின் வெறியும் தங்கள் சுய முரண்பாடுகளையே கண்டுகொள்ள முடியாதவர்களாகவும் உண்மையை மறுப்பவர்களாகவும் இவர்களை மாற்றியுள்ளன.

விடுதலைப்புலிகள் ரெலோ இயக்கத்தை அழித்தபோது, ஏனைய விடுதலை இயக்கங்கள் ஏன் மௌனமாக இருந்தன? இந்தக் கேள்வியை மாற்று இயக்கங்கள் இப்போதாவது தங்களுக்குள் தாங்களே கேட்டுக்கொள்ளுதல் நல்லது. ஏனைய இயக்கங்கள் அனைத்தும் ஒன்றிணைந்து அதற்கு எதிராகப் போராடியிருக்க வேண்டாமா? அவ்வாறு முடியாமல் போனதற்கு அவர்கள் அசுர இராணுவப் பலம் கொண்டிருந்தார்கள் என்பதை விடுத்து, ஒவ்வொரு இயக்கமும் ஏனைய இயக்கங்களின் அழிவை மனதார விரும்பியிருந்தார்கள் என்பதும் அது அவர்களின் பிரச்சினை; எம்மோடு அல்ல என்ற அந்த நழுவல்போக்கு மனநிலையும்தான் அவர்களது இணைவைத் தடுத்தன; அழிவையும் ஏற்படுத்தின. இன்று விடுதலைப் புலிகளின் மறைவிற்குப் பின்னரும் கூட, திண்ணை காலியாகிவிட்டது, நாம் போய் வசதியாகத் தூங்க வேண்டியதுதான் என்ற அதே பழைய மனோநிலையைத்தான் வெளிப்படுத்திக்கொள்கிறார்கள்.

விடுதலைப்புலிகளை எதிர்க்க வேண்டும் என்பதாலேயே, தேசியம் என்பது ஒரு கற்பனை, அப்படி எதுவுமே இல்லை எனக் கூறுகிறார்கள். ஆதாரத்திற்கு, பெனடிக் அன் டர்சனைத் தமக்குத் துணைக்கழைத்துக்கொள்கிறார்கள். ஆனால் ஓர் இனம் தனது தேசிய அடையாளங்கள் சார்ந்து அடக்கப்படுகின்ற போது, அந்த இனம் அந்த அடக்கு முறைக்கு எதிராக மேற் கோள்ளும் அனைத்துப் போராட்டங்களின் சாராம்சமும் தேசியத்திலேயே தங்கியுள்ளது. வரலாற்றில் அது முற்போக்குத் தன்மை கொண்டதென்ற எளிய உண்மைக்கு அன்டர்சனிடம் போகத் தேவையில்லை. நமது சொந்த வாழ்வின் நெருக்கடிகளே அதை உணர்த்தும். தேசியம் கற்பனை என்றால் அதைச் சிங்களப் பெருந்தேசியத்திடமல்லவா கூற வேண்டும்? அடக்கப் படும் தேசிய இனத்திடம் கூறுதல் எதன் சார்பானது? இன்று நவ காலனித்துவத்தின் நிழல் நகர்ந்துவரும் நிலையில், மேற்கு அதைப் பயங்கரவாதம் என்று கூறலாம். ஏனெனில், அதன் நலன் அதில்தான் தங்கியுள்ளது. எல்லா ஆதிக்க அரசுகளும் விடுதலைப் போராட்டங்களைப் பயங்கரவாதம் என்றுதான் கூறுகின்றன; கூறும். அரசாங்கங்கள் தங்கள் பயங்கரவாதத்தைப் போர் என்று கூறினால், விடுதலைப்போராளிகளின் போரைப் பயங்கரவாதம் என்றுதான் கூறும். அப்படித்தான் நடுநிலை யாளர்கள் கூறுகிறார்கள்.

தேசிய விடுதலைப் போராட்டம் என்ற பெரும் கதை யாடலுள் தமிழ் மக்களின் சிறுபான்மையோர் எதிர்நோக்கும் சாதிய அடக்குமுறை போன்ற பல உரிமை முனைகள் முக்கியத் துவமற்று மழுங்கடிக்கப்படும் அபாயத்தைச் சுட்டுகின்றனர். உண்மைதான். ஆனால் சிங்களப் பௌத்த மேலாதிக்க இனவாதத் திற்கு எதிராகப் போராடும் போராட்டத்தை எதிர்த்துக்கொண்டு, சாதிய அடக்குமுறைக்கு எதிரான போராட்டக் கருத்தை எவ்வாறு ஆதரிக்க முடியும்? தமிழருக்குள்ள உபபிரிவுகளின் உரிமைப் போராட்டத்தின் நியாயத்தின் அதே விரிவுதான் தமிழர் தேசிய விடுதலைப் போராட்டமும். இரண்டும் ஒன்றுக் கொன்று ஆதாரமானவை. இதில் ஒன்றை எதிர்த்து, ஒன்றை மறுத்தல் போலியானவை. தமிழின மக்களுள் பல உட்பிரிவு அடக்குமுறை இருப்பதால், தேசியப் போராட்டத்தை எதிர்க்க லாம் எனில், தலித்துகளுக்குள்ளும் பல உட்பிரிவு அடக்கு முறைகள் தாராளமாக இருப்பதனால், தலித்தியத்தையும் எதிர்க்க லாமா என்ற நியாயமான தர்க்க முறையை வசதியாக மறந்து விடுதல் நியாயத்தின் பாற்பட்டதல்ல.

விடுதலைப்புலிகள் சாதி அமைப்பைக் காப்பவர்கள் என இவர்களால் முன்மொழியப்படுவது உண்டு. விடுதலைப்புலிகள் தமது கட்டுப்பாட்டுப் பகுதிக்குள் சாதி அமைப்பு முறையைப்

பேணியதில்லை. அவர்களது சட்ட அமைவாக்கம் அதற்கு எதிராகவே இருந்தது. அவர்களது கட்டுப்பாட்டுப் பகுதிக்குள் வாழ்ந்த மக்களுள் சாதி அகம்பாவம் கொண்டவர்கள் இருந்திருப்பார்கள். அவர்கள் நடைமுறையில் தங்களுக்குள் சாதிய அமைப்பைப் பேணியவர்களாகவும் இருக்கலாம். ஆனால் இவை விடுதலைப்புலிகள் நிர்வாகத்தில் ஏற்றுக்கொள்ளப் பட்டிருக்கவில்லை என்பதாகவே அறியப்படுகிறது. விடுதலைப் புலிகளால் கொல்லப்பட்டவர்களில் பல தாழ்த்தப்பட்ட மக்களும் அடங்குவார்கள். அவர்கள் அவர்களது அரசியல் நோக்கங்களுக்கு எதிரான செயற்பாட்டாளர்களாக இருந்த தனால் கொல்லப்பட்டார்களே தவிர (இதற்கு இக்கொலைகளை நான் நியாயப்படுத்துகிறேன் என்பதல்ல அர்த்தம்) இவர்கள் அழுத்தம் கொடுப்பதுபோல் சாதியத்தின் அடிப்படையில் அல்ல. அவர்களது கட்டுப்பாட்டுப் பகுதிக்குள் நிறையக் கலப்புத் திருமணங்கள் நடைபெற்றுள்ளன. சாதியம் பேசிய வர்கள் பகிரங்கமாகத் தண்டிக்கப்பட்டிருக்கிறார்கள். இவற்றை யெல்லாம் இவர்கள் ஒப்புக்கொள்ள முன் வருவதில்லை. இந்த உண்மைகளை ஒப்புக்கொள்ளும் அதேவேளை, அவர்களின் ஏனைய தவறுகளைச் சுட்டிக்காட்டியிருக்க வேண்டும். அதுதான் நியாயமானது. ஆனால் இவர்கள் இவற்றையெல்லாம் ஒப்புக்கொள்வதனால் தமது இருப்பு நிலைகுலைந்துவிடும் என்ற அச்ச உணர்வுதான் இந்த உண்மை மறுப்பிற்குக் காரண மாயிருக்கலாம். இவர்களில் சிலர் இந்தியப் பிராமண ஆதிக்க சக்திகளுக்கு நிகரான சக்திகளாக ஈழப் பிராமணச் சமூகத்தைக் கருதி, புலம்பெயர் நாடுகளில் பிறப்பினடிப்படையில் பிராமணச் சமூகத்தை எதிர்க்கிறார்கள். இது தமிழகத்தின் தலித் நண்பர்கள், வழிகாட்டிகள் ஆகியோரைத் திருப்திப்படுத்தும் நிழல் யுத்தமே தவிர வேறொன்றுமல்ல. இன்னும் சிலர் பிராமணர்கள் முன்னின்று நடத்தும் சமயச் சடங்குகளுக்குச் சந்தோசமாகச் சென்று வருகிறார்கள். அத்துடன் யாழ்ப்பாண ஆதிக்க சக்தி எனச் சுட்டும் வேளாளத் தலைமையின் கீழ் சந்தோசமாக இணைந்து கொள்கிறார்கள். இவர்களோடு தமது தலித்தியத்தை யும் சேர்த்து முன்னெடுக்கிறார்கள். இது ஒன்றும் இவர்களுக்குப் பிரச்சினையாக இருப்பதில்லையானால் இதன் தார்மீக நிலைப் பாடு என்ன? பிறப்பின் அடிப்படையில் பிராமணர்களை மட்டும்தான் எதிர்ப்பார்களா? இவ்வாறே மாற்றுக் கருத்தாளர் என இவர்களால் சொல்லிக்கொள்ளப்பட்ட இணையதளம் ஒன்றில் பிரபாகரனையும் ஏனைய சில இலக்கியக்காரரையும் அவர்களது சாதிப் பெயரால் விளித்து வசவுகளை வழங்கியதன் மூலம் தமது உன்னத சாதி 'எதிர்ப்பு' நிலைப்பாட்டை உறுதிப் படுத்திக்கொண்டார்கள்.

உலக நாடுகள், சிறுவர்களைப் படையில் இணைத்துக் கொள்ளப்படுவது பற்றிக் கவலை தெரிவிக்கும் போது, இவர்களும் விடுதலைப் புலிகள் சிறுவர்களைப் படைகளில் சேர்த்துக்கொள் கிறார்கள் எனத் தெரிவித்து சர்வதேசக் குரலோடு தம்மை இணைத்துக்கொள்கிறார்கள். இந்த நியாயமான கோரிக்கை, அக்கறை (சிறுவர்கள் படைகளில் பலவந்தமாகச் சேர்த்துக் கொள்ளப்படுவதற்கு அப்பால், சிலர் தாமாகவே முன்வரக் கூடியதாக அமையும் ஈழ யதார்த்தச் சூழல் பற்றியெல்லாம் இங்கு இவர்கள் மறந்தும் எங்கும் குறிப்பிடுவதில்லை என்பதை விட்டுவிடுவோம்.) படையணிகளுக்கு அப்பாலுள்ள சிறுவர்கள் மீது ஏற்படாமல் போனமை ஏன்? அரசப் படையினரால் சிறுவர்கள் கொல்லப்படுகையில் இவர்களுக்கு மௌனம் காக்கும் காலமாகிவிடுகிறது. உல்லாசப் பயணிகளின் பாலுறவிற்குச் சிறுவர்கள் வற்புறுத்தப்படும் சமூகத்தளம் பற்றியெல்லாம் ஏன் இவர்களால் கண்டுகொள்ளப்படுவதில்லை. செஞ்சோலை யில் படுகொலை செய்யப்பட்ட மாணவ, மாணவிகளை விடுதலைப்புலிகளிடம் ஆயுதப் பயிற்சி எடுத்துக்கொண்டிருந் தார்கள் என்று கூறிக்கொண்டார்கள். முள்ளி வாய்க்காலின் இறுதித் தாக்குதலில் இருதரப்பாலும் சிறுவர்கள் கொல்லப்பட்ட போதும் விடுதலைப்புலிகளால் கொல்லப்பட்டவர்கள் பற்றியே 'கவலை'யாகப் பேசுகிறார்கள். இவ்வாறே இறுதி யுத்தத்தின் போது மக்கள் விருப்பத்திற்கு மாறாக விடுதலைப்புலிகள் அவர்களை ஆயுதமுனையில் தடுத்தார்கள் எனக் கண்டித்து வெகுண்டெழுந்த இவர்கள், இன்று இரண்டு இலட்சத்திற்கும் அதிகமான மக்கள் முள்கம்பி வேலி சூழ, துப்பாக்கி முனையில் தடுத்து வைக்கப்படுவது பற்றி வெகுண்டெழுவதில்லை. ஓரிரு இணைய தளங்கள் தமது எதிர்ப்பைப் பதிவுசெய்கின்றன என்ற உண்மையையும் ஒப்புக்கொள்ள வேண்டும். நாளாந்தம் அடிப்படை வசதிகளற்று, மரணித்தும், மரணத்தின் பிடியில் இருப்பவர்கள் பற்றி இந்த மாற்றுக் கருத்தாளர்களில் சிலர், எல்லோரும் சௌக்கியமே என்ற விதத்தில் ஒரு அறிக்கை விட்டார்களே. அதில் தெரிந்ததல்லவா இவர்கள் நேர்மை, கண்ணியம்! ஈழத் தமிழர்கள்மேல் இனஅழிப்பு நடத்தப்பட்டது என்ற உண்மையைக்கூட ஒப்புக்கொள்ள மறுத்தவர்கள் இவர்கள். இதே போன்றுதான் அரசியல்வாதிகள், ஊடகவியலாளர்கள் கொல்லப்படுவது சார்ந்து வெளியிடும் அறிக்கைகளும் கண்டனங்களும் தமக்குச் சார்பானவர்களுக்காக மட்டுமே என வரையறை செய்துகொண்டார்கள்.

விடுதலைப்புலிகள் செய்த மாபெரும் அரசியல் தவறு, வடமாகாணத்தில் இருந்து முஸ்லிம் சமூகத்தை வெளியேற்றி யமை. அது கழுவமுடியாத கறை என்று சொல்லக்கூடியது. அரசியல்ரீதியாகவும் மனிதாபிமான அடிப்படையிலும் ஏற்றுக்

கொள்ளமுடியாத ஒன்றே. ஒரு தனிமனிதன்கூடத் தன் வாழ்விடத்திலிருந்து துரத்தப்படுதலின் துயரத்தை அவனால் மட்டுமே புரிந்துகொள்ளக்கூடியது. இந்தத் துயர் இனம், மதம், தேசங்கள் கடந்தவை. 'அவர்கள் தங்கள் பின்னால் விட்டுச் செல்லப் பட்ட துயர நினைவுகளைச் சுமந்துள்ளார்கள்'. இத்துயர் சார்ந்து மற்றவர்களின் புரிதல்கள் என்பது முற்றிலும் முழுமையானவையல்ல. பின்னர் விடுதலைப்புலிகள் மன்னிப்புக் கேட்டுக் கொண்டாலும் துயரம் செறிந்த இந்த வரலாற்றுப் பதிவு அழிக்க முடியாததுதான். மாற்றுக் கருத்தாளர்கள் இந்தத் தவறை மிகக் கெட்டியாகவே பிடித்துள்ளனர். உண்மையில், நேர்மையாக இவர்கள் அக்கறை கொண்டிருந்தால், 1995இன் பின்னர் விடுதலைப் புலிகள் யாழ்ப்பாணத்திலிருந்து வெளியேற்றப்பட்ட பின்னர், அவர்களது மீள்குடியேற்றம் பற்றிப் பேசுதல் வேண்டும். இன்றுவரை, விடுதலைப்புலிகள் தோல்வியடைந்த பின்னரும் பேசுவதாக இல்லை. நோக்கம், முஸ்லிம் பிரச்சினையை விடுதலைப்புலிகளுக்கும் விடுதலைப் போராட்டத்திற்கும் எதிராகப் பாவிப்பதையே அடிப்படையாகக் கொண்டதே தவிர, அவர்கள் நலன்சார்ந்த அக்கறையால் அல்ல என்றே கருத வேண்டியுள்ளது.

மனித இனம் சார்ந்து வாழ்புலம் இழந்த துயர் பற்றிய இவர்கள் அக்கறை உண்மையானவையாக இருந்தால், சிங்களவர்களால் வெளியேற்றப்பட்ட தமிழர்கள் பற்றியும் தமிழர்களால் வெளியேற்றப்பட்ட சிங்களவர்கள் பற்றியும் பேசியிருக்க வேண்டும். இவர்கள் அக்கறை உள்நோக்கம் கொண்டது என்பதை மேலும் உறுதிப்படுத்த சில கசப்பான தகவல்களை முன்வைக்க வேண்டியுள்ளது. தீபகவாவியில் முஸ்லிம்களது 685 ஏக்கர் காணிகள் 1968இல்; இலங்கை அரசாங்கத்தால் பலவந்தமாகக் கையகப்படுத்தப்பட்டு, அவர்கள் அங்கிருந்து விரட்டப்பட்டார்கள். பின்னர் 1982இல் அறுகம்ப, உல்ல போன்ற பகுதிகளிலிருந்து துரத்தப்பட்டார்களே, இவை பற்றி ஏன் இன்றுவரை யாரும் அக்கறைப்படவில்லை? 1998 கார்த்திகையில் இந்திய இராணுவம் இருந்த காலத்தில் EPRLF, TELO, ENDLF இணைந்த TNA என்ற தமிழ்த் தேசிய இராணுவம் சம்மாந்துறை, நிந்தாவூர், சாய்ந்தமருது ஆகிய இடங்களைச் சேர்ந்த 40 முஸ்லிம் பொலிஸ்காரரை இனம்பிரித்துப் படுகொலை செய்யவில்லையா? (சேரனின் உயிர் கொல்லும் வார்த்தைகள் பக்: 73) சரி, காத்தான்குடியில் விடுதலைப் புலிகளால் பள்ளிவாசலில் வைத்துப் படுகொலை செய்யப்பட்ட முஸ்லிம்களது துயரம் போன்றதுதான், அம்பாறை மாவட்டத்தின் திரியாய் கேணியில் நடந்தது. 06.08.1990இல் பெரியதம்பிரான் ஆலயத்துள் தஞ்சமடைந்திருந்த தமிழ் மக்களை முஸ்லிம்கள், ஊர்க்காவல் படையினர் கண்டதுண்டமாக வெட்டி 46 பேர்களைப் படு

கொலை செய்ததுடன் சுற்றியுள்ள வீடுகளுக்குத் தீமூட்டி, அந்தத் தமிழ் மக்கள் விரட்டி அடிக்கப்பட்டார்களே. கிழக்கில் முஸ்லிம் கிராமங்களை அண்டிய தமிழ்க் கிராமங்கள் எவ்வாறு முஸ்லிம் கிராமங்களாகப் படிப்படியாக மாற்றப்பட்டதென் பதையும் தமிழ்ப் பாடசாலைகள் முஸ்லிம் பாடசாலைகளாக மாறினது பற்றியும் சிங்கள இராணுவத்தின் உதவியுடனும் எம்.எஸ்.காரியப்பர் அவர் மருமகன் எம்.சி. அகமது ஆகியோர் முயற்சியால் 1965இலிருந்து இவர்களால் அழிக்கப்பட்ட கரவாகு, மீராவோடைக் கிராமம் மற்றும் மீனோடைக்கட்டுக் கிராமம் இவற்றிலிருந்து வெளியேற்றப்பட்ட மக்கள் பற்றியும் பேசியாக வேண்டும். (இந்த விபரங்கள் 2003இல் 'வீர கேசரி' வாரப் பதிப்பில் எஸ். ஜெயானந்த மூர்த்தியால் விரிவாகப் பதிவு செய்யப்பட்டுள்ளன. இது பின்னர் *அழிக்கப்பட்ட தமிழ்க் கிராமங்கள்* என்ற தலைப்புடன் நூல் வடிவில் வெளிவந்துள்ளது. வெளியீடு: அபிஷா வெளியீட்டகம், இரத்தினம் வீதி, வாழைச் சேனை.) இதேபோல் கவிஞர் நீலாவணன் பற்றிய நினைவுக் குறிப்புகளை எழுதிய எஸ்.பொ. அவர்கள் "முஸ்லிம்களுடன் சௌஜன்யமான உறவுகள் பாராட்டியபோதிலும் முதலியார் காரியப்பரின் தலைமையில் தமிழரது பாரம்பரிய மண் பறிக்கப் படுவது கண்டு (நீலாவணன்) சினந்தார்" என்று குறிப்பிடுகின்றார் (பக்.107). இதுதவிர 1964இல் சிறிமாவோ சாஸ்திரி ஒப்பந்தத்திற்குப் பின் ஐந்து இலட்சம் மக்கள் அவர்கள் விருப்பின்றி நாடு கடத்தப்பட்டார்களே, 'சென்றுவருகிறேன் என் ஜென்ம பூமியே திரும்பவும் உன் வெளிகளில் என்று ஓடி மகிழ்வேனோ' எனப் பாடிச் சென்றானே வண்ணச்சிறகு என்ற கவிஞன். இதே துயரம்தான் வடபகுதியிலிருந்து வெளியேறிய சிங்களவர் களுக்கும். இது பற்றி எல்லாம் இந்த மாற்றுக் கருத்தாளர்கள் ஏன் மனிதாபிமான அடிப்படையில் பேசுவதில்லை?

இவர்களில் பலர் இலக்கியவாதிகளாகவும் பெண்ணியம் சார்ந்த கருத்துகளால் பூரணமாக ஆகர்ஷிக்கப்பட்டவர் களாயும் இருக்கின்றார்கள். இவர்கள் இலக்கியச் சந்திப்புகளை வருடாவருடம் நடாத்தி வருகிறார்கள். ஒற்றைப் பரிமாணத் தன்மைக்கு மாற்றாகப் பன்முகத் தன்மையை அழுத்திய இவர் களின் ஆரம்ப காலங்களில், இச்சந்திப்புகளில் இலக்கிய விடயங் கள் சார்ந்த பன்முகப் பார்வைகள் முன்வைக்கப்பட்டன. ஆண்டு பலவாகிய பின்னர் இலக்கிய விவாதங்கள் குறைந்து அரசியல் உள்நோக்குகள் முன்னிறுத்தப்பட்டன. இலக்கியத் தளம் விடுதலைப்புலிகளுக்கு எதிரான அரசியல்தளமாக மாற்றம் பெற்றது. இறுதியில் ஆனந்தசங்கரியைச் சிறப்பு விருந்தினராகக் கொண்டு ஒரு சந்திப்பும் ஒரு ஆலோசனைக் கூட்டத்தில் ஜே.வி.பி. யின் அங்கத்துவரைச் சிறப்பு விருந்தினராக அழைக்கும் ஆலோசனையுமாகவும் இன்னொன்று கிழக்கு மாகாண

அபிவிருத்தி அமைச்சரின் நிழலான ஒருவரின் ஏற்பாட்டில் ஒரு சந்திப்பாகவும் நடைபெற்றுள்ளது. பிற்காலங்களில் இச்சந்திப்புகளில் மாற்றுக் கருத்தாளர் உரையாற்றும்போது, அவரைப் பேசவிடாது இடைமறிப்பதன் மூலம் தமது மாற்றுக் கருத்தின் தாராள மகிமையை நிரூபித்துக்கொண்டனர். சன்னியாசிகள் மீண்டும் சர்வாதிகாரியின் புள்ளியில் வந்து நின்றனர். இந்த இலக்கியச் சந்திப்புப் போன்று பெண்கள் சந்திப்பும் வருடா வருடம் நடந்து வருகிறது. அரசியல்ரீதியாக இருசாராரும் ஒரே கருத்தைக் கொண்டுள்ளனர். அது அவரவர் சுதந்திரம் தான். சொல்லிற்கும் செயலிற்குமான முரண்பாடே முக்கியமானது. இவர்களது சந்திப்புகளும் ஆரம்பித்த நோக்கிலிருந்து விலகிவிட்டனவாகவே உணரப்படுகின்றன. ஆரம்பத்தில் ஆர்வத்துடன் கலந்துகொண்ட பலர் பின்னர் நம்பிக்கையிழந்து வெளியேறிவிட்ட சம்பவங்களும் உண்டு. இப்போது இந்த அமைப்பு, கருத்து வன்முறையாளர்களது ஆதிக்கத்திற்கு உள்ளாகியிருப்பதைப் பலரும் உணர்கிறார்கள்.

இம்மாற்றுக் கருத்தாளர்களின் செயற்பாடுகள் ஜோர்ஜ் ஓவலின் *விலங்குப் பண்ணை* நாவலையே நினைவூட்டக் கூடியது. எந்த வரையறைகளை வகுத்தார்களோ அதே வரையறைகளைத் தாங்களே மீறினார்கள். பிறப்பின் அடிப்படையில் முழுப்பிராமண சமூகத்தையும் அவர்களது செயற்பாடுகளையும் எதிர்த்தவர்கள் *குமுதம்*, *இந்தியா டுடே* போன்ற இதழ்களில் தாராளமாகவும் மகிழ்ச்சியாகவும் பேட்டி கொடுத்தார்கள். எந்தப் பெரும் கதையாடலிற்கு எதிராகப் போர்க்கொடி உயர்த்தினார்களோ அதே பெரும் கதையாடல்களுக்குள் கரைந்தே போனார்கள். *இந்தியா டுடே* இதழ்களின் பக்கங்களில் மலத்தை வைத்துத் தம் போராகள வீரத்தை நிருபித்த தலித் எழுத்தாளர் பின் அதே இதழில் தன் படைப்பைப் பதிவு செய்ததன்மூலம் 'அந்த மலம் நிறைந்த பக்கத்தால் தம் முகத்தைத் துடைத்துக்கொண்ட' செயலைப்போல்தான் இவர்கள் செயல்களும் அமைந்திருந்தன. உனது கருத்தை நான் ஏற்காவிட்டாலும் உனது கருத்தைச் சொல்லும் உனது உரிமைக்காக எனது உயிரையும் கொடுப்பேன் என்ற நவீன வால்டேயர்கள் தமது இணையதளங்களில் அந்த உரிமையை மறுத்து வருகிறார்கள். இதைவிடத் தமக்குப் பிடிக்காத கருத்தை வெளியிட்ட ஒரு இணையதளத்தை நிறுத்த வேண்டுமென்ற கோரிக்கைக்கு ஆதரவாகக் கையெழுத்திட்டவர்களில் தொண்ணூறு வீதமானவர்கள் இந்த மாற்றுக் கருத்தாளர்கள்தான். சிலர் தமக்கெனத் தனியான இணையதளங்களைக் கொண்டு, வெளியாகும் கட்டுரைகளிற்கு வாசக எதிரொலி என்ற போர்வையில் தாமே ஐந்து அல்லது ஆறு புனைபெயர்களில் எல்லா வசைகளையும் அள்ளித் தெளித்துவிடுவார்கள். அரசியல் தளத்தில் பயங்கரவாதி என

மற்றவர்களைச் சுட்டிய இவர்களால் நடாத்தப்பட்ட வெலிகடைச் சிறைச்சாலை படுகொலை நினைவின் முதல்நாள், அதன் அமைப்பாளர் ஒருவரால் துப்பாக்கிப் பிரயோகம் நிகழ்த்தப்பெற்று பொலிசாரினாலும் கைதுசெய்யப்பட்டார். இது தெரிந்தும் பல தலித்திய முன்னோடிகள் பங்குகொண்டார்கள். இன்றும் பலர் இங்குத் துப்பாக்கிகளுடன்தான் திரிகிறார்கள். அதற்குப் பதிலாகச் சிலர் கத்திரிக்கோலுடனும் திரிகிறார்கள். தாங்கள் இலக்கியத்தளத்திலும் பயங்கரவாதிகளாய் மாறியிருப்பதை இவர்கள் உணர்ந்துகொள்வதே இல்லை. இறுதியில், ஒரு பயங்கரவாத அரசான சிறிலங்காவின் நிழலில் ஒதுங்கி, அதை நம்பும் அளவிற்கு மாறியுள்ளனர். விளிம்புநிலை மாந்தர் எனத் தம்மைப் பிரகடனப்படுத்திக் கொண்ட இவர்கள் சிறிலங்காவின் அரசியல் கட்சிகளில் ஒன்றாகப் பதிந்துகொண்டதன் மூலம் விளிம்புநிலை அரசியலிலிருந்து மைய அரசியலுடன் இணைந்து கொண்டார்கள். ஜோர்ஜ் ஒர்வலின் விலங்குப் பண்ணையில் வரும் *All animals are equal but some animals are more equal than others* என்ற முடிவிற்குத் தானா இவ்வளவும்!

இதழ் 119, நவம்பர் 2009

www.ingramcontent.com/pod-product-compliance
Lightning Source LLC
Chambersburg PA
CBHW031336230926
51848CB00002B/261
* 9 7 8 8 1 8 9 3 5 9 8 8 1 *